டெர்சு உஸாலா

விளாதிமிர் கே ஆர்சென்யேவ்

தமிழில்
அவை நாயகன்

டெர்சு உஸாலா (பயணக் குறிப்புகள்)

ஆசிரியர் : விளாதிமிர் கே ஆர்செனியேவ்

மொழிபெயர்ப்பு : அவை நாயகன்

முதற் பதிப்பு : ஜூலை' 2022

அளவு : டெமி 1x 8, தாள்: 70 gsm, பக்கங்கள் : 415
அச்சு : பாக்யா ஆப்செட் பிரிண்டர்ஸ், கோவை -30
வெளியீடு : ஓசை பதிப்பகம்,70A, இராஜு சாலை,
சிவானந்தா காலனி, கோயமுத்தூர் -641012
மின்னஞ்சல் : osaipathippagam@gmail.com

Dersu Uzala (Travelogue)

Author : Vladimir K Arsenyev
Translator : Avai Nayagan

First edition : July' 2022

Size : Demy 1x8, Paper: 70 gsm, Pages : 415
Bhagya Offset printers, coimbatore - 30
Published by Osai Pathippagam,
70A, Raju Road, Sivananda Colony,
Coimbatore -641012
Mail : osaipathippagam@gmail.com

ISBN : 978-81-95776-40-5

Price : ₹. 300.00

Cover : Trotsky Maruthu
Layout : Cuckoo Images

இயற்கையும் நட்பும்..

பனிப்பிரதேசங்களில் அலைந்து மலைகள், காடுகள், சமவெளிகள், பள்ளத்தாக்குகள், கணவாய்கள் போன்ற நிலப்பரப்புகளை அளந்தும் ஆவணப் படுத்தியும் உலகிற்கு அறிவித்த ஓர் இராணுவ அதிகாரியின் பயணக் குறிப்புகள் இவை.

1902, 1906, 1907 ஆண்டுகளில் சின்னஞ்சிறு குழுக்களாக அவரது தலைமையில் சோவியத் ரஷ்யாவின் விளாடிவாஸ்டாக் பகுதியில் இருந்து ஜப்பான் கடலின் மேற்புறத்தில் வடதிசை நோக்கிச் சென்று கபரோவ்ஸ்கில் முற்றுப் பெற்றிருக்கின்றன அப்பயணங்கள். மழை, வெள்ளம், புயல் ஆகிய இயற்கை நிகழ்வுகளின் ஊடாக அவை ஒரு சாகசச் செயலாகவே அமைந்தன.

காட்டின் ஒவ்வோர் அசைவையும் அறிந்து அதற்கிசைந்து வாழும் பழங்குடி ஒருவனின் அறிமுகம் நற்பேறாய் அவர்களுக்குத் தொடக்கத்திலேயே அமைகிறது. அவனால் அக்குழு வழிநடத்தப்படும் போது பயணம் வேறு தன்மை பூணுகிறது. அதன்பிறகு அவர்களும் சேர்ந்து இயற்கையின் பரிபூரணத்தைத் தம்முள் நிரப்பிக் கொள்ளத் தலைப்படுகின்றனர். காட்டின் புதிர்களை ஒவ்வொன்றாய் விடுவித்துக் கொண்டே போகிறான் அவன். நாளடைவில்

அனைவராலும் விரும்பப்படும் மனிதனாகி விடுகிறான்.

அவனது நல்லியல்புகள் அதிகாரியை முற்றாய் ஈர்த்துவிட இருவரும் நண்பர்களாகின்றனர். பயணத்தில் ஒருவர் உயிரை மற்றவர் காப்பாற்றும் நிகழ்வுகளும் நடந்திட இருவருக்கிடையில் அன்பும் நெருக்கமும் கூடுகிறது. நகர மனிதனுக்கும் நாகரிகச் சுவடறியா முதுகுடிக்கும் இடையே இயல்பாய்க் கிளைத்த தூய பிணைப்பு அது.

இயற்கையோடு இயைந்து வாழ வலியுறுத்தும் முன்னோடிப் படைப்பு என இதை உறுதியாகக் கூறலாம். வாழும் பூமியின் மீதான புரிதல், அதன் நீட்சியாக இயற்கைச் செல்வங்கள் பாதுகாப்பு என்ற அறிவுத் துறை பரந்து செழித்துக் கொண்டிருக்கும் இவ்வேளையில் இந்நூலின் தேவை முக்கியமானது.

இரு முறை திரைப்படங்களாக உருவாகி உலகெங்கிலும் வாழும் இயற்கை நேசர்களை ஈர்த்த இப்படைப்பு முதன்முறையாகத் தமிழில் வெளியாகிறது. மூல மொழியான ரஷ்யன் தவிர ஆங்கிலம், ஜெர்மன் முதலான மொழிகளில் மொழிபெயர்க்கப் பட்டுள்ளது. இன்று முன்னைப் பழமைக்கும், பின்னைப் புதுமைக்கும் உகந்து இலங்கும் நம் மொழியில் ‘டெர்சு உஸாலா’வை வழங்குவதில் பெரும் மகிழ்ச்சியும் பெருமிதமும் அடைகிறோம். கவிஞர் அவை நாயகன் இம்மொழிபெயர்ப்பைச் சிறப்புறச் செய்துள்ளார். தனது கல்லூரிக் காலத்தில் பரிசாகக் கிடைத்த நூலைப் பொக்கிஷம் போல் வைத்திருந்து இதை உருவாக்கியிருக்கிறார். அவருக்கு எம் நன்றி. இதன் உருவாக்கத்தில் உழைத்த அனைவருக்கும் அன்பும் நன்றியும்.

க.காளிதாசன்
பதிப்பாசிரியர்
94430 22655
osaipathippagam@gmail.com

பகுதி - ஒன்று

1. இரவாடி விருந்தினர் 1
2. பன்றி வேட்டை 15
3. கொரியச் சிற்றூரில் 26
4. லெபு ஆறு சேருமிடம் 36
5. ஹன்கா ஏரியில் 48

பகுதி - இரண்டு

6. ஆறுகள், காடுகள், சதுப்பு நிலங்கள் 64
7. ஊசியிலைக் காட்டினிலே 87
8. சிகோடா-அலின் மலைத்தொடரில் 104
9. கடலினிலே 130
10. மீண்டும் சந்தித்தோம் 136
11. அம்பா 149
12. சபிக்கப்பட்ட இடம் 163
13. மீண்டும் கடலுக்கு 170
14. செம்மான்கள் 184
15. கரடி வேட்டை 193
16. காட்டுத் தீ 206
17. குளிர்காலப் பயணம் 220
18. இமான் ஊரை நோக்கி 230
19. கடைசி நம்பிக்கை 242
20. பயணத்தின் இறுதிக் கட்டம் 256

பகுதி – மூன்று

21. தொடக்கம் 270
22. வெள்ளம் 283
23. வலியுடன் கடத்தல் 296
24. இன்னல்மிகு நாட்களில் பயணம் 312
25. கு சூன் ஆறு கடலில் சேருமிடம் 324
26. அடர்ந்த உசூரிக் காட்டின் நடுவே 340
27. ஓர் ஏற்பாடு 350
28. குளிர்காலப் பயணம் 361
29. தப்பித்தோம் 381
30. மாபெரும் பிரிவு 398

பகுதி - ஒன்று

1

இரவாடி விருந்தினர்..

1902 -ஆம் ஆண்டு. ஆறு சைபீரியப் படைவீரர்கள், நான்கு பொதிகுதிரைகள் கொண்ட ஒரு குழுவைத் தலைமையேற்று நடத்தினேன். ஷ்கொடோவோ கிராமத்துக்கு அருகே உசூரி வளைகுடாவில் கலக்கும் சிமுகோ ஆற்றின் மேற்பகுதிக்கு நாங்கள் செல்ல வேண்டும். சிமு, டாபி, மயி, லெபு எனும் நான்கு ஆறுகளின் ஆதாரமான டாஷியன் ஷான் மலைத்தொடரில் உள்ள கணவாய்களைக் கண்டு அளவீடு செய்து ஆவணப் படுத்துவது எங்கள் நோக்கம் இதன் அருகில்தான் ஹன்கா ஆறும், உசூரி இருப்புப் பாதையும் இருந்தன.

ஷ்கொடோவோ கிராமம் சிமுகோவின் முகப்புப் பகுதியில் அமைந்திருந்தது. ஆற்றின் தென்கரையில் 'கண்ணாடிப் படுகை' என உள்ளூர்க் குடியேறிகளால் அழைக்கப்பட்ட பள்ளத்தாக்கு ஒன்று இருந்தது. சீனரால் நடத்தப்படுகிற, வேட்டையாடிகள் தங்கும் விடுதியின் சன்னலில் பதிக்கப் பட்டிருந்த கண்ணாடிப் பாளம் அதற்கு

டெர்சு உஸாலா | விளாதிமிர் கே ஆர்செனியேவ்

அப்பெயரை வழங்கியிருந்தது. உசூரி வனப்பகுதியில் கண்ணாடி அரிதான பொருள். ஆயிரம் மைல்கள் கடந்து போய்த்தான் ஒரு கண்ணாடித் தொழிற்சாலையைப் பார்க்க முடியும். பண்டமாற்று முறையில் காலிக் கண்ணாடிப் புட்டிக்கு ஈடாக மிதமிஞ்சிய அளவிலான மாவு, உப்பு, தானியம், கம்பளி ஆகிய பொருட்கள் கைமாறின. அங்கிருந்தவர்கள் தமது பழைய விரோதங்களை மற்றவர்களின் கண்ணாடிப் பொருள்களை உடைத்துத் தீர்த்துக் கொண்டனர். இதில் வியப்பு என்னவென்றால், தொடக்கத்தில் குடியேறியவர்களுக்கு சீனக் குடில்களில் இருந்த கண்ணாடிகள் மீதான ஈடுபாடுதான் அவர்களை அந்த விடுதிக்கும், ஆற்றுக்கும், அந்தப் பகுதி முழுமைக்கும் கூடப் பெயரிட வைத்திருந்தது.

பயணத்தை ஷ்கொடோவோ கிராமத்தில் தொடங்கி அதே நாளில் கண்ணாடிப் படுகையை அடைந்து விட்டோம். மலையுச்சியில் சிறிதளவே இருந்த ஓக் மரங்களின் ஊடான பாதை எங்களைச் செடார் மரங்கள் செறிந்த காட்டிற்கு இட்டுச் சென்றது. சீன வேட்டையாடிகளும், மூலிகை சேகரிப்பவர்களும் நடந்து போன ஒற்றையடிப் பாதையைத் தொடர்ந்தோம். அதுவும் பயனற்றுப் போனது. பச்சைக் கம்பளம் விரித்தாற் போன்ற புல்வெளி பாதையை மறைத்தது. பெயர்ந்து விழுந்த நெடிய மரங்கள் பாதையெங்கும் குறுக்கிட்டன. விரைவிலேயே பாதை முற்றிலுமாகத் தவறிப் போனது. விலங்குத் தடங்கள் தென்படுகிறதா எனத் தேடினோம். அவையும் அவ்விலங்குகள் விரும்பிய திசைகளுக்கெல்லாம் இட்டுச் சென்றன. ஆயினும், காலடி படாத அந்தக் கன்னி வனத்தில் எங்களுக்கான புதுப்பாதையை ஏற்படுத்திக் கொண்டோம். மூன்றாவது நாள் அந்தி சாயும் முன் டாஷியன் ஷான் உச்சியை அடைந்து விட்டோம்.

வழமை போலவே காலைநேரம் அங்குத் தங்கியிருக்கப் போவதை அறிவித்து விட்டேன். அப்போதுதான்

வெளிச்சத்தில் கூடாரம் அமைக்கவும் விறகு சேகரிக்கவும் இயலும். முகாம் தயாரானது. சுற்றுப்புறத்தை ஆய்வு செய்தேன். இதுபோன்ற பயணங்களில் எனக்கு உறுதுணையாக இருப்பது போலிகார்ப் ஓலண்ட்யேவ் என்ற இளைஞன். ஆற்றல் மிகுந்தவன். சிறந்த வேட்டையாடி.

சூரியன் தொடுவானுக்குக் கீழே இறங்கிக் கொண்டிருந்தது. அதன் ஒளிக்கீற்றுகள் மலையுச்சியைத் தயங்கித் தயங்கி வருடத் தொடங்கியது. ஆனால் அதன் கருநிற நிழலோ பள்ளத்தாக்கை முன்னரே மூடி மறைத்திருந்தது. மர உச்சியில் தென்பட்ட மஞ்சள் நிற இலைகள், வெளுத்த வானத்தை அச்சமின்றி நோக்கியிருந்தன. அலைந்து திரிந்த பறவைகளும் சிறு பூச்சியினங்களும் உலர்ந்த புல்லிதழ்களும் இலையுதிர் காலத்தின் வருகையைத் தெரிவித்தன.

அருகிலுள்ள பள்ளத்தாக்கில் முடிவடையும் ஒரு தாழ்ந்த மலைமுகட்டை அளந்து பார்த்தோம். அடர்ந்த மரங்கள் இருந்தாலும் ஒரு மலைவீழ் நீரோடையின் வறண்ட படுகையால் அந்தப் பகுதி துண்டிக்கப் பட்டிருந்தது. ஆளுக்கொரு வழியைத் தேர்ந்து கொண்டோம். வடபுறம் கூழாங்கற்கள் செறிந்த ஆற்றுப்படுகைப் பக்கம் நான் திரும்பிக் கொண்டேன். ஓலண்ட்யேவ் வலப்புறமாகப் போனான். இரண்டு நிமிடங்கள்தான் இருக்கும். எங்கோ துப்பாக்கி வெடிக்கும் ஒலி கேட்டது. நொய்ந்த, வண்ணப் புள்ளிகள் கொண்ட ஓர் உருவம் கடந்து போவதைக் கணநேரம் கவனித்து விட்டேன். ஓலண்ட்யேவ் வேகமாகத் துப்பாக்கியில் குண்டுகளை நிரப்பிக் கொண்டிருந்தான். ஆனால் அது சரியாக வேலை செய்யவில்லை. அதன் வாய்ப்புறம் மூடவில்லை.

ஓடிப்போய் அவனை நெருங்கி ‘என்ன அது..?’ எனக்கேட்டேன்.

‘புலி என்று நினைக்கிறேன். மரத்தின் மேல் இருந்தது. குண்டு பாய்ந்து அடிபட்டிருக்கும்..’ என்றான்.

டெர்சு உஸாலா | விளாதிமிர் கே ஆர்சென்யேவ்

அவனது துப்பாக்கியில் சிதைந்த நிலையில் இருந்த வெடிமருந்து கெட்டித்து வைக்கும் பகுதி சரியாகி இயங்கத் தொடங்கியது. குண்டுகளை மீண்டும் நிரப்பிக் கவனமாக நடந்து விலங்கு அடிபட்ட இடத்தைக் கடந்தோம். காய்ந்த புற்களின் மீது தென்பட்ட குருதித் துளிகள் அது உண்மையாகவே காயப்பட்டிருப்பதை உணர்த்தியது. நடந்து செல்வதை நிறுத்திக்கொண்டு அந்தப் பகுதியை ஆவலுடன் கவனிக்கத் தொடங்கினான். அப்போது தென்பகுதியில் ஓர் உறுமல் ஒலி கேட்டது. புதர் மறைத்திருந்ததால் எதுவும் கண்ணுக்குப் புலனாகவில்லை.

வீழ்ந்த மரத்தின் பருத்த அடிப்பகுதியொன்று பாதையில் கிடந்தது. ஒலண்ட்யேவ் அதன் மேல் ஏறிப் பார்த்தான். மறுபக்கம் இருந்த அந்தக் காயம் பட்ட விலங்கு முன்பே இதை எதிர்பார்த்திருக்க வேண்டும். சீறிப் பாய்ந்து, முடியாமல் மரத்தின்மீதே தலைகுப்புற விழுந்தது. நம் வேட்டையாடி வேகமாகச் செயல்பட்டான். துப்பாக்கியைத் தோளின்மீது சரியாக உயர்த்தி வைக்காமலேயே அநாயாசமாகச் சுட்டான். நேர்த்தியான முடிவு. குண்டு அதன் தலைமீது பாய்ந்தது. மரத்தின்மேல் குறுக்காக விழுந்தது.

அது ஒரு மஞ்சூரியச் சிறுத்தை. உள்ளூர்வாசிகள் அதை 'பார்ஸ்' என அழைத்தார்கள். பூனைக்குடும்பத்தின் பிரம்மாண்டமான மாதிரி உயிர். மூக்கின் நுனியிலிருந்து வால் முடியுமிடம் வரை நீளம் நான்கு அடி ஏழு அங்குலம் வரை இருக்கும். இரு புறத்திலும் பின்பகுதியிலும் முடியானது இரும்புத் துரு நிறத்திலும் வயிற்றுப் பகுதி வெண்ணிறத்திலும் அதன்மீது புலிகளைப் போலவே வரிசையாகக் கோடு கிழித்தாற்போல கருப்புப் புள்ளிகள் தெரிந்தன. அதே புள்ளிகள் இருபுறமும் பாதங்கள் மற்றும் தலையிலும் பெரிதாக இருந்தன. கழுத்திலும் பின்புறத்தில் வால்பகுதியிலும் வளையம் போன்ற புள்ளிகள் தென்பட்டன.

● அவை நாயகன்

உசூரி பிரதேசத்தின் தென்பகுதியில் சிறுத்தைகள் காணப்படுகின்றன. புள்ளி மான், இரலை மான், காட்டுக்கோழி, ஆகியன இவற்றின் முதன்மையான உணவு. வேட்டை நுட்பமும் எச்சரிக்கையுணர்வும் கூடிய விலங்கினம். இலைகள் செறிந்த மரக்கிளைகளில் மறைவாகப் படுத்துக் கொள்ளும். வேட்டையாடிகளின் கண் படாத கிளையாகத் தேர்ந்து கொள்ளும். பாதங்களின் மீது தலைவைத்துக் கிளையில் சலனமின்றிப் படுத்திருந்தாலும் உடல் முழுதும் எச்சரிக்கையால் நிறைந்திருக்கும்.

தோலை உரிக்க ஒரு மணி நேரத்திற்கு மேல் ஆனது. அரையிருட்டில் முகாமுக்குத் திரும்பிக் கொண்டிருந்தோம். தூரத்தே தெரிந்த வெளிச்சம் எங்கள் தங்குமிடத்தைக் காட்டியது. மரங்களுக்கு இடையில் நின்று, நாங்கள் கொண்டு வந்ததை எங்கள் ஆட்களுக்குக் கணநேரம் காட்டி மறைத்தோம். அவர்கள் வேகமாக ஓடிவந்து சேர்ந்து கொண்டனர். வெளிப்புற நெருப்புத் தணலுக்கும் எமக்கும் இடையே இங்குமங்குமாகச் சுற்றி வந்தனர். நாய்கள் ஆரவார வரவேற்பளித்தன. துப்பாக்கி வீரர்கள் சுற்றி நின்று எமது வேட்டைப் பொருளை வியப்புடன் பாராட்டிப் புகழ்ந்தனர்.

அடுத்த நாள் அங்கிருந்து கிளம்பி விட்டோம். காற்றில் விழுந்த மரங்கள் பாதையை மறித்து எங்கள் பயணத்தைத் தாமதப் படுத்தின. மாலை நான்கு மணிக்கு மலையுச்சியை அடைந்து விட்டோம். தொடர்ந்த எனது சிறு படையை விடுத்து நான் முதலில் மேலேறிச் சென்று சுற்றிலும் பார்த்தேன். என் ஐயங்கள் அனைத்தும் விலகின. வளைமுகடு போலத் தோற்றமளிக்கும் அதுதான் நாங்கள் தேடி வந்த மலைத்தொடர்.

மீண்டும் எனது குழுவோடு இணைந்து கொண்ட போது தொடுவானுக்கு அருகே சூரியன் இறங்கிக் கொண்டிருந்தான். எங்களுக்கும் குதிரைகளுக்கும் கடுமையான தாகம். ஆகவே தண்ணீரையும் இப்போது தேட வேண்டும். அந்த மலையின் இறக்கம், தொடக்கத்தில்

டெர்சு உஸாலா | விளாதிமிர் கே ஆர்சென்யேவ்

சாதாரணமாக இருந்து பின்னர் செங்குத்துச் சரிவாக மாறியது. குதிரைகள் சறுக்கி விழுந்தன. சுமைகள் முன்புறமாகச் சாய்ந்து கழுத்தைச் சுற்றிக் கடிவாளம் இருந்ததால் கீழே விழவில்லை. வளைந்து நெளிந்து தாறுமாறாக இறங்கிக் கொண்டிருந்தாலும் பாதையில் விழுந்து கிடந்த மரங்கள் ஏற்படுத்திய தடையைக் காட்டிலும் இது மேல் என எண்ண வைத்தது.

மலையின் அடிவாரம் மிகவும் கரடுமுரடாக இருந்தது. ஆழமான நீர்த்தாரைகள், அதன் ஓரங்களில் வேரோடு பெயர்ந்த மரங்கள், பாசி படர்ந்த இடுக்குகள் எல்லாம் சேர்ந்து பேய்களுடனான களியாட்ட இரவு போலத் தோற்றமளித்தது. இதுபோன்ற மோசமான, பயன்பாட்டுக்கு உதவாத தரிசுநிலம் ஒன்றை நான் பார்த்ததேயில்லை.

சில நேரங்களில் அந்த மலைத்தொடரும் காடுகளும் பகட்டாக, கவர்ச்சிகரமாகத் தோன்றும். விட்டுச் செல்ல மனமிருக்காது. வேறு சமயங்களிலோ, வறண்ட மொட்டைப் பாறைகள் விரவிக் கிடக்கும். இவையெல்லாம் தனிப்பட்ட ஒருவரின் எண்ணப்பதிவாக இருக்காது என்பது வினோத உண்மை. ஏனென்றால் பொதுவாகவே அனைத்தையும் நாங்கள் பகிர்ந்து கொண்டோம். இப்போதும் அந்தப் பழக்கம் தொடர்கிறது. அப்போது அச்சுறுத்துகிற, வெறுப்பூட்டுகிற காற்று எங்களைச் சூழ்ந்து கொண்டது. கடைசி ஆள் வரை அதன் பிடியில் இருந்தோம்.

'விட்டுத் தள்ளு..'- கூச்சலிட்டார்கள் எங்கள் ஆட்கள். 'இதெல்லாம் இந்த ஓர் இரவு மட்டும்தான். நாளை நமக்கு மகிழ்ச்சிகரமாக இருக்கும்..'

எனக்கு அந்த இடத்தைக் குறித்த அக்கறை ஏதுமில்லை. ஆனாலும் அதற்கு மாற்றாக வேறு வாய்ப்பும் இல்லையே. இதோ. புதிய காலை புலர்கிறது. பள்ளத்தாக்கின் கீழ்ப்பகுதியில் சலசலக்கும் நீரோடையொன்று தெரிகிறது. அதன் கரையில் கூடாரம் அமைக்கத் தீர்மானித்து எனது ஆட்களுக்கு உத்தரவிட்டேன்.

கோடரிகளின் ஓசையும், மனிதர்களின் பேச்சொலியும் அந்தக் காட்டின் ஆழ்ந்த அமைதியின் மீது முட்டி மோதத் தொடங்குகின்றன. குதிரைகளின் சேணத்தை அவிழ்த்து விட்டு எங்கள் ஆட்கள் விறகு சேகரிக்கப் போய் வந்தனர். இரவுணவும் தயாரானது. எங்களின் பொதி குதிரைகளுக்கோ பாறைகள், வீழ்ந்த மரங்களின் ஊடாக நடந்து வந்ததில் பசி அடங்கவில்லை எனத் தோன்றியது. இன்னும் ஒரே நாள். அந்த இடத்தைக் கடந்து, எதிர்ப்படும் சீன உழவர்கள் வசிக்கும் குடில்களை எட்டினால் அவை சரியாகி விடும்.

ஊசியிலைக் காடுகளில் விரைவாகவே அந்தி சாய்ந்து விடும். சற்றே அடர்ந்த மர இலைகளினூடே மேற்குத் திசையில் வெளுத்த வானம், இருளின் நிழல் நிலத்தில் படிந்த பின்னரும் இன்னும் தெளிவாகத் தெரிந்தது. அருகில் சேகரித்த புதர்ச் செடிகள், மரக்கட்டைகளால் எங்களின் இரவுக் களியாட்ட நெருப்பு கிளர்வூட்டப் பட்டிருந்தது. முகாமில் இப்போது அமைதி. தேநீர் அருந்திய பின் அனைவரும் தத்தமது துப்பாக்கிகளைத் துடைத்தும், கடிவாளம், கிழிந்த உடுப்புகளைத் தைத்தும் ஓய்வு நேரத்தைப் பயனாக்கினர். இதுபோன்ற பயணங்களில் பழுது பார்த்தல், செப்பனிடுதல் போன்ற பணிகள் நடந்து கொண்டேயிருக்கும். இவையெல்லாம் முடிந்த பிறகு எல்லாரும் தம் மேல்கோட்டுகளை அணிந்து கொண்டு அருகருகே நெருங்கிப் படுத்து உறங்கத் தொடங்கினர். மேய்ச்சலுக்காகக் காட்டுக்குள் சென்ற குதிரைகள் தீவனம் சரியாகக் கிடைக்காமல் முகாமுக்குத் திரும்பின. தலையைத் தொங்க விட்டும், அரைத்தூக்கத்தில் நின்று கொண்டும் காலங்கழித்தன. ஓலண்ட்யேவும் நானும் விழித்திருந்தோம். அவன் தனது காலணிகளைப் பரிசோதித்துக் கொண்டிருந்தான். நான் எனது நாட்குறிப்பேட்டில் குறிப்புகளை எழுதத் தொடங்கினேன். பத்து மணிக்கு மேல் எனது ஆட்டுத்தோல் கோட்டுடன் நெருப்பின் அருகே சுருண்டு படுத்துக் கொண்டேன். சடசடவென

டெர்சு உஸாலா | விளாதிமிர் கே ஆர்சென்யேவ்

எரிகிற பிர் மரக்கட்டையிலிருந்து எழுந்த புகையானது விண்மீன்கள் செறிந்த வானத்தை வெளுப்பாகவும் கருப்பாகவும் மாற்றிக் கொண்டிருந்தது. நீள்வரிசையில் கணக்கற்ற தூண்களைப் போன்றிருக்கும் மரங்கள் அப்படியே பின்வாங்கி மலைக்காட்டின் நடுவில் இரவின் இருளோடு இரண்டறக் கலந்தது போல் இருந்தன.

திடீரென்று, குதிரைகள் தலைகளை உயர்த்திக் காதுகளை நிமிர்த்திக் கொண்டன. பிறகு சற்றே ஆசுவாசப் படுத்திக்கொண்டு மீண்டும் உறங்கத் தொடங்கின. எங்களுக்கு அதில் கவனம் செல்லவில்லை ஆதலால் இருவரும் பேசிக்கொண்டிருந்தோம். சில நிமிடங்கள் கழிந்தன. நான் ஒலண்ட்யேவிடம் ஒரு கேள்வியை எழுப்பினேன். பதில் வராததால் தலையுயர்த்திப் பார்த்தேன். அவன் நின்று கொண்டிருந்தான். இறுக்கமாகக் கையைக் கண்களுக்கு மேல் வைத்து நெருப்பை மறைத்து இருட்டுக்குள் எதையோ ஆர்வத்துடன் பார்த்துக் கொண்டிருந்தான்.

'என்ன அது..?' 'மலையிலிருந்து யாரோ இறங்கி வருகிறார்கள்..' என முணுமுணுத்தான்.

அமைதி. இலையுதிர் காலக் குளிர் இரவில் காட்டில் ஆழ்ந்த மௌனம். திடீரென மலைச்சரிவிலிருந்து சிறு கற்கள் மழையாய்ப் பொழியத் தொடங்கின.

'கரடிதான் அது..' மலைத்துப் போன ஒலண்ட்யேவ் இதைக் கூறிக் கொண்டே துப்பாக்கியை எடுத்துக் குண்டுகளை நிரப்பினான்.

'சுட்டு விடாதே.. நான் கரடியல்ல..' இருட்டுக்குள் இருந்து குரல் வந்தது. சில நிமிடங்களுக்குப் பிறகு நெருப்பின் வெளிச்சத்தில் தரையில் நிழல் படிய ஒரு மனிதன் வெளிப்பட்டான்.

மான் தோலால் ஆன மேல்கோட்டும் கால்சட்டையும் அணிந்திருந்தான். தலைப்பாகை ஒன்றைச் சுற்றியிருந்தான். கால்களில் தோல் காலணி. பெரிய தோள்பை. தைத்த உறையில் உறங்கும் சுழல் துப்பாக்கி.

'ஹலோ கேப்டன்..' என்றான் அந்தப் புதியவன் என்னிடம் திரும்பி.

துப்பாக்கியை ஒரு மரத்தில் சாய்த்து வைத்து விட்டுத் தோள்பையைக் கழற்றி நெருப்பின் அருகே குந்தி அமர்ந்து கொண்டான். சட்டையின் கைப்பகுதியைக் கொண்டு கண்ணிமைகளில் கோத்திருந்த வியர்வையைத் துடைத்துக் கொண்டான். 45 வயது இருக்கலாம். சாதாரண உயரம். குறுகிய உருவம். உறுதியான உடலமைப்பு. உள்ளூர்வாசிகளுக்கேயுரிய பழுத்துக் காய்ந்த நிறம். தீர்க்கமான தாடை, சிறிய மூக்கு, மங்கோலியக் கண்கள், வலுவான பற்களைக் கொண்ட பெரிய வாய், மேலுதட்டில் விழுந்த மெல்லிய பூனைமீசை, தாடையை மறைக்கும் குறுந்தாடி - இவை அனைத்தையும் விடக் குறிப்பிடத் தகுந்தவை அவனது கண்கள். அவை அடர்பழுப்பு நிறத்தையும் வீறமைதியையும் நல்லியல்புக்கு உரியனவாகவும் கபடமின்றியும் இருந்தன.

அந்தப் புதியவன் பணிவுடன் எழுந்து சுற்றிலும் பார்த்ததை நாங்கள் கவனித்தோம். இடுப்பிலிருந்து ஒரு சிறு பையை எடுத்து அதிலிருந்த புகையிலைத் தூளைப் புகைக்குழாயில் நிரப்பிப் பற்ற வைத்துக் கொண்டான். அவனிடம் கேள்விகள் கேட்பதைத் தவிர்த்துவிட்டு உணவருந்தச் சொன்னேன். அது அந்த ஊசியிலைக் காட்டு வாழ்வின் வழமை கூட.

'நன்றி கேப்டன்..' என்றான். ' பசிக்கிறது. காலையிலிருந்து எதுவும் சாப்பிடவில்லை..'

உணவருந்திக் கொண்டிருந்த போதும் அவனைச் சோதித்துப் பார்ப்பதைத் தொடர்ந்தேன். ஒரு வேட்டைக்கத்தி அவனது இடுப்புப் பட்டையில் செருகப் பட்டிருந்தது. கரடுமுரடாகவும் தழும்பேறியும் கிடந்த கைகள், அவன் ஒரு தேர்ந்த வேட்டையாடி என்பதை உணர்த்தியது. அதேபோன்ற தழும்புகள் முகத்தில் நெற்றியிலும், காதருகே கன்னத்திலுமாகத் தென்பட்டன.

டெர்சு உஸாலா | விளாதிமிர் கே ஆர்சென்யேவ்

தலைப்பாகையை அவிழ்த்து விட்டதில் அலங்கோலமான பொன்னிறத் தலைமுடி தெரிந்தது. மிகச் சுருக்கமாகப் பேசுகிற ஆளாக இருந்தான். பொறுமையைக் கட்டுப்படுத்தி வைத்திருந்த ஒலண்ட்யேவ் மேலும் தாளாமல் கேட்கத் தொடங்கினான்.

'நீங்கள் என்ன சீனரா..? கொரியாக்காரரா..?'

'நான் கோல்டு இனத்தவன்..' வெடுக்கென்று பதில் வந்தது.

'வேட்டையாடியா..?' நான் கேட்டேன்.

'ஆம். வேட்டையாடிதான். அதைத் தவிர வேறொன்றும் தெரியாது எனக்கு..'

'வீடு எங்கிருக்கிறது..?' ஒலண்ட்யேவின் கேள்வி.

'வீடெல்லாம் கிடையாது. இந்த மலையிலேயேதான் வாழ்கிறேன். தீ மூட்டுவேன். கூடாரம் அமைப்பேன். படுத்துக் கொள்வேன். அவ்வளவுதான். வேட்டையாடிக்கு வீடு இருக்காது..'

ஒரு மானை வேட்டையாட நாள் முழுதும் அலைந்ததைக் கூறினான். அதனைச் சுட்டுக் காயப் படுத்தியும் இருக்கிறான். சிறிய காயம்தான். அதனைத் தேடிப் போகும்போது நாங்கள் நடந்து வந்த பாதை கண்ணில் பட்டிருக்கிறது. அது இந்தப் பள்ளத்தாக்கிற்கு அழைத்து வந்திருக்கிறது. அந்தி சாய்ந்த பிறகு நெருப்பின் வெளிச்சத்தைக் கண்டு நேராக இங்கே வந்து சேர்ந்திருக்கிறான்.

'சந்தடியில்லாமல்தான் வந்தேன். காட்டுக்குள் வருபவர்கள் என்ன விதமானவர்கள் என்று கண்டுபிடிக்க முடியாதே. படைவீரர்கள், குதிரை, கேப்டன் இவர்களைப் பார்த்ததும் பயம் விலகி விட்டது..'

'உன் பெயர் என்ன..?' என்றேன்.

'டெர்சு உஸாலா..'

● அவை நாயகன்

அந்த மனிதன் என்னைக் கவர்ந்து விட்டான். வழக்கத்துக்கு மாறான ஏதோவொன்று அவனிடம் இருக்கிறது. எளிமையான, அமைதியான குரலில் பேசுகிறான். பணிவும் தன்னடக்கமும் நடத்தையில் தெரிகிறது. வேண்டுமென்றே நல்லெண்ணத்தைப் பெறும் வகையில் பழகுபவனாகத் தெரியவில்லை. எங்கள் உரையாடல் தொடர்ந்து கொண்டேயிருந்தது. தன்னைப் பற்றிச் சொன்னான். காலங்காலமாக ஒரு வேட்டையாடியாகவே காட்டில் வாழ்வது அவனுக்குப் பிடித்திருந்தது. வேட்டைப் பொருள்களுக்குப் பண்டமாற்றாகப் புகையிலை, வெடிமருந்து, காரீயம் ஆகியவற்றை வாங்கிக் கொள்வான். அந்த விசித்திரமான சுழல் துப்பாக்கி அவனது தந்தை மூலமாகக் கிடைத்தது. 53 வயது ஆகிவிட்டதாம். இன்னும் குடியிருக்க வீடில்லை. திறந்த வெளிதான் வசிப்பிடம். குளிர்காலத்தில் பிர்ச் மரப்பட்டைகளைக் கொண்டு கூடாரம் அமைத்துக் கொள்வான். வாழ்வைப் பின்னோக்கிப் பார்த்தால் ஓர் ஆறு, பழங்கால வேட்டைக் குடில், மூட்டிய நெருப்பு மற்றும் தனது பெற்றோர், ஒரு சகோதரி ஆகியோர் மட்டும் நினைவுகளாக இருந்தனர்.

'நெடுநாட்களுக்கு முன்பே எல்லோரும் இறந்து விட்டார்கள்..' என முடித்துக் கொண்டு மௌனமானான். பிறகு மீண்டும் சொல்லத் தொடங்கினான்: 'மனைவி, ஒரு மகன், மகள் இருந்தார்கள். பெரியம்மை வந்து அனைவரையும் அழைத்துக் கொண்டு விட்டது. நான் தனியனாகி விட்டேன்..'

முகத்தில் துயரம் தெரிந்தது. ஆறுதல் படுத்த விரும்பினேன். தேற்றித் துயர் தணிக்கும் குடும்பம் முற்றிலுமாகப் பறிக்கப்பட்டுத் தனித்து விடப்பட்ட ஒரு வயதான மனிதனுக்கு எனது சொற்கள் எதைத் தந்துவிடப் போகிறது. அவன் எதுவும் பேசவில்லை. தலையைத் தன் மார்பின் மீது அமிழ்த்திக் கொண்டான். என் மனம் அவனோடே சென்றுவிட்டது. ஒரு புதிய

துப்பாக்கி வாங்கிக் கொள்ள விரும்புவான் என்று நினைத்து அவனிடமே கேட்டேன். ஆனால் அவன் ஏற்றுக் கொள்ளவில்லை. அவனைப் பொறுத்தவரை அது ஓர் அன்புக்குரிய ஞாபகார்த்தப் பொருள். அதை நன்றாகப் பழக்கியும் வைத்திருக்கிறான். மிகச் சிறந்த ஆயுதமான அதைக் கையிலெடுத்து வாஞ்சையுடன் தடவிக் கொடுத்தான்.

விண்மீன்கள் தமது இரவுப்பாதையில் வானத்தை வெகுவாக நிறைத்துக் கொண்டிருக்கின்றன. நடு இரவு கடந்து நீண்ட நேரம் இருக்கும். நெருப்பின் அருகே அமர்ந்து இருவரும் மணிக்கணக்காகப் பேசிக் கொண்டிருந்தோம். அதிகம் பேசியது டெர்சுதான். இயல்பான மகிழ்ச்சியுடன் கேட்டுக் கொண்டிருந்தேன். தனது வேட்டை அனுபவங்களை விரிவாகச் சொன்னான். புலிகளை எதிர்கொண்டதை (புலிகளைச் சுடக் கூடாது. ஜின்செங் எனும் மூலிகை வேர்களைத் திருடும் கெட்டவர்களிடமிருந்து காக்கும் கடவுள் அது), ஆவிகளை, வெள்ளப் பெருக்கை – இன்னும் பலவற்றில் இருந்து.

ஊசியிலைக் காட்டுப் பயணங்களில் ஒருமுறை புலியால் மோசமாகத் தாக்கப் பட்டிருக்கிறான். அவனது மனைவி நாட்கணக்கில் தேடி, 125 மைல்கள் அலைந்து கண்டுபிடித்திருக்கிறாள். குருதி வெளியேறி நலிந்து கிடந்த அவனைக் காப்பாற்றித் தேற்றி விட்டாள். காயங்கள் குணமாகும் வரை அவளே வேட்டையாடப் போய் வந்தாள்.

நாங்கள் முகாம் அமைத்த இடம் எங்கிருக்கிறது எனக் கேட்டேன். லெபு ஆறு தொடங்கும் இடத்திற்கு அருகில் என்றான். ஒரு வேட்டையாடி விடுதியை முதன்முதலாக நாளை பார்க்கப் போகிறீர்கள் என்று வியப்பூட்டினான்.

எங்கள் சகாக்களில் ஒருவன் தூக்கத்திலிருந்து எழுந்து விட்டான். வியப்புடன் தலையைச் சுழற்றிப் பார்த்து

● அவை நாயகன்

ஏதோ முணுமுணுத்தான். பிறகு இலேசான சிரிப்புடன் மீண்டும் தூங்கப் போனான்.

கண் சிமிட்டும் தாரகைகள் விரைவாக எழுந்த வானத்தில் அதிகாலை அடையாளங்கள். அடர்ந்த மௌனம் ஆட்சி செய்த அதே வேளையில், நிலத்தில் ஏராளமாய் உறைபனி விழுந்து அழகான காலநிலையை அறிவித்தது. அப்போது எனக்குள் தோன்றிய எண்ணம்: 'இயற்கை ஒன்றே இளைப்பாறுதல் தருவது.'

ஒரு மணி நேரத்திற்குப் பிறகு கீழ்வானம் சிவந்தது. கைக்கடிகாரத்தைப் பார்த்தேன். மணி ஆறு எனக் காட்டியது. சமையல்காரன் எழ வேண்டிய நேரம். அவனைத் தொட்டு உலுக்கி எழ வைத்தேன். எழுந்து கைகால்களை நீட்டியவாறே, ஒளிரும் நெருப்பின் வெளிச்சத்தில் அந்தப் புதியவனைக் கண்டு முகத்தைக் கோணலாக்கிக் கொண்டான். டெர்சுவைக் கவனித்துப் புன்சிரிப்புடன் முணுமுணுத்தான்: 'இதோ பாருங்கள், ஒரு புதிய ஆள்..' பிறகு தனது காலணியைத் தேடிப் போனான்.

கருத்திருந்த வானம் நீலமாகிப் பின் சாம்பல் நிறத்துக்கு மாறியது. புதர்களும் பள்ளங்களும் இரவின் நிழலில் இருந்து மீண்டு கொண்டன. இப்போது எங்கள் முகாம் தேன்கூடு போலப் பரபரப்பானது. ஒருவருக்கொருவர் வெறுமனே உரையாடிக் கொண்டனர். குதிரைகள் உறக்கத்தில் இருந்து திடுக்கிட்டு எழுந்தன. பள்ளத்திற்கு அப்பால் ஒரு பறவை உரக்கப் பாடியது. அதற்கு ஒத்திசைந்து இன்னொன்று குரலெழுப்பியது. மரங்கொத்தியின் சத்தம் விட்டுவிட்டு ஒலிக்கும் இசை போலக் கேட்டது.

காடு விழித்துக் கொண்டது. ஒவ்வொரு நிமிடம் கடக்கும்போதும் மலைத்தொடரின் பின்புறமிருந்து வெளிப்பட்ட சூரியச் சுடர்கள் படர்ந்து காடு முழுவதையும் ஒளியூட்டின. எங்கள் முகாம் புதிய தோற்றம் கொண்டது. நெருப்புத் தணல் அணைந்து விட்டது. காலித் தகரப்

டெர்சு உஸாலா | விளாதிமிர் கே ஆர்சென்யேவ்

பொருட்கள் நிலத்தில் உருண்டன. செங்குத்தான மரங்கள் இன்னும் ஒருபுறமிருந்து முகாமைத் தாங்கிக் கொண்டிருந்தன. நேற்றுப் படுத்து உறங்கிய வெட்டப்பட்ட புற்கள் நிலத்தில் மிதி பட்டன.

2

பன்றி வேட்டை..

காலையுணவுக்குப் பிறகு வீரர்கள் குதிரைகளுக்குச் சேணத்தைப் பூட்டினார்கள். டெர்சு தனது தோள் பையை மாட்டிச் சுழல் துப்பாக்கியை உறையுடன் சேர்த்து எடுத்துக் கொண்டான். சில நிமிடங்களுக்குப் பிறகு எங்கள் குழு, முகாமைத் தகர்த்துச் சரித்தது. டெர்சு எங்களோடு வந்தான். நாங்கள் தொடர்ந்து சென்ற மலையிடுக்கு நீண்டும் சுருள் போன்ற அமைப்பிலும் காணப்பட்டது. மலையின் பிற இடுக்குகளும் அதன் இடவலமாகச் சேர்ந்து கொண்டது போலத் தோன்றியது. அதன்மீது நீரோடைகள் பெரும் ஒலியுடன் இறங்கின. அந்தக் கணவாய்ப் பகுதி படிப்படியாக விரிந்து பள்ளத்தாக்காக மாறியது. எங்கள் குழுவிற்கு முன்னணியில் செல்லும் டெர்சு ஆவலுடன் தனது பாதங்களுக்குக் கீழ் கூர்ந்து கவனித்துக் கொண்டே வந்தான். சில இடங்களில் குனிந்து விரல்களால் இலைகளைக் கலைத்துப் பார்த்தான்.

'என்ன அது..?' என்றேன்.

டெர்சு உஸாலா | விளாதிமிர் கே ஆர்சென்யேவ்

'யாரோ நடந்த கால்தடம்..' என்று பதில் தந்தான். நீண்ட நாட்களுக்கு முன் மரக்கீரியைத் தொடர்ந்து போன தனியொரு வேட்டையாடியின் தடமே அது ; மேலும் அது ஒரு சீனனாக இருக்கக்கூடும் என்றும் சொன்னான்.

அவனது வார்த்தைகள் எங்களை வியப்பில் ஆழ்த்தின. எம் அவநம்பிக்கையைக் குறிப்பாலுணர்ந்த டெர்சு விரிவாக விளக்கினான் :

'நீங்கள் யாரும் பார்க்கவில்லையா அதை..? கவனமாகப் பாருங்கள்..'

அவன் சொன்னவை எல்லாம் இறுதியானவையாக இருந்து என் ஐயங்களை முற்றிலுமாகத் துடைத்து விட்டன. அந்தக் கால்தடங்கள் தெளிவாகவும் எளிமையாகவும் இருந்தன. எனக்கு ஏன் இவை தோன்றவில்லை என்றுகூடத் தோன்றியது. பாதையில் எங்கும் குளம்புத் தடம் இல்லை. இருபுறமும் மண்டியிருந்த மரக்கிளைகள் எங்கள் குதிரைகளை முன்னேறிச் செல்லத் தடையாக இருந்தன. சுமைகள் மரங்களில் அடிக்கடி உராய்ந்தன. நேர்குத்தான திருப்பங்களில் அவைகளால் சமாளிக்க முடியவில்லை. மாற்றுப் பாதையும் இல்லை. வற்றிய ஓடையின் குறுக்கே மரங்கள் பெயர்ந்து கிடந்தன. ஆனால், வழியோ தண்ணீர் இருக்கும் இடத்திற்குச் சேர்ப்பதாக இல்லை. விழுந்திருந்த மரங்களை எங்கள் வீரர்கள் எளிதாகத் தாண்டிச் சென்றனர். குதிரைகளால் சுற்றிச் சுற்றித்தான் வர முடிந்தது. பொதிகுதிரைகளுக்குப் பொருத்தமான பாதையல்ல அது.

'நெடுநாட்களுக்கு முன் இதை ஒருவன் கடந்து போயிருக்கிறான்..' டெர்சு சொன்னான். 'இந்த இடத்தைக் கடந்ததும் மழை நின்றிருக்கிறது..' எனக் கூறிவிட்டு அந்தப் பகுதியில் இதற்கு முன் எப்போது மழை பெய்தது எனக் கணக்கிட்டுப் பார்த்தான்.

இரண்டு மணி நேரம் அதே பாதையில் நடந்தோம். இலை செறிந்த கோனிஃபெரஸ் வகை மரங்கள் நிறைந்த காடு அது. படிப்படியாக நெட்டிலிங்கம், மேப்பிள், அஸ்பென், பிர்ச், எலுமிச்சை போன்ற மரங்கள் கொண்ட பகுதிக்கு இட்டுச் சென்றது. அடுத்த தங்குமிடத்தை முடிவு செய்ய வேண்டும். டெர்சு இன்னும் சிறிது தூரம் போகலாம் என்று கூறிவிட்டான்.

'அருமையான தங்குமிடத்தை நாம் விரைவில் அடைய இருக்கிறோம்..' என்று சொல்லிவிட்டு மரப்பட்டைகள் ஏராளமாக உரிந்து கிடப்பதைக் காட்டினான்.

அவன் கூறியதன் பொருள் புரிந்தது. அந்த மரப்பட்டைகளைக்கொண்டு யாரோ அங்கு ஒரு குடிலை அமைத்திருக்கிறார்கள். பத்து நிமிடங்களுக்குள் அந்த இடத்தை அடைந்து விட்டோம். வேட்டையாடிகளோ மூலிகை சேகரிப்பவர்களோதான் அதை உருவாக்கியிருக்க வேண்டும். அதனை நன்கு சோதித்துப் பார்த்த பிறகு, சில நாட்களுக்கு முன்பு அந்த வழியாகச் சென்ற சீனன் ஓர் இரவை அங்கு கழித்திருக்க வேண்டும் என எங்கள்'புதிய ஆள்' கூறுகிறான். ஆதாரமாக மழையில் நனைந்த சாம்பலும் , புற்களாலான ஒரு சாய்வுப் படுக்கையும், சீனர்கள் பயன்படுத்துகிற, முழங்கால் முட்டியில் இறுக்கிக் கட்டும் துணியொன்றும் அங்கே கிடந்தன. அப்போது டெர்சு ஓர் அசாதாரணமான படைப்பாகவும், புதிய கண்டுபிடிப்பாளனாகவும் தெரிந்தான். என் நினைவிலி மனதிற்குள் அமெரிக்க நூலாசிரியர்கள் ஜேம்ஸ்ஃபெனிமோர் கூப்பர், தாமஸ் மெய்ன் ரீட் ஆகியோர் வந்து போயினர்.

குதிரைகளுக்குத் தீனி வேண்டியிருந்தது. எங்கள் ஆட்கள் தேடிச் சென்ற நேரத்தில் அங்கிருந்த பெரிய சைபீரிய செடார் மரத்தின் நிழலில் பின்புறமாகச் சாய்ந்து படுத்துக் கொண்டேன். இரண்டு மணி நேரத்திற்குப் பிறகு ஓலண்ட்யேவ் வந்து எழுப்பி விட்டான். டெர்சு அதற்குள்

விறகுகளை வெட்டிக் குடிலுக்குள் குவியலாக அடுக்கியும் பிர்ச் மரப்பட்டைகளைச் சேகரித்து வைத்திருந்ததையும் கவனித்தேன்.

அந்தக் குடிலைத் தீவைத்து எரித்து விடப் போகிறான் என நினைத்து அவனிடமே கேட்டேன். பதில் சொல்வதை விடுத்து, ஒரு சிட்டிகை உப்பும் கைப்பிடியளவு அரிசியும் தருமாறு கேட்டான். எதற்கு என்ற ஆவல் கூடியது. கேட்டதைக் கொடுத்து விடச் சொன்னேன். கொஞ்சம் தீக்குச்சிகளைக் கவனமாக பிர்ச் மரப் பட்டையில் வைத்துச் சுற்றிக் கட்டியும் உப்பு, அரிசியைத் தனித்தனியாக அதேபோல் செய்தும் குடிலுக்குள் கயிறு கட்டித் தொங்க விட்டான். குடிலுக்கு மேல் இருந்த மரப்பட்டைகளைச் சரிசெய்த பின்னர் புறப்படத் தயாரானான்.

‘இதே வழியில் திரும்புவோம் என்று நினைக்கிறாயா.?’ எனக் கேட்டேன். தலையை ஆட்டி மறுத்தான். பிறகு அங்கே தீப்பெட்டி, அரிசி, உப்பு எல்லாம் எதற்கு என்றேன்.

‘வேறு யாராவது வருவார்களே..’ டெர்சு பதில் தந்தான்.‘நல்ல குடில், நல்ல விறகு, தீப்பெட்டி, உணவு எல்லாமே இருக்கும். பசியால் யாரும் சாக வேண்டியதில்லை..’

திகைத்துப் போனேன். முன்பின் அறிந்திராத ஒருவனுக்காக இந்தக் கோல்டு பழங்குடி கவலைப் படுகிறான். யார் இங்கு விறகும் உணவுப் பொருளும் வைத்திருப்பார்கள் என்பது வருபவனுக்கும் தெரியாது. ஒவ்வொரு முறையும் முகாமைக் காலி செய்யும்போது எங்கள் ஆட்கள் மரப்பட்டைகளைத் தீயிட்டுக் கொளுத்துவது நினைவுக்கு வந்தது. அதுகூடத் தீ எரிவதைப் பார்க்கும் வேடிக்கைக்காக இருக்கலாம் என்பது என் எண்ணம். அதனால் நானும் அதைத் தடுத்ததில்லை. இந்த நாகரிகத் தடமற்றவனின் செயலோ எங்களை விடப் பன்மடங்கு மாந்தநேயம் மிக்கது.

‘குதிரைகள் தயார்.. கிளம்ப நேரமாகி விட்டது..’ என்றான் ஒலண்ட்யேவ்.

நினைவுகளில் இருந்து மீண்டேன்.

'ஆம். இதுதான் சரியான நேரம். கிளம்புங்கள்..!' என உத்தரவிட்டு அவர்களுக்கு முன்பாக நடக்கத் தொடங்கினேன்.

அந்தி சாய்வதற்குள் இரண்டு நீரோடைகள் சங்கமிக்கும் இடத்தை அடைந்து விட்டோம். அதுதான் லெபு ஆறு தொடங்கும் இடம். மாலையுணவுக்குப் பின் சற்று முன்பாகவே உறங்கப் போய் விட்டேன். அடுத்த நாள் விழித்துப் பார்த்தபோது, எங்கள் ஆட்கள் அதுவரை காத்திருந்தது தெரிய வந்தது. குதிரைகளுக்குச் சேணத்தைப் பூட்டச் சொல்லிவிட்டு, அவர்கள் தமது உடைமைகளைத் தேடிக் கொண்டிருந்தபோது நான் வரைபலகையுடன் டெர்சுவைக் கூட்டிக் கொண்டு முன்னதாகப் போனேன்.

பள்ளத்தாக்கு மேற்குப் புறமாக வளைந்தாற் போல் காணப்பட்டது. இடப்பக்கம் சரிவு ஆழமாகவும் வலப்புறம் சமதள நிலமாகவும் இருந்தது. ஒவ்வொரு மைல் தூரத்திற்கும் பாதை சீராகிக் கொண்டு வந்தது. வழியில் ஒரு மரம் வெட்டப்பட்டுக் கோடரி அதன் அருகில் கிடந்தது. டெர்சு அதைச் சோதித்துப் பார்த்து விட்டு, கடந்த இளவேனிற்காலத்தில் இரண்டு பேரால் அது வெட்டப்பட்டு இருக்க வேண்டும் என்று அளவிட்டான்.

'அதில் ஒருவன் உயரமானவன் - ஆனால் அவனது கோடரி மழுங்கியது. மற்றவன் குள்ளம். அவன் கோடரி கூர்மையானது..'

காட்டின் அருகே வசிப்பவர்களுக்கு அது எவ்விதப் புதிர்களையும் விடுப்பதில்லை. டெர்சு, அனைத்திலும் புனிதத்தன்மை இருப்பதாகத் தகுதியுள்ள, காலமுணர்ந்த நுண்ணறிவாளனைப் போல விவரித்துக் கொண்டிருந்தான். அப்போது காட்டில் தென்படும் அடிச்சுவடுகள், அடையாளங்கள் பற்றி இன்னும் கற்றுக்கொள்ள வேண்டும் என்ற உறுதி எனக்கு ஏற்பட்டது. மனிதன் யாரோ திருத்திய ஒரு மர அடிக்கட்டையைக் கண்டோம். அருகே பிசினால்

டெர்சு உஸாலா | விளாதிமிர் கே ஆர்சென்யேவ்

தோய்ந்த மரச் சிராய்கள் சிதறியிருந்தன. யாருக்காவது விறகு தேவைப்பட்டிருக்கும் என்ற முடிவுக்குத்தான் என்னால் வர முடிந்தது. வேறு ஒன்றும் புலப்படவில்லை.

'வீடு ஒன்று அருகில் இருக்கிறது..'- என் எண்ணங்களுக்கு விடையிறுப்பது போல டெர்சு சொன்னான்.

உண்மைதான். பட்டை உரிந்த மரங்களுக்கு 600 அடி தூரத்தில், ஆற்றோரம், சமப்படுத்தப் பட்ட ஓர் இடத்தில் அந்த வேட்டையாடிகள் தங்கும் விடுதி காணப்பட்டது. செங்கல் சுவர், மரப்பட்டைக் கூரையுடனான சிறிய கட்டடம். வெளியே மர முளையுடன் முட்டுக் கொடுக்கப்பட்ட கதவு இருந்தது. இவற்றைக் கொண்டு அது ஒரு தடை செய்யப்பட்ட பகுதியாக இருக்க முடியாது என அறிந்தோம். சிறிய அளவில் காய்கறித் தோட்டம், பன்றிகளால் கடுமையாகக் கிளறித் தோண்டப்பட்டிருந்தது. இடப்புறத்தில் மரத்தாலான நினைவுச் சின்னம் ஒன்று தெற்கு நோக்கி வைக்கப் பட்டிருந்தது.

விடுதியின் உள்ளே எல்லாம் அலங்கோலமாகக் கிடந்தது. தாழ்வாக இருந்த அடுப்பின் மீது பதிக்கப்பட்ட பெரிய இரும்புக் கொப்பரை ஒன்று. அதன் கீழ் சூடு சுமக்கும் குழாய்கள். ஒருபுறம் களிமண்ணாலான சீனவகைப் படுக்கை, இரண்டு மூன்று கழுநீர்த் தொட்டிகள், மர அகப்பை, இரும்பு வெட்டுக்கத்தி, உலோகக் கரண்டி, கொப்பரையைத் தூய்மையாக்கும் துடைப்பம், தூசு படிந்த கண்ணாடிப் புட்டிகள், கரித்துணிகள், இரண்டு முக்காலிகள், எண்ணெய் விளக்கு, தரையில் சிதறிக் கிடக்கும் கம்பளித் துணுக்குகள் - எனப் பலவும் இருந்தன.

விடுதியில் இருந்து லெபு ஆற்றுக்குச் செல்ல மூன்று பாதைகள் இருந்தன. ஒன்று, நாங்கள் வந்த பாதை. இன்னொன்று கீழ்த்திசையில் மலையை நோக்கிச் செல்வது. மூன்றாவது மேற்குப் புறத்தில் இருந்தது. இதுதான் மற்றவற்றை விட அதிகப் பயன்பாட்டில் இருப்பது. அதில், துளையிட்டது போல் ஏராளமான குளம்படித்

● அவை நாயகன்

தடங்கள் காணப்பட்டன. அவற்றைத் தொடர்ந்து போனோம். துப்பாக்கி வீரர்கள் குதிரைகளின் கழுத்தைச் சுற்றியிருந்த கடிவாளத்தைச் சுண்டி அவை பாதையைத் தேர்ந்துகொள்ளப் பணித்தனர். அறிவாற்றல் மிக்க அந்தக் குதிரைகளோ மரக்கிளைகளில் பொதிமூட்டைகள் உரசிவிடாத வண்ணம் நடக்க முயன்றன. சதுப்பு, பாறைப் பகுதிகளில் கால்களால் தரையை அழுத்தித் தனது எடையைத் தாங்க முடியுமா எனச் சோதித்த பின் எச்சரிக்கையாகக் கால்களை வைத்தன. இது உள்ளூர்க் குதிரைகளின் தனித் திறம். ஊசியிலைக் காடுகளில் பெருஞ்சுமையுடன் பயணிக்க அவை பயிற்றுவிக்கப் பட்டிருந்தன.

நான்கு மைல்கள் கடந்தபின் ஆற்றின் வலக்கரையில் உழவர் குடிசைகள் குவியலாகத் தென்பட்டன. சீனர்களால் டுட்சிங் என்றழைக்கப்பட்ட மலைத்தொடரின் அடிவாரத்தில் அந்தச் சிற்றூர் அமைந்திருந்தது.

ஆயுதந் தாங்கிய எமது படையின் எதிர்பாராத வருகை அவர்களைக் கலவரப் படுத்தியிருக்கும். டெர்சு அவர்களின் அச்சத்தைத் தணிவித்தான்.

உள்ளூர்ச் சீனர்கள் பெரும்பாலும் பயிர்த்தொழிலில் ஈடுபடுவதில்லை. வேட்டையாடுவதும், வலைவிரித்து விலங்குகளைப் பிடிப்பதுமே அவர்களின் விருப்பம். குடிசைகளை அடுத்துத் திட்டுத் திட்டாகக் கொஞ்சம் விளைநிலங்கள் காணப்பட்டன. அங்குக் கோதுமை, தினை, மக்காச்சோளம் ஆகியவை விளைந்தன. மலையில் இருந்து கூட்டம் கூட்டமாகக் காட்டுப்பன்றிகள் வந்து பயிர்களைக் கபளீகரம் செய்து விடுகின்றன என்பது அவர்களின் குற்றச்சாட்டு. ஆகவே, காய்கறிகளை அவை முதிர்வதற்குள் பறித்துவிட நேர்கிறது என்றார்கள். ஆனால் தற்பொழுது ஓக் மரங்கள் கொட்டைகளை ஏராளமாக உதிர்த்து விடுவதால் பன்றிகள் அங்கே போய்விடுகின்றனவாம்.

உச்சிப் பொழுது. டுட்சிங் மலையின் மீதேறி அளவீடுகளை ஆவணப் படுத்த முடிவு செய்தேன். டெர்சு என்னுடன் வந்தான். துப்பாக்கிகளைத் தவிர நாங்கள் வேறெதையும் எடுத்துக் கொள்ளவில்லை.

மரங்கள் இலைகளைப் பெரும்பாலும் உதிர்த்து விட்டதால் காடு பார்வைக்குத் தெளிவாகத் தெரிந்தது. ஓக் மரங்கள் மட்டும் வனப்பை இழந்து பாதியளவு வாடிப் போயிருந்தாலும் ஒப்பனை செய்திருந்தாற் போலவே தோற்றங் கொண்டிருந்தன.

மலைத்தொடர் செங்குத்துச் சரிவுடையதாக இருந்தது. ஓரிரு இடங்களில் நின்று மூச்சு சீரானதும் பயணத்தைத் தொடர்ந்தோம். டெர்சு ஓர் இடத்தில் நின்றுகொண்டு பாதையைக் கூர்ந்து கவனித்தான். அங்கிருந்த விலங்குக் காலடித் தடங்கள், அவற்றின் பாலினம், வயது பற்றியெல்லாம் விவரித்தான். முடமான ஒரு பன்றி சென்றிருப்பதையும் , இரண்டு பன்றிகள் தமக்குள் பொருதிக் கொண்ட இடத்தையும் குறிப்பிட்டுக் காட்டினான். தான் அவற்றைக் கற்றுக்கொண்ட விதத்தையும் சொன்னான். நானும் அவற்றை வெறுமனே பார்த்துத்தான் இருக்கிறேன். ஆனாலும் இதுபோலக் கவனித்ததில்லை.

‘பாருங்கள் கேப்டன்..’ நீர்த்தாரைகளுக்கு எதிர்த் திசையில் ஓர் இடத்தைச் சுட்டிக் காட்டினான்.‘என்ன அது..?’ என்றேன்.

அடர்ந்த புள்ளி ஒன்று தெரிந்தது. மேகத்தின் நிழலாக இருக்கும் என நினைத்தேன். அதையே சொன்னேன். அவன் சிரித்துக் கொண்டே வானத்தைக் காட்டினான். அங்கே ஒரு துளி மேகம் கூட இல்லை. சில நிமிடங்களுக்குப் பிறகு அந்தப் புள்ளி தனது வடிவத்தை மாற்றிக் கொண்டு ஒருபக்கமாக நகரத் தொடங்கியது.

‘சரி. அதெல்லாம் என்ன..?’ என்றேன்.

‘தெரியவில்லையா..? போய்ப் பார்ப்போம்..’

இறங்கத் தொடங்கினோம். அந்தப் புள்ளி எங்களை நோக்கி வருவதாகத் தெரிந்தது. பத்து நிமிடங்களுக்குப் பிறகு டெர்சு நடப்பதை நிறுத்திக் கொண்டு ஒரு பாறை மீது போய் அமர்ந்து கொண்டான். என்னையும் அவ்வாறே செய்யச் சொன்னான்.

'இங்கேயே காத்திருக்கலாம்..' கிசுகிசுத்தான்.' அமைதியாக இருங்கள். பேசக் கூடாது..'

காத்திருந்தோம். அந்தப் புள்ளி மீண்டும் தோன்றலாயிற்று. வடிவமும் பெறத் தொடங்கியது. ஏதோ உயிரினம் கூட்டமாக இருந்துகொண்டு தன் இடத்தை மாற்றிக் கொள்கிறது.

'காட்டுப் பன்றிகள்.' வியந்து போனேன்.

நூற்றுக்கு மேல் இருக்கும். அவற்றுள் சில கூட்டத்தை விட்டுப் பிரிந்து மீண்டும் சேர்ந்து கொண்டன. இப்போது நாங்கள் ஒவ்வொன்றையும் தனித்தனியாகப் பார்க்க முடிந்தது.

'ஒருவன் மட்டும் பெரிய ஆளாக இருக்கிறான்..' டெர்சு முணுமுணுத்தான்.

அந்த'ஒருவன்' என்பதன் பொருள் எனக்கு விளங்கவில்லை. கேள்வியுடன் அவனைப் பார்த்தேன்.

கூட்டத்தின் நடுவே சிறு மண்மேடு போன்ற தோற்றத்தில் ஒரு பன்றியின் பின்புறம் தெரிந்தது. இதோ அவை நெருங்கிக் கொண்டிருக்கின்றன. உலர்ந்த இலைகள் நூற்றுக் கணக்கான குளம்படிகளால் மிதிபடும் ஓசை தெளிவாகக் கேட்டது. மரக்கிளைகள் முறிபட்டன. திடீரென எழுந்த அதன் கூச்சல், பெண்பன்றிகளின் உறுமல், குட்டிகளின் மிழற்றல் அனைத்தும் நன்றாகக் கேட்டன.

'பெரியவன் நம்மை நெருங்கி வர மாட்டான்.' - இப்பொழுதும் டெர்சு சொன்னதன் பொருள் தெரியவில்லை.

அளவிற் பெரிய ஒரு பன்றி அக்கூட்டத்தின் நடுவே இருந்தது. மற்றவை அதனை விடுத்து வெவ்வேறு திசைகளில் அலைந்து திரிந்தன. அவற்றிற்கும் அதற்கும் இப்போது வெகுதூரம் இருக்கும். ஒரு கல்லை விட்டெறிந்த போது அவற்றுள் சில எங்களை நோக்கி நகர்ந்தன. ஆனால் பெரிய பன்றி கல் படும் தூரத்தில் இல்லை. அமைதியாக அமர்ந்திருந்தோம். அருகில் இருந்த ஒரு பன்றி மட்டும் தனது நீள்மூக்கை உயர்த்தி எங்களைப் பார்த்தது. அது எதையோ மென்று கொண்டிருந்தது. அதன் பருத்த தலை, நிமிர்ந்த காதுகள், அச்சுறுத்தும் கண்கள், நீண்ட துடிதுடிக்கும் முகவாய், அதன்முன் வெண்ணிறக் கொம்புகள் - இவையெல்லாம் இன்னும் என் நினைவில் தெளிவாக உள்ளன. உறைந்தது போல நின்றுகொண்டு மெல்லுவதை நிறுத்திக் கொண்டு தன் ஊடுறுவும் சிறிய கண்களால் எங்களைப் பார்த்தது. அபாயத்தை உணர்ந்தது போல் கிரீச்சிடும் ஒலியை எழுப்பியது. கூட்டம் நிலைகுலைந்து உறுமிக் கொண்டே எதிர்த் திசையில் ஓடியது. அதே நேரத்தில் அவற்றில் ஒன்று பெருத்த ஒலியுடன் தரையில் வீழ்ந்தது. டெர்சுவின் கைகளில் வைத்திருந்த துப்பாக்கியில் இருந்து புகை மிதந்தது. மரக்கிளைகள் சடசடக்க பன்றிக் கூட்டம் ஓடி மறைந்தது. பிறகு அங்கே அமைதி திரும்பியது.

அந்த உசூரிவாழ் பன்றி 130 கிலோ எடையிருக்கும். ஏழடி நீளமும் மூன்றடி உயரமும் இருந்தது. சுறுசுறுப்பான, உறுதியான விலங்கு. தீர்க்கமான பார்வையும் செவிப்புலனும் மோப்பத் திறனும் உடையது. அடிபட்ட பன்றி ஆபத்தானது. ஒருமுறை காயம்பட்ட பன்றியைத் தொடர்ந்து போயிருக்கிறான் ஒரு முட்டாள் வேட்டையாடி. அது பாதையில் படுத்துக் கிடந்திருக்கிறது - தன்னைத் தேடி வருபவனை எதிர்நோக்கி. நெருங்கியது கணநேரத்தில் அது எழுந்து, துப்பாக்கியை எடுக்கக் கூட நேரம் தராமல் கடுமையாகத் தாக்கி விட்டது.

டெர்சு வீழ்த்தியது இரண்டே வயதான ஒரு குட்டியை. பெரிய பன்றியை ஏன் குறிவைக்கவில்லை என அவனிடம் கேட்டேன்.

'அவன் வயதானவன்..' என்றான்.' அவனது கறி உண்பதற்கு நன்றாக இருக்காது. வாசம் அடிக்கும்..'

இப்போது கேட்டேன் - பன்றியை ஏன் 'அவன்' என்று விளிப்பதன் காரணத்தை.

'அவனும் மனிதனைப் போலத்தான். மேற்சட்டை மட்டுமே வேறுபட்டிருக்கிறது. சூழ்ச்சி மிக்கவன். கோபக்காரன். எதைப்போலவும் மாறி விடுவான் - மனிதனைப் போலவே.'

பழங்குடிகளின் எண்ணம் எல்லாம் விலங்குகள் சார்ந்ததாகவே இருக்கும். தனது சூழலின் மீதும் மனித இயல்புகளையே காண்பது அவர்களின் வழக்கம்.

பன்றிக் குட்டியைத் தோலுரித்துத் தன் தோளில் ஏற்றிக் கொண்டான். ஒரு மணி நேரத்தில் அடைகிற எங்கள் முகாமை நோக்கி நடக்கத் தொடங்கினோம்.

பன்றி துண்டுகளாக்கப் பட்டது. சிறிது நேரத்தில் சீனக் குடிசைகளின் மேல் புகை மண்டலம் உண்டானது. முகாமில் நான் வெட்டவெளியில் டெர்சுவின் அருகே என் படுக்கையை விரித்துக் கொண்டேன்.

அவன் வானத்தைப் பார்த்துவிட்டு 'இன்றைக்கு இரவு வெப்பமாக இருக்கும். நாளை மாலை மழை வரும்..' என்றான்.

3

கொரியச் சிற்றூரில்..

எல்லோருக்கும் முன்பாகவே எழுந்து விட்டேன். வானத்தைப் பார்த்தால், மழை வரும் போலிருந்தது. வீரர்கள் தமது சுமைகளை மழையிலிருந்து காக்கும் முன்னெச்சரிக்கை நடவடிக்கையில் இருந்தார்கள். ஆனால், டெர்சு சொன்னான் :

'அவசரம் வேண்டா. இன்று நாள் முழுவதும் நன்றாகவே இருக்கும். மாலையில் மழை வரும்.'

எப்படி எனக் கேட்டேன்.

'நீங்களே பாருங்கள். சின்னஞ்சிறு பறவைகள் முன்னும் பின்னுமாக நடந்து கொண்டிருக்கின்றன. விளையாடுகின்றன. உணவு தேடுகின்றன. மழை வருவது போல் தெரிந்தால் எதுவும் வெளியில் வராது.'

பொதுவாக, மழைக்கு முன்பாக நிலவும் அமைதியைப் பற்றி நினைத்துக் கொண்டேன். இந்நேரத்தில் இது ஒரு புதிய செய்தி. உயிரினங்களின் வாழ்வுடன் சேர்ந்துதான் காட்டின்

● அவை நாயகன்

துடிப்பும் இருக்கிறது. மரங்கொத்திகள், காடைகள், செடார் மரத்தில் வாழும் பறவைகள் எங்கும் சிறகடித்துப் பறக்கின்றன. கொட்டை தின்னும் நட்ஹாட்ச் பறவை அழகாகப் பாடுகிறது.

சீனர்களிடம் வழி கேட்டுத் தொடர்ந்து சென்றோம்.

டாஷியன் ஷான் மலைத்தொடருக்கு அப்பால் லெபு பள்ளத்தாக்கு விரிந்து காணப்பட்டது. இந்த இரண்டு மைல்களுக்குப் பரந்திருக்கும் பகுதியில்தான் மக்கள் அதிகமாக வசிக்கின்றனர்.

பிற்பகல் இரண்டு மணிக்கு நிகோலயேவ்கா எனும் சிற்றூரை அடைந்தோம். சிறிது நேர ஓய்வுக்குப் பிறகு நானும் டெர்சுவும் முன்னே செல்ல வேண்டியிருந்ததால், குதிரைகளுக்கு ஓட்ஸ் தானியம் வாங்கி உண்ணக் கொடுக்குமாறு ஒலண்ட்யேவிடம் சொன்னேன். அருகில் இருக்கும் ஒரு கொரியச் சிற்றூரைக் காண ஆவலாக இருந்தேன். எனது சிறிய படைக்கும் இரவைக் கழிக்க அங்கே ஒரு நல்ல இடம் கிடைக்கும் என்று எதிர்பார்த்தேன்.

மேகங்கள் சூழ்ந்த இலையுதிர்காலம் ஆதலால் முன்னதாகவே இருட்டி விட்டது. ஐந்து மணிக்கு மழைச்சாரல் விழத் தொடங்கியதும் நாங்கள் நடையை விரைவுபடுத்தினோம். ஓர் இடத்தில் பாதை இரண்டாகப் பிரிந்தது. அவற்றில் ஒன்று ஆற்றின் குறுக்கே செல்வது போலிருந்தது. மற்றது மலைத்தொடரை நோக்கிச் சென்றது. இரண்டாவதைத் தேர்ந்தெடுத்தோம். வழியில் இதேபோன்ற குறுக்குப் பாதைகள் வெவ்வேறு திசைகளை நோக்கிச் சென்றன.

சிற்றூரை நெருங்கும்போது நன்றாகவே இருட்டி விட்டது.

அதே நேரம் எங்களைத் தொடர்ந்து வரும் முக்கிய உறுப்பினர்களைக் கொண்ட குழு அந்தப் பாதை பிரிகிற இடத்தை வந்தடைந்திருக்கிறது. எந்த வழியில் போவது

என்று தெரியாததால் துப்பாக்கியால் வானத்தில் சுட்டு அடையாளங் காட்டியது. நானும் வானத்தில் சுட்டு எங்கள் இருப்பிடத்தைத் தெரிவித்தேன். அப்போது அருகில் இருந்த குடிசைகளில் ஒரே ஆரவாரம். தொடர்ந்து மூன்று குண்டுகள் ஒரு வீட்டின் சன்னலில் இருந்து பாய்ந்து வந்தன. சில நிமிடங்களுக்குள் அந்த ஊரே ஒன்றுகூடித் துப்பாக்கியால் சுட்டது. எனக்குக் குழப்பமாகி விட்டது. மழையும் கூச்சலும் வெடிச் சத்தமும் என்னைச் செயல்படாமல் முடக்கின. என்ன நடந்து விட்டது.? எதற்காக இந்தப் பதற்றம்..? ஒரு குடிசையில் இருந்து விளக்கொளி தோன்றியது. ஒரு கையில் எண்ணெய் விளக்கும், இன்னொரு கையில் ஒரு பழையகாலத் துப்பாக்கியும் ஏந்திக் கொண்டு ஒரு கொரியன் வெளியே வருவது தெரிந்தது. தனது மொழியால் உரக்கக் கூவிக்கொண்டே எங்களை நோக்கி ஓடி வந்தான். நாங்களும் அவனை நோக்கி ஓடினோம். நடுங்கும் விளக்கும், அதன் சிவந்த ஒளியும் சகதியில் ஓடிவரும் அவனது முகத்தின் பீதியைக் காட்டியது. ஓடிவந்த அவன் விளக்கைக் கீழே வீசிவிட்டு சட்டெனக் கீழே விழுந்து டெர்சுவை நோக்கிச் சரியான இலக்கில்லாமல் சுட்டுவிட்டு ஓடிவிட்டான். எண்ணெய் தரையில் சிந்திப் புகையும் சுடருமாகத் தெரிந்தது.

‘அடி பட்டு விட்டதா..?’ என்று டெர்சுவைக் கேட்டேன்.

‘இல்லை’ எனக் கூறிவிட்டு விளக்கை எடுக்கப் பாய்ந்தான்.

அந்தச் சிற்றூரிலிருந்து பாய்ந்து வந்த குண்டுகள் எல்லாம் அவனைத்தான் குறிவைத்திருக்கின்றன என்பது புலனாயிற்று. அவனோ, நன்றாக எழுந்து நின்று தன் முழு உருவத்தைக் காட்டிக் கையசைத்து அவர்களைப் பார்த்து உரக்கக் கூவிக் கொண்டிருந்தான்.

வெடிச்சத்தம் கேட்ட ஒலண்ட்யேவ், நாங்கள் அந்தக் குடியிருப்புவாசிகள் அல்லது ஊர் விலக்கம் செய்யப்பட்ட சீனர்களால் தாக்கப் பட்டிருக்கிறோம் என்ற முடிவுக்கு வந்திருக்கிறான். இரண்டு குதிரைகள், வீரர்களைப் பின்னால்

இருக்க வைத்துவிட்டு மற்றவர்களைச் சேர்த்துக் கொண்டு உதவ விரைந்து வந்தான். விளைவாக, அருகிலிருந்த குடிசையில் இருந்து துப்பாக்கிச் சூடு நிறுத்தப் பட்டது. டெர்சு அங்கே போய்ப் பேச்சு வார்த்தை நடத்தினான். அவர்கள் இன்னும் கதவுகளைக் கூடத் திறக்கவில்லை. விவாதங்கள் பயனற்றுப் போயின. எங்களைச் சபித்தார்கள். மீண்டும் சுடப்போவதாக மிரட்டினார்கள்.

அவர்களோடு இனிப் பேச எதுவுமில்லை. ஆகவே அருகிலிருந்த ஆற்றங்கரையில் கூடாரம் அமைத்துத் தாக்குதலைத் தொடர்ந்தோம்.

ஊருக்குச் சற்றுத் தொலைவில், பெயர்ந்து விழுந்த வீடு ஒன்று இருந்தது. அதன் சுவரின்மீது விறகுகள் அடுக்கப் பட்டிருந்தன. மழைக்காலத் தேவைக்காகக் கொரியர்கள் அவற்றைத் துண்டுகளாக்கி வைத்திருந்தனர்.

அங்கிருந்து கொண்டும் சுட்டனர். மணிக்கணக்கில் சண்டை நடந்தது. ஊரையடுத்த குடிசைகளில் இருந்தும் இரவு முழுவதும் தாக்குதல் தொடர்ந்தது. அவர்களுக்கே அந்தச் சண்டை குழப்பத்தை ஏற்படுத்தியிருக்கும். எனது வீரர்கள் எச்சரிக்கையாகச் சூளுரைத்துக் கொண்டும் சிரித்தவாறும் இருந்தனர்.

தொடர்ந்த நாள் முழுவதும் ஓய்வு. குதிரைகளின் கடிவாளங்களைப் பழுது பார்க்கவும், பொருட்களை நெருப்பில் உலர்த்தவும், துப்பாக்கிகளைத் தூய்மையாக்கிக் கொள்ளவும் வீரர்கள் அறிவுறுத்தப் பட்டனர்.

மழை நின்று விட்டது. வடமேற்கிலிருந்து வந்த பனிக்காற்று மேகங்களை விலக்கிவிடச் சூரியன் வெளியே வந்தான்.

அந்தச் சிற்றூரைப் பார்த்துவரப் போனோம்.

இரவுநேரத் துப்பாக்கிச் சண்டைக்குப் பிறகு கொரியர்கள், யாரிடம் மோதினோம் என்பதைப் பார்க்க எங்கள் முகாமுக்கு வருவார்கள் என்று நினைத்தோம்.

டெர்சு உஸாலா | விளாதிமிர் கே ஆர்சென்யேவ்

ஆனால் அவர்கள் வரவில்லை. அருகில் இருந்த குடிசையிலிருந்து இருவர் வெளியே வந்தனர். வெள்ளைநிற மேற்சட்டை தெரிந்தது. சட்டையின் கைப்பகுதி தொங்கிக் கொண்டிருந்தது. பஞ்சு வைத்த கால்சட்டையும், கயிற்றினாலான செருப்பும் அணிந்திருந்தார்கள். நடந்து போன அவர்கள் எங்களை ஏறெடுத்தும் பார்க்கவில்லை. ஒரு வயதான ஆள், குடிசையின் முன் அமர்ந்து கயிறு திரித்துக் கொண்டிருந்தான். அவனை நெருங்கினேன். தலையுயர்த்திப் பார்த்தான். அந்த முகத்தில் ஆர்வமோ வியப்போ ஏதுமின்றி வெறுமையாக இருந்தது. வழியில் ஒரு பெண் நடந்து போனாள். வெண்ணிறப் பாவாடை அணிந்திருந்தாள். மார்பு திறந்திருந்தது. ஒரு மண்குடத்தைத் தலையில் சுமந்து வந்தாள். கண்கள் நிலத்தை நோக்கியிருந்தன. அருகில் செல்லும் வரை அவள் வழிவிடவில்லை; ஏறிட்டும் பார்க்கவில்லை. கொரியர்களிடம் இந்த அசட்டைக் குணம் இருப்பது தெரியும் எனக்கு. 'அதிகாலை அமைதியின் நாடு' என்ற பொருத்தமான பெயரைத்தான் அவர்களின் நாட்டுக்கு வைத்திருக்கிறார்கள் என எண்ணினேன். பொதுவாக அவர்கள் விளைநிலத்தின் நடுவில் பண்ணைவீடு கட்டி வசித்தார்கள். ஆகவே, ஒவ்வொரு வீட்டிற்கும் இடையே நெடுந்தூரம் இருக்கும். அதனால்தான் சின்னஞ்சிறு சிற்றூர்கள் கூடப் பல சதுரமைல்கள் தொலைவுக்கு இருக்க வேண்டும் என்ற சட்டமே இருந்தது.

திரும்பும் வழியில் ஒரு குடிசைக்குள் நுழைந்து பார்த்தேன். சுவர்கள் களிமண்ணால் பூசப்பட்டிருந்தன. மூன்று கதவுகளும் அரைத்த காகிதத்தால் ஆன சன்னல்களும் இருந்தன. பிரமிடு போன்ற தோற்றத்தில் கூரையானது பின்னி முடையப் பட்டிருந்தது.

வழியில் பார்த்த பெண்தான் உள்ளே இருந்தாள். மண்டியிட்டு அமர்ந்து தண்ணீரை மரக் கரண்டியால் முகந்து ஒரு கொப்பரையில் ஊற்றிக் கொண்டிருந்தாள். ஓய்வு நேரத்தில் சாவகாசமாகச் செய்யும் வேலை

போலிருந்தது அது. வினோதமான முறையில் கரண்டியை உயர்த்திப் பிடித்து வலப்புறமாகத் தண்ணீரை விழச் செய்தாள். என்னைத் திரும்பிப் பார்த்தும் எதுவும் பேசாமல் தனது வேலையைத் தொடர்ந்தாள். அருகே ஐம்பது வயது மதிக்கத்தக்க ஒரு ஆள் படுக்கையில் அமர்ந்து குழாயில் புகைபிடித்துக் கொண்டிருந்தான். என்னைப் பார்த்து நகரவோ, எனது வணக்கத்திற்குப் பதில் தரவோ இல்லை. அங்கே இன்னும் ஒரு நிமிடம் இருந்துவிட்டு வெளியே திறந்தவெளிக்கு வந்தேன்.

இரவுணவுக்குப் பிறகு முகாமின் அருகிலுள்ள இடங்களைச் சோதித்துப் பார்க்க வெளியே கிளம்பினேன். இரண்டு மணி நேரம் சுற்றிப் பார்த்துவிட்டு ஆற்றோரத்திற்குத் திரும்பினேன்.

மாலைநேரம் நெருங்கிக் கொண்டிருந்தது. இளஞ்சிவப்பு நிற மேகங்கள் வானில் கசங்கிய பட்டுத்துணி போல் இறைந்து கிடந்தன. தூரத்து மலைத்தொடரின் மீது சூரியக் கதிர்கள் விழுந்து அடர்நீல நிறக் கலவையாக்கித் தெளித்தன. மரங்கள் இலைகளை உதிர்த்து வெளிர்சாம்பல் நிறத்தில் தோற்றமளித்தன. கொரியச் சிற்றூரில் அமைதி தவழ்ந்தது. நீண்ட புகைபோக்கிகளிலிருந்து சுருள் சுருளாகக் கிளம்பிய புகையானது மேல்நோக்கிச் சென்று குளிர்ந்த மாலைக்காற்றோடு கலந்தது. ஊர்க்காரர்கள் வழியில் நடந்து கொண்டிருப்பது வெண்ணிற உருவங்கள் நகர்வது போலத் தெரிந்தது. ஆற்றோரம் தெரிந்த நெருப்பின் வெளிச்சம் எங்கள் முகாமின் இருப்பிடத்தைத் தெரிவித்தது.

திரும்பும்போது இருட்டி விட்டது. கருப்புநிற ஆற்றுத் தண்ணீரின் மீது முகாமின் தீச்சுடர் ஒளியும், வானில் இமைக்கும் தாரகைகளின் நிழலும் படிந்திருந்தது. நெருப்புத் தணலைச் சுற்றி எங்கள் ஆட்கள் அமர்ந்திருந்தனர். அதில் ஒருவன் துணி நெய்வதுபோல் அபிநயிக்க, மற்றவர்கள் வெடித்துச் சிரித்தார்கள்.

‘சாப்பிட வாருங்கள்..’ என்ற சமையற்காரனின் குரலைத் தொடர்ந்து சிரிப்பொலி உடனே அடங்கியது.

மாலையுணவுக்குப் பிறகு நெருப்பின் அருகே அமர்ந்து அனுபவங்களை நாட்குறிப்பேட்டில் எழுதினேன். டெர்சு தனது தோள்பையைத் துருவித் துருவி ஆராய்ந்து நெருப்புக்குக் காட்டி உலர வைத்தான்.

‘குளிரடிக்கிறது..’ என்றான் தோள்களைக் குலுக்கிக் கொண்டே.

‘கூடாரத்துக்கு உள்ளே போய்ப் படுத்துக் கொள்..’ என்றேன்.

‘இல்லை’ என மறுத்துவிட்டு ‘எப்போதும் நான் வெட்டவெளியில்தான் தூங்குவேன்..’ என்றான்.

பிரம்புக் கிளைகளை ஒடித்து வந்து தரையில் பரப்பி விட்டான்.அவற்றையே வளைத்துத் தலைக்கு மேலே கூடாரம் போல் அமைத்துக் கொண்டான். ஆட்டுத்தோலை விரித்து அதன்மேல் அமர்ந்து, மேற்சட்டையைக் கழற்றி வைத்து விட்டுத் தனது புகைக் குழாயைப் பற்ற வைத்துக் கொண்டான். சில நிமிடங்களில் இலேசான குறட்டைச் சத்தம் கேட்டது. தலை அவனது நெஞ்சின் மீது கவிழ்ந்து கொண்டும் கைகள் தொங்கியபடியும் இருந்தன. புகைக்குழாய் வாயை விட்டுத் தவறித் தொடையின் மீது விழுந்து கிடந்தது.

ஆற்றுநீர் சலசலத்தது. சிற்றூரைத் தாண்டி எங்கோ நாய் குரைக்கும் ஓசையும், ஏதோவொரு குடிசையில் இருந்து குழந்தை அழும் குரலும் கேட்டது. எனது ஆட்டுத்தோல் கோட்டை அணிந்து கொண்டு, நெருப்புக்கு முதுகைக் காட்டிச் சுருண்டு படுத்துக் கொண்டேன்.

விடிவதற்குள் விழித்துக் கொண்டோம். இரவில் கொரிய விளைநிலங்களில் தீனி சரியாகக் கிடைக்காத எங்கள் குதிரைகள் மலைத்தொடரில் திரிந்து கொண்டிருந்தன. வீரர்கள் அவற்றைச் சுற்றி வளைத்துப் பிடித்து வருவதற்குள்

● அவை நாயகன்

சமையற்காரன் தேநீரும், தானியக் கூழும் தயாரித்து வைத்திருந்தான். குதிரைகளோடு அவர்கள் திரும்பியபோது எனது வேலைகள் அனைத்தையும் முடித்து வைத்து விட்டேன். எட்டு மணிக்கு எல்லோரும் கிளம்பி விட்டோம்.

நெடுந்தூரம் சென்றதும் வழியெங்கும் புல்வெளிகள் தென்பட்டன. மலைச்சரிவில் தவழ்ந்து செல்ல வழி கிடைத்தது. தட்டையான மேற்புறம் கொண்ட, புதர் மண்டிய சிறு மண்குன்றுகள் காணப்பட்டன.

மாலையில் டெர்சுவுடன் அமர்ந்து, லெபு ஆற்றின் ஊடாக நாங்கள் செல்ல வேண்டிய வழி பற்றி ஆலோசித்தேன். அந்தப்பகுதியில் இருக்கும் ஹன்கா ஏரியையும் பார்க்க விரும்பினேன். தலைசிறந்த புவியியலாளர் நிகொலாய் பிளேவால்ஸ்கி அதனைத் தனது குறிப்புகளில் சிறப்பாக விவரித்திருப்பார். படகில் போகலாம் என்று டெர்சு கூறினான். ஏனென்றால் நிலம் சதுப்பாகவும், பாதை இல்லாமலும் உள்ள பகுதி என்பதால் குதிரைகளுடன் சில வீரர்களை இருத்தி விட்டுச் செல்வது நல்லது என்றான்.

காலையில் ஒலண்ட்யேவையும் மார்சென்கோ எனும் துப்பாக்கி வீரனையும் துணைக்கு இருக்க வைத்துவிட்டு மற்றவர்களை செர்னிகோவ்கா என்ற ஊருக்குச் சென்றுவிடுமாறும், நான் வரும்வரை காத்திருக்கவும் உத்தரவிட்டேன். பிறகு பக்கத்திலுள்ள ஊரில் உள்ள, வயதில் மூத்தவர்களின் துணையுடன் விரைவாகவே ஓர் அழகிய, பொருத்தமான, அடிப்புறம் தட்டையாக உள்ள படகு ஒன்றைக் கேட்டு வாங்கி நெடும்பயணத்துக்கு உகந்தவாறு அதை நாள் முழுவதும் இருந்து செப்பனிட்டோம்.

டெர்சு துடுப்புகளைச் சரிசெய்வதில் மும்முரமாக இருந்தான். முளைகளில் இருந்து கட்டுகளை அகற்றி, இருக்கைகளைப் பழுது பார்த்து, இரண்டு கழிகளுடன் பயணிக்கும் வகையில் படகைத் தயார் செய்து விட்டான். அவனது திறமையை, புரிந்து கொள்ளும் திறனைக் கவனித்துப் பாராட்டினேன். எடுத்த வேலையில்

டெர்சு உஸாலா | விளாதிமிர் கே ஆர்சென்யேவ்

குழப்பமோ சுணக்கமோ இருப்பதில்லை. கணக்கிட்டும் கருத்தூன்றியும் செயல்படுகிறான். வாழ்க்கை அவனுக்குச் சுறுசுறுப்பாகவும் தாமதமின்றியும் இருந்திடக் கற்றுக் கொடுத்திருக்கிறது. வீட்டில் தயாரித்த வறுத்த ரொட்டி அங்கு ஓர் இடத்தில் கிடைத்தது. அதுதான் எங்களிடம் தட்டுப்பாடாக இருப்பது. தேயிலைத்தூள், சர்க்கரை, உப்பு, தானியங்கள், தகரக் கலத்தில் அடைக்கப்பட்ட உணவுகள் ஆகியனவும் அங்கே தேவையான அளவுக்குக் கிடைத்தது. அனைத்தையும் படகில் ஏற்றி டெர்சுவின் ஆலோசனைப் படி ஆற்றங்கரையில் இரவைக் கழித்தோம்.

இரவு குளிராகவும் பெருங்காற்றுடனும் இருந்தது. விறகு குறைந்த அளவே இருந்ததால் குளிரின் பிடியில் சிக்கி உறக்கமில்லாமல் தவித்தோம். எனது ஆட்டுத்தோல் கோட்டைக் கொண்டு போர்த்துக் கதகதப்பு ஊட்டிக் கொண்டேன். ஆயினும், ஊசிபோல் குத்தும் குளிர்காற்று உடம்பில் எங்கோ ஒரு திறப்பைக் கண்டுபிடித்து அதன் வழியாகத் தோள், விலா, முதுகை ஊடுருவிக் கொண்டு சிரமப் படுத்தியது. விறகின் தரமும் சரியில்லை.; எரிந்துகொண்டே அவ்வப்போது உடைந்து தீப்பொறிகளை எங்கள் மீது தெறிக்க வைத்தது. டெர்சுவின் போர்வையில் ஒரு துளையைக் கூடப் போட்டு விட்டது. விறகைப் பார்த்து அவன் திட்டியதைக் கேட்டேன் : 'கெட்டவனே..'

'பாருங்கள் அழுவதைப் போல எரிகிறான்..' என்று முணுமுணுத்தான். அது உடையும் ஒலியையும் சத்தமிட்டு நையாண்டி செய்தான். 'அவனைத் துரத்தி விட வேண்டும்..'

அதன் பிறகு தண்ணீரில் எதையோ சிதறி விடும் ஒலியும் தொடர்ந்து சிறு சீறலும் கேட்டது. டெர்சு அந்த எரியும் விறகை எடுத்து ஆற்றில் வீசியிருக்கிறான். அரைத்தூக்கத்தில் இருந்த நான் அதற்குப் பிறகு நன்றாகத் தூங்கி விட்டேன்.

● அவை நாயகன்

விழித்துப் பார்த்தபோது, டெர்சு நெருப்பின் அருகில் உட்கார்ந்திருப்பது தெரிந்தது. நெருப்பை வளர்த்துக் கொண்டிருந்தான். வீசும் காற்று, நெருப்புப் பொறியைத் திசையெங்கும் விசிறியடித்தது. நான் கண்டுபிடித்த அந்தக் கோல்டு இனத்தவன், தனது போர்வையை எனது ஆட்டுத்தோல் கோட்டின் மீது போட்டு வைத்திருக்கிறான். அந்தச் சூட்டில்தான் நான் நன்றாகத் தூங்கியிருக்கிறேன். துப்பாக்கி வீரர்கள் மீது கூட அவனது கூடாரத் துணி போர்த்தப் பட்டிருந்தது. எழுந்து, டெர்சுவை எனது இடத்தில் போய்ப் படுத்துக் கொள்ள வேண்டினேன். அவன் மறுத்து விட்டான்.

'தேவையில்லை கேப்டன்..' என்றான். 'நீங்கள் தூங்குங்கள். நான் இந்தத் தீயைக் கவனித்துக் கொள்கிறேன். இவன் மிகவும் மோசம்..'- விறகைச் சுட்டிக் காட்டிக் கூறினான்.

அவனைப் பற்றித் தெரிந்து கொள்வதைவிட, அவனை விரும்புவதே நல்லது என்று எண்ணினேன். ஒவ்வொரு நாளும் பாராட்டுக்குரிய ஒரு பண்புத் திறத்தை அவன் வெளிப்படுத்திக் கொண்டே இருக்கிறான். தன்னலம் என்பது குறிப்பாக நாகரிகமடையாத மனிதர்களிடம் உள்ளார்ந்து இருக்கும்; மனிதாபிமானம் என்ற பண்பு, மனிதர்களிடம் அன்பு செலுத்துவது அக்கறை காட்டுவது எல்லாம் ஐரோப்பியர்களிடம்தான் செழித்து வளர்ந்திருக்கிறது என்றெல்லாம் நினைத்திருந்தேன். ஆனால் நான் தவறாகப் புரிந்திருக்கிறேன் என்பது இப்போது தெரிகிறது. இந்தப் புதிய எண்ணங்களோடு உறங்கிப் போனேன்.

4

லெபு ஆறு சேருமிடம்..

வெளிச்சம் பரவி விட்ட வேளையில் டெர்சு எங்களை எழுப்பி விட்டான்.

தேநீரைத் தயாரித்தும், இறைச்சியை வறுத்தும் வைத்திருந்தான். காலையுணவுக்குப் பிறகு வீரர்களைக் குதிரைகளோடு செர்னிகோவ்கா கிராமத்திற்கு அனுப்பி வைத்தேன். ஆற்றில் படகை இறக்கிப் பயணத்துக்குத் தயாரானோம். துடுப்புகளின் துணையுடன் ஆற்றின் போக்குடன் இயைந்து சென்றது படகு. மூன்று மைல்கள் தாண்டியதும் ஓர் இருப்புப்பாதைப் பாலம் குறுக்கிட்டது. படகை நிறுத்திச் சற்றுநேரம் அங்கே ஓய்வெடுத்தோம். சிறுவனாக இருந்தபோது தனது தந்தையுடன் அந்தப் பகுதிகளில் இருந்திருப்பதாகச் சொன்னான் டெர்சு. ஆடுகளை வேட்டையாடுவது அப்போது அவர்களின் வேலை. அந்த இருப்புப்பாதை பற்றிச் சீனர்களிடம் கேட்டுத் தெரிந்து கொண்டதாகவும், ஆனால் அதைப் பார்த்ததில்லை என்றும் கூறினான்.

இருப்புப்பாதைப் பாலத்திற்கு அப்பால் மலைத்தொடர் தெரிந்தது. நான் இறங்கி அருகில் இருந்த குன்றின் மீதேறிச் சுற்றுப் புறத்தைப் பார்த்தேன். கண்களைக் கவர்ந்து கொண்டது அக்காட்சி. எங்களின் பின்னே மலைகள், கிழக்குத் திசையில் நெருங்கிக் காணப்பட்டன. தென்திசையில் இருந்த தாழ்ந்த மலைகள் அடர்த்தி குறைவாகவும், வலப்புறம் கண்ணுக்கு எட்டியவரை புல்வெளிகள் தாழ்ந்தும் நீண்டும் இருந்தன. முயன்று பார்த்தும் அதன் எல்லை எங்கிருக்கிறது எனத் தெரியவில்லை. அது அப்படியே பின்வாங்கிச் சென்று தொடுவானில் கரைவது போலத் தெரிந்தது. வலுவான காற்று குறுக்கே வீசியிருக்க வேண்டும். நீண்ட புல்வெளியில் கடலில் இருப்பதுபோலச் சிற்றலைகளும் பேரலைகளும் தோன்றி மறைந்தன. நோய்வாய்ப் பட்டது போன்ற பிர்ச், இளைத்துப்போன லார்ச், உடன் பலவித மரங்கள் தனித்தும் கூட்டமாகவும் இருந்தன. லெபு ஆற்றின்கரையில் ஏராளமான ஆல்டர், வில்லோ மரங்கள் தென்பட்டன.

படகிலேயே நெடுநேரம் உட்கார்ந்திருந்த எங்கள் ஆட்களுக்குச் சிரமமாக இருந்திருக்கும். கைகால்களை நீட்டி வைத்துக் கொள்ள விரும்பினர். நானும் திறந்த வெளியில் நீண்ட தூரம் போய்வர எண்ணினேன். ஒலண்ட்யேவும் மார்சென்கோவும் முகாம் அமைக்கத் தொடங்கினர். டெர்சுவை அழைத்துக்கொண்டு வேட்டையாடக் கிளம்பினேன்.

புற்கள் வளர்ந்தும், அடர்ந்தும் எங்களை விழுங்கிவிடும் அளவுக்கு இருந்தன. காலடியில், முன்னும் பின்னும் பக்கவாட்டிலும் என எங்கும் புல்மயம். தலைக்குமேல் நீலவானம் விரிந்து கிடந்தது. கடல்போல் பரந்திருந்த புற்களின் அடிப்புறத்தில் நடந்தபோது பெரிய கால்தடங்கள் ஏற்பட்டன. ஒரு குன்றின்மீது ஏறியபோதும் இதேபோலத்தான். ஸ்டெப்பி வகைப் புற்கள் அவை.

டெர்சு உஸாலா | விளாதிமிர் கே ஆர்சென்யேவ்

தடுமாறி அதில் வீழ்வதுதான் நாண வைத்தது. ஆயினும் முன்னேறினோம். ஊசியிலைக் காடுகளைப் போலவே இங்கும் வழி மாறி விடுவது எளிது. உடைமைகளை அடிக்கடி தவறவிட்டோம். பரபரப்புடன் அவற்றை மீட்டுக் கொண்டோம். சிறு குன்றுகளின் மீது ஏறி அடுத்து என்ன இருக்கிறது எனப் பார்த்துக் கொண்டே போனோம். டெர்சு, மூலிகை, பூண்டு வகைகளைக் கையால் எடுத்துத் தரையின்மீது படுமாறு வளைத்து விட்டான். அங்கே கடலலை போன்ற புல்வெளி தவிர வேறெதுவும் இல்லை.

சதுப்புநில ஸ்டெப்பிப் புற்கள் பறவைகளால் பல்கிப் பெருகுபவை. அது பறவைகள் வலசை போகும் பருவம் ஆதலால் ஆயிரக்கணக்கான பறவைகள் தெற்குத் திசையில் உயர்ந்தும் தாழ்ந்தும் பறந்து வந்தன. அவற்றில் சில கூட்டமாகத் தோன்றுவதும் கணநேரத்தில் மறைவதுமாக இருந்தன. மற்றவை கீழ்நோக்கிப் பறந்தன. மொத்தத்தில் அவை வானில் பறந்த காட்சியானது, சொர்க்கத்தைச் சிலந்தி வலையால் மூடி வைத்தது போலிருந்தது. தன்வசமிழந்து அதை உற்றுப் பார்த்துக் கொண்டிருந்தேன். கழுகுகள், மற்ற பறவைகளுக்கு மேற்புறம் பறந்து கொண்டிருந்தன. வலுவான தமது இறக்கைகளை விரித்துப் பறந்து அவை ஒரு பெரிய வட்டத்தை அமைத்திருந்தன. அதிலும் சில, கண்பார்வைக்கே நன்றாகத் தெரிந்தன. அதன் கீழே, தரையில் இருந்து மிக உயரத்தில் வாத்துக் கூட்டம் இருந்தது. எச்சரிக்கையுடன் சீராக இறக்கைகளை அடித்துக் கொண்டு தமது கீச்சிடும் ஒலியால் அது வானை நிறைத்தது.

அதற்கு இணையாக இருபுறமும் பர்னக்கில் வாத்துகளும் அன்னங்களும் சேர்ந்தன. வாத்துகள் அவற்றை வம்பிழுப்பது போல இடையறாத ஒலியுடன் தரை நோக்கித் தாவின. அப்போது, சிறகடிக்கும் ஒலியைக் கொண்டு அடையாளம் காணத்தக்க மல்லார்டு பறவைக் கூட்டம் ஒன்று களத்துக்கு வந்தது. அதன் கீழே, நீர்நிலைக்கு அருகே ஆயிரக் கணக்கான நன்னீர் வாத்துகளும் சிறு பறவைகளும் சேர்ந்து கொண்டன. அதன் கீழே, நீர்நிலைக்கு அருகே

ஆயிரக் கணக்கான நன்னீர் வாத்துகளும் சிறு பறவைகளும் சேர்ந்து கொண்டன. அந்தரத்தில் அழகாக வட்டமிட்ட கழுகுகளுக்கோ தரையில் தென்படும் இரை மீதுதான் கண். தாழப் பறந்து இறக்கைகளை மடித்துக் கொண்டு தலை தாழ்த்தி அவை புல்தரைக்குச் சில அங்குலம் மேலே அலைந்தன. அவற்றின் இறகமைப்பும் எழுப்பும் இனிய ஓசையும் காற்றில் கலந்தன. தாழ்ந்த சதுப்புப் பகுதிகளில் சாம்பல் நிறச் சீகல் பறவைகள் திரிந்தன. தேங்கிக் கிடந்த சேற்றுத் தண்ணீரில் அவை நடப்பது, யாருக்கோ வழிகாட்டுவது போல் தெரிந்தது.

அப்போது திடீரென அங்கே இரண்டு மான்கள் தோன்றித் திடுக்கிட வைத்தன. எங்களிடமிருந்து அறுபது தப்படி தூரம் இருக்கும். அடர்ந்த புற்கள் அவற்றை வெகுவாக மறைத்திருந்தன. தலையும், இருபுறமும் நீட்டிய காதுகளும் மங்கலாகத் தெரிந்தன. நூறு அல்லது நூற்றைம்பது தப்படி தூரம் ஓடிப் பின், நின்று விட்டன. துப்பாக்கியால் சுட்டேன். தவறி விட்டது. சுடும்போது எழுந்த ஒலி காற்றில் மிதந்து நீர்நிலைகளைத் தாண்டிச் சென்றது. ஆயிரக் கணக்கான பறவைகள் ஓலமிட்டு விரைந்தன. அஞ்சிய மான்கள் எங்களின் சுடும் எல்லைக்குள் வந்து விட்டன. புற்களுக்கு மேல் தெரிந்த ஒரு மானின் தலையை நோக்கிச் சுட்டான் டெர்சு. புகை தெளிவானதும் அவை பார்வைக்குத் தென்படவில்லை. மீண்டும் குண்டுகளை நிரப்பி நிதானமாக முன்னேறிச் சென்றான். பேசாமல் பின்தொடர்ந்தேன். சுற்றிலும், திரும்பியும் பார்த்து மீண்டும் தனது காலடித் தடங்களைச் சோதித்தான். 'என்ன தேடுகிறாய்..?' என்றேன்.

'மான்களைத்தான்..' பதில் தந்தான்.

'அவை முடமாகி மறைந்திருக்கும்..'

'இல்லை. ஒன்றைச் சுட்டு விட்டேன்..'

ஐயம் இருந்தாலும் நானும் சேர்ந்து தேடினேன். அவன் என்னைத் தவறாக நினைத்திருக்கக் கூடும். பத்து நிமிடங்களுக்குப் பிறகு மானைக் கண்டுபிடித்து விட்டோம். தலையில் குண்டு பாய்ந்திருந்தது. டெர்சு அதனைத் தூக்கித் தோளில் போட்டுக் கொண்டு மெதுவாகத் திரும்பினான். முகாமை எட்டும்போது அந்தி சாய்ந்து விட்டது. ஆற்றோர மரங்கள் தெளிவின்றித் தெரிந்தன. ஒரேவிதமான மரங்கள். இரவுக் களியாட்ட நெருப்புக்கு அவற்றின் விறகுகள் பயனாக இருக்கும். மாலைநேரம் அமைதியாகவும் குளிர்ச்சியாகவும் இருந்தது. அருகில் எங்கோ ஒலியெழுப்பியவாறே வாத்துக் கூட்டம் பறந்து போனது. பறக்கும் விதத்தைக் கொண்டு அவை டீல் வகை வாத்துகள் என அறிந்தோம்.

மாலையுணவுக்குப் பிறகு டெர்சுவும் ஒலண்ட்யேவும் மானைத் தோலுரித்தார்கள். நான் எனது நாட்குறிப்பில் மூழ்கினேன். எழுதும்போது, கண்மூடி யோசித்த போதெல்லாம் ஒரு காட்சி விரியும். கடலலை போன்ற பரந்த புல்வெளியும், கணக்கற்றுப் பறந்த பறவைக் கூட்டமும்தான் அது. விடிவதற்கு முன்பாக உறங்கப் போனேன்.

அடுத்த நாள் காலை, முன்னதாகவே எழுந்து விட்டோம். காலையுணவை விரைவாக முடித்துவிட்டுப் பொருட்களைப் படகில் ஏற்றி லெபு ஆற்றில் பயணம் செய்யத் தயாரானோம். வளைவுகளும் திருப்பங்களும் ஏராளமாகக் கொண்டிருந்தது ஆறு. சில இடங்களில் வளைவுகள் ஒரு முழு வட்டத்தை அமைப்பது போலவும், இரு மடங்கு திருப்பங்களைக் கொண்டும் விளங்கியது. நேராகச் செல்ல வழி எங்கும் தென்படவில்லை.

ஆற்றின் போக்கு சீரான நேரத்தில் நாங்கள் ஹன்கா ஏரியை நெருங்கி விட்டிருந்தோம். துடுப்புகள் அடிக்கடி நீருக்கடியில் தரையில் சிக்கிக் கொண்டதால், வீரர்கள் அவற்றை இறுகப் பற்றிக் கொள்ள முடியவில்லை. ஆற்றின்

ஆழம் ஒவ்வோர் இடத்திலும் வேறுபட்டிருந்தது. படகு மணல் திட்டுகளில் மாட்டிக் கொள்வதால் சிரமம் வேறு. ஆழம் அதிகமான இடங்களில் துடுப்புகள் அரிதாகவே தரையைத் தொட்டன.

கரையோரம் கடினமாகவும், சில அடி தூரத்திற்குச் சதுப்பு நிலமாகவும் காணப்பட்டது. இரவுக்கு முன் செர்னிகோவ்கா ஆற்றுக்கு அருகே போய், ஆற்றையும் சிறு துறைமுகம் போன்ற கரையையும் பிரிக்கும் ஒரு குறுகிய நிலப்பகுதியில் முகாம் அமைத்துக் கொண்டோம்.

பறவைகள் அன்று ஏராளமாகத் தென்பட்டன. ஒலண்ட்யேவ் சில கொக்குகளைச் சுட்டுத் தந்து இரவுணவைத் தாராளமாகச் சமைக்கச் செய்தான். இரவில் பறவைகளின் நடமாட்டம் இல்லை. ஆழ்ந்த அமைதி நிலவியது. நீர்வாழ் பறவைகள் தங்குவதற்கு வசதியான சிறு திட்டுகளோ, குளமோ, நீர்க்கால்களோ இல்லாமல் ஸ்டெப்பி வெளி உயிர்ப்பில்லாமல் இருந்தது.

மார்சென்கோ, ஒலண்ட்யேவ் திரும்பும்போது நானும் டெர்சுவும் அமர்ந்து பேசிக்கொண்டிருந்தோம். அது எங்களுக்கு வழமையும் ஆகிவிட்டது. நெருப்பின் மீது தேநீர்ப் பாத்திரம் எங்களது பேச்சுக்குள் நுழைந்து சீறும் ஒலியால் தடை செய்தது. டெர்சு போய் எரிந்த விறகை அடுப்பைவிட்டு வெளியே எடுத்துப் போட்ட பின்னரும் ஒலி கசிவது நிற்கவில்லை. விறகை முழுமையாக அகற்றிய பின்னரே அமைதியானது.

'எப்படி அழுகிறான் பாருங்கள்..' டெர்சு எரிச்சலுடன் சொன்னான். 'கெட்டவன்' என்றவாறே எட்டிக் குதித்துப் போய் வெந்நீரைத் தரையில் சிந்த விட்டான்.

'அதை ஏன் அவன், இவன் என்று கூப்பிடுகிறாய்...?' வியப்புடன் கேட்டேன்.

'தண்ணீரும் மனிதன்தான். அவன் கூச்சலிடுவான். அழுவான். விளையாடவும் செய்வான்..' என்று சாதாரணமாகப் பதில் சொன்னான்.

உலகம் குறித்த அவனது எண்ணங்களை ஒரு போதனையைப் போல விரிவாக எடுத்துரைத்தான். அவனைப் பொறுத்தவரை தண்ணீரில் உயிராற்றல் உள்ளது; அமைதியாகச் செல்வதை, வெள்ளமாய்ப் பெருகுவதை, சீறுவதை, முழங்குவதை நேரில் பார்த்துக்கூட அதை அறிந்து கொள்ள முடியும்.

'பாருங்கள்.' என்று நெருப்பைச் சுட்டிக் காட்டி 'இவனும் மனிதனைப் போலவேதான்..' என்றான்.

தீப்பிழம்புகளை நோக்கிப் பார்வையைச் செலுத்தினேன். விறகு சடசடவென எரிந்து பொறிகளை உமிழ்ந்து கொண்டிருந்தது. தீயின் நாக்குகள் நீண்டும் சுருங்கியும் காட்சியளித்தன. ஒரு நிமிடம் ஒளிர்ந்தும், மறு நிமிடம் மங்கலாகவும் அவை தோன்றின. கரிந்த விறகுக்கட்டை, கோட்டைகளைப் போலவும், அழகிய குகைகளைப் போலவும் சட்டெனச் சரிந்து புதிய உருவங்களை உருவாக்கியும் தோற்றம் காட்டியது. டெர்சு அமைதியாக அமர்ந்திருந்தான். நான் அந்த 'உயிருள்ள நெருப்பை' உற்றுக் கவனித்துக் கொண்டிருந்தேன்.

முன்னதாகவே விழித்துக் கொண்டோம். விடியலில் சிறகுகளின் ஆட்சி தொடங்கித் தென்திசை நோக்கி ஆரவாரத்தோடு விரிந்தது. வாத்துக் கூட்டம் முதலிலும், அன்னங்கள் தொடர்ந்தும் அவற்றின் பின் வேறுவகை வலசைப் பறவைகளுமாகக் கிளம்பின. தரைக்கு மேல் தாழ்ந்தும், வெளிச்சம் பரவும்போது உயரப் பறந்தும் அவை போயின.

சூரியன் நன்றாக எழுவதற்கு முன்பாகவே ஐந்து மைல்கள் பயணித்து சைடான்சி மலைத்தொடரை அடைந்து விட்டோம். அங்கிருந்துதான் 25 மைல்கள் அளவுக்கு லெபு பள்ளத்தாக்கு விரிகிறது. ஆறும் எண்ணற்ற கிளைகளாகப் பிரிகிறது. ஒவ்வொரு கிளையும் 12 மைல் நீளம் வரை இருக்கும். அந்தக் கிளையாறுகளும் பிரிந்து நீரோடைகளாக மாறி வளைந்தோடின. நீரோடைகள் சிறு

துண்டுகளாகி நம்ப முடியாத விதத்தில் அதே ஆற்றுடன் சேர்ந்து கொண்டன. அதில் முதன்மையான கால்வாயை விட்டுக் குறுக்கு வழியில் செல்ல முயன்றால் வழிதவறிப் போய் ஆபத்தில்தான் முடியும்.

எங்கள் பயணத்தையும் முதன்மைக் கால்வாயிலேயே தொடங்கினோம். திரும்பி வர முடியும் என்பதை உறுதிப் படுத்திக் கொண்டுதான் மாற்று வழிகளைப் பயன்படுத்தினோம். நீரோடைகளில் நெடிது வளர்ந்திருந்த கோரைப்புற்கள் பாதையை மறைத்தன. ஒலி எழாதவாறு முன்னேறினோம். அவ்வப்போது குறுக்கிடும் பறவைகளைக் கவனித்து அவற்றைச் சுட்டு வீழ்த்தும் தொலைவுக்குள் அடிக்கடி வந்து விடுவோம்.

கருநிறக் கால்களும் பசுமஞ்சள் நிற அலகும் கொண்ட ஒரு வெண்நாரையைப் பார்த்தோம். கரையருகே செருக்குடன் அது தத்தித்தத்தி நடந்தது. தலையை ஓர் இசையொழுங்குடன் அசைத்துக் கொண்டும் பார்வையை நீருக்கடியில் வைத்துக் கொண்டும் இருந்தது. படகை நெருங்கும் போதெல்லாம் விரைவாகத் தாண்டியும், வானில் மோதிப் பறந்தும் காட்டியது. பிறகு கீழிறங்கிச் சற்றுத் தொலைவிலுள்ள நீரோடைக்கு அருகே சென்று விட்டது.

ஆலா பறவை ஒன்றும் தென்பட்டது. அதன் சாம்பல்-மஞ்சள் நிற இறகும், மஞ்சள் நிறக் கண்களும் அதை வேறுபடுத்திக் காட்டியது. மணலில் வேகமாக ஓடி, அங்கே பரபரப்புடன் திரியும் உள்ளானைப் பார்த்தவுடன் எச்சரிக்கையாக அருகில் சென்றது. உள்ளான், சில தப்படிகள் நடந்து சிறிதே பறந்தாலும், தரையில் இறங்கும்போது ஆலா விரைந்து போய்த் தனது கூர்மையான அலகினால் அதைத் தாக்க முயன்றது. ஆனால், படகில் எங்களைப் பார்த்ததும் புற்களுக்குள் மறைந்து தலையை உயர்த்தி அசையாமல் நின்று கொண்டது. படகு அந்த ஆலா நிற்கும் பகுதிக்கு வந்தவுடன் மார்சென்கோ தனது துப்பாக்கியால்

சுட்டான். குண்டு சில அங்குலங்கள் தள்ளி விழுந்தது. ஆனால் அந்த ஆலா சிறகடிக்கவோ கண்ணிமைக்கவோ இல்லை. டெர்சு வெடித்துச் சிரித்தான்.

'அவன் தந்திரமான ஆள். ஏமாற்றி விடுவான்..' என்றான். பிறகு அது புற்களோடு சேர்ந்து பிரித்தறிய முடியாதது போல மாறிவிட்டது. அதன் இறகுகளும் உயர்த்திய அலகும் புல்லின் நிறத்தோடு ஒன்றிப் போனது.

சற்றுத் தொலைவில் இன்னொரு காட்சியைக் கண்டோம். வில்லோ மரத்தின் கிளையில் தனியாக ஒரு மரங்கொத்தி தொங்கியவாறு அமர்ந்திருந்தது. பருத்த தலையும் அலகும் கொண்ட அந்தச் சிறு பறவை துயிலில் ஆழ்ந்திருப்பதைப் போலத் தோன்றியது. திடீரென்று தலையை உயர்த்தித் தண்ணீரில் சரேலெனப் பாய்ந்து ஆழத்திற்குப் போய் ஒரே நிமிடத்தில் மேலெழும்பியது. அதன் அலகில் இப்போது ஒரு மீன் இருந்தது. அதை உண்ட பிறகு மீண்டும் கிளைக்குப் போய்ச் சோம்பலாக அமர்ந்து கொண்டது. படகின் ஒலி கேட்டதும் கூக்குரல் எழுப்பிக் கொண்டே நீர்மட்டத்தின் மேல் தாழப் பறந்து போனது. பளபளப்பான அதன் நீலநிற இறகு சூரிய ஒளியில் பிரகாசித்தது. பிறகு இன்னொரு மரக்கிளைக்குப் போய் அமர்ந்து மீண்டும் சிறகை விரித்துப் பறந்து எங்கோ மறைந்தது.

கருநிறங் கொண்ட சிறிய வாத்துகள் இருமுறை தென்பட்டன. அவை முக்குளிப்பதில் வல்லவை. நீர்த்தாவரங்களின் இலைகள் மீது சாதாரணமாக நடக்கும் இயல்புடையவை. பறக்கும்போது விநோதமான முறையில் சிறகுகளை விரித்துக் கொள்ளும். தற்பொழுதுதான் கூட்டில் இருந்து வெளிப்பட்டு வருவது போலவும், புதிதாகப் பறக்கப் பழகுவது போலவும் ஒரு தோற்றத்தை ஏற்படுத்தி விடும்.

தேங்கிய நீரில் பலவண்ணக் கழுத்துடைய வேறு வகை வாத்துகள் திரிந்தன. எங்களைக் கண்டும் அவை மருண்டு

பறந்து போகவில்லை. மாறாகப் புற்களுக்குள் மறைந்தோ நீரில் மூழ்கியோ காணாமற் போயின.

உஸூரியின் தென்பகுதியில் அக்டோபர் மாதம் கடுமையாக வெயில் இருக்கும். அன்றும் வானம் மேகம் இன்றித் தெளிவாக இருந்தது. மேற்குத் திசையில் இருந்து மெல்லிய பூங்காற்று வீசினாலும் அந்தக் காலநிலை நம்மை ஏமாற்றி விடும். தொடர்ந்து வடமேற்கில் இருந்து வரும் குளிர்காற்றுதான் உடனடி மாற்றத்தைக் கொண்டு வரும்.

அன்று பூமியின் கிழக்குப் பகுதியில் தோன்றும் நிழல் பகுதியைக் காணும் அரிய வாய்ப்புக் கிட்டியது. சூரியன் மறைவு, பல வண்ணங்களால் மெலிதாக இடைமறிக்கப் பட்டது. வெளுத்த நிறம் முதலில் இருந்தது. பிறகு அது மரகதப் பச்சையாக மாறிக் கண்கவரும் அந்தியை உருவாக்கியது. அதே நேரம் தொடுவானுக்கு அப்பால் இரு மஞ்சள் நிற ஒளிக்கதிர்கள் தோன்றி வானத்தை நிறைத்தது. நீண்ட நேரம் இந்நிலை நீடித்தது. பின் பச்சைநிறத் திட்டு ஆரஞ்சு நிறமாகவும் அதன் பின் சிவந்த நிறத்திற்கும் மாறியது. இறுதியில், அனைத்தும் மங்கலாகிப் பனிப்புகையால் மூடப்பட்டது. கிழக்குத் திசையில் பூமியின் நிழல் பகுதி தோன்றியது. தொடுவானுக்குக் குறுக்காக வடக்கிலிருந்து தெற்குத் திசைக்கு அது நீண்டது. வெளி விளிம்பு ஊதா நிறத்தில் இருந்தது. சூரியன் அந்த நிழல் பகுதியில் போய் வீழ்ந்தவுடன் ஊதா நிறம், மங்கிய சிவப்புடன் மேற்கில் கரைந்து கொண்டது. தொடர்ந்து இரவு வந்தது.

மந்திரத்தால் கட்டுண்டது போல் அந்த நிழலைப் பார்த்து வசமிழந்து போனேன். அருகில் இருந்த டெர்சு கிசுகிசுத்தான் :

‘அவனுக்கு அதெல்லாம் புரியாது..’

என்னைத்தான் குறிப்பிடுகிறானோ என நினைத்து விளக்கம் வேண்டினேன்.

டெர்சு உஸாலா | விளாதிமிர் கே ஆர்சென்யேவ்

'இது நல்லதல்ல..' வானத்தைச் சுட்டிக் காட்டிக் கூறினான். 'பெருங்காற்று வீசப் போகிறது..'

அன்று நெருப்புக்கு அருகே யாரும் குளிர்காய உட்காரவில்லை. நேரத்தில் எழுந்தாலும் நாள் முழுவதும் சோர்வாகவே இருந்தது. இரவுணவு முடிந்ததும் தூங்கி விட்டோம். அடுத்த நாள் காலையிலும் எங்கள் செயல்பாடுகள் ஊக்கமற்று இருந்தன. அனைவருக்கும் இதே நிலை. காய்ச்சலோ, உணவில் கோளாறோ என்ற அச்சம் தோன்றியது. ஆனால் டெர்சு அதை மறுத்தான். காலநிலை மாற்றத்திற்கு முன் அப்படித்தான் இருக்கும் என உறுதியாகக் கூறினான். ஆகவே நன்றாக உண்டபின் கிளம்பினோம்.

வெம்மையும் அமைதியும் குடிகொண்டிருந்த நேரம். கோரைப் புதர்களில் அசைவே இல்லை. முந்தைய நாள் தெளிவாக இருந்த தூரத்து மலைகள் மைக் கறுப்பில் மூடப்பட்டது போலக் காட்சியளித்தன. வெளுத்த வானில் சிறு மேகக்கூட்டங்கள் நீந்தின. நடுவே மகுடம் சூடினாற் போன்று சூரியன் காணப்பட்டது. கூட்டமாகத் திரியும் பறவைகள் இல்லாமற் போனதன் காரணம் தெரியவில்லை. வாத்துகள், அன்னங்கள், சிறு பறவைகள் ஒன்றுகூடத் தென்படவில்லை. வழுக்கைத் தலைக் கழுகுகள் மட்டும் உயரே பறந்து கொண்டிருந்தன. சோம்பலும் தளர்ச்சியும் உயிரினங்களைப் பற்றிப் பிடித்திருக்கலாம். வளிமண்டலத்தில் வெகுதூரத்தில் இருப்பதால் கழுகுகளுக்கு இது தெரியாமல் போயிருக்கலாம்.

'கவலைப்பட வேண்டா..' சொல்லிக்கொண்டே இருந்தான் டெர்சு. இன்று மாலைக்குள் காற்று வீசத் தொடங்கி விடும்..'

பறவைகளின் நடமாட்டம் ஏன் இல்லை எனக் கேட்டதற்கு, அவற்றின் வலசை போகும் வழக்கம் பற்றி நீண்டதொரு உரை நிகழ்த்தி விட்டான். காற்று வீசாதபோதுதான் அவை பறக்க விரும்பும் ; அசாதாரண

அமைதியிலும் கடுமையான வெயிலிலும் சதுப்பு நிலங்களில் ஒதுங்கியிருப்பதையே விரும்பும் ; காற்று பின்புறமிருந்து வீசினால் இறகுகளுக்குள் புகுந்து அவற்றை உறைய வைத்து விடும். ஆகவே கோரைப்புற்களில் மறைவிடம் தேடிக் கொள்ளும். எதிர்பாராத பனிப்பொழிவு இருந்தால் மட்டுமே, காற்றோ குளிரோ எது இருந்தாலும் பறக்கத் தொடங்கி விடும்.

5

ஹன்கா ஏரியில்..

ஏரியை நெருங்க நெருங்க, அதிகமாக அந்தப் பள்ளத்தாக்கில் சதுப்பு நிலம்தான் இருப்பது தெரிந்தது. கரையோர மரங்கள் நொய்ந்த புதர்களைப் போலக் காட்சியளித்தன. ஆற்றின் ஒழுக்கும் அதன் நீட்சியும், சுற்றிலும் இருந்த தாவரங்களின் தாக்கத்தால் தீர்மானிக்கப் பட்டிருந்தன. அல்லி போன்ற நீர்த் தாவரங்களின் பூக்கள் நிறைந்திருந்தன. கோரைப் புதர்கள் சில இடங்களில் நெருக்கமாக இருந்ததால் படகை மாற்று வழியில் செலுத்த வேண்டியிருந்தது. ஓர் இடத்தில் வழி தவறி, ஒருபுறம் மட்டுமே திறப்பு உள்ள சந்துக்குள் நுழைந்து விட்டது போலிருந்தது. ஓலண்ட்யேவ் படகை விட்டிறங்கிப் போய்ச் சுற்றுப்புறத்தை ஆராய்ந்து வர விரும்பினான். ஆனால், நாங்கள் கரைக்கு வந்தபோது, அவன் முழங்கால் அளவு சேற்றில் மாட்டிக் கொண்டிருந்தான். அவனை மீட்டு நாங்கள் தேடிவந்த ஏரியை நோக்கிப்போனோம். கடைசியில் அதை அடையப் போகும் வழியையும் கண்டுபிடித்து விட்டோம். கோரைப் புதரும், புல்

அவை நாயகன் 49

படுகையும் ஒரு மாயம் போல இப்போது எங்களின் பின்புறம் இருந்தது. நல்லூழுக்கு நன்றி சொன்னோம். ஒவ்வொரு நாளும் நல்ல நிலையில் இருக்க மிகுந்த சிரமப் பட்டோம்.

சற்றுத் தொலைவில் கரையோரம் வளர்ந்திருந்த மரங்களைக் கொண்டு வழியை முன்னரே தீர்மானித்து வைத்திருந்தோம். ஆனால் இப்போது அவை இல்லை. சில அடி தூரத்தில் ஓடை திரும்பும் இடத்தை அறியும் அடையாளமாக இருந்த புதர்களையும் காண முடியவில்லை.

டெர்சு சொன்னது சரிதான். நடுப்பகல் நேரம் காற்று வீசத் தொடங்கி விட்டது. தனது தீவிரத்தைச் சாதகமாக்கிக் கொண்டு தெற்கிலிருந்து மேற்காகத் தன் திசையை மாற்றிக் கொண்டது. வாத்துகள், கொக்குகள் கூட்டமாகத் தென்படத் தொடங்கின. அவை தரைக்கு மேல் தாழப் பறந்தன.

வெள்ளத்தால் அடித்து வரப்பட்ட மரக்கட்டைகள் ஓரிடத்தில் ஏராளமாகக் குவிந்து கிடப்பதைக் கண்டோம். லெபு ஆற்றின் கரையில் இரவு நேரத்தில் விறகு தேடி அலைந்து கொண்டிருந்த எங்களுக்கு ஒரே நாளில் இப்படிக் கிடைத்தது பயனுள்ளதாக இருந்தது. சில நிமிடங்களில் படகிலிருந்து அவற்றை இறக்கி வைத்தோம். டெர்சு தீ மூட்டுவதிலும் முகாம் அமைப்பதிலும் மும்முரமாகி விட்டான்.

படகில் போனால் ஹன்கா ஏரி பத்து மைல் தொலைவு இருக்கும். நடந்து போனாலோ இரண்டு நாட்களாகும். அடுத்த நாள் நடந்துபோய் முகாமுக்குத் திரும்புவதாக நானும் டெர்சுவும் முடிவு செய்தோம். ஒலண்ட்யேவ், மார்சென்கோ இருவரும் நாங்கள் வரும்வரை அங்கேயே காத்திருக்க வேண்டும்.

மாலையில் அனைவரும் வட்டமாக அமர்ந்து தேநீர் அருந்த நேரமிருந்தது. மரக்கட்டை நிதானமாக எரிந்தது.

கோரைப்புற்கள் இருட்டில் அசைந்து கொண்டிருந்தன. அதன் சரசரப்பு ஒலியானது, காற்று முன்பைவிட வேகமாக வீசுவதைக் காட்டியது.

வானத்தில் ஒரே கருமை. அளவிற் பெரிய விண்மீன்கள் மட்டும் மங்கலான ஒளியைச் சிந்தின. ஏரியிலிருந்து அலையடிக்கும் ஓசை கேட்டது.

காலை வானம் தெளிவாக இல்லை. காலநிலை சீராக இல்லையென்றாலும் அது எங்களின் திட்டமிட்ட பயணத்திற்கு இடையூறாக இல்லை.

பத்து மணிக்கு, உரிய உத்தரவுகளைப் பிறப்பித்து விட்டு நானும் டெர்சுவும் கிளம்பினோம். மாலைக்குள் திரும்பிவிட வேண்டும். மேற்சட்டைக்குள் ஒரு வெதுவெதுப்பான கம்பளிச் சட்டையை அணிந்து கொண்டேன். டெர்சு ஒரு தார்ப்பாயும் இரண்டு சோடி கம்பளிக் காலுறைகளும் எடுத்துக் கொண்டான்.

வழி நெடுகிலும் வானத்தைப் பார்த்தவாறே வந்து கொண்டிருந்தான். வாய்க்குள்ளேயே பேசிக் கொண்டிருந்தவன் கடைசியாக என்னிடம் திரும்பினான்.

‘கேப்டன்.. நாம் விரைவாகத் திரும்பிவிட முடியும் இல்லையா..? இல்லையென்றால் இந்த இரவு நமக்கு மோசமானதாக இருக்கும்..’

ஹன்கா ஏரி அருகில்தான் இருக்கிறது என்றும் அங்கே அதிக நேரம் தங்கியிருக்கப் போவதில்லை என்றும் சொன்னேன். டெர்சு எப்போதும் எதிர்ப்பின்றி இணங்கிப் போகிறவன். அதே நேரம் எச்சரிக்கவும் தவறியதில்லை. ஆனால் அதைக் கவனிக்காது போனால் பின்வாங்கிக் கொண்டு எவ்வித ஆபத்தையும் எதிர்கொள்ளத் தயாராகி விடுவான். அன்றும் அதுதான் நடந்தது.

‘சரி கேப்டன்.. உங்கள் பொறுப்பு. என்னைப் பொறுத்தவரை நான் எதையும் முயன்று பார்க்கத் தயாராக இருக்கிறவன்..’ என்றான்.

● அவை நாயகன்   51

இதில் கடைசி வார்த்தையானது, வழக்கமாக அவனது இணக்கத்தை வெளிப்படுத்தும் முறையாகும்.

கோரைப்புதர்கள், சிறு குட்டைகளின் ஓரமாகவே நடக்க வேண்டியிருந்தது. அங்குதான் தரை சற்று உலர்ந்திருந்தது. அதிலும், நாங்கள் முகாம் அமைத்திருந்த இடம் இருந்த நீர்நிலையின் இடது கரையைத்தான் நடக்கத் தேர்ந்தெடுத்திருந்தோம். சரியான திசையில் சென்று கொண்டிருந்தாலும் ஓர் இடத்தில் அது இரண்டாகப் பிரிந்தது. குறுகலான, அடர்ந்த கோரைப்புதர் கொண்ட சதுப்பு நிலத்தோடு எவரும் சமரசம் செய்து கொள்ள முடியாது. அதன் குறுக்காக நாங்கள் தாண்டிக் குதித்து மறுகரைக்குச் சென்று காடாய் மண்டியிருந்த புதர்களுக்குள் சென்று விட்டோம். இடப்புறம் இன்னொரு நீர்நிலை இருப்பது நினைவுக்கு வந்தது. அதை அடைய நாங்கள் போன வலது கரையிலேயே சென்று தெற்குப் புறமாகத் திரும்ப வேண்டும். எனவே அதைத் தவிர்த்து விட்டுச் சேறும் சகதியும், தேங்கிய தண்ணீரும் கொண்ட மணற்குன்றுகளுக்கு இடையில் நேராகப் போனோம். அப்படியே இரண்டு மைல் நடந்திருப்போம்.

இறுதியில் எனது நிலையை மாற்றிக் கொண்டேன். வடதுபுறம் இருந்த ஏரியில் இருந்து காற்று வீசியது. கோரைப்புற்கள் பெரும் ஒலியுடன் சாய்ந்து கொண்டன. அதனால், தொலைவில் இருப்பதைப் பார்த்துக் கொள்ளவும் முடிந்தது. வடக்குத் திசையில் தொடுவானம் பனிப்புகையால் மூடியிருந்தது. மேகத்திலிருந்து சூரியன் மெதுவாக எட்டிப் பார்த்தான். அது நல்ல அறிகுறியாகப் பட்டது. கடைசியாக, நாங்கள் ஹன்கா ஏரியைப் பார்த்து விட்டோம். மனம் பொங்கிப் பிரவகித்தது.

டெர்சு, என் கவனத்தைப் பறவைகளிடம் திருப்பி விட்டான். அவற்றின் நடவடிக்கைகளில் ஏதோவொன்று அவனைக் கவலைக்கு உள்ளாக்கியிருக்கிறது. பறவைகள் தமது கூட்டத்தின் வரிசையைக் கலைத்து விட்டு

டெர்சு உஸாலா | விளாதிமிர் கே ஆர்சென்யேவ்

வேகமாகப் பறந்தன. அவை மோசமான ஒரு குழப்பத்தில் இருப்பது போலத் தெரிந்தது. வாத்துகள் கிட்டத்தட்டத் தரைக்கு மேல் வந்து விட்டன. விசித்திரமான வகையில் எங்களின் கண்மட்டத்தில் அவை பறந்தன. ஒவ்வொரு நொடிக்கும் கூட்டம் பெரிதாகித் தொல்பழங்காலத்தில் வாழ்ந்த பறப்பன, ஊர்வனவற்றிற்கு இடையேயான உயிரினங்கள் போல அவை தென்பட்டன. கால்களும் வாலும் பார்வைக்குத் தெரியவில்லை. பெரிய சிறகுகளை அடித்துக் கொண்டன. எங்களைப் பார்த்ததும் விரைவாகப் பறந்து வெகு உயரத்துக்குப் போய்க் கூட்டமாக உருவாகி மீண்டும் தாழ இறங்கின.

நடுப்பகலில் ஏரிக்கு வந்து விட்டோம். அதன் தூய நன்னீர், பார்க்க அச்சுறுத்துவது போலவும், கலனில் வெந்நீர் கொதிப்பது போலவும் இருந்தது. புற்கள் சூழ்ந்த சேற்றுப் பகுதியில் மேற்கொண்ட நெடும் பயணத்தால் ஏற்பட்ட களைப்பில் தூரத்தில் இருப்பது தெரியவில்லை. மணலில் சாய்ந்து நீரலைகள் உயர்வதை வேடிக்கை பார்த்துக் கொண்டிருந்தேன். ஏதோ கவர்ச்சி அதில் தென்பட்டது. சீற்றத்துடன் எழுந்து கரையில் வீழும் அலைகளைப் போன்ற அவற்றை மணிக்கணக்கில் கூடப் பார்த்துக் கொண்டிருக்கலாம்.

ஏரியில் இப்போது ஏதும் இல்லை. அதன் கரையில் நாங்கள் அலைந்து பறவைகளைச் சுட்டுக் கொண்டிருந்த நேரம் முழுவதும் ஏரியில் ஒரு படகைக் கூடக் காணவில்லை.

'வாத்துகள் பறப்பதை நிறுத்தி விட்டன..' கூர்ந்து ஆராய்ந்த பின் டெர்சு கூச்சலிட்டான்.

ஆம். வானத்தில் இப்போது பறவைகள் ஒன்றும் இல்லை.

தொடுவானத்தின் கீழ்ப்பகுதியைத் தழுவியிருந்த கருமையான மூடுபனி சட்டென்று மேல்நோக்கி உயர்ந்து சூரியனை மூடிக் கொண்டது. தனித்திருந்த வெண்மேகக் கூட்டம் ஒன்றையொன்று துரத்தின. மேகத்தின் விளிம்புகள் மண்ணில் விழுந்த பருத்தி இழைகள் போல் கந்தலாகித் தொங்கின.

அவை நாயகன்

'கேப்டன்..' டெர்சு அழைத்தான். 'திரும்பி விடலாம். எனக்குக் கொஞ்சம் பயமாக இருக்கிறது..'

அவன் சொன்னதை ஒப்புக் கொள்ளத்தான் வேண்டும். திரும்புவதற்கு அதுதான் சரியான நேரம். புல் படுகைக்கு வந்தவுடன் நின்று ஏரியைக் கடைசியாக ஒருமுறை பார்த்துக் கொண்டேன். கரைகளுக்குள் அது கூண்டில் அடைபட்ட விலங்கைப் போல, மஞ்சள் நுரையுடன் சீறிக் கொண்டிருந்தது.

'தண்ணீர் மட்டம் உயர்கிறது..' ஒரு கோரைப் புதரைச் சுட்டிக் காட்டினான்.

அதில் தவறேதுமில்லை. பலமான காற்று லெபு ஆற்றின் முகப்புப் பகுதியில் வீசி, நீரைச் செலுத்தி விட்டிருக்கிறது. வெள்ளம் பெருகி ஆற்றின் கரைகள் காணாமற் போய்விட்டன. எங்கள் வழியிலும் ஒரு நீரோடை பெருகி வந்தது. அந்த இடமே அடையாளம் மாறிப் போனது. டெர்சு நின்று கொண்டான். சிறிது யோசித்த பின் இடப்புறமாக நடந்தான். தொடர்ந்தேன். கோரைப் புதர் இருக்கும் வளைவை அடைந்த பின் பாதை விலகித் தென்புறம் நடந்தோம். சில நிமிடங்களில் தடுமாறிச் சேற்றில் மாட்டிக் கொண்டு, பிறகு திரும்பி நீர்நிலைக்கே வந்து சேர்ந்தோம். அங்கிருந்து வலப்புறம் போய் இன்னொரு நீர்நிலையை அடைந்து அதனைக் கடந்து சென்றோம். கிழக்கே திரும்ப, மீண்டும் சேற்றில் மாட்டிக் கொண்டோம். இறுதியில், காய்ந்த துண்டு போன்ற நிலப்பகுதி ஒன்றைக் கண்டோம். அது சகதியின் குறுக்கே ஒரு பாலம் போல நீண்டிருந்தது. அதனைப் பற்றிக் கொண்டு எச்சரிக்கையாக முன்னேறினோம். எங்கள் எடை அதன்மீது வைக்கப்படும் முன் தரையைப் பரிசோதித்துக் கொண்டோம். அரை மைல் தொலைவில் அடர்ந்த புல்வெளி ஒன்று புள்ளியைப் போல் தெரிந்தது. இப்போது சேற்றுப் பகுதி எங்களின் பின்புறம் போய்விட்டது.

டெர்சு உஸாலா | விளாதிமிர் கே ஆர்சென்யேவ்

கடிகாரத்தைப் பார்த்தேன். மணி நான்கு என்றாலும் அந்தி சாய இன்னும் வெகுநேரம் இருக்கிறது. தலைக்கு மேல் கனத்த மேகங்கள் தெற்கு நோக்கி விரைந்தன. ஆற்றுக்குப் போக இன்னும் இரண்டு மைல் தூரம் இருக்கும். தொலைவில் தெரிந்த குன்று ஒன்றுதான் இப்போது எங்கள் முகாமை அடையாளங் காட்டும் வழிகாட்டி. இனி வழி மாறிவிடுவோம் என்ற பயம் இல்லை. இதுவரை ஏற்பட்ட துன்பம் போல் இனி வரப் போவதில்லை. ஆனால், அதன் பிறகும் வலப்புறம் ஒரு பெரிய ஏரியைச் சுற்றி நடக்க வேண்டியிருந்தது. நீளமான ஏரி அது. அதன் இடப்பக்கம் போய் நூறு தப்படிகள் தொலைவிலுள்ள ஒரு நீர்நிலையை அடைந்தோம். அது ஏரியின் நேர்க்கோணத்தில் இருந்தது. திரும்பி நடக்கும்போதும் ஒரு சேற்றுப் பகுதியைப் போராடிக் கடக்க வேண்டியிருந்தது. நற்பேறை நம்பி வலப்புறம் திரும்பினோம். காலுக்குக் கீழே தண்ணீர் இருந்தாலும் முன்னே தெரிவதெல்லாம் பெரிய சேற்று நிலம். ஆக, மீண்டும் வழி மாறிவிட்டோம். எல்லாமே சிக்கலாகி வருவதாகத் தோன்றியது. அப்படியே திரும்பி எம்மை அங்கே அழைத்து வந்த அந்த நிலப்பகுதிக்குப் போய்விடலாம் என்று யோசனை தெரிவித்தேன். டெர்சு ஏற்றுக் கொண்டான். வேகமாகத் திரும்பியும் தப்பித்து வரும் வழியைக் கண்டுபிடிக்கும் முயற்சி தோற்றுப் போனது.

காற்று ஓய்ந்து ஹன்கா ஏரியின் பேரொலி தெளிவாகக் கேட்டது. வெளிச்சம் தேய்ந்து பனித்துகள்கள் மிதந்தன. சில நிமிடங்கள் அமைதி. பிறகு பனிப்புயல் வீசத் தொடங்கியது.

'இரவில் இங்கேயே முடங்கிக் கிடக்க வேண்டியதுதான்' என நினைத்தேன். அப்போதுதான் அங்கே விறகோ, மரங்களோ, புதர்களோ இல்லை என்பதும், குடிநீரையும் புற்களையும் சேகரித்து வைக்கவில்லை என்பதும் நினைவுக்கு வந்து கவலை என்னை ஆட்கொண்டது.

'என்ன செய்வது..?' என்று டெர்சுவிடம் கேட்டேன்.

'நான் மிகவும் பயந்து போயிருக்கிறேன்..' என்றான்.

இந்த இடரை எவ்வாறு எதிர்கொள்வது என்பதே என் சிந்தையில் இருந்தது. கடுங்குளிரில் நெருப்போ பொருத்தமான உடைகளோ இல்லாமல் இரவைக் கழிக்க வேண்டும். எல்லாம் டெர்சுவின் கையில்தான் இருக்கிறது. காப்பாற்ற யாராவது அங்கே இருக்கிறார்கள் என்றால் அது அவன்தான்.

'இதோ பாருங்கள் கேப்டன்..' அழைத்தான். 'கவனமாகக் கேளுங்கள். வேகமாகச் செயல்பட வேண்டும். இல்லாவிட்டால் இங்கேயே செத்துப் போய் விடுவோம். இதோ இந்தப் புற்களை வேகமாக வெட்டித் தள்ள வேண்டும்..'

கேள்வி எதுவும் கேட்கவில்லை. ஒன்று மட்டும் தெளிவாக மனதில் இருந்தது : 'புற்களை வேகமாக வெட்டித் தள்ள வேண்டும்'. உடைமைகளைக் கீழே போட்டு விட்டுக் காய்ச்சல் வெறி போன்ற பதற்றத்துடன் வேலையைத் தொடங்கி விட்டோம். வெட்டிக் கைநிறையக் கொண்டு வந்தால், அதைவிட அதிகமாக அவன் வெட்டி வைத்திருப்பான். பனிக்காற்று கடுமையாக வீசத் தொடங்கியது. எங்களைக் குப்புறக் கவிழ்த்து விடும் போலிருந்தது. உறைபனி வெண்திரை போல உடைகளில் படிந்தது. புல்லை நாங்கள் வெட்டி வைத்திருப்போம். உறைபனி அதை மூடிவிடும். கவனம் சிதறாமல் புற்களை வெட்டி ஓரிடத்தில் குவித்து வைக்கும் வரை திட்டவட்டமான ஆணைகளைப் பிறப்பித்துக் கொண்டிருந்தான். அவற்றை மீறும்போது கோபப்பட்டான்.

'தெரியாது உங்களுக்கு.' கத்தினான்.. 'சொன்னதை மட்டும் செய்யுங்கள். எனக்குத் தெரியும்..'

துப்பாக்கியின் வார்ப்பட்டைகள், அவனது இடுப்புக் கச்சை, என் சட்டைப்பையில் இருந்த நரம்புக் கயிறு

டெர்சு உஸாலா | விளாதிமிர் கே ஆர்சென்யேவ்

ஆகியவற்றை எடுத்துத் தனது சட்டையினுள் அடைத்து வைத்தான். இருளும் குளிரும் வளரத் தொடங்கின. தரையில் போர்வை போலக் கிடந்த பனியின் ஊடாகச் சிறிது வெளிச்சம் கிடைத்தது. அதில், திகைக்க வைக்கும் துடிப்புடன் டெர்சு செயலாற்றிக் கொண்டிருப்பது தெரிந்தது. நான் சுணங்கும் போதெல்லாம் விரட்டினான். அச்சமும், அறச்சீற்றமும் அவனது குரலில் கலந்திருந்தன. பணிவுடன் கத்தியை மீண்டும் எடுத்துக் கொண்டேன். பனித்துகள்கள் முதுகில் ஒட்டிக் கொண்டன. உருகிக் குளிர்நீராகி ஓடையைப் போல் இறங்கி வழிந்தன.

ஒரு மணி நேரம் அதே வேலையில் இருந்தோம். கொடுங்காற்றும் பனியும் முகத்தில் அறைந்து வலியைத் தந்தன. எனது கைகள் உறைந்து போயின. கவனக் குறைவால் கத்தியை எங்கோ தொலைத்து விட்டேன். டெர்சு உக்கிரமாக இரைந்தான் :

'வேலையைக் கவனியுங்கள். உயிர் பிழைக்க வேண்டாமா..?' என்றான்.

கத்தி தொலைந்து போனதைக் கூறினேன்.

'கையால் பிடுங்குங்கள்..' கத்தினான். வீசியடிக்கும் காற்றில் குரலுயர்த்தச் சிரமப் பட்டான். எந்திரத் தனமாகவும், கிட்டத்தட்ட தன் நினைவு இல்லாமலும் கைகளால் புற்களைப் பிடுங்கத் தொடங்கினேன். அவை விரல்களைப் பதம் பார்த்தன. ஆனால் வேலையை நிறுத்த முடியாது. முழுமையாகச் செயலிழக்கும் வரை அதைத் தொடர்ந்தேன். கண்களுக்கு முன் பெரிய வட்டங்கள் தெரிந்தன. காய்ச்சலில் இருப்பது போல் பற்கள் அடித்துக் கொண்டன. நனைந்த உடை உறைந்து விறைப்பாகியும் பனியில் வெடித்தும் போயின. மயக்கமாய் இருந்தது. 'இப்படித்தான் மனிதர்கள் குளிரில் விறைத்து இறந்து போகிறார்கள்' என்பது மனதில் ஒரு கணம் வந்து போனது. இந்த உணர்வற்ற நிலை எதுவரை நீடிக்கும் எனத் தெரியவில்லை. யாரோ என் தோளைத் தொட்டு

உலுக்குவது மட்டும் தெரிந்தது. கண் திறந்து பார்க்க, டெர்சு நின்றிருந்தான்.

'மண்டியிடுங்கள்..' ஆணையிட்டான். சொன்னதைச் செய்தேன். தார்ப்பாயால் என்னைச் சுற்றித் தலைக்கு மேல் புற்களை அடைத்தான். உடனடியாக வெம்மை படர்வதை உணர்ந்தேன். உருகிய பனி முதுகில் வழிந்தோடியது. டெர்சு என்னைச் சுற்றிச் சுற்றி வந்து உறைந்த பனித்துகள்களை மிதித்துத் தட்டி விட்டான்.

மீண்டும் மயக்கம் வந்தது எனக்கு. பனிக்காற்றின் பேரொலியை விஞ்சும் டெர்சுவின் குரலைக் கேட்டேன்.

'நகருங்கள்.'

அவனது குரல் தந்த துணிவில் சிரமப்பட்டு நகர்ந்தேன். தார்ப்பாய்க்குள் நுழைந்து ஓர் ஓரம் சுருண்டு கொண்டான். தோலில் ஆன அவனது மேற்சட்டையைக் கொண்டு போர்த்தினான். கம்பளிக் காலுறை எனது காலுக்கு வந்தது.

'நன்றி டெர்சு..' என்றேன். 'சரியாகப் போர்த்துக் கொள்..'

'கவலை வேண்டா கேப்டன்.. இனி ஆபத்து இல்லை. புற்களை இறுக்கமாகக் கட்டியிருக்கிறேன். காற்றை அது விரட்டி விடும்..' என்றான்.

சுற்றிலும் காற்றினால் ஒதுக்கப்பட்டுக் குவிந்த பனித்துகள்களால் எங்கள் திடீர் விடுதியில் இருந்த கதகதப்பைப் பாதிக்க முடியவில்லை. துளித்துளியாகக் கசிந்த பனிநீர்த் தாரை மறைந்து போனது. வெளியே பனிக்காற்று ஒரு சூனியக்கிழவியின் கூக்குரலைப் போல ஒலித்தது. மேலும் அது ஒரே நேரத்தில் எழும்பிய ஆயிரம் சீழ்க்கைகளின் ஒலியை, தேவாலய மணியின் ஒலியை, இறந்தவனுக்குப் பாடப்பெறும் இரங்கற்பாவை ஒத்திருந்தது. மனக் காட்சியில் யாரோ சில மனிதர்கள் என் கண்ணெதிரில் நடனமாடுகிறார்கள். அகன்ற பாதாளத்தில் தள்ளி விடுகிறார்கள். கீழே கீழே போய்க்

டெர்சு உஸாலா | விளாதிமிர் கே ஆர்சென்யேவ்

கொண்டிருக்கிறேன் - காலந்தாழ்ந்து வரும் உறக்கத்தில் நான் வீழும் வரை. 12 மணிநேரம் உறங்கியிருக்கிறேன். விழித்தபோது சுற்றிலும் இருட்டாகவும் அமைதியாகவும் இருந்தது. தனியாக இருப்பதை அப்போதுதான் உணர்ந்தேன்.

'டெர்சு..' உரக்கக் கத்தினேன்.

'பொறுங்கள்..' எங்கிருந்தோ திரும்பிக் கொண்டிருந்தான். 'கிளம்புங்கள். போகலாம்..'

தாவி எழுந்து கொண்டேன். கைகள் தானாகக் கண்களுக்குப் போனது. வெளியே அந்த இடம், மின்னும் வெண்ணிறப் போர்வையால் மூடப்பட்டது போலிருந்தது. காற்று குளிராகவும் தூய்மையாகவும் இருந்தது. கலைந்த மேகங்கள் நீல நிறத்தில் மிதந்தன. வானம் இன்னும் மங்கலாக இருந்தாலும் காற்றில் இருந்த ஏதோவொன்று சூரியன் எழுந்து வரப்போவதைக் கூறியது. பனிக்காற்றினால் வீழ்ந்த புற்கள் ஓர் ஓரத்தே தரையில் கிடந்தன. மஞ்சள் நிறப் புற்களைக் கைநிறைய அள்ளி வந்து சிறு நெருப்பாக்கி அதில் எனது காலணிகளை உலர்த்திக் கொண்டிருந்தான் டெர்சு.

சில இடங்களில் புற்களைத் தொடவேண்டாம் என்று அவன் ஆணையிட்டது ஏன் எனப் புரிந்தது. அவற்றைத் தனது இடுப்புக் கச்சை, துப்பாக்கி வார்ப்பட்டை, நூல்கயிறு ஆகியவற்றால் முறுக்கித்தான் எங்கள் தற்காலிகக் குடிலை அமைத்திருக்கிறான். அதனால் காற்று உள்ளே நுழைய முடியவில்லை. நான் முதலில் டெர்சுவுக்கு நன்றி சொன்னேன் - உயிரைக் காப்பாற்றியதற்காக.

'நாம் ஒன்றாகக் கிளம்பினோம். ஒன்றாகப் பணி செய்தோம். இதில் நன்றி எதற்கு..? என்றான்.

பிறகு பேச்சை மாற்றும் விதத்தில் சொன்னான் :

'நேற்றிரவு நிறையப் பேர் இறந்து விட்டார்கள்..'

அவை நாயகன் 59

இம்முறை அவன் குறிப்பிட்டது பறவைகளை. புற்களால் அமைத்த குடிலைக் கலைத்தோம். துப்பாக்கியைத் தோளில் தொங்கவிட்டு, எங்கள் முகாமுக்குச் செல்ல வேண்டிய வழியில் இருக்கும் அந்த நிலத்துண்டைப் பார்க்கப் போனோம். அங்கிருந்து பார்த்தபோது நாங்கள் அமைத்த குடில் அருகில்தான் இருக்கிறது என்பது தெரிந்தது. சதுப்பு நிலத்தைக் கடக்கும்போது ஹன்கா ஏரிக்குச் செல்லும் வழியை நோக்கிச் சிறிது தூரம் சென்று கிழக்கே லெபு ஆறு இருக்கும் திசைக்குத் திரும்பினோம்.

பனிப்புயலுக்குப் பிறகு ஸ்டெப்பி உயிரற்றுக் காணப்பட்டது. கொக்குகள், வாத்துகள் உள்ளிட்ட பறவைகள் எங்கும் தென்படவில்லை. சாம்பல்-மஞ்சள் நிறம் கொண்ட புல்வெளியின் பின்புலத்தில் சதுப்பு நிலம் பனியால் மூடப்பட்டு வெண்ணிறமாக இருந்தது. ஈரநிலம் உறைந்திருந்ததால் எங்கள் எடையை அது தாங்கிக் கொண்டு வேகமாக நாங்கள் முன்னேறிச் செல்ல உதவியது. விரைவிலேயே ஆற்றை அடைந்து அங்கிருந்து ஒரு மணி நேரத்திற்குப் பிறகு எங்கள் முகாமைச் சென்றடைந்தோம்.

நாங்கள் இராமற் போனது ஒலண்ட்யேவ், மார்சென்கோ இருவரையும் எவ்விதத்திலும் பாதிக்கவில்லை. ஏரிக்கரையில் ஏதோவொரு ஒதுக்கிடத்தில் பாதுகாப்பாக இருந்திருப்போம் என நினைத்து விட்டார்கள். காலணியை மாற்றிவிட்டுத் தேநீர் அருந்தி நெருப்பின் அருகே போய்ப் படுத்துக் கொண்டேன். அதன் மறுபுறத்தில் டெர்சு படுத்துக் கொண்டான். மார்சென்கோ மாலையுணவைத் தயாரித்தவுடன் எங்களை எழுப்பி விட்டான். அடுத்த நாள் காலை மிகக் குளிராக இருந்தது. புற்கள் உறைந்திருந்தன. சேறும் சகதியுமாக இருந்தது ஆறு. அதன் கிளைகளைக் கடந்து போக ஒரு முழுநாள் வேண்டியிருந்தது. அடிக்கடி தடுமாறிச் சந்து போன்ற நீர்த்தாரைகளுக்குள் மாட்டி, மீண்டும் சரியான வழியைக் கண்டுபிடித்துக் கொண்டோம்.

அந்தக் கடைசி முகாமை விட்டுக் கிளம்பும்போது படகை இழுத்துக் கரையில் சேர்க்க ஒலண்ட்யேவின் உதவியைக் கோரினான் டெர்சு. அதன் இருபுறமும் ஒட்டியிருந்த மணலைக் கவனமாகக் கழுவித் துடைத்து விட்டான். பிறகு படகைத் தலைகீழாகப் புரட்டி ஓர் உருளையின் மீது வைத்தான். 'வேறு மனிதர்களுக்கு' அது பயன்படும் என்பதற்காக அப்படிச் செய்தான் என்பது புரிந்தது.

லெபு ஆற்றிலிருந்து காலையில் கிளம்பி அதே நாள் பிற்பகலில் டிமிட்ரோவ்கா கிராமத்தை அடைந்தோம். அது உசூரி இருப்புப்பாதைக்கு மறுபக்கம் இருந்தது. தண்டவாளத்தைக் கடக்கும்போது டெர்சு நின்று விட்டான். குனிந்து அதைத் தொட்டுப் பார்த்தான். பிறகு இருபுறமும் பார்த்து விட்டுக் கூறினான் :

'ம்ம்.. இதைப் பற்றிச் சிலர் சொல்லக் கேட்டிருக்கிறேன்..'

கிராமத்தில் தங்குவதற்கு இடம் கிடைத்தது. ஆனால் அந்தக் கோல்டு இனத்தவன் திறந்தவெளியில்தான் தூங்கினான். இதுவரை என்னோடு அருகில் இல்லாமல் போனதில்லை என்பதால் அவனைப் பார்க்கப் போனேன்.

இருட்டாக இருந்தாலும் தரையில் பனி விழுந்திருப்பது தெளிவாகத் தெரிந்தது. எல்லாக் குடில்களிலும் நெருப்பு இருப்பதை, மேலே உள்ள புகைபோக்கி உணர்த்தியது. வீடுகளில் இருந்த விளக்கொளியானது தெருவில் கிடந்த பனியின் மீது பட்டு ஒளிர வைத்தது. கிராமத்திற்கு அப்பால் ஓடையின் அருகே தீக்கனல் தெரிந்தது. அது டெர்சு தங்கியிருக்கும் இடம் என ஊகித்தேன். அவன் நெருப்பின் முன் அமர்ந்து ஏதோ யோசனையில் ஆழ்ந்திருந்தான்

'குடிலுக்குப் போய்த் தேநீர் அருந்தலாம்.' என்று யோசனை தெரிவித்தேன்..

பதில் இல்லை. அதே நேரம் ஒரு கேள்வியை எழுப்பினான்: 'நாளை எங்கே போகிறீர்கள்..?'

செர்னிகோவ்காவுக்கு என்றேன். அங்கிருந்துதான் விளாடிவாஸ்டாக் திரும்ப வேண்டும். எங்களுடன் வருமாறு அழைத்தேன். மேலும், விரைவில் இன்னொரு ஊசியிலைக் காட்டுப் பயணத்திற்குத் திட்டமிடப் போவதாகவும், அதில் சம்பளப் பட்டியலில் அவனையும் சேர்த்துக் கொள்ள முடியும் என்பதையும் தெரிவித்தேன். யோசித்துக் கொண்டே அமர்ந்திருந்தோம். அவன் மனதில் என்ன இருக்கிறது எனத் தெரியவில்லை. என்னைப் பொறுத்தவரை, டெர்சுவைப் பிரிய நேரிடும் என்ற வருத்தம் மனதை வாட்டிக்கொண்டே இருக்கும். நகர வாழ்க்கையின் சாதகங்கள், வசதிகள் பற்றி எடுத்துரைக்கத் தொடங்கினேன். கவனமாகக் கேட்டுவிட்டு இறுதியாகப் பெருமூச்சுடன் சொன்னான் :

'இல்லை கேப்டன்.. நன்றி. விளாடிவாஸ்டாக் வந்து நான் என்ன செய்யப் போகிறேன்.? வேட்டையாட முடியாது. மானை வலைவிரித்துப் பிடிக்க முடியாது. நகரத்தில் இருந்தால் நான் சீக்கிரம் இறந்து விடுவேன்..'

அந்த வார்த்தைகளில் இருந்த உண்மை புரிந்தது.

டெர்சு மௌனத்தில் ஆழ்ந்தான். என்ன செய்யலாம் என்பதை அவன் மனம் எடைபோட்டுக் கொண்டிருக்கும். சில நிமிடங்களுக்குப் பிறகு, மனதில் உள்ளதை முணுமுணுத்தவாறே கிழக்குத் திசையைக் காட்டிச் சொன்னான் :

'நாளைக்கு நான் அங்கே போகிறேன். நான்கு ஆண்டுகள் அங்கிருப்பேன். டாபிகோ போய் அங்கிருந்து உலஹோ, அதன்பின் புட்சிங், சிகோடா-அலின் எல்லாம் போய்க் கடைசியாகக் கடலுக்கு அருகே இருந்து விடுவேன். அங்குதான் மரக்கீரிகளும், மான்களும் ஏராளமாக இருக்கும் என்று கேள்விப் பட்டிருக்கிறேன்..'

இந்தக் குறைந்த கால அளவுக்குள் அவன் மீது அளவற்ற பிடிப்பு உருவாகியிருந்தது. ஆகவே பிரிவது என்பது மிகுந்த துயரத்தைத் தந்தது.

டெர்சு உஸாலா | விளாதிமிர் கே ஆர்சென்யேவ்

நாளை டெர்சு எங்களைப் பிரியப் போகிறான் என்பது மட்டுமே மனதில் இருந்தது. காலையுணவு முடிந்ததும் விடுதி உரிமையாளரிடம் நன்றி கூறிவிட்டுத் தெருவில் இறங்கி நடக்கத் தொடங்கினோம்.

ஆட்கள் புறப்படத் தயாராக இருந்தார்கள். டெர்சு அவர்களுடன் இருந்தான். நெடுந்தூரப் பயணத்திற்குத் தன்னை இசைவாக்கிக் கொண்டிருந்தான். தோள்பை உறுதியாகக் கட்டப் பட்டும், இடுப்புக் கச்சை வலுவாகப் பிணைக்கப் பட்டும் இருந்தது. டிமிட்ரோவ்கா தாண்டி ஒரு மைல் இருக்கும். அங்கே அவன் நின்று கொண்டான். விடைபெறும் அந்தத் துயரத் தருணம் வந்து விட்டது.

'விடை பெறுகிறோம் டெர்சு..' எனக் கூறிவிட்டுக் கைகுலுக்கினேன். 'கடவுள் உனக்கு அருளட்டும். நீ எனக்குச் செய்த உதவியை மறக்கவே மாட்டேன். விடை பெறுகிறேன். என்றாவது ஒருநாள் மீண்டும் சந்திப்போம்..'

படைவீரர்களிடம் விடை பெற்றுக்கொண்டு என்னிடம் தலையசைத்து வணங்கி விட்டு, இடப்புறமாக இருந்த புதர்களுக்குள் இறங்கி நடக்கத் தொடங்கினான். நாங்கள் அங்கேயே நின்று அவன் போகும் வழியைக் கவனித்தோம். அங்கிருந்து 600 அடி தூரத்தில் ஒரு சிறு குன்று இருப்பது தெரிந்தது. புதர்க் காடுகளோடு இருந்த அதை ஐந்தே நிமிடத்தில் எட்டி விட்டான் டெர்சு. தோள்பை சுமந்த முதுகும், கையில் பிடித்த துப்பாக்கியும் நீலவானப் பின்னணியில் அவனது உருவத்தைத் தெளிவாகக் காட்டியது. மலைத்தொடரின் பின்புறம் இருந்து பொன்னிறச் சூரியனின் ஒளிக்கதிர்கள் அந்தப் பழங்குடியின் உருவத்தை வளையம் சுற்றியது போல் காட்டியது. மலையுச்சியை அடைந்தவுடன் நின்று விட்டான். திரும்பி எங்கள் வழியைப் பார்த்துக் கையசைத்து விட்டு மறைந்தான். எனக்குள் ஏதோ அதிர்ந்தது. நெருக்கமும் மதிப்பும் கொண்ட ஒரு மனிதனை இழந்து விட்டது போலத் தோன்றியது.

‘அருமையான மனிதன்..’ என்றான் மார்சென்கோ.

‘இதைப் போல ஒருவரைப் பார்க்க முடியாது..’ தொடர்ந்தான் ஒலண்ட்யேவ்.

‘விடை பெறுகிறோம் டெர்சு..’ மனதிற்குள் நினைத்துக் கொண்டேன். ‘என் உயிரைக் காப்பாற்றியதையும் மறக்கவே முடியாது.’

பகுதி - இரண்டு

6

ஆறுகள், காடுகள், சதுப்பு நிலங்கள்..

நான்கு வருடங்கள் கடந்து விட்டன. சிகோடா-அலின் மலைத்தொடரில் ஓர் ஆய்வுப் பயணம் மேற்கொள்ளத் திட்டமிடுமாறு என்னைப் பணித்தார்கள். காலம் அனுமதித்தால் ஓல்கா விரிகுடாவின் வடக்கே உள்ள டிரான்ஸ்-உசூரி கடலோரப் பகுதியையும், உசூரி இமான் ஆறுகளின் மேற்புறத்தை உள்ளடக்கிக் கொள்ளுமாறும் அறிவுறுத்தப் பட்டேன்.

சிகோடா-அலினின் மையப்பகுதி பற்றிய தகவல்கள் போதுமானதாக இல்லை. ஓல்கா கடற்கரையின் வடபகுதியும் இதே போலத்தான். அங்குள்ள விரிகுடா அருகில் எப்போதாவது வருகை தரும் கடற்படை அலுவலர்கள் சேகரித்த அரைகுறையான தகவல்கள் மட்டுமே இருந்தன. தேர்ந்தெடுக்கப்பட்ட படைவீரர்களைக் கொண்டு எனது குழு உருவாக்கப் பட்டது. அதில் பெரும்பாலும் சைபீரியர்கள். உண்மையில் அவர்கள் மந்த புத்தியும், குறைவாகப் பேசுபவர்களாகவும் இருந்தனர். ஆனால்,

நெருக்கடியான காலங்களில் உறுதியாகச் செயலாற்றச் சிறு வயதிலிருந்தே பயிற்றுவிக்கப் பட்டிருந்தனர்.

பன்னிரண்டு பொதிகுதிரைகள் தேவைப் பட்டன. வீரர்களும் அவற்றோடு பழகிக் கொள்ள வேண்டும். வழிநடத்த வேண்டும். கடிவாளம் இட வேண்டும். இந்தத் தயாரிப்புக்கே ஒரு மாதம் ஆகிவிட்டது.

குதிரைகளைத் தவிர வேறு இரண்டு விலங்கினங்களும் பயணத்தில் கலந்து கொண்டன. அதில் ஒன்று ஆல்பா. எனது வளர்ப்பு நாய். இன்னொன்று லெஷி. வீரர்களின் துணைக்காகச் சேர்த்துக் கொண்ட நாய். அது உருவத்தில் பெரிய, ரஷிய வேட்டைநாய். ஓநாயைப் போன்ற உருவமும் நிறமும் கொண்டது.

உஸூரி இருப்புப்பாதைப் பாலத்திற்குத் தென்புறத்தில் இருந்த ஷ்மாகோவ்கா என்ற இடம், புறப்படுவதற்குரிய இடமாகத் தேர்வாகியிருந்தது. மே மாதம் 14 ஆம் தேதிக்குள் எல்லாம் தயாராகிவிட வேண்டும். அடுத்த நாள் புகைவண்டியில் பொதிகுதிரைகள் வந்துவிடும். மற்றவர்கள் கபரோவ்ஸ்கில் மறுநாள் சேர்ந்து கொள்வார்கள்.

மே 18 அன்று, வீரர்கள் தமது சொந்த அலுவல்களைக் கவனித்துக் கொள்ள விடுப்பு விடப்பட்டது. அனைவரும் தமக்குப் பொருந்தக்கூடிய, சைபீரியப் பழங்குடிகள் தயாரித்த கதகதப்பூட்டும் கம்பளியாலான செருப்புகளையும், தைத்த முழங்கால் துணிப்பட்டைகளையும் வாங்கிக் கொண்டனர். துப்பாக்கியின் வார்ப்பட்டைகளைச் செப்பனிட்டுக் கொண்டனர்.

மே 19. அதிகாலையில் எழுந்துவிட்ட போதிலும் கிளம்புவதற்குத் தாமதமாகி விட்டது. ஒரு பயணத்தின் தொடக்கம் அப்படித்தான் இருக்கும். பிறகு பழகிக் கொள்வார்கள். தமது குதிரைகளைப் புரிந்துகொண்டு, அவற்றோடு இசைந்து வேலைகளைச் செய்தும், சுமைகளில் முதலில் எதை ஏற்றுவது, கடைசியில் எதை என்பதை முடிவு செய்தும் பயணத்திற்குத் தயாரானார்கள்.

ஷ்மாவ்கோவ்கா, உஸ்பென்ஸ்கயா ஆகிய இரு சிற்றூர்களுக்கு இடையிலான மண்பாதை ஒரு மலைத்தொடரின் மீது அமைந்திருந்தது. இணைப்புப் பாலங்கள் வெள்ளத்தால் சிதைந்திருந்தன. குறுக்கிட்ட நீரோடைகள் எல்லாம் அந்த ஆண்டின் உச்ச வேகத்தில் பெருகி ஓடின. அவற்றைக் கடப்பதும் எளிதாக இல்லை.

உஸ்பென்ஸ்கயாவில் எங்களது வருகை அசாதாரண நிகழ்வாக அந்த ஊர் மக்களால் மதிக்கப் பட்டது. சிறு பிள்ளைகள் விளையாட்டை நிறுத்திக் கொண்டு தெருவில் ஓடி வந்தார்கள். பெண்கள் கவலை தோய்ந்த முகத்துடன் சன்னல் வழியே பார்த்தனர். ஊர்க்காரரர்கள் தமது வயல் வேலைகளை விட்டு எங்கள் அணிவகுப்பைக் காண வந்தனர்.

மாலையில், அங்கேயே நீண்ட காலமாய் வாழும் சிலரைச் சந்தித்துப் பேசினோம். தம்மைப் பற்றியும், அங்கிருந்து செல்லும் பாதைகளைப் பற்றியும் கூறிவிட்டுப் பயனுள்ள அறிவுரைகளையும் வழங்கினார்கள்.

மறுநாள் பயணத்தைத் தொடங்கினோம். தேர்ந்தெடுத்த பாதையோ நேராக உஸூரி ஆற்றுக்குச் சென்றது. ஆற்றில் வெள்ளம் கரைபுரண்டு ஓடியது. மேடான பகுதிகள் தீவுகளாகத் தெரிந்தன. வழித்துணையாக வந்த ஊர்க்காரரர்கள், அண்மையில் வந்த வெள்ளம் அருகிலிருக்கும் கிராமங்களின் தொடர்பை முழுமையாகத் துண்டித்து விட்டது என்றும், அப்போது படகில் மட்டுமே பயணம் செய்துகொண்டதாகவும் சொன்னார்கள்.

எங்களுக்குள் கலந்து பேசி ஆற்றோரமாகவே நடந்து போய் அது ஓடை போலச் சுருங்கும் இடத்தில் குதிரைகளோடு சேர்ந்து நீந்திக் கடப்பது என்று முடிவெடுத்தோம்.

மழை வரும் போலிருந்தது. ஆனால் பத்து மணி வரை வானம் தெளிவாகவே இருந்தது. தேடிவந்த இடத்தைப் பார்த்து விட்டோம். அங்கே மூன்று மைல்களுக்கு

அப்பால் சிறிய நீர்நிலைகளெல்லாம் ஆற்றில் கலந்து விடுகின்றன. வெள்ளம் பாதிக்காத மேடான பகுதியிலேயே நடந்ததால் அக்கரையை அடைய முடிந்தது. ஆனால், அதற்காக ஒரு சதுப்பு நிலத்தைச் சுற்றியும், கபர்கா மலைத்தொடரை ஒட்டிய பள்ளத்தாக்கில் இறங்கிக் கடக்கவும் வேண்டியிருந்தது.

குதிரைகள் ஒன்றையொன்று அடையாளங் காணப் பழகிக் கொண்டன. ஒன்றை முன்னே செலுத்தி மற்றவைகளைப் பின் தொடரச் செய்வது மட்டுமே எங்கள் வேலையாக ஆனது. படைவீரர்கள் அவற்றை மந்தையாக அழைத்துச் செல்வதும், தனித்தும் பின்தங்கியும் விட நேரும்போது அதட்டி ஒன்று சேர்ப்பதுமாக இருந்தார்கள்.

சேறும் சகதியுமாக இருந்த மேடுகளைக் கடந்து செல்லும்போது ஆற்றின் கரையில் ஒரு பரந்த காடு இருப்பது தெரிந்தது. அங்கே உள்ளூர்ச் சீனர்கள் விட்டுச் சென்ற படகு ஒன்றையும் பார்த்தோம். ஓட்டை உடைசலாகச் சல்லடை போல இருந்தது அது. அங்கே அதைத் தவிர வேறொன்றுமில்லை. ஆனால் அது ஒரு பாத்திரம் போல இருந்து எங்களின் தேவைக்குப் பயன்பட்டது. ஒரு மணி நேரத்தில் அதைப் பழுது பார்த்தோம். அதன் கீழ்ப்பகுதியில் இருந்த ஓட்டைகளை அடைத்துப் பலகைகளுக்குப் புது இணைப்புகள் தயாரித்து மாட்டி விட்டோம். துடுப்பு வலிக்கும் பகுதியை மாற்றியமைத்துக் கயிற்றால் கட்டி விட்டோம். அதில் முதலில் நாங்கள் பயணித்தோம். இனிமேல் குதிரைகள் போக வேண்டும். அவை நீரில் இறங்குவதற்கு அஞ்சின. ஒரு வீரன் பின்புறமிருந்து வழிநடத்த வேண்டியிருந்தது. கொசேவ்னிகோவ் என்ற குதிரைவீரன் அந்தத் துணிகரமான பணிக்கு முன்வந்தான். இடுப்புக் கச்சையை இறுகக் கட்டிக்கொண்டு ஒரு குதிரையின் மீது ஏறியும், மூழ்கியும் அதை நீரில் இறக்கினான். மேடு தென்படாத இடங்களில் நீருக்குள் கால் வைத்து ஆழம் பார்த்துக் குதிரையின் பிடரி மயிரைப் பிடித்துக் கொண்டே நீந்தினான். மற்ற குதிரைகள் அவனைத் தொடர்ந்தன.

டெர்சு உஸாலா | விளாதிமிர் கே ஆர்சென்யேவ்

அவன் எவ்வாறு குதிரைகளைக் கழுத்தில் அடித்தும், உற்சாகப் படுத்தியும் அழைத்து வருகிறான் என்பதைக் கரையிலிருந்து பார்த்தோம். நீந்தும்போது குதிரைகள் செறுமிக் கொண்டன. மூக்குத் துளையை விரித்துக் கொண்டும் பற்களை வெளிக் காட்டிக் கொண்டும் அவை நீந்தின. நீரோட்டம் அவற்றை இழுத்துப் போக இருந்த தருணங்களில் அவை தலையை உயர்த்தி வேகம் காட்டி முன்னேறி வந்தன.

கொசேவ்னிகோவ் அக்கரையில் சரியான, நாங்கள் விரும்பிய இடத்தை அடைந்து விடுவானா என்ற கேள்வி எழுந்தது. ஏனென்றால் கரையின் கீழ்ப்பகுதியானது செங்குத்தாகவும் புதர் மண்டியும் மரங்கள் விழுந்து ஏற்படுத்திய குப்பைகள் நிரம்பியும் காணப்பட்டது. பத்து நிமிடங்களுக்குப் பிறகு அவனது குதிரை கீழே விழுந்து விட்டது. அவனோ முயன்று அதை எழ வைத்து அதன் முதுகில் ஏறி அக்கரை சேர்ந்து விட்டான்.

சில குதிரைகள் பலவீனமாக இருந்தன. அவை மெதுவாக நீந்திக் கொண்டும், நீந்தும் வரிசையில் இருந்து விலகிக் கொண்டும் இருந்தன. கொசேவ்னிகோவின் குதிரை எதிர்க்கரையை அடைந்தும் கடைசிக் குதிரை ஆற்றின் நடுப்பகுதியைத்தான் எட்டியிருந்தது. நீரோட்டம் அதை அடித்துச் சென்று விடுமோ என்று அஞ்சினோம். நீரோட்டத்திற்கு எதிராகத் தனது ஆற்றல் முழுவதைச் செலுத்தியும் அது தத்தளித்துக் கொண்டிருந்தது. எனினும் ஆற்றின் போக்கிலேயே அது செல்வதைக் கவனித்து விட்ட கொசேவ்னிகோவ் எல்லாக் குதிரைகளும் கரையேறிய உடனே ஆற்றில் எட்டிக் குதித்தான். ஆற்றின் கரையில், பெயர்ந்து விழுந்திருந்த மரத்தின் ஒரு தெளிவான பகுதியில் நின்றுகொண்டு, புதர்களுக்கிடையே நீந்தி வரும் குதிரையை அதன் பேர் சொல்லி அழைத்தான். ஆனால், ஆற்றின் பேரொலியில் அவன் குரல் அமுங்கிப் போனது. அப்போது கொசேவ்னிகோவின் வெள்ளைக் குதிரை காதுகளை உயர்த்தித் தலையை நிமிர்த்திப் பார்த்து உரக்கக்

● அவை நாயகன்

கனைத்தது. அக்குரலைக் கேட்டவுடன் நீரில் தள்ளாடிக் கொண்டிருக்கும் குதிரை தனது திசையை மாற்றிக் கொண்டது. சில நிமிடங்களுக்குப் பிறகு பத்திரமாகக் கரைக்கு வந்து சேர்ந்தது. ஆசுவாசப் படுத்திக் கொண்ட பின் அவன் அதற்குக் கடிவாளமிட்டு வரிசையின் கடைசிக்குக் கொண்டுபோய் அதைச் சேர்த்தான். இதற்கிடையில் மற்ற வீரர்களும் படகில் சுமைகள் அனைத்தையும் ஏற்றிக்கொண்டு வந்து சேர்ந்து விட்டனர்.

அங்கே இருப்பவை பலவிதமான சதுப்பு நிலங்கள் என்பதையும், அவற்றின் வழியாகப் போய்த்தான் அருகிலுள்ள மலைத்தொடரை அடைய முடியும் என்பதையும் அந்தப் பயணத்தின் பயனாகப் புரிந்து கொண்டோம்.

வீரர்களும் குதிரைகளும் உற்சாகமாயினர். ஆனாலும், விரைவில் குறுகலாகவும் சேறு நிறைந்தும் இருக்கும் ஒரு பள்ளத்தாக்கிற்குச் சென்றடையும் ஒரு நீரோடையைத் தத்தளித்துக் கடக்க வேண்டியதாயிற்று. வீரர்கள் ஒவ்வொரு மேட்டையும் சிரமப்பட்டுத் தாண்டிக் குதித்துக் கடந்தனர். அதையே குதிரைகள் எளிதாகக் கடந்தன. இடுப்பளவு சேற்றில் சரியாகக் கால் வைக்க முடியாமல் அவர்கள் பரிதாபமாக நடந்தனர். சிலர் சேற்றில் வழுக்கி விழுந்தனர். அதனால், உதவி செய்யும் வகையில் அவர்களது சுமைகளையும் சேர்த்து மற்றவர்கள் சுமக்க வேண்டியிருந்தது.

பொழுது வேகமாகச் சாய்ந்து கொண்டிருந்தது. அதற்குள் எல்லாக் குதிரைகளையும் சேற்று நிலத்தைத் தாண்டிப் போக வைத்து விட்டோம். அங்கிருந்து சிறிது தூரம் சென்று துள்ளியோடும் ஒரு வெள்ளி நீரோடையருகே ஒரு முகாம் அமைத்துக் கொண்டோம்.

இரவில், நெருப்பின் முன்னால் களியாட்ட நிகழ்வுகள் அரங்கேறின. அவர்களின் மகிழ்ச்சி ததும்பும் முகங்களைப் பார்த்தால், இவர்கள்தானா இரண்டு மணி நேரத்திற்கு

டெர்சு உஸாலா | விளாதிமிர் கே ஆர்சென்யேவ்

முன் சகதியில் தட்டுத் தடுமாறி, சோர்வும் சலிப்பும் கொண்டு, புதைகுழிக்கெல்லாம் போய் வந்தவர்கள் என்று யாராலும் சொல்ல முடியாது.

மறுநாள் வரை முகாமைக் கலைக்கவில்லை. குதிரைகளுக்கு ஓய்வு தேவைப்பட்டது. அவற்றின் சேணங்களை உலர வைக்கவும், கடிவாளங்களைப் பழுது பார்க்கவும் வேண்டியிருந்தது. பொழுது விடிவதன் அறிகுறி தென்பட்டவுடன் அவர்கள் தமது பணிகளைத் தொடங்கி விட்டார்கள்.

எங்கள் பாதையானது மலைத்தொடரில் உள்ள ஐந்து இடுக்கு வழி போன்ற சதுப்பு நிலங்களின் குறுக்கே அமைந்திருந்தது. உள்ளூர்க் குடியானவர்களால் உருவாகியிருந்த அப்பாதை வடிகால் வழி போலவோ, இணைக்கும் பாலத்தைப் போலவோ இல்லை. மாறாகச் சகதி நிறைந்து எளிதில் கடக்க இயலாதவாறு இருந்தது. சேறு தென்படாத இடங்களின் குறுக்கே குதிரைகளை நடக்க வைக்க வீரர்கள் முயன்றனர். அது இன்னும் மோசமான விளைவைத் தந்தது. அவையும் தடுமாறின. ஆகவே, அவர்கள் பிரம்புகளை ஒடித்து வந்து சேற்றின் மீது பரப்பிப் பாதை அமைத்தனர். ஆனால், அதன் மூலம் குதிரைகளுக்கு ஓரளவே பயன் கிட்டியது. அவை தமது பாதுகாப்பை முன்னிறுத்தி அடிக்கடி கீழே விழுந்தன. எனவே, மீண்டும் கடிவாளங்களைத் தளர்த்திச் சுமையை நாங்களே எடுத்துக்கொள்ள வேண்டியிருந்தது. ஒரு வழியாகச் சேற்று நிலத்தைக் கடந்து விட்டோம்.

குதிரைகள் ஏனோ முரண்டு பிடித்தன. நாங்கள் முந்திச் சென்று காட்டின் முகப்பில் இருந்த ஒரு பழைய, பாழடைந்த கட்டடத்தை அடைந்தோம். கற்பாறைகளின் மேல் அமர்ந்துகொண்டு அவற்றின் வருகைக்காகக் காத்திருந்தோம். திடீரென்று கருநிறத்தில் ஏதோவொன்று அருகில் இருந்து எங்கள் கவனத்தை ஈர்த்தது. வீரர்கள் ஓடிச்சென்று பார்த்தார்கள். மிக நீளமான ஒன்று

வேகமாக ஊர்ந்து புல்தரையைத் தாண்டிப் புதரை நோக்கிப் போனது. அருகில் போய்ப் பார்த்தும், அது தனது இருப்பை மாற்றிக் கொள்வதால் நெருங்கும் துணிவு யாருக்கும் இல்லை. ஒரே நிமிடத்தில் அது ஓர் உள்ளீடற்ற மரத்துண்டிற்குள் போய்ப் புகுந்து கொண்டது. வீரர்களில் ஒருவன் ஒரு குச்சியை எடுத்து அந்தத் துளைக்குள் விட்டுத் துழாவினான். உள்ளிருந்து சீறும் ஒலி கேட்டது. அப்போது அங்கிருந்து பெரிய வண்டுகள் கூட்டமாகப் பறந்து வெளியே வந்தன. ஒருவேளை அதன் கூட்டை நாங்கள் கலைத்திருக்க வேண்டும். ஆனால் பாம்பு அதற்குள்ளே என்ன செய்கிறது என்ற ஆர்வம் தீரவில்லை எங்களுக்கு. ஊர்ந்துபோய்க் கூட்டுக்குள் பதுங்கி விட்டதா.? அப்படியானால் வண்டுகள் அதை விட்டு வைக்குமா..? குச்சியை நுழைக்கும் போது மட்டும் அவை எப்படி வெளியே வந்தன.? எல்லாவற்றுக்கும் விடை தெரிந்தாக வேண்டும். வீரர்கள் கோடரியால் மரத்துண்டை இரண்டாகப் பிளந்தார்கள். நைந்து கிடந்த அதை உடைக்கப் பெரும் முயற்சி தேவையிருக்கவில்லை. பாம்பு தன்னைச் சுருட்டிக் கொண்டு துண்டின் கிழிபட்ட பகுதிக்குள் போய்ப் பதுங்க எத்தனித்தது. அடித்து அதை இழுத்து வெளியே போட்டார்கள். அது கருநிற ரேசர் வகைப் பாம்பு. ஆறடி நீளமும் நான்கு அங்குலச் சுற்றளவும் கொண்டிருந்தது.

உள்ளீடற்ற பகுதி அதன் நீளத்திற்குப் பொருந்தாமல் குறுகலாக இருந்ததால் அது ஒரு கூடு போன்ற மறைவிடமாகியிருக்கிறது. வண்டுகளின் வாழ்விடம் அது. கந்தலான முடிக்கற்றைகளும் உலர்ந்த புற்களும் அது சட்டை உரித்து வைக்க உகந்த இடமாகியிருக்கிறது. வண்டுகளின் கூடு மரத்துண்டின் முகப்பில் இருந்ததையும் பார்த்தோம்.

ஊர்ந்து வந்த பாம்பு நுழைந்தபோது அது தெரிந்த விருந்தாளி என்பதால் உள்ளிருந்த வண்டுகள் எதிர்க்கவில்லை. ஆனால் குச்சி உட்புகுந்து வண்டுகளைச் சீண்டியிருக்கிறது.

பலியான பாம்பை மிகுந்த ஆர்வத்துடன் சோதித்துப் பார்த்தோம்.

'வேறு ஏதோ ஒன்றும் அதற்குள்ளே இருக்கிறது' என்று கூவினான் ஒரு வீரன்.

அதன் உடல் பிளந்து விரித்து வைக்கப் பட்டது. இவ்வளவு பெரிய பாம்பு எதைத்தான் தின்றிருக்கும் என்பதை அறிய விரும்பினோம். வியப்புக் காத்திருந்தது. நீண்ட அலகுடைய பெரிய உள்ளான் பறவை ஒன்று அதன் வயிற்றுக்குள் இருந்தது.

உஸூரி நிலப் பகுதியில் வாழும் பாம்புகளுக்குப் பறவைகளை இரையாக்கிக் கொள்வது விருப்பமான ஒன்று என உள்ளூர்வாசிகள் சொல்லியிருக்கிறார்கள். மரத்தில் ஏறிப்போய்க் கூட்டிலுள்ள பறவைகளை வேட்டையாடும். குறிப்பாக, மரப்பொந்துகளில் அமைந்த கூடுகளை மிகவும் விரும்பும். இந்தப் பாம்போ, நிலத்தில் திரிந்த இரையை அது பறக்கும் முன் விரைந்தோடி வீழ்த்தி விழுங்கியிருக்கிறது. உள்ளானின் நீண்ட அலகு செரிமானத்தைத் தடுத்திருக்கிறது.

பாம்பின் மீதே கவனம் கொண்டிருந்த எங்களுக்கு வானில் இடி சுமக்கும் மேகங்கள் திரண்டு வருவது தெரியாமல் போனது. நிலத்தில் அவை கறுத்த நிழலைப் படிய வைத்தன. சாலையோரம் அமைதியாகப் புல் மேய்ந்து கொண்டிருந்த குதிரைகளுக்குக் கடிவாளம் பூட்டினார்கள் வீரர்கள். பயணத்தில் சந்தித்துப் பின் எங்களோடு சேர்ந்து நடந்த கோல்டு இனத்தவர், அருகே இருக்கும் சீனர்களின் தங்கும் விடுதியில் பாதுகாப்பாக இருந்து, நெருங்கிக் கொண்டிருக்கும் 'மேக வெடிப்பு' எனும் ஆபத்திலிருந்து தப்பித்துக் கொள்ள யோசனை தெரிவித்தனர்.

மேகம் வேகமாகக் கீழே எங்களை நெருங்கிக் கொண்டிருந்தது. அதன் முனை வெண்சாம்பல் நிறத்தில்,

சுருளைப் போல இருந்தது. அருகில் தவழ்ந்த மேகங்கள் அதனைத் துரத்திக் கொண்டிருந்தன.

விடுதியை நோக்கிச் செல்லும் வழியிலேயே மழையில் மாட்டிக் கொண்டோம். உண்மையில், பயணத்தை நாங்கள் மீளத் தொடங்கியபோதே தூறல் போடத் தொடங்கி விட்டது. முதலில் பெருந்துளிகளாகத் தொடங்கிப் பின் வலுவாகப் பெய்தது.

இதுபோன்ற பொழிவுகள் விரைவில் முடிந்து விடும். ஆனால். உசூரி வனப்பகுதியில் அப்படியல்ல. அடிக்கடி ஏற்படும் மேகவெடிப்புகள், அழுத்தம் தாங்காமல் மொத்தமாக விழுந்து விடுவதால் தேவையின்றி மழை நீண்ட நேரம் நீடிப்பதில்லை.

இடிமின்னல் தொடங்கிய வேகத்திலேயே நின்று போனது. ஆனால், சூரியன் தொடுவானம் வரை நீண்டிருந்த மேகக் கூட்டத்தில் இன்னும் மறைந்துதான் இருந்தது. அப்போது அருமையான தூறல் தொடங்கியது. அதன்பின் ஊரெங்கும் உறைபனி விழுந்து படிந்தது. எழுந்த காற்று அதனை விரட்டிச் சென்று மலைமுகட்டில் மூடுதிரையாகப் போர்த்தி விட்டது. அதுவே பள்ளத்தாக்கில் விழுந்து உயர்ந்த பின் தூறலாகி மீண்டும் மழையாய்ப் பொழியத் தொடங்கியது.

ஆழம் குறைவாக இருக்கும் வான்ஹோ ஆறு அன்றைக்கு அச்சுறுத்தும் வகையில் கரைபுரண்டு ஓடியது. வெள்ளம் பொங்கிக் காட்டை எட்டியது. அது ஏற்படுத்திய தடத்தை வீரர்கள் எளிதில் கடந்து முன்னேறினர். வழமை போலக் குதிரைகள் மீண்டும் முரண்டு பிடித்தன. கண்மூடித்தனமாக நடந்து அடிக்கடி பள்ளங்களில் விழுந்து எழுந்தன.

காட்டின் முகப்புக்கு வரும்போது கண்முன்னே ஒரு பெரிய புல்வெளி தெரிந்தது. அதன் எதிரே மலைத்தொடரின் அடிவாரத்தில், கூட்டை விட்டு வெளிவர இயலாத இளங்குஞ்சு போன்ற சகோர்னியா எனும் சிற்றூர் இருப்பது

டெர்சு உஸாலா | விளாதிமிர் கே ஆர்சென்யேவ்

மங்கலாகத் தெரிந்தது. ஆனால், அதை நெருங்குவதோ கடினமாக இருந்தது. ஊர்க்காரர்கள் ஆற்றின் குறுக்கே கட்டியிருந்த பாலம் சிதிலமாகிக் கிடந்தது. இரண்டு மணி நேரத்தில் அதைச் செப்பனிட்டோம் - மழையில் உடல் நனைந்து ஊறுவதைப் பொருட்படுத்தாமல்.

ஊருக்குள் நுழைந்தபோது ஒரு வீட்டின் சன்னல் வழியே பெண்ணின் முகம் தெரிந்தது. கதவைத் திறந்துகொண்டு ஒருவர் வெளியே வந்தார். ஊரின் மூத்தவர் அவர். எங்களைப் பற்றிக் கேட்டுத் தெரிந்தபின் தனது வீட்டிலேயே தங்கிக் கொள்ளச் சொன்னார். நனைந்து போயிருந்த எம் வீரர்கள், குதிரைகளின் கடிவாளங்களைத் தளர்த்தி விட்டனர்.

மூப்பனுக்கு 45 வயது இருக்கும். சராசரி உயரம். பழுப்பு நிறக் கண்கள். தலைமுடி வட்டமாகத் தறிக்கப்பட்டு முன்புறம்போல் தலைக்குப் பின்னால் விழாதவாறு வாரப்பட்டிருந்தது. தாழ்ந்த குதியுடைய காலணியும், தொங்கும் காலிகோத் துணியாலான சட்டையும் அணிந்திருந்தார். ரஷிய முறைப்படி பட்டை வளையத்தால் தளர்வாகக் கட்டப்பட்ட இடுப்புக் கச்சையானது, மென்பட்டுக் கால்சட்டையில் பொருந்தியிருந்தது.

வீட்டில் இரு அறைகள் இருந்தன. ஒன்றில் ரஷிய அடுப்பு இருந்தது. தரை துப்புரவாகத் துடைக்கப் பட்டிருந்தது. மர உட்கூரையின் பலகைகள் சம மட்டத்திலும், சுவர்ப் பலகைகள் சரியாகப் பொருத்தப் பட்டும் இருந்தன. இரண்டு அடுக்குத் தட்டுகளில் சமையல் பாத்திரங்கள் வைக்கப்பட்டுத் திரையிட்டு மூடப் பட்டிருந்தன. கைகழுவ ஒரு தாமிர நிலைத்தாங்கி இருந்தது. சுவரோரத்தில் இரு நீளிருக்கைகளும், அதன் அருகே வெண்ணிற விளிம்பால் மூடப்பட்ட மேசையும் இருந்தன. முகம் பார்க்கும் கண்ணாடியொன்றும் இருந்தது. பழமையைப் பறைசாற்றும் வகையில், பெரிய தலைகள், கரிய முகங்கள், நீண்ட கைகள் கொண்ட திருத்தொண்டர்களின் உருவங்கள் ஒருபக்கம் தீட்டப் பட்டிருந்தன.

மூப்பனின் குடும்பம் அவரது மனைவி, இரு சிறு குழந்தைகளைக் கொண்டது. அந்தப் பெண் தூய வெண்மேலாக்கும், ரஷிய உழவர்குடிப் பெண்கள் தயாரித்த, பட்டை வளையம் இடையிலும் முதுகில் குறுக்காக இறங்கும் வார்க்கச்சையும் கொண்ட 'சரபான்' எனும் அழகிய ஆடையும் அணிந்திருந்தாள். தலையைச் சுற்றி ஒரு கைக்குட்டையைக் கட்டியிருந்தாள். வீட்டிற்குள் நாங்கள் நுழைந்ததும் ரஷிய மரபுப்படி குனிந்து வணங்கினாள்.

உடைமைகளைத் தரையில் வீசிச் சேறுமயம் ஆக்கி விட்டோம். சங்கடமாக இருந்தது.

'கவலைப் பட வேண்டா..' மூப்பன் மகிழ்ச்சியுடனே சொன்னார். 'பெண்கள் அதைத் துடைத்துத் துப்புரவாக்கி விடுவார்கள். இந்தக் காலநிலையில் ஊசியிலைக் காட்டிலிருந்து வருபவர்கள் தூய்மையாகவும் நேர்த்தியான உடையணிந்தும் இருப்பார்கள் என்று எதிர்பார்க்க முடியுமா..?'

சில நிமிடங்களில் புத்தம்புது ரொட்டி, தேன், முட்டை, பால் ஆகியன கொண்டுவந்து வைக்கப் பட்டன. பெரும் பசியுடன் இருந்த நாங்கள் களத்தில் இறங்கினோம்.

கொக்ஷரோவ்காவுக்குச் செல்லும் வழியைப் பற்றி ஊர்க்காரர்களிடம் விசாரிப்பதிலேயே அந்த நாளின் எஞ்சிய பகுதி செலவானது. அங்கு ஏற்கெனவே உள்ள பாதைகள் உதவா. ஆனால், அந்த ஊரிலுள்ள பனசோவ் என்பவனுக்குத் தெரியும் என்பதை அறிந்துகொண்டோம்.

மூப்பன் அவனை அழைத்து வரச் சொன்னார். பனசோவ் உடனே வந்தான். 40 வயதுடைய அவனது பரட்டைத் தலையும், அலங்கோலமான தாடியும் அவனைத் தலை வாரக் கூட நேரமில்லாமல் நேராகப் படுக்கையில் இருந்து எழுந்து வந்தது போல் காட்டியது. அந்த முதல் சந்திப்பிலேயே அவன் நற்பண்புடைய, தீங்கு செய்ய விரும்பாத இயல்பு கொண்டவன் என்பது

டெர்சு உஸாலா | விளாதிமிர் கே ஆர்சென்யேவ்

வெளிப்படையாகத் தெரிந்தது. அந்த வீட்டுக்குப் புதியவன் அல்ல என்பதை, விரல்களால் தரையைத் தொட்டும், கண்ணாடி முன் குனிந்து வணங்கி மும்முறை சிலுவைக்குறி இட்டும் காட்டிக் கொண்டான். தலைமுடி அடிக்கடி கண்களை மறைக்க, ஒவ்வொரு முறையும் தலையைக் குலுக்கி அதைப் பின்னால் ஒதுக்கினான்.

'வணக்கம்' –அமைதியாகச் சொல்லிவிட்டுக் கதவிலிருந்து பின்வாங்கிச் சென்று தனது தொப்பியை இருகைகளாலும் பிசைவது போலச் செய்தான். அது அவனது இசைவைக் காட்டுவது.

'நல்லது. நாம் போகலாம்'.. என்று அவன் உச்சரித்த சொற்களில் அவனது சேவை, பணிவு, தனக்கு மட்டுமே தெரிந்த பாதையில் அழைத்துப் போகிறோம் என்ற பெருமிதம், விழிப்புநிலை ஆகியவை தெரிந்தன.

மழை நின்றுவிட்டால் அடுத்த நாள் கிளம்புவதாக முடிவெடுத்தோம். பனசோவ் வீட்டுக்குப் போயிருந்தான். நாங்கள் மூப்பனின் வீட்டில் இருந்து உரையாடிக் கொண்டிருந்தோம். மெர்சில்யகோவ் என்ற வீரனுக்குப் பழைய நூல்களின் மீது ஆர்வம். மூப்பனிடம் ஏராளமான நூல்கள் இருப்பதை அறிந்து அவற்றைப் பார்வையிட அனுமதி வேண்டினான்.

'மிகவும் மகிழ்ச்சி' மூப்பன் பதில் தந்தார். மேலும் 'ஆனால் அவற்றைப் படிக்க உங்களுக்கு ஸ்லாவிக் மொழி தெரிந்திருக்க வேண்டுமே' என்றார். பிறகு ஒவ்வொரு நூலையும் எடுத்துக் காட்டினார்.

காலநிலை மோசமாக இருந்தது. காற்றும் மழையும் சன்னல்களின் மீது மோதின. தொடர்ந்து துயரார்ந்த குரல்கள் கேட்டன. எங்கிருந்தோ ஒரு நாய் ஊளையிடுவது போல் குரைத்தது. மேல்மாடியிலிருந்தும் ஏதோ முனகல் குரல் கேட்டது. புயற்காற்றின் ஓசை தாலாட்ட உறங்கிப் போனோம்.

மறுநாள் காலை (மே31) சன்னலருகே ஓடிச்சென்று அதிகாலை விடியலைப் பார்த்தேன். மழை நின்றுவிட்டாலும் வானம் மந்தமாக இருந்தது. உறைபனியானது மலைத்தொடரை, பள்ளத்தாக்கை, காட்டை, மற்றும் ஆற்றங்கரையை என எல்லா இடங்களையும் மூடியிருந்தது.

புறப்படத் தயாரானோம். மழை நின்றுவிட்டதால் கிளம்பத் தடையேதும் இருக்கவில்லை. ஆனால், ஒன்று எங்களைத் தாமதப் படுத்தியது : ரொட்டி இன்னும் புதிதாகத் தயாராகவில்லை.

எட்டு மணி சுமாருக்குக் கிராமத்துக் கோழிகளின் கூட்டிசை தொடங்கி விட்டது.

'வானம் தெளிவாகி விடும். கோழி கூவுவது கேட்கவில்லையா..? நல்ல சகுனம்தான்' என வீரர்கள் கூறினர்.

வளர்ப்புக் கோழிகள் காலநிலையில் ஏற்படும் மாற்றத்தை அறிந்து கொள்பவை. ஆயினும், அடிக்கடி தவறிழைக்கவும் செய்யும். சில நேரங்களில் வெளிச்சம் நன்றாகப் பரவி விட்டபோதிலும் தமது இசை நிகழ்ச்சியைத் தொடங்கி விடும். ஆனால், இன்று அவை தவறிழைக்கவில்லை. மூடுபனி விரைவாக விலகியது. வானில் திட்டுத் திட்டாக நீலநிறம் தோன்றத் தொடங்கியது. சூரியன் மின்னுவதைக் காண முடிந்தது.

பனசோவ் தலைமையில் பத்துப் பேர் அந்தக் கிராமத்தை விட்டுப் புறப்பட்டோம். டாபிஹோ மற்றும் உலஹோ பகுதிகளைப் பிரிக்கும் ஒரு முகட்டுப் பகுதியைக் கடந்து இன்னும் பெயரிடப்படாத ஓர் ஆற்றின் வழியாகப் போனால் புட்சிங்கின் முகப்பை அடையலாம்.

படிப்படியாக வெளிச்சம் கூடிக்கொண்டே வந்தது. பனி விலகி மழைத்துளிகள் மலைச்சரிவில் நீராக இறங்கின. மழையில் நனைந்த பூக்களை மலைச்சரிவு மூடிக் கொண்டது. தும்பிகளும் பட்டாம்பூச்சிகளும் காணாமற்போயின.

டெர்சு உஸாலா | விளாதிமிர் கே ஆர்சென்யேவ்

மரங்களில் கோடரியால் வெட்டப்பட்ட அடையாளங் கொண்ட பாதையில் பனசோவ் அழைத்துச் சென்றான். எங்களுடைய கைக்கோடரிகளைக் கொண்டும் பாதையை ஏற்படுத்திக் கொள்ள வேண்டியிருந்தது. உசூரி ஊசியிலைக்காடு காலத்தில் மூத்த மர வகைகளைக் கொண்டது. திராட்சை போன்ற பற்றிப் படரும் கொடிகளால் அந்த மரங்கள் சூழப்பட்டிருந்தன. மனிதனின் கை அளவுக்குத் தடித்த தண்டுகளையுடைய, விதைகளில்லாத திராட்சையின் கொடிகளும் கூட அங்கே காணக் கிடைத்தன.

'சுணங்காத குதிரைகளும், சுமையும் இல்லாது போனால் சகோர்னயா, கொக்ஷரோவ்காவுக்கு இடையேயான தூரத்தை ஒரே நாளில் கடந்து விட முடியும்' என்றான் பனசோவ். ஒருநாள் என்பது அவனைப் பொறுத்தவரை அதிகாலையில் இருந்து அந்திமாலை வரை. எம்மிடம் இருந்ததோ பொதி சுமக்கும் குதிரைகள். ஆகவே பயணத்தின் முன்னேற்றம் என்பது மெதுவாகவே இருந்ததால் கொக்ஷரோவ்காவை அடைய எங்களுக்கு இரண்டு நாட்கள் தேவைப் பட்டது.

பிற்பகலில் கொஞ்சம் ஓய்வெடுத்தோம். வீரர்கள் உடனே தமது உடைகளை வீசிவிட்டு உடலில் ஒட்டியிருந்த உண்ணிகளை அகற்றிக் கொள்ள ஒருவருக்கொருவர் உதவிக் கொண்டனர். பனசோவ் வேறு வழியைக் கையாண்டான். இடைவிடாமல் அவற்றைத் தேடி நசுக்கிக் கொன்றான். தாடியிலும் கழுத்திலும் ஒட்டியிருந்த சிலந்தி வகைகளையும் அவ்வாறே செய்து முடிவு கட்டினான். நாய், உண்ணியை எவ்வாறு நீக்கிக் கொள்கிறது என்பதைக் காண அவர்களின் கவனம் திரும்பியது. அந்த அறிவார்ந்த விலங்கு அதே வலி மிகுந்த வேலையைப் பொறுமையாகச் செய்தது. குதிரைகள் பாடு மோசம். நிலைகொள்ளாமல் தவித்த அவை கொந்தளிப்புடன் தலையைக் குலுக்கிக் கொண்டன. வீரர்கள் தமது உதட்டோரத்திலும் கண்ணிமைகளிலும் படிந்திருந்த உண்ணிகளை அகற்றச் சிரமப் பட்டனர்.

தேநீருக்குப் பின் பனசோவ் தலைமையில் குழு புறப்பட்டது. வீரர்கள் கைக்கோடரிகளை ஏந்திக் கொண்டு நடந்தனர். பதினைந்து நிமிடங்களில் குதிரைவீரர்களும் சேர ஓர் அணியாக மாறினர்.

ஐந்து மணிக்கு மேல் மென்சாரல் அடித்தது. ஆனால் இருள் வருவதற்கு முன் நீங்கி வானம் தெளிவானது. ஒளி காட்டினுள் புகுந்து பரவியது. அதுதான் அந்த நாளில் சூரியனின் கடைசிப் புன்னகை. அரை மயக்கத்தில் இருந்த ஊசியிலைக் காடு உயிர்ப்பைப் பெற்றது. வரி அணில்கள் குதித்தோடின. மஞ்சள் நிற ஓரியோல் பறவையின் குரலுக்குக் கொண்டலாத்தி பெருங்குரலில் பதிலிறுத்தது. ஒளி மங்கி இருளானது. களியாட்ட நெருப்பு ஆரவாரமாய் ஒளிர்ந்தது. சுற்றிலும் வீரர்கள் வட்டமாகக் கூடியிருக்க, பெனசோவ் மட்டும் சில தப்படிகள் தள்ளி அமர்ந்திருந்தான். பழங்குடிக்கே உரிய வகையில் மௌனமாக ரொட்டியைக் கையில் வைத்துக் கொண்டு அதன் துணுக்குகளைக் கவனமாகத் தேடியெடுத்து அவற்றையும் சேர்த்து உண்டான். வீரர்கள் பைகளைத் திறந்து கொசுவலையை விரித்தனர். இரவுணவு தயாரித்தனர். சிலர் தமது துணிமணிகள் அனைத்தையும் தனியே எடுத்து வைத்து அவற்றிலிருந்த உண்ணிகளைத் தயவின்றிக் கொன்றழித்தனர்.

‘கொக்ஷரோவ்காவுக்கு இங்கிருந்து எவ்வளவு தூரம்..?’ என்று கேட்டான் ஒரு வீரன்.

‘யாருக்குத் தெரியும்..?’ என்றான் அந்த வழிகாட்டி. ‘காட்டில் தூரங்களை அளந்து பார்க்க யாரும் முயல மாட்டார்கள். நாளைக்குப் பார்க்கத்தானே போகிறோம் என்றிருப்போம்..’

பார்க்கத்தானே போகிறோம் – என்று அவன் சொன்னதில் இருந்த நிச்சயமின்மையைப் பற்றி யோசித்தேன்.

‘இங்கே எல்லா இடமும் உனக்குத் தெரியுமா..?’ தொடர்ந்தான் அவன்.

டெர்சு உஸாலா | விளாதிமிர் கே ஆர்சென்யேவ்

'நன்றாகத் தெரியும் என்று சொல்ல முடியாது. இரண்டொரு முறை இங்கே வந்திருக்கிறேன். ஆனால், எப்போதும் வழிதவறிப் போனதில்லை. பார்ப்போம்.. இதுகூடச் சரியான வழி என்றுதான் நினைக்கிறேன். கடவுள் துணையிருப்பார்..'

அடுத்த நாள் (ஜூன் 1) எங்கள் குழு மூன்று அணிகளாகப் பிரிந்தது. முதல் அணி பனசோவ் தலைமையில் சென்றது. அடுத்துப் பொதிகுதிரைகள் கொண்ட அணி. மற்றவர்கள் கடைசியில். மிக மெதுவாகத்தான் முன்னேற முடிந்தது. வீரர்கள் அடிக்கடி அந்த அடர்ந்த காட்டில் வழி ஏற்படுத்தித் தரும் வரை காத்திருந்து நடந்தோம். நண்பகலில் எங்களுக்கு முன்னால் சென்றுகொண்டிருந்த குதிரைகள் ஓர் இடத்தில் நின்று கொண்டன.

'நகருங்கள்..' பொறுமையிழந்த வீரர்கள் பின்புறமிருந்து குரல் எழுப்பினார்கள்.

'பொறுத்துக் கொள்ளுங்கள். நம் வழிகாட்டி அடையாளத்தைத் தவற விட்டுவிட்டான்..' பதில் முன்னால் இருந்து வந்தது.

'இப்போது ஆள் எங்கே..?'

'வழியைக் கண்டுபிடிக்க முன்னால் போயிருக்கிறான்..'

இருபது நிமிடங்களுக்குப் பிறகு பனசோவ் திரும்பி வந்தான். அவனை ஒருமுறை பார்த்தாலே போதும். என்ன நடந்திருக்கிறது என்பதைப் புரிந்து கொள்ள முடியும். முகம் குப்பென வியர்த்திருந்தது. கண்களில் குழப்பம். தலைமுடி அலங்கோலமாக இருந்தது.

'சரி. கோடரிக் குறிகள் எங்கே..?' எனக் கேட்டார்கள்.

'கண்டுபிடிக்க முடியவில்லை' என்றான். 'ஒருவேளை இடப்புறம் இருந்திருக்கலாம். நாம் வடகிழக்குத் திசையில் போக வேண்டும்..'

அவை நாயகன்

நடக்கத் தொடங்கினோம். அவனது நடையில் நம்பிக்கை தளர்ந்திருந்தது. இடப்புறம் திரும்புவான், வேறு வழி தேடுவான், மீண்டும் திரும்பி வந்த வழியில் செல்வான். அதனால் கொளுத்தும் வெயில் எங்களது முகத்தையும், பின்புறத்தையும் மாறிமாறித் தாக்கியது. வாய்ப்புகளை மட்டும் நம்புகிறவனாக அவன் இருக்கக் கூடும். அவனிடமே கேட்டேன். அது இன்னும் அவனைக் குழப்பத்தில் ஆழ்த்தியது. நாங்கள் ஒன்றுகூடி யோசித்து, திரும்பிப் போய்க் கோடரிக் குறிகளைக் கண்டுபிடித்து வரத் தீர்மானித்தோம். பனசோவ் விடவில்லை. தான் வழியைக் கண்டுபிடிக்கும் வரை, சற்றே மேடான இடத்தில் எங்களை நிற்கச் சொல்லி விட்டுச் சுற்றுமுற்றும் பார்த்தான்.

குதிரைகளுக்குக் கட்டாயமாக ஓய்வு தர வேண்டியிருந்தது. கடிவாளத்தை அவிழ்த்து விட்டு மேய்ச்சலுக்கு அனுப்பினோம். வீரர்கள் தேநீர் தயாரித்துக் கொண்டிருந்த வேளையில் பனசோவும் என் உதவியாளனும் போய் அருகில் இருந்த மலையின் உச்சியில் ஏறினர். எங்களுக்கும் அவர்களுக்கும் முப்பது நிமிட நடைத் தூரம் இருக்கும். திரும்பி வந்தவுடன் எனது உதவியாளன், மேலிருந்து பார்த்தால் செறிந்த மரங்களைத் தவிர வேறெதுவும் காணப்படவில்லை என்றான். பனசோவின் முகத்தில் சங்கடம் தெரிந்தது. என்னதான் அந்த இடம் பற்றித் தெரியும் என உறுதியாகச் சொன்னாலும் அவனது குரலில் இன்னும் நம்பிக்கை மீளவில்லை.

பயணத்தை மீண்டும் தொடங்கிய சற்று நேரத்திலேயே ஒரு பள்ளமான பகுதியில் விழுந்து விட்டோம். மாலை வரை ஒரு வழியும் புலப்படவில்லை. பனசோவ் எங்களைத் தவறாக வழி நடத்தியிருக்கிறான். சரிவுகளில் ஏறினோம். மலைகளில் அலைந்தோம். பள்ளத்தாக்கில் மீண்டும் இறங்கினோம். வழியைத் தொலைத்து விட்ட ஒருவன், காரணமே இல்லாமலும் கடும் உழைப்பைத் தந்தாக வேண்டும்தானே.

டெர்சு உஸாலா | விளாதிமிர் கே ஆர்சென்யேவ்

'உன் தாடியிலிருந்து ஒரு தந்திரத்தைக் கண்டெடுத்து விடேன்.' என்றான் ஒருவன்.

'பயங்கரமாக இருக்கும் அது..' என்று தனக்குத் தானே பேசிக் கொண்டான். 'அடையாளக் குறிகளை எப்படித் தவற விட்டேன்..?'

உணவுப் பொருட்களின் இருப்பைச் சோதித்துப் பார்த்தோம். சகோர்னயாவில் இருந்து கிளம்பும்போது மூன்று நாட்களுக்குத் தேவையான ரொட்டி இருந்தது. அதாவது, இன்னுமொரு நாள் வரை போதுமானதாக இருக்கும். ஆனால், கொக்ஷரோவ்காவுக்கு வராமல் இருந்திருந்தால்.? பனசோவ் இதற்கு முன் செய்த உதவிகளுக்காக அவன் மீது கவனம் செலுத்தாமல் கிழக்குத் திசையில் செல்வதைப் பற்றி மட்டும் யோசித்தோம்.

மறுநாளின் விடியலுக்காகக் காத்திருந்தோம். இதுபோன்ற சூழ்நிலைகளில் அவசரம் காட்டுவது அவசியமாகி விடும்.

முகாமில் இருந்து இரண்டு மைல்களைத் தாண்டி ஓர் இணை கோடரிக் குறிகளைக் கண்டுபிடித்தோம்.

'யாருடையதாக இருக்கும்..?' மெர்சல்யகோவ் கேட்டான்.

'சீனர்களுடையது..' -சுருக்கமாகச் சொன்னான் பனசோவ்.

'ஆகவே உங்கள் ஊசியிலைக் காடுகளில் சீனர்களும் இருக்கிறார்கள்..?' என்று கேள்வி எழுப்பினான்.

'காட்டில் எல்லா இடங்களிலும் இருப்பார்கள்..' என்றான். 'எங்கே போனாலும் அவர்கள் இருப்பதைப் பார்க்கலாம்..'

குறுகிய இடைவெளி விட்டுக் காணப்பட்ட அந்தக் குறிகள் எளிதில் பின் தொடர்ந்து கொள்ளும் வகையில் இருந்தன. ஆகவே அவற்றைத் தொடர்ந்தோம். அடையாளம் மிகச் சிறியதாக இருந்ததால்தான் பனசோவ்

வழியைத் தவற விட்டிருக்கிறான். காலப்போக்கில் அவை மங்கிக் கொண்டே போகும் என்பதை அவன் கருத்தில் கொள்ளவில்லை.

கோடரிக் குறிகளைப் பின் தொடர்ந்து சென்ற நாங்கள் ஓர் இடத்தில் மரக்கீரிகளைப் பிடிக்கும் கண்ணிகளைப் பார்த்தோம். பழைய, புதிய கண்ணிகள் அவை. தோற்றம் ஒரே மாதிரி இருந்தன. அவற்றில் ஒன்று எங்கள் பாதையை மறித்தது. கொசெவ்னிகோவ் இடையூறாக இருந்த மரத்துண்டைப் புரட்டிப் போட்டான். அதன் அடியில் ஏதோ இருப்பது தெரிந்தது. இறந்துபட்ட ஒரு மரக்கீரி உடலின் மீதம் அது. பிடிபட்டதும் பனிப்பொழிவில் புதையுண்டு போயிருக்கிறது என்பது வெளிப்படையாகத் தெரிந்தது. அது ஒரு விநோதம்தான். எனினும் கண்ணியை விரித்து வைத்த சீனன், அந்தக் காட்டை விட்டுச் செல்லும் முன் அங்கு வந்திருக்க மாட்டான். அல்லது வரும் வழியில் புயலில் மாட்டியிருக்கலாம். உடல்நலம் குன்றியும் இருக்கலாம். அவன் வருகைக்காக நீண்ட நாட்கள் அது காத்துக் கொண்டு இருந்திருக்கும். இளவேனிற் காலத்தில் பனி உருகிய பின், காக்கைகள் வந்து அந்த விலைமதிப்பில்லாத ஊனுண்ணியைக் கொத்தித் தின்று எலும்புகளையும், முடிக் குவியலையும் மீதம் விட்டுப் போயிருக்கலாம்.

டெர்சுவை நினைத்துக் கொண்டேன். அவன் மட்டும் இருந்திருந்தால் அது ஏன் கண்ணியிலிருந்து அப்புறப் படுத்தப் படவில்லை என்பதற்கான காரணத்தைச் சொல்லியிருப்பான். அது மட்டுமல்லாமல், வழியைக் கண்டுபிடித்து இந்த இடர்ப்பாட்டிலிருந்து எங்களை மீட்டிருப்பான்.

நண்பகலுக்குப் பின்னர், மரங்கள் செறிந்த ஒரு மலைத்தொடரை அளந்து பார்த்தோம். அதன் வழியாகப் பள்ளத்தாக்கில் இறங்கி அருகிலுள்ள ஆற்றை அடைவதாகத் திட்டமிட்டோம். மலைத்தொடரின்

கிழக்குச் சரிவு செங்குத்தாக இருந்தது. வீழ்ந்த மரங்களும் கற்பாறைகளுமாகக் குப்பை போலக் காட்சியளித்தது. குறுக்கும் நெடுக்குமாக நடந்து இறங்க வெகுநேரம் ஆனது. நீரோடை தென்புறமாகத் திரும்பியது. வெறும் நிலத்தை விட்டு மலைத்தொடரிலேயே நடந்து கடக்க வேண்டும் என்பதில் உறுதியாக இருந்தோம்.

முன்பு போல் அல்லாமல் பனசோவ் அனைவருக்கும் முன்பாகச் சென்றான். அமைதியாக விரையும் அவனைக் கடும் முயற்சி கொண்டு பின் தொடர்ந்தோம். அதுவும் நெடுநேரம் நீடிக்கவில்லை. சரியான வழி இன்னும் கிட்டவில்லை. ஒரு நீரோடையைத் தொடர்ந்து போனோம். அநேகமாக அது உலஹோவுக்கு அழைத்துச் சென்று விடும். நான் மீண்டும் உணவு இருப்பைச் சோதித்தேன். மாலையுணவுக்கு வறுத்த ரொட்டி மட்டுமே இருந்தது. அனைவருக்கும் அளவாகப் பங்கிட்டு அளிக்குமாறு அறிவுரை வழங்கினேன்.

பொழுது சாயும் முன் பங்கி என்று அழைக்கப்படும் கொசுக்கள் பறப்பதைப் பார்த்தோம். உசூரிப் பகுதி ஈக்கள் ஊசியிலைக் காட்டிற்கே உரிய தண்டனை போன்ற உயிரினமாகும். அதன் கொடுக்குகள் குருதியை உறிஞ்சிக் கடுமையான நமைச்சலை ஏற்படுத்தும். நசுக்கி விட்டாலோ நிலைமை இன்னும் மோசமாகும். கூட்டமாக அவை பறந்து வரும்போது அதன் முன் ஒரு நிமிடம் கூட முகத்தைக் காட்டாமல் இருப்பது நல்லது. கண்களில் படிந்து கொள்ளும். தலைமுடி,காதுகளில் மொய்த்துக் கொள்ளும். மேற்சட்டையைத் துளைத்துச் சென்று கழுத்தில் கடித்துத் துன்புறுத்தும். முகம் வீங்கி அக்கி வந்தது போல் ஆகிவிடும். ஆனால், ஓரிரு நாட்களில் உடலின் எதிர்ப்புத் தன்மை கூடி, வீக்கம் தணிந்து விடும்.

வீரர்களிடம் கொசுவலை இருக்கிறது. குதிரைகளுக்கு அந்த வாய்ப்பு இல்லை. கொசுக்கள் அவற்றின் உதடுகள், கண்ணிமைகளில் மொய்த்துக் கொண்டு துன்பம் தந்தன.

அந்தப் பரிதாபகரமான விலங்குகள் தலையை அசைத்து அவற்றை விரட்டிக் கொண்டன. உதவிக்கு ஆளின்றி ஒரு சின்னஞ்சிறு பறவையால் அவை அலைக்கழிக்கப் பட்டன.

கொசுக்களில் இருந்து பாதுகாப்புத் தரும் ஒரே பொருள் வலைதான். ஆனால், கம்பியாலான வலை பயன்படாது. ஏனென்றால் சூரிய வெளிச்சத்தில் கம்பி சூடாகி விடும். அதனால் ஏற்படும் மூச்சுத் திணறலுக்குக் கொசு தரும் துன்பமே மேல் என்று எண்ண வைத்து விடும். மேலாக, வெளிவிடும் மூச்சையே உள்ளிழுக்க வேண்டும். மஸ்லின் வலைகளை நம்ப முடியாது. அவை கிளைகளாகப் பிரிந்து கிழிந்து விடும். அதன் துளைகளுக்குள் கொசுக்கள் ஊடுருவிச் சென்று தாக்குதல் நடத்தும். முடியால் ஆன வலை மிகச் சிறந்தது. தேவையான அளவுக்கு உறுதியாகவும், கம்பியைப் போல் சூடேறாமலும் இருக்கும். வாசலினைப் பரிந்துரைப்பதும் உண்டு. நானும் முயன்று பார்த்தேன். ஆனால், அது ஓரளவிற்கே பயன்பட்டது. முதலில் அவை அதில் விழுந்து ஒட்டிக் கொள்ளும். பிறகு தன்னை விடுவிக்கப் போராடி நமக்கு எரிச்சலை உண்டாக்கும். இரண்டாவதாக, வாசலின் உருகி வியர்வையோடு சேர்ந்து ஒழுகும். கிராம்பு எண்ணெய் போன்ற மணமுள்ள மருந்துகளும் உண்டு. ஆயின், அவை இன்னும் மோசம் விளைவிப்பவை. உடலில் உள்ள துளைகளில் ஊடுருவி , தொட்டால் எரிச்சல் தரும் செடியைப் போலத் துன்பம் தரும். சரியான தீர்வு என்பது நம் பொறுமைதான். அது மட்டும் இல்லையென்றால் நம்மைத் துரத்திக் கண்ணீர் வரவைத்து விடும்.

அந்தத் தீர்வை முறையாகப் பயன்படுத்திச் சூரியன் தொடுவானுக்குக் கீழ் சென்று மறையும் வரை அணிவகுத்து நடந்தோம். பனசோவ் சுற்றுப் புறத்தைப் பார்த்து வரப் போயிருந்தான். இருட்டிய பிறகு திரும்பி வந்து, மலையின் மேலிருந்து பார்த்ததில் உலஹோா பள்ளத்தாக்கு தெரிவதாகவும், அடுத்த நாள் நண்பகலுக்குள் காட்டின் முகப்பு வரை சென்று விட்டால் அதை அடைந்து விடலாம்

என்றும் தகவல் கொடுத்தான். வீரர்களிடம் உற்சாகம் திரும்பியது.

மாலையுணவு மிகச் சிக்கனமாக இருந்தது. வறுத்த ரொட்டியின் துகள்கள் மட்டுமே சேகரிக்கப் பட்டு அனைவருக்கும் சமமாகப் பங்கிட்டுத் தரப்பட்டது.

மறுநாள், அந்த வெட்டவெளித் தங்குமிடத்தை விட்டுச் சென்ற சில நிமிடங்களிலேயே ஒரு பாதைக்கு வந்து சேர்ந்தோம். அது ஏதோ ஒரு விலங்கினம் அருகிலுள்ள மலைக்குப் போன பாதையாகும். பனசோவ் அதைத் தொடர்ந்தான். நாம் பின் தொடரக் கூடாது என்ற மறுப்பு எங்களுக்குள் இருந்தாலும் இம்முறை சரியான வழியில்தான் கூட்டிப்போகிறான் என்பதால் எண்ணத்தை மாற்றிக் கொண்டோம். பாதை ஒரு வேட்டையாடிகள் தங்கும் விடுதிக்கு இட்டுச் சென்றது. அங்கு அடர்த்தி குறைவான இலையுதிர் மரங்கள் மட்டுமே நிறைந்திருந்தன. பயணம் முடிவுக்கு வரப்போவதை உணர்ந்து கொண்ட குதிரைகள் வேகத்தைக் கூட்டின. இறுதியாக, அந்தக் காட்டின் எல்லைக்கு விரைவாக வந்து சேர்ந்தோம்.

சில நிமிடங்களில் ஓர் ஆற்றை அடைந்தோம். அதன் மறுகரையில் கொக்ஷரோவ்கா கிராமம் தெரிந்தது. எங்கள் சுமைகளைத் தூக்கிச் செல்வதற்காக, அங்கிருந்த ஊர்மக்கள் ஒரு படகை இக்கரைக்கு அனுப்பி வைத்தார்கள். குதிரைகளைப் பிடித்து அழைத்துச் செல்ல வேண்டிய தேவை இருக்கவில்லை. அக்கரையில் ஏராளமான உணவு காத்திருப்பதை அவை அறிந்து கொண்டு விட்டன. தாமே தண்ணீரில் இறங்கி அக்கரைக்குப் பயணமாயின. வீரர்கள் விளையாடப் போயினர். குதிரைகளும் மேய்ச்சலுக்குப் போயின. கொக்ஷரோவ்காவில் மூன்று நாட்கள் தங்கியிருந்தோம்.

7

ஊசியிலைக் காட்டினிலே..

ஜூன் 6ஆம் நாள் கொக்ஷரோவ்காவை விட்டுக் கிளம்பினோம். எங்கள் குதிரைகள், கடந்த சில நாட்களாகவே கூட்டமாக வந்து மொய்க்கும் கொசுக்களின் தொல்லை தீராத நிலையிலும் தேவையான அளவுக்கு ஓய்வெடுத்துக் கொண்டதால் வேகமாகவே நடந்தன. அவை குறிப்பாகக் கடைசியில் அணிவகுத்து வருபவர்கள் மீதுதான் அதிகமாகத் தாக்குதலை நடத்தின. எனவே, கடைசி வரிசையை அடிக்கடி மாற்றிக் கொள்ள வேண்டியிருந்தது. கொக்ஷரோவ்காவிலிருந்து செல்லும் பாதை உலஹோ ஆற்றின் வலது கரையோரமாகவே போய் மலைத்தொடரில் திரும்பிக் கொண்டது. அங்குதான் ஆறு வலுவான செங்குத்துப் பாறைகளில் இருந்து கீழிறங்குகிறது. பிறகு சிறிது தூரம் சென்று பள்ளத்தாக்கிற்குத் திரும்பி வருகிறது.

ரோடோடெண்ட்ரான் எனும் காட்டுப் பூவரசு பூத்துக் குலுங்கியிருக்க, அந்த மலை முழுவதும் அதன் ஊதா வண்ணத்தையே சூடிக் கொண்டிருந்தது.

புட்சிங் பள்ளத்தாக்கு ஒரு மிகப் பெரிய புல்வெளி என்பது முக்கியமானது. முதிய, சிறு கிளைகளைக் கொண்ட எலுமிச்சை மரங்கள் மற்றும் கருநிற முரடுகள் சிதறியது போல் தெரியும் நெட்டிலிங்க வகை மரங்கள் அதிகமாக அங்கே காணப்படும். மலைத்தொடரின் இருபக்க மடிப்புகளிலும் பிர் மற்றும் தளிர்கள் செறிந்த பல்வகை மரங்களும் இருக்கும்.

பள்ளத்தாக்கின் பேரழகை மனிதனின் வருகை குலைத்து விட்டிருக்கிறது. அதனால் வேட்டையாடிகளின் பார்வையில் இருந்து கவுதாரி உள்ளிட்ட பறவைகள் மறைந்து போயின. காட்டினுள் இங்குமங்குமாகச் சீனர் குடியிருப்புகள் மரங்களுக்கிடையே மின்னத் தொடங்கின. வசதிகளும் பெருகி விட்டன. அமைதியும் நிறைவும் மனிதனுக்கான சூழலாக முற்காலத்தில் அமைந்திருந்தது. இப்போது பச்சை வயல் வெளிகள், காய்கறித் தோட்டங்கள் குடியிருப்புகளைத் தாண்டி எங்கோ போய்விட்டன. பதிலாகக் கோதுமை, மக்காச்சோளம், ஏனம், ஓட்ஸ், கசகசா, அவரை, புகையிலை, இன்னும் நான் அறிந்திராத பல பயிர் வகைகள் விளைந்தன. அதேநேரம் அவர்களின் குடில்களுக்கு அருகே பிரெஞ்சு அவரை, உருளைக்கிழங்கு, முள்ளங்கி, பூசணி, தர்பூசணி, முட்டைக்கோஸ், லெட்டூஸ் கீரை, டர்னிப், வெள்ளரி, தக்காளி, வெங்காயம், பட்டாணி ஆகியவற்றை விளைவித்துக் கொண்டனர். நீல உடையணிந்த சீன உழவர்கள் வயல்களின் நடுவே புள்ளிகளாகத் தென்பட்டனர். ஆயுதமேந்திய எங்கள் படை அவர்களை எச்சரித்திருக்கும். ஆயினும், படையின் நடுவே இருந்த பொதிகுதிரைகள், வெகுதூரத்தில் இருந்து வருவதையும் இன்னும் நெடுந்தூரம் போக வேண்டியிருக்கும் என்பதையும் உணர்த்தியிருக்கும்.

ஒரு குடிலைப் பார்வையிடப் போனேன். காய்கறித் தோட்டத்தில் ஒரு கிழவர் ஏதோ கடுமையான வேலையில் ஈடுபட்டிருந்தார். வரப்புகளிலிருந்த களைகளை அகற்றக் குனியும்போதெல்லாம் முனகிக் கொண்டார். சிரமமாக

இருந்தாலும் மற்றவர்களுக்குப் பாரமாக இருப்பதை விரும்பாமல் இருந்திருப்பார். அவரை விட வயதில் குறைந்த இன்னொருவரும் அருகில் இருந்தார். காய்கறிச் செடிகளின் இலைகளை நிமிர்த்தி விட்டும் நுனிகளைக் கத்தரித்தும் அவற்றின் சீர்மையைக் கவனித்துக் கொண்டிருந்தார். அவர்களை நெருங்கிய போது இருவரும் தமது மொழியில் வணக்கம் தெரிவித்தனர். முகத்தில் வழியும் வியர்வையை அழுக்கான கந்தல் துணியால் துடைத்துக் கொண்டனர்.

புதியவர்களாகிய எங்களை மோப்பம் பிடித்துவிட்ட நாய்கள் ஓடி வந்தன. இந்த அமளியைப் பார்த்து வீட்டின் உரிமையாளர் வெளியே வந்தார். எங்களது குதிரைகளின் கடிவாளங்களை அவிழ்க்க உதவுமாறு தன் வேலையாட்களுக்கு உத்தரவிட்டார்.

சீனக் குடில்கள் தனித்துவமான அமைப்பைக் கொண்டவை. அவற்றில் செங்கல் சுவர்கள், கோரைப் புற்களாலான உட்கூரை, காகிதம் கொண்டு உருவாக்கிய பின்னல் தட்டிச் சன்னல்கள், அவற்றின் நீட்சியாக அமைந்த முன்பக்கச் சுவர் ஆகியவை இருக்கும். பக்கச் சுவர்களிலோ, பின்புறச் சுவர்களிலோ சன்னல் இருக்காது. கதவுக்குப் பூட்டும் கிடையாது. அதுகூட நாய்களை வெளியே இருக்கச் செய்யத்தான். மனிதர்களை அல்ல.

அந்த வீட்டில் கதவின் இருபுறமும் மெருகிட்ட இரும்புக் கொப்பரையுடன் சிறு கற்கள் பாவிய அடுப்படி இருந்தது. அடுப்பிலிருந்து கசியும் புகை சுவரோரம் செங்கற்களால் அமைந்த படுக்கையின் மீது வெம்மையை வழங்குகிறது. ஏழடி அகலமுள்ள படுக்கை வைக்கோல் பிரிகளால் முடைந்து பரப்பப் பட்டிருந்தது. சீனர்கள் நிர்வாணமாகப் படுத்துத் தூங்கும் பழக்கம் உடையவர்கள். புரண்டு படுக்கும்போது கால்கள் சுவரில் படுமாறு வைத்துக் கொள்வார்கள்.

மரத்தாலான இடைத் தட்டி அந்த அறையை இரண்டாகப் பிரித்தது. அதில் சிறிய பகுதியில் முதலாளி

டெர்சு உஸாலா | விளாதிமிர் கே ஆர்சென்யேவ்

தம்பதியும் பெரிய பகுதியில் வேலைக்காரர்களும் இருந்து கொள்வர். குடிலின் நடுப் பகுதியில் மணலும், சாம்பலும் ஏந்திய கனல் தட்டு ஒன்று, முக்காலி நிலைச் சட்டத்தின் மீது வைக்கப் பட்டிருந்தது. சமையல் முடிந்த பின், நிலக்கரிகளை அதில் போட்டு விடுவதன் பயனாகப் படுக்கை இன்னும் கதகதப்பாகி விடும். உணவு வகைகளைச் சூடாக்க வேண்டியிருந்தால் அதில் மீண்டும் நெருப்பை உருவாக்கிக் கொள்வர். குடிலின் கைக்கெட்டாத இடங்களில் புகை படிந்து கிடக்கும்.

வீட்டின் உரிமையாளர் படுக்கையின் மேல் ஒரு பஞ்சு மெத்தையை விரித்தார். சிறு மேசைகளில் ஒன்றை இழுத்து அதன் முன்னால் வைத்து, ஒரு பெரிய குடுவையில் தேநீரை இட்டு நிரப்பினார். சீனத் தேநீர், இளமஞ்சள் நிறமுடையது. எதிர்பார்க்க முடியாத மணத்தைக் கொண்டது. இனிப்பில்லாமல் சுவைக்கப் படுவது. சர்க்கரை சேர்த்து விட்டாலோ அதன் சுவை விரும்பத் தகாததாக மாறி விடும்.

'வேறு யாராவது வருவார்களா.? மொத்தம் எத்தனை பேர் வந்திருக்கிறீர்கள்..?' -சீனர்கள் கேட்ட முதல் கேள்வி.

இதுபோன்ற கேள்விகளை முதலிலேயே கேட்பது எனக்குப் பிடிக்காது. ஒருவேளை தவறான ஆட்களுக்குப் புகலிடம் தரவேண்டி வருமோ என்று அவர்கள் நினைத்திருக்கலாம். ஆனால் நன்றாக விசாரித்துப் பார்த்ததில் இரவுணவு எத்தனை பேருக்குத் தயாரிக்க வேண்டும் எனத் தெரிந்து கொள்ள மட்டும்தான் கேட்டிருக்கிறார்கள் என்பது புரிந்தது.

வசதியாக இருப்பதாகவே உணர்ந்தோம். எங்கள் விருப்பங்கள் அனைத்தையும் ஈடுபாட்டுடன் நிறைவேற்றினார்கள். வேக வைத்த கோழி, முட்டைகள், பொரித்த உருளைக் கிழங்கு எனத் தாராளமாக அமைந்த உணவுக்குப் பின் அவர்களின் களஞ்சியத்தைப் பார்வையிடப் போனேன்.

அவை நாயகன்

ஓர் ஓரத்தில் சாராய வடிப்பாலை இருந்தது. வீட்டின் பாதியளவுக்கு இரண்டு அரவை எந்திரங்கள் இருந்தன. கீழ்ப்பகுதி அசையாதவாறு இருந்த அதைக் குதிரையால் இயக்கினார்கள். மேற்பகுதியில் பிணைக்கப் பட்ட குதிரை, கண்ணைக் கட்டி விட்டது போல் சுற்றிச் சுற்றி வந்தது. மாவிலிருந்து தவிட்டைப் பிரிக்கப் பெரிய சல்லடை இருந்தது. அது ஒரு தாங்கியின் மேல் பதிக்கப்பட்டுக் கால்களால் இயக்கப் பட்டது. இயக்குபவர் அதனையும் கவனித்துக் கொண்டு அரவை எந்திரத்தில் அவ்வப்போது தானியங்களை இடுவார். மாவும், தவிடும் சேகரிக்கப் பட்டு வீட்டின் அருகே களஞ்சியத்தில் சேர்க்கப் பட்டன.

அருகிலுள்ள வீட்டின் முற்றத்தில் சீனர்கள் சிலர் கூடியமர்ந்து மான்கொம்பைப் பதப்படுத்திக் கொண்டிருந்தனர். பார்ப்பதற்காக நெருங்கிப் போனேன். தீயை மூட்டி மூன்று கற்களைச் சேர்த்து அதன்மேல் ஒரு பெரிய கொப்பரையை வைத்திருந்தார்கள். அதிலிருந்த தண்ணீர் சூடாக இருந்தது. ஆனால் கொதிக்க விடவில்லை. புதிய மான்கொம்புகள் ஒரு மர அகப்பையுடன் வைத்துக் கம்பியால் கட்டப் பட்டிருந்தன. ஒருவன் அதைக் கொப்பரையில் உள்ள வெந்நீரில் விட்டு, உடனே வெளியே எடுத்து ஆவியைப் போக்க ஊதிக் கொண்டிருந்தான். திரும்பத் திரும்ப இதே வேலை தொடர்ந்தது. இதனால் நாளடைவில் கொம்புகள் கறுத்தும், உறுதியாகவும் மாறிவிடும். ஆகவே வருடக் கணக்கில் அவற்றைக் கெடாது பத்திரப் படுத்தி வைக்க முடியும். இதையே வெந்நீரில் இரண்டு மூன்று நிமிடங்களுக்கு மேல் போட்டு எடுத்திருந்தால் அவை உடைந்து, விலைமதிப்பு இல்லாமல் போயிருக்கும்.

பொழுது சாய்ந்து கொண்டிருந்த நேரம் குடிலுக்குத் திரும்பினேன். தோள்புறமிருந்து இரு சீனர்கள் நான் எழுதுவதை எட்டிப் பார்த்தனர். நேரொழுங்கான எழுத்துகளை உருவாக்கும் கைகளை அவர்கள் அதிசயத்துடன் காண வந்தனர். தாள்களை விட்டுக்

டெர்சு உஸாலா | விளாதிமிர் கே ஆர்சென்யேவ்

கண்களை எடுக்காமல் எந்திரத் தனமாக எழுதுவதைப் பார்த்த அவர்கள் பெருங் குரலெடுத்துப் பாராட்டினர். அதைக் கேட்ட இன்னும் சிலரும் வந்து அந்த 'வித்தை'யை மறுபடியும் செய்து காட்ட வேண்டினர்.

சன்னமான மக்காச் சோளக் கூழும், காய்கறிக் கலவை ஊறுகாயும் சிறிய இரண்டு ரொட்டித் துண்டுகளும் மாலையுணவானது. மேசையைச் சுற்றி வட்டமாக அமர்ந்து மௌனமாக உண்ட பின் படுக்கைக்குப் போனார்கள்.

மறுநாள் காலையில், விருந்தோம்பிய அவர்களுக்குப் பணம் கொடுத்து விட்டுப் புட்சிங் நோக்கிக் கிளம்பினோம். அந்த இடத்திலிருந்து பார்த்தால் அது ஒரு குதிரையின் குளம்பைப் போலத் தெரியும் என்றார்கள். மலைக்குச் செல்லும் பாதை மிகக் குறுகலாக இருந்தது. இரண்டு தாழ்ந்த முகடுகளையும் பொங்கிப் பெருகும் ஒரு நீரோடையையும் அளந்து பதிவு செய்த பின் கடந்து சென்றோம்.

நண்பகலில் ஓடையொன்றின் அருகே ஓய்வெடுக்கச் சொன்னேன். தேநீருக்குப் பின், குதிரைகளுக்காகக் காத்திருக்காமல் தனியாக அந்தப் பாதையில் போக ஆரம்பித்தேன். ஒரு முகட்டின் உச்சியில் பாதை இரண்டாகப் பிரிந்தது. அதில் குறைவாகப் பயன்பாட்டில் இருந்த, காட்டுக்கு இட்டுச் செல்லும் பாதையைத் தேர்ந்தெடுத்தேன்.

காடு அடர்ந்தும், அளவில் பெரிதாகவும் இருந்தது. செடார் மரங்களின் மழுங்கிய உச்சிப் பகுதிகளும், பிர் மரங்களின் கூர்மையான கிளைகளும் மங்கலாகத் தெரிந்தன. இருண்ட காட்டில் எப்போதும் நுண்ணுணர்வு கூடிவிடும். எளிதாக ஒரு முகட்டில் ஏறி அதனையடுத்து இருந்த பள்ளத்தாக்கில் இறங்கினேன். பாட்டிசைக்கும் நீரோடை ஒன்று அதனிடையே ஓடியது. ஒரு பெரிய செடார் மரத்தின் கீழ் அடர்ந்த புற்களினூடே அமர்ந்து அருகிலிருந்த புதரை உற்றுப் பார்த்துக் கொண்டிருந்தேன். திடீரென்று எங்கிருந்தோ திரும்பத் திரும்ப ஒலிக்கும்

குரல் ஒன்று காதுகளில் வந்து விழுந்தது. அது அருகில் நெருங்கிய போது அதன் சிறகடிப்பைக் கொண்டும், கொஞ்சும் குரலுடன் தலைக்குமேல் பறந்த விதத்தைக் கொண்டும் என்ன பறவை என்று அடையாளங் காண முடிந்தது. அது டர்டில் டவ் எனும் சைபீரியக் காட்டுப்புறா. அதன் கவனத்தை ஈர்க்க ஒரு குச்சியைக் கீழே போட்டுப் பார்த்தேன். அது திடுக்கிட்டுப் பறந்து புதரிடையே மறைந்தது. அதன்பின் ஒரு செடார் பறவையின் கூர்த்த குரலைக் கேட்டேன். அது மரத்துக்கு மரம் இலக்கின்றியும், பிர் மரங்களின் குவிந்த செதிற்கூட்டைச் சிதைத்துக் கொண்டும் தனது துளைக்கும் குரலைச் சிந்திக் கொண்டே பறந்து போனது. காட்டுக்குள் அனுமதியின்றி நுழையும் மனித ஊடுருவல்காரனைத் தன் ஊசியிலைச் சொந்தங்களுக்கு அறிவிக்கும் எச்சரிக்கைக் குரலே அது.

உட்கார்ந்திருப்பது சோர்வைத் தந்ததால் திரும்பி விட எண்ணினேன். அப்போது புதருக்குள்ளிருந்து ஏதோவொன்று கவனமாக நடந்துபோகும் சரசரப்பொலி கேட்டது. ஒரு விலங்காக இருக்கும் என்றுதான் நினைத்தேன். துப்பாக்கியை நிமிர்த்தினேன். ஒலி நெருங்கிக் கொண்டிருந்தது.

மூச்சைப் பிடித்துக் கொண்டு அடர்ந்த புதரிலிருந்து அது வெளியே வருவதற்காகக் காத்திருந்தேன். இதயம் ஒரு முறை துள்ளி அடங்கியது. அது ஒரு காட்டுவாசி மனிதன். அவர்கள் எவ்வளவு ஆபத்தானவர்கள் என்பதைப் பட்டறிவின் மூலம் அறிந்திருக்கிறேன்.

ஊசியிலைக் காட்டில் ஒரு விலங்கை நேராக எதிர்கொள்வது, மனிதனை விட எளிதானது. நம்மைக் கண்டவுடன் விலங்கு ஓடிவிடும். இடையூறு ஏற்படுத்தினால் மட்டுமே தாக்க முற்படும். இது விலங்குக்கும் அதை வேட்டையாட வந்தவனுக்கும் நன்றாகத் தெரியும். ஆனால், மனிதனைப் பொறுத்தவரை அது நேரெதிர். அங்கே நடப்பவைகளுக்குக் கடவுள் மட்டுமே சாட்சி.

டெர்சு உஸாலா | விளாதிமிர் கே ஆர்சென்யேவ்

ஒருவனை, அவன் சக மனிதன் எனத் தெரிந்தாலும் முன்னெச்சரிக்கையாக அவன் பார்வையிலிருந்து மறைந்து கொண்டு துப்பாக்கியைத் தயாராக வைத்துக் கொள்ள வேண்டும்.

காட்டில், உள்ளூர்வாசிகள், சீனர்கள், கொரியர்கள், கண்ணி வைப்பவர்கள், வேட்டையாடிகள் -என இருக்கும் எல்லாருமே ஆயுதந் தாங்கியவர்கள்தான். இதில் குறிப்பாக வேட்டையாடிகளும் கண்ணி வைப்பவர்களும் வணிகநலன் சார்ந்தவர்கள். காலங்காலமாய்க் காட்டு வாழ்வு கற்றுத் தந்ததை ஏராளமான வழிமுறைகளில் பயன்படுத்திக் கொள்வர். விலங்குகள் இருக்கும் இடங்களைக் கண்டறிவது, அவற்றைப் பின்தொடர்வது, காயமடைந்த விலங்கைத் தேடுவது, அதை விரைவாகவும் ஓசையில்லாமலும் வசப்படுத்திக் கொள்வது, அவற்றின் குரல்களைப் போலச் செய்வது உள்ளிட்ட அனைத்தும் அவர்களுக்குத் தெரியும்.

ஆனால், காட்டுவாசி வேறுபட்டவன். வேட்டையாடியைப் போல் நேர்மை இருக்காது இவனிடம். பழிக்கு அஞ்சாதவன். அவனை நேருக்கு நேர் எதிர்கொள்வதைத் தவிர்ப்பது நல்லது. காட்டுக்குள் அவன் வருவது வேட்டையாட மட்டுமல்ல. பயனை நோக்கிய வெறிகொண்ட அவன் எதற்காகவும் தனது வன்செயல்களை நிறுத்திக் கொள்ள மாட்டான். துப்பாக்கியைத் தவிர ஒரு சிறிய வெட்டுக் கத்தியும், பல்வகை அமில மருந்துகள் கொண்ட உறையும் வைத்திருப்பான். தங்கம் இருப்பதாகத் தெரிந்தால் தேடி ஓடுவான். விரும்பியே கொடுந்தொழில் புரிபவன். நேரம் சரியாக அமைந்தால் சீனன், கொரியன் யாராக இருந்தாலும் பலி வாங்கி விடுவான். படகைத் திருடுவது, பசுமாட்டைக் கொல்வது, அதை மானிறைச்சி என்று ஏமாற்றி விற்று விடுவது போன்ற வேலைகளை எளிதாகச் செய்து விடுவான்.

காட்டில் எதிர்ப்படும் விலங்கை விட ஆபத்தானவன். அதுபோன்ற ஒருவனைத்தான் எதிரே கண்டேன். அவனது

உடையமைப்பு விசித்திரமாகவும், விநோதமாகவும் இருந்தது. சீன, ரஷியக் கலவையாகக் காணப்பட்டது. என்னைக் கடந்து சிறிது தூரம் போனவன், திரும்பி எல்லாத் திசைகளையும் கூர்ந்து பார்த்தான். பிறகு தனது துப்பாக்கியைத் தோளிலிருந்து இறக்கி விட்டு ஒரு மரத்தின் பின்னே போய் மறைந்து கொண்டான். என்னைக் கவனித்து விட்டான் என்பதே அதன் பொருள். அதே நிலையில் வெகுநேரம் இருந்தோம்.

இறுதியில் நான் பின்வாங்கிக் கொள்ளத் தீர்மானித்தேன். கவனமாகப் புதர்களுக்குள் நுழைந்து வேறொரு மரத்தில் மறைந்து கொண்டேன். அவனும் திரும்பி எங்கோ போய் விட்டான் என்பது தெரிந்தது.

அவனுக்கும் என்னைப் போலவே பதற்றம் ஏற்பட்டிருக்கும். நான் தனியாகத்தான் இருக்கிறேன் என்பதை ஒருபோதும் உணர்ந்திருக்க மாட்டான். நேரில் தெரியா விட்டாலும் பல ஆட்கள் என் அருகில்தான் இருப்பார்கள் என்றே நினைத்திருப்பான். ஒருவேளை நான் துப்பாக்கியால் அவனைச் சுட்டிருந்தால் குண்டு, அவன் மறைந்திருந்த மரத்தை எளிதாகத் துளைத்துச் சென்று அவனைக் கொன்றிருக்கும். ஆனால் பயந்தும் பின்வாங்கியும் போய் ஒளியும் ஒருவனை உயிரிழக்கச் செய்தால் கொலைப்பழி என்மேல் விழுந்து விடும் என்ற எண்ணம் மனதில் மின்னல் போல் வந்து போனது. ஆகவே மீண்டும் நானும் மறைந்து கொண்டேன். அவனது உடையும் கண்டுணர முடியாதவாறு மரத்தோடு ஒன்றி விட்டதைக் கவனித்தேன். அவன் போன பிறகுதான் நிம்மதியானது.

ஆயினும் அந்த ஆபத்தான இடத்திலிருந்து கவனமாக மரங்கள், கற்பாறைகளுக்குள் பதுங்கிக் கொண்டே, துப்பாக்கிக் குண்டு பட முடியாத தூரத்திற்கு வந்து விட்டேன். பிறகு பாதையைக் கண்டுபிடித்து விரைவாகத் திரும்பத் தொடங்கினேன்.

அரைமணி நேரத்தில் மீண்டும் பாதை இரண்டாகப் பிரிந்தது. டெர்சு கற்றுக் கொடுத்ததை நினைத்துக் கொண்டே இரண்டையும் ஆராய்ந்தேன். இடப்புறத்தில் புதிய குளம்படித் தடங்கள் இருந்தன. வேகமாக நடந்து புட்சிங் ஆற்றை அடைந்தேன். அதன் மறுகரையில் முள்வேலிகளால் சூழப்பட்ட சீனக் குடில்கள் தெரிந்தன. எனது ஆட்கள் அங்கேதான் இருந்தார்கள்.

அந்த மாவட்டம் யொலைசா என்று அழைக்கப் பட்டது. நாங்கள் வழியில் பார்த்த பண்ணை வீடுதான் அதன் கடைசிக் குடியிருப்பு ஆகும். அதைத் தாண்டி அடர்ந்தும் வெறிச்சோடியும் கிடந்து, மழைக்காலத்தில் மரக்கீரிகளைக் கண்ணி வைத்துப் பிடிக்கும் நேரங்களில் மட்டும் உயிர்ப்பாக இருக்கும் ஊசியிலைக் காடுகள் அமைந்திருக்கின்றன.

வீரர்கள் எனது வருகைக்காகக் காத்திருந்தனர். குதிரைகளை அவிழ்த்து விட்டுக் கூடாரம் அமைக்க உத்தரவிட்டேன். ஏனென்றால் காட்டுப் பகுதிக்குச் செல்லும் முன்பே உணவுப் பொருள்களை வாங்கிச் சேமித்துக் கொள்ள வேண்டியிருந்தது.

சிறு ஓய்வுக்குப் பிறகு சீனக்குடில்களின் அருகிலுள்ள நில அமைப்பைப் பார்க்கப் போயிருந்தேன். திரும்பும்போது மீண்டும் வழிமாறி புட்சிங் ஆற்றுக்கே வந்து விட்டேன். அங்கே முத்துக் குளிக்கும் சீனர்கள் இருவரைப் பார்த்தேன். ஒருவன் கரையில் நின்றுகொண்டு,ஒரு நீண்ட கழியை ஆற்றின் அடிப்பகுதியில் படுமாறு இட்டிருந்தான். மற்றவன், ஆற்றில் குதித்துச் சேகரித்த சிப்பிகளை வலக்கையில் வைத்திருந்தான். நீரோட்டம் இழுத்துப் போய்விடாமல் இருக்க இடக்கையில் கழியைப் பற்றியிருந்தான். நீருக்குள் அவன் முப்பது விநாடிகளுக்கு மேல் மூழ்கியிருக்கவில்லை- மூச்சை அவ்வளவுதான் பிடித்து வைக்க முடியும் என்பதால். குளிர்ந்த நீரின் குறை வெப்பநிலை மேலே தள்ளிவிடும் என்ற காரணமும்தான். அதற்காகவே தனது ஆடைகளைக் கழற்றிக் கரைமீதே வைத்திருந்தான்.

அவர்கள் இருவரும் செய்யும் வேலையைக் கரையில் அமர்ந்து வேடிக்கை பார்த்தேன். ஒவ்வொரு முறை நீரிலிருந்து எழும்போதும் அந்த மூழ்குபவன் வெளியே வந்து ஐந்து நிமிடம் வெயிலில் காய்ந்து கொள்வான். வேலையை அவர்கள் மாற்றிக் கொண்ட போதிலும் ஒரு மணி நேரத்தில் ஒருவர் பத்து முறைக்கு மேல் மூழ்கவில்லை. நான் அங்கே இருந்தபோது அவர்கள் எட்டுச் சிப்பிகளைச் சேகரித்திருந்தார்கள். அதில் ஒன்றில் கூட முத்து இல்லை. பொதுவாக ஒரு முத்து கிடைக்க ஐம்பது சிப்பிகள் வரை தேட வேண்டியிருக்கும் என்று சீனர்கள் சொல்வதுண்டு. கோடைக் காலத்தில் இருநூறு முத்துகள் வரை சேகரித்து அவற்றை *500-600* ரூபிளுக்கு விற்று விடுவார்கள். முத்துக் குளிப்பவர்கள் புட்சிங் ஆற்றை மட்டும் நம்பியிருக்கவில்லை. படகுகளை எடுத்துக் கொண்டு பல சிறிய நீர்நிலைகளைத் தேடிப்போய் இதே வேலையில் ஈடுபடுவார்கள். முத்தெடுக்கச் சிறந்த இடம் ஹவாக்கு ஆறுதான் என்றும் சீனர்கள் கூறுவார்கள்.

விரைவிலேயே அவர்கள் வேண்டிய அளவுக்குச் சேகரித்து விட்டார்கள். உலர்ந்திருந்த உடைகளை அணிந்துகொண்டு வோட்காவை அருந்தத் தொடங்கினார்கள். பிறகு கரையில் சம்மணமிட்டு அமர்ந்து கொண்டு சிறிய சுத்தியல்களால் சிப்பிகளை உடைக்கத் தொடங்கினார்கள். ஆற்றங்கரையில் சிப்பிகள் குவியல் குவியலாகக் கிடந்ததன் காரணம் அப்போதுதான் புரிந்தது. முத்துக் குளித்தல் என்பது ஒருவிதத்தில் கொள்ளை நடவடிக்கைதான். சிப்பிகள் உடைக்கப்பட்டு வீசியெறியப் பட்டன. அவர்கள் சேர்த்த எண்பது சிப்பிகளில் ஓரிரண்டு மட்டுமே முத்துகளைத் தந்திருக்கும். நான் அவற்றைச் சோதித்துப் பார்த்தேன். அவர்களாகக் காட்டிய போதுதான் அவை முத்துகள் எனத் தெரிந்தது. சின்னஞ் சிறியனவாக, பழுப்பு நிறத்தில் முதிர்ந்து காணப்பட்ட அவற்றின் மேலடுக்கு ஒளி பொருந்தியும் கருத்தைக் கவரும் விதத்திலும் இருந்தது.

சிப்பிகள் உலர்ந்த பின் அவர்கள், முத்துகளைக் கத்தி கொண்டு கவனமாகப் பிரித்தெடுத்துச் சிறிய தோலுறையில் வைத்துக் கொனடனர்.

அடுத்த நாள் யொலைசாவை விட்டு முன்னதாகவே கிளம்பினோம். ஏனென்றால் செல்லும் வழி குறுகியதாகவும் போகப்போக இன்னும் மோசமாகவும் இருக்கும் எனவும் எங்களுக்கு அறிவுறுத்தப் பட்டது.

ஒவ்வொரு முறையும் காட்டுப் பகுதியிலிருந்து பல நூறு மைல்கள் தள்ளிப் போயிருந்தாலும் ஒரு மலைக்க வைக்கும் மகிழ்ச்சியோடுதான் திரும்பியிருக்கிறேன். அந்தக் காட்டின் நீட்சியும் அதன் பழமையான தோற்றமும் அதற்கேற்றவாறே இருந்தது.

தொலைவில் செல்லச் செல்ல, வீழ்ந்து கிடக்கும் மரங்களின் எண்ணிக்கை அதிகமாகிக் கொண்டே வந்தது. மலைப்பகுதியில் மண்ணின் மேலடுக்கு ஆழமாக இருக்காது. வேர்கள் மண்ணில் துளைத்துச் செல்வதை விடப் பரந்து செல்வதே அதிகம். ஆகவே, மரங்களின் வேர்கள் திடமாகப் பதிந்திராமல் இருப்பதால் காற்றுக்குப் பலியாகி விடும். அதனால்தான் உசூரி ஊசியிலைக் காடு காற்றில் விழுந்த மரங்களால் குப்பை போலக் காட்சியளிக்கும். சாய்ந்த மரங்களின் வேர்களில் கல்லும் மண்ணும் ஒட்டிக்கொண்டு வானத்தைப் பார்த்தபடி இருக்கும். இந்தத் தடையரண்கள் 15 அடி வரை உயர்ந்து காணப்படும். மரங்கள் ஒன்றன்மேல் ஒன்று விழுவதால் காட்டுப் பாதையானது திருப்பங்களும் வளைவுகளும் கொண்டிருக்கும். இந்தத் திருப்பங்களும் வளைவுகளும் காட்டின் இரு பகுதிகளுக்கு இடையேயான தொலைவினை வரைபடம் கூறும் கணக்கிலிருந்து அரை மடங்கு கூடுதலாக்கிக் காட்டும்.

அதேநேரம், பள்ளத்தாக்குகளில் உள்ள வண்டல் மண்ணில் மரங்கள் நன்றாக வேரோடியிருக்கும். 100 அடி உயரம், 15 அடி சுற்றளவு கொண்ட மரங்களும் இருக்கின்றன. வீழ்ந்து கிடக்கும் நெட்டிலிங்க வகை

● அவை நாயகன்

மரங்களின் பொந்துகள் கரடிகளுக்கு வாழ்விடமாகி விடும். ஒரு பொந்தில் மூன்று கரடிகள் வரை காணப் பட்டதாக வேட்டையாடிகள் கூறுவர்.

பள்ளத்தாக்கிலுள்ள காடுகள் இலைசெறிந்த மரங்களால் சூழப்பட்டு வானை மறைத்திருக்கும். அரைகுறையான ஒளிதான் அங்கே நாள் முழுவதும் இருக்கும். குளிருடன் பனியும் கூடியிருக்கும். அதிகாலை இருளையும் அந்திமாலை இருளையும் பிரித்தறிய முடியாது. ஒரு சின்னஞ்சிறு மேகம், காட்டை ஒளிகுன்றச் செய்து மந்தமான காலநிலையை உருவாக்கி விடும். ஆனால் வானம் தெளிவாகவும் பிரகாசமாகவும் இருந்தால் அது மரங்களின் பளீரிடும் அழகை, இலைகளின் திரளை, மின்னும் பைன் மர ஊசியிலைகளை, பூக்களை, வண்ணங் கொண்ட பாசி வகைகளை நன்றாக வெளிக்காட்டும். ஆயினும் இந்தச் சூழலை நாசம் செய்வதே கொசுவினம்தான். கோடைகால ஊசியிலைக் காடு ஏற்படுத்தும் வதைகளை மனிதன் எப்படித் தாங்கிக் கொள்கிறான் என்பதை இங்கே விவரிக்கவே முடியாது.

எங்கும் இடைநிற்காமல் மூன்று மணிநேரம் பயணித்தோம் -எங்கோ தண்ணீர் விழும் ஓசை கேட்கும் வரை. சூரியன் தகித்துக் கொண்டிருந்தான். குதிரைகள் மூச்சு விடவும் சிரமப் பட்டன. தலையைத் தாழ்த்திக் கொண்டன. கடும் வெப்பத்திலும் இளைப்பாறுதல் தரும் செடார் மரங்களின் நிழலும் போதுமானதாக இல்லை. விலங்குகளோ பறவைகளோ இருக்கும் அடையாளமே தெரியவில்லை. சிறு பூச்சிகள் மட்டுமே காற்றில் அலைந்தன. சூடு தணிந்தால் மட்டுமே காட்டின் உயிர்ப்பு மீளும்.

ஓய்வெடுத்துக் கொள்ள அறிவுறுத்தினேன். குதிரைகள் தீவனத்தை மறுத்து விட்டு வெப்பமான மூச்சை வெளியேற்றிக் கொண்டிருந்தன. இதுபோன்ற தருணங்களில் உட்கார்ந்து கொள்வது என்பது நடப்பதை விடக்கொடுமையானது. ஆகவே மீண்டும் சேணத்தைப் பூட்டி நடக்கத் தொடங்கினோம்.

டெர்சு உஸாலா | விளாதிமிர் கே ஆர்சென்யேவ்

பாதை ஒரு வேட்டையாடிகள் விடுதிக்கு இட்டுச் சென்றது. அதன் அருகில் முகாம் அமைத்துக் கொண்டோம்.

அந்தி வர இன்னும் நேரமிருந்தது. துப்பாக்கியை எடுத்துக் கொண்டு சுற்றுப் புறத்தைப் பார்த்து வரப்போனேன். ஒரு மைல் கடந்ததும் மரக்கட்டையொன்றில் அமர்ந்து கவனிக்கத் தொடங்கினேன். கீச்சிடும் ஒலியொன்று பின்னாலிருந்து கேட்டது. சவரக் கத்தி போன்ற உலோகக் குரல். அது பிக்கா எனும் அணில் வகை. எனது அசைவு அந்தச் சிறு கொறிவிலங்கைக் கலவரப் படுத்தியிருக்கும். வேகமாகப் பின்வாங்கி ஒரு வளையில் நுழைந்து கொண்டது. அதன் பிறகு சிப்மங்க் எனும் சேமித்து உண்ணும் அணில் ஒன்றையும் பார்த்தேன். முதுகில் வரிகளைக் கொண்ட, சுறுசுறுப்பாக ஓடித்திரியும் விலங்கு. சாய்ந்த மரங்களின் மீது தாவி, மரத்தில் ஏறி, இறங்கி மீண்டும் புற்களுக்குள் மறைந்து போனது. மஞ்சள் நிற முடி நிறைந்தும் பின்புறத்தில் ஐந்து வரிகளைக் கொண்டும் இருந்தன.

அடிக்கடி அது வெளியே வருவதைக் கவனித்தேன். ஒவ்வொரு முறையும் வாயில் எதையோ கவ்விக் கொண்டு கிளம்பியது. பிறகு மறுபடியும் அதே இடத்துக்கு வந்தது. இது என் கவனத்தை ஈர்த்தது. சற்றே நெருங்கி அதன் நடமாட்டத்தைப் பார்க்கத் தொடங்கினேன். சாய்ந்த ஒரு மரத்தின் கீழ் உலர்ந்த காளான்கள், வேர்கள், கொட்டைகள் குவிக்கப் பட்டிருந்தன. காளான்களோ செடார் கொட்டைகளோ கிடைப்பதற்குரிய காலம் அல்ல அது. ஆகவே, தொடரும் பருவத்தின் தேவைக்காகத் தனது சேமிப்பில் இருந்து எடுத்துக் கொள்கிறது என்ற முடிவுக்கு வந்தேன். டெர்சுவின் நினைவு வந்தது. வரி அணில்களையும் அவற்றின் மிகப்பெரும் உணவு சேமிப்புப் பழக்கத்தையும் பற்றிச் சொல்லியிருக்கிறான். இரண்டு வருடத்திற்கான அளவு வரை கூட இருப்பு வைத்துக் கொள்ளுமாம். அடிக்கடி வெளியே இழுத்து வந்து காற்றுப் பட வைத்திருந்து இரவு நேரங்களில் கொண்டுபோய்ச் சேர்க்குமாம்.

● அவை நாயகன்

சிறிது நேரத்திற்குப் பிறகு அங்கிருந்து கிளம்பினேன். சாய்ந்து கிடந்த மரங்கள் வழிநெடுகப் புரட்டிப் போடப்பட்டிருந்தன. கரடியின் கைவண்ணம் அது. காடெங்கும் அலைந்து, காற்றில் சாய்ந்த மரங்களின் கீழிருந்து ஏதோவொன்றை எடுத்துக் கொள்ளும். இதையே, கீழே கிடக்கும் மரங்களை வெளிச்சம் படுமாறு திருப்பிப் போட்டு உலர்த்தி அதைத் தனது வசிப்பிடமாக மாற்றிக் கொள்கிறது என்று சீனர்கள் கேலியாகச் சொல்வார்கள்.

சென்ற வழியிலேயே திரும்ப வேண்டியதாயிற்று. ஓர் ஓடையைக் கடக்கும்போது, ஏற்கெனவே பார்த்த சாய்ந்த ஒரு செடார் மரத்துண்டையும் அதனருகே இருந்த கற்குவியலையும் அடையாளம் கண்டு கொண்டேன். அங்குதான் சிப்மங்க் அணில் தனது உணவுசேமிப்புக் கிடங்கை உருவாக்கி வைத்திருக்கிறது. அவ்வப்போது வந்து அதை உலர்த்திக் கொள்ளும். இப்போது அதன் வளையில் ஆழமான குழியொன்று புதிதாகக் காணப்பட்டது. கொட்டை, காளான்கள் சிதறிக் கிடந்தன. மண் பெயர்க்கப்பட்டு அங்கே கரடியின் காலடித் தடமும் இருந்தது. அணிலின் கிடங்கைச் சிதைத்து அதன் உணவைச் சூறையாடியிருக்கிறது. அணிலைக் கொன்று விழுங்கி அல்லது விரட்டியும் இருக்கலாம்.

அந்தி கவியத் தொடங்கியது. வண்டு ஒன்று ரீங்கரித்துக் கொண்டே கடந்து போனது. வழுக்கி விடாமல் எச்சரிக்கையாகக் கால் வைத்து நடந்தேன். திடீரென்று உரத்துப் பொங்கும் குரல்கள் கேட்டன. ஏதோவொரு பெரிய விலங்கு சிறிது தூரத்தில் மூச்சிரைக்க நின்று கொண்டிருக்கிறது. துப்பாக்கியின் விசையைத் தட்டிவிட நினைத்து முடிவை மாற்றிக் கொண்டேன். பயத்தில் அது ஓடிவிடும். அல்லது திருப்பித் தாக்க வரும். ஒவ்வொரு நிமிடமும் யுகமாகக் கழிந்தது. அது கரடியேதான். மூக்கினால் காற்றை உக்கிரமாக உறிஞ்சிக் கொண்டிருந்தது. அசையாமல் இருந்தேன். நகர்ந்து போகத் துணிவில்லை. ஒருவாறாகத் தைரியம் வந்தவுடன் இடப்புறமாகத்

டெர்சு உஸாலா | விளாதிமிர் கே ஆர்சென்யேவ்

திரும்பினேன். இரண்டு அடி வைப்பதற்குள் அது உறுமுவதும் மரக்கிளைகளை முறிப்பதும் பேரொலியாகக் கேட்டது. கிலி உண்டாயிற்று. அனிச்சையாகத் துப்பாக்கியை எடுத்து அது நின்றிருந்த திசைநோக்கிச் சுட்டேன். அந்தப் பெரிய விலங்கு ஓடி மறையும் ஒலி கேட்டது. அடுத்த நிமிடம், இன்னொரு துப்பாக்கி ஒலி எனது முகாமிலிருந்து பதிலாக வந்தது.

முன் சென்ற வழியிலேயே திரும்பி, முகாமின் களியாட்ட நெருப்பு மின்னும் இடத்திற்கு வந்து சேர்ந்தேன். பெரிய கொசுக்கள் காணாமற் போயிருந்தாலும் அவற்றிற்குப் பதிலாக மிகச்சிறிய ஏறத்தாழ நுண்ணோக்கி மூலம் பார்க்கக் கூடிய அளவில் வேறு வகைப் பூச்சியினங்கள் வந்திருக்கின்றன. காதருகே எரிச்சல் ஏற்பட்டது. உடனே அந்தச் சிறு கொசுக்கூட்டம் தலையைச் சூழ்ந்து கொண்டது. பிறகு, சிலந்தி வலை போல முகத்தை மூடிக்கொண்டது -குறிப்பாக நெற்றிப்பகுதியில். தலைமுடி, காதுகள், மூக்கு, வாய் என எல்லாவிடங்களிலும் அவை புகுந்து இம்சைக்குள்ளாக்கின. வீரர்கள் சபித்தார்கள். காறித் துப்பினார்கள். முகத்தைத் துடைத்துக் கொண்டார்கள். தொப்பிக்குக் கீழ் செருகியிருந்த கைக்குட்டைகள் தலை, கழுத்துப் பகுதிகளை அவற்றிடமிருந்து அவர்களைக் காக்கவில்லை.

தாகமாக இருந்ததால் தேநீர் தரச் சொல்லிக் கேட்டேன். 'அது நன்றாக இல்லை..' கோப்பையை நீட்டியவாறே சொன்னான் எபோவ் எனும் வீரன்.

உதட்டருகே கொண்டு போனதும் அதன் மேற்பரப்பில் தூசி படிந்திருப்பதைக் கவனித்தேன்.

'என்ன இது..?' என்றேன் அவனிடம்.

'பூச்சிகள்..' பதில் தந்தான். 'தண்ணீரைச் சூடாக்கும்போது உள்ளே விழுந்து விட்டன..'

ஊதி அப்புறப் படுத்தினேன். பிறகு கரண்டியால் சேகரித்து வீசினேன். ஆனால் ஒவ்வொரு முறை கோப்பையை வாயை விட்டு எடுக்கும் போதும் பூச்சிக் கூட்டம் பறந்து வந்து தேநீரில் பரவி விடும். வீரன் சொன்னது சரிதான். கீழே கொட்டி விட்டுக் கொசுவலைக்குள் புகுந்தேன்.

உணவுக்குப் பின் அனைவரும் உறங்கப் போனார்கள். சிலர் கொசுவலையை விரிக்காமல் திறக்காமல் திறந்த வெளியில் படுத்துக் கம்பளியால் தம்மை மூடிக் கொண்டார்கள். இருபுறமும் திரும்பிப் படுத்தும், போர்த்தியிருந்த கம்பளியைத் தலைவழியே இழுத்து உதறியும் பார்த்தார்கள். ஒரு பயனும் கிட்டவில்லை. அதில் பொறுமையிழந்த ஒருவன் எழுந்து நின்று கத்தினான்.

'இங்கே பாருங்கள். எல்லாச் சனியனும் என் மேலேதான் என் மேலேதான். கேட்கிறீர்களா.?'

கம்பளியை உதறி வீசிவிட்டுக் கைகளைப் பக்கவாட்டில் விரித்துக் கொண்டான். அதில் ஆறுதலையும் உணர்ந்தான். அனைவருக்கும் அதே துன்பம் இருந்தாலும் எழுந்து போய் நெருப்பைப் பற்றவைத்துப் புகையுண்டாக்கிப் பூச்சிகளை விரட்டி விடும் துணிவு எவருக்கும் இருக்கவில்லை. சில நிமிடங்களுக்குப் பிறகு அவர்கள் ஒருவரையொருவர் வைது கொண்டும் உரக்கப் புலம்பிக் கொண்டும் சபித்துக் கொண்டும் இருந்தனர். பிறகு படிப்படியாக முகாமில் அமைதி திரும்பியது. பூச்சிக் கூட்டம் என் கொசுவலையை மொய்க்கத் தொடங்கின. அவற்றின் தாலாட்டில் உறங்கிப் போனேன்.

8

சிகோடா-அலின் மலைத்தொடரில்..

எனது ஆட்களின் பேச்சொலி கேட்டு விழித்துக் கொண்டேன். அப்போது காலை ஐந்து மணி. குதிரைகளின் கனைப்பொலி, அவை வாலைச் சுழற்றும் ஓசை, வீரர்களின் சபிக்கும் குரல் ஆகியவற்றைக் கொண்டு கொசுக்கள் மீண்டும் தமது வேலையைக் காட்டத் தொடங்கி விட்டன என்பதைப் புரிந்து கொண்டேன். திகைப்பூட்டும் காட்சியொன்று கண்முன்னே தெரிந்ததால் கொசுவலையை வீசிவிட்டுப் பரபரப்புடன் எழுந்தேன். எண்ணிலடங்காத கொசுக்கூட்டம் எங்கள் முகாமைச் சுற்றி வளைத்து விட்டது. பரிதாபத்துக்குரிய குதிரைகள் நெருப்பின் அருகே மூக்கை நீட்டி வைத்துத் துன்பத்தைத் தணித்துக் கொண்டன.

களியாட்ட நெருப்புச் சாம்பலின் மீது அடர்ந்த மேலடுக்கைப் போல அவை வட்டமிட்டன. ஆனால், நெருப்பின் சுடர் ஒளிரத் தொடங்கி அவற்றைக் கூட்டம் கூட்டமாகச் சுட்டெரித்துக் கொன்றது.

எமக்கு முன் இருந்தவை இரண்டு தேர்வுகள். ஒன்று, இன்னும் அதிகமாக நெருப்பை உருவாக்குவது. இரண்டாவது நிற்காமல் நகர்ந்துகொண்டே இருப்பது. குதிரைகளுக்குச் சேணம் பூட்டச் சொல்லிவிட்டு, ஒரு மரத்தில் சாய்த்து வைத்திருந்த எனது துப்பாக்கியை எடுக்கப் போனேன். அடையாளம் மாறி, எண்ணெயில் விழுந்த கொசுக்கள் ஓர் அடர்ந்த பழுப்புப் படலம் போல் அதில் ஒட்டிக் கொண்டிருந்தன. உடைமைகளை இயன்ற வரை விரைவாகச் சேகரித்துக் கொண்டு குழுவின் முன்பகுதிக்குப் போய் நடக்க ஆரம்பித்தேன்.

சிறிது தூரத்திலேயே வழி இரண்டாகப் பிரிந்தது. அதில் ஒன்று உலஹோ ஆற்றின் கரைக்குப் போவது. இன்னொன்று அதன் இடப்புறமாகவே சிகோடா-அலின் மலைத்தொடருக்குச் செல்வது.

ஆறு, ஏராளமான நேர்குத்து இறக்கங்களைக் கொண்டிருந்தது. பாதையானது, ஆற்றின் இருமருங்கிலும் மாறிமாறிச் சென்றது. அந்த இடங்களில், சாய்ந்த மரங்கள் இயற்கைப் பாலங்களாகப் பயன்பட்டன. ஒற்றையடிப் பாதையில் பயணிப்பது போலிருந்தது. இரவுக்கு முன் ஒரு வேட்டையாடிகள் விடுதிக்கு வந்து சேர்ந்து விட்டோம். இரண்டு சீனர்கள் அங்கே தங்கியிருந்தனர். வயதானவன் ஒருவன். மற்றவன் இளைஞன். முதலாமவன் வேட்டையாடி. இளைஞன் மூலிகை தேடுபவன். வயதானவன் ஒல்லியாக, உயரமாகக் கல்லறையிலிருந்து வந்தவன் போலிருந்தான். சுருக்கம் விழுந்த பழுப்பு முகமும் வெண்ணிறத் தலைமுடியும் எழுபது வயதைக்கூட அவன் எட்ட மாட்டான் என்பது போல இருந்தது. இருவரும் நீலநிற உடையும் முழங்கால் காப்புறையும் மென்காலணியும் அணிந்திருந்தனர். இளைஞனின் உடை புதிதாகவும் உடலுக்குச் சரிவரப் பொருந்தியும் காணப்பட்டது. முதியவன் உடையோ பழையதாக, ஒட்டுப் போட்டதாக இருந்தது. இருவரும் தொப்பி வைத்திருந்தனர். ஒன்று கடையில் வாங்கிய வைக்கோல் தொப்பி. மற்றது வீட்டில் தயாரித்த, பிர்ச் மரப் பட்டையாலானது.

டெர்சு உஸாலா | விளாதிமிர் கே ஆர்சென்யேவ்

எங்களைப் பார்த்ததும் அவர்கள் முதலில் அஞ்சினர். பிறகு நாங்கள் யாரெனத் தெரிந்த பிறகு பயம் தெளிந்து உணவருந்த அழைத்தனர். அவர்களிடம் தானியக் கூழும், தேநீரும் இருந்தன. அந்த இடம் சிகோடா-அலின் மலைத்தொடரின் அடிவாரம் என்றும் அங்கிருந்து கடலுக்குச் செல்வதற்குப் பாதை கிடையாது என்பதையும் சொன்னார்கள்.

முதியவன் மிகுந்த மரியாதையுடன் நடந்து கொண்டான். வார்த்தைகளை அளந்து பேசினான். இளைஞனோ வாயாடி. அந்த ஊசியிலைக் காட்டில் ஜின்செங் மூலிகையைப் பயிரிட்டிருப்பதாகவும் அங்கேதான் போய்க் கொண்டிருப்பதாகவும் சொன்னான். அப்போதே அவர்களுடன் போய் அதைப் பார்த்து வர ஆவல் உண்டானது. அவர்கள் சரியான வழியைச் சொல்லாமல் போயிருந்தால் சிரமம்தான். ஒரு மணி நேரம் மலைச்சரிவுகளில் நடந்து பாறைகளில் ஏறி அடுத்திருந்த பள்ளத்தாக்கில் இறங்கினோம். மலையின் ஆழ்ந்த இடுக்குகளில் வெள்ளிய ஓடைகள் இறங்கின. அதன் கீழ்ப்பகுதியோ இன்னும் பனியால் சூழப் பட்டிருந்தது. இறுதியாகத் தேடி வந்த இடத்தை அடைந்தோம். மலைத்தொடரின் வடக்கே அடர்ந்த காடுகள் இருந்தன.

ஜின்செங் என்பது நிலத்தைத் திருத்திப் பயிரிடப் படும் தாவரம் அல்ல. அதற்கு முன் அதை வெவ்வேறு சமயங்களில், எங்கே பார்த்திருந்தாலும் அவை வேர்களை எடுத்துச் சென்று மறுநடவு செய்யப்பட்டவையே ஆகும். அங்கே நான் முதலில் கண்டது, சுட்டெரிக்கும் வெயிலில் இருந்து பாதுகாக்க அவற்றின் மீது பந்தலாக இடப்பட்டிருந்த செடார் மர வேர்களை. ஜின்செங்கைச் சுற்றிலும் பெரணிச் செடிகள் பயிரிடப் பட்டிருந்தன. மலையிடுக்கிலிருந்து புகுந்து வரும் நீர், மண்ணைக் குளிர்வித்தது.

• அவை நாயகன்

அங்கே வந்ததும் முதியவன் முழந்தாளிட்டு அமர்ந்து, கைகளை மடக்கி நெற்றியின்மேல் வைத்துக்கொண்டு இருமுறை குனிந்து வணங்கினான். வாய் எதையோ முணுமுணுத்துக் கொண்டிருந்தது. வழிபாடாக இருக்கலாம். பிறகு எழுந்து மீண்டும் ஒருமுறை மடங்கிய கைகளை உயர்த்தித் தலைமீது வைத்துக் கீழே அமர்ந்து வேலையைத் தொடங்கினான். அதற்கிடையில் இளைஞன் சீனமொழியில் எழுதப் பட்டிருந்த சில கந்தல் துணிகளை மரக்கிளைகளில் கட்டி வைத்திருந்தான்.

ஜின்செங் என்பது இதுதானா.? உலகிலேயே இதற்குத்தான் எத்தனை தொன்ம, கட்டுக்கதைகள். சீனர்கள் கொஞ்சம் அதிகமாகச் சொல்லி விட்டார்களோ. கவர்ந்திழுக்கும் தன்மை ஏதுமில்லாத, அரலியேசியீ வகைத் தாவரக் குடும்பத்தைச் சேர்ந்த அதைக்கண்டு வியந்துதான் போனேன். முழந்தாளிட்டு அதை நெருங்கிப் பார்த்தேன். நானும் வழிபடுகிறேன் என்று அவன் நினைத்திருப்பான். ஆக, அந்தச் செயலால் அவன் மனதில் இடம் பிடித்து விட்டேன்.

இருவரும் காய்ந்த கிளைகளை அப்புறப் படுத்துவதில் மும்முரமாக இருந்தனர். சில செடிகளை மறுநடவு செய்து, புதராய் வளர்ந்திருந்த இரு செடிகளுக்குத் தண்ணீர் பாய்ச்சினர். மலையிடுக்கில் வந்த நீர் போதுமானதாக இல்லை. ஆனாலும் கிடைத்ததை இயன்றவரை பங்கிட்டு ஊற்றினர். களைகளைப் பிடுங்கி வீசினர். ஆனால் முழுமையாக அல்ல. ஏதோ ஒரு காரணத்துக்காக.

மாலையில் புட்சிங் ஆறு தோன்றும் இடமான சிகோடா-அலின் மலைத்தொடரைக் கடந்து செல்வதற்குத் துணையாக வருமாறு கேட்டுக் கொண்டேன். எனது கோரிக்கைக்கு இணங்கினார்கள். ஆனால் இரண்டு நிபந்தனைகள் : அவர்களுக்கு எக்காரணம் கொண்டும் ஆணையிடக் கூடாது. வாதிடக் கூடாது. கேள்வியே இல்லாமல் ஒப்புக் கொண்டேன்.

டெர்சு உஸாலா | விளாதிமிர் கே ஆர்சென்யேவ்

இருட்டப் போவதன் முதல் அறிகுறியாகக் கொசுக்கள் தென்படத் தொடங்கின. உடனே நாங்கள் கொசுவலைகளைத் தேடினோம். அப்போது அந்தச் சீனர்கள் குடிலுக்குள் புகை மூட்டத் தொடங்கினார்கள். சிகாடோ-அலின் மலைத்தொடருக்கு அவர்கள் பாதுகாப்பாக அழைத்துச் செல்வார்கள் என்ற நம்பிக்கை மனதில் படிந்ததால் நல்ல தூக்கம் அமைந்தது. ஒரே கவலை, உணவுத் தேவை பற்றித்தான்.

காலை எட்டு மணிக்குப் புறப்பட்டோம். முதியவன் முன்னதாகச் சென்றான். இளைஞனும் எனது ஆட்கள் இரண்டு பேரும் கைக்கோடரிகளுடன் பின் தொடர்ந்தனர். மற்ற வீரர்களும் குதிரைகளும் அவர்களுக்குப் பின்னால் நடந்தனர். முதியவனிடம் ஒரு நீண்ட கோல் இருந்தது. உதட்டில் இருந்து ஒரு சொல்கூட வரவில்லை. சைகையிலேயே வழியைக் காட்டி நடந்தான்.

உசூரி பகுதியிலுள்ள, கொத்துக் கொத்தாய்க் கூம்பு போலக் காய்க்கும் மரங்களைக் கொண்ட காடுகளில் பொதுவாகப் பிற இடங்களைப் போல அல்லாமல் ஈரக்கசிவுடன் பாசி படர்ந்து, படரும் கொடிகள் நிறைந்து, உயர்ந்த புற்படுகைகள் செறிந்து காணப்படும். மரங்களின் கீழுள்ள மண்ணில் ஊசியிலைகள் அடர்ந்த படலமாகப் படிந்திருக்கும்.

அந்த நாளுக்கான உணவைப் பாதியாகக் குறைத்துக் கொண்டோம். ஆகவே அது இன்னும் இரண்டு நாட்களுக்குத் தாங்கும். மலைத்தொடருக்கு அப்பால் ஏதேனும் குடியிருப்புகள் இல்லாது போனால் பஞ்சத்தில் மாட்டிக் கொள்ள வேண்டியதுதான். சிறிது நேரம் ஓய்வளித்து விட்டுத் துப்பாக்கியுடன் போய் உணவுப் பொருள் தேடிவரச் செய்யலாம் என்று நினைத்தேன். வெண்தலைக் கிழவன் விடவில்லை. தாமதிக்காமல் வேகமாக நடக்கச் சொன்னான். நிபந்தனை நினைவுக்கு

வர, அவன் சொன்னதைச் செய்தோம். உண்மையில் அவன் எங்களைச் சிறப்பாகவே வழிநடத்தினான் என்றே சொல்ல முடியும்.

வீரர்களின் உடுப்புகள் கடும் தண்டனைக்கு உள்ளாயின. மேற்சட்டை, காற்சட்டைகள் கிழிபட்டன. தலையைச் சுற்றிக் கட்டும் வலைத்துணிகள் நைந்து பயனில்லாமல் போயின. முகமெல்லாம் பூச்சிக்கடி. நெற்றி, காதோரங்களில் வேனல் கட்டிகள் தோன்றித் துன்புறுத்தின.

உணவுப் பற்றாக்குறை நடையைத் தளர வைத்தது. உச்சிப் பொழுதின் ஓய்வு நேரம் முப்பது நிமிடங்களாகக் குறைந்தது. இரவு வருவதற்கு முன் வேகமாக நடக்க வேண்டும்.

அந்த நெடும் பயணம் கிழவனுக்கும் துயரைத் தந்திருக்கும். விரைவிலேயே அரற்றும் குரலுடன் தரையில் விழுந்து விட்டான். துணையில்லாமல் அவனுக்கு எழ முடியவில்லை. எனது தோலுறைக் குடுவையில் சில துளிகள் ரம் மீதம் இருந்தது. இதுபோன்ற அவசரத் தேவைக்கானது அது. மேலாக எம் வற்புறுத்தலுக்கு இணங்கியே அவன் வந்திருக்கிறான். நாளை இன்னும் வெகுதூரம் நடக்க வேண்டும். அதற்குப் பிறகு அவன் திரும்ப வேண்டும். அந்த மீதத்தை ஒரு சிறு குடுவையில் ஊற்றிக் கையில் கொடுத்தேன். அவனது கண்கள் நன்றியுடன் மின்னின. ஆயினும் அத்தனை பேர் முன்னிலையில் தனியாகக் குடிப்பதற்கு மறுத்தான். வற்புறுத்தி அருந்த வைத்தோம். பிறகு தன் கொசுவலைக்குள் புகுந்து உறங்கத் தொடங்கினான். அவன் வழியில் நாங்களும் உறங்கப் போனோம். வெளிச்சம் இன்னும் வரவில்லை. முதியவன் எழுந்து கொண்டு என்னை உசுப்பி விட்டான்.

‘கிளம்பலாம்..’ வெடுக்கென்று சொன்னான்.

சில கரண்டிகள் தானியக் கூழ் மட்டுமே நேற்றைய பொழுதின் உணவாக இருந்தது. எனினும் கிளம்பினோம்.

கிழக்கே செல்லலாம் என்றான் எங்கள் வழிகாட்டி. விரைவிலேயே சிகோடா-அலின் மலைத்தொடரின் புதர் மண்டிய அடிவாரத்தை வந்தடைந்தோம். தாழ்ந்தும் சரிவுடனும் இருந்தது மலை. பல்வேறு திசைகளில் இருந்து நீரோடைகள் இறங்கி வழிந்தன. உண்மையில் எந்தத் திசையில் தண்ணீர் உற்பத்தியாகி வருகிறது என்பதை உறுதியாகச் சொல்லிவிட முடியாது.

காடு அடர்த்தியாகிக் கொண்டே வந்தது. சாய்ந்த மரங்கள் குப்பை போலக் கிடந்தன.

மாலைக்குள் ஓர் ஓடைக்கருகே வந்து விட்டோம். வீரர்களுக்குக் கடுமையான பசி. குதிரைகளுக்கும் ஓய்வு தேவைப் பட்டது. நில்லாமல் நாள் முழுவதும் நடந்திருக்கின்றன அவை. நாங்கள் முகாம் அமைத்த இடத்திற்கருகே அவற்றிற்குத் தீவனம் கிட்டவில்லை. எனவே சேணத்தை அவிழ்த்தவுடன் உணவு தேடக் கிளம்பி விட்டன. ஷ்மகோவ்காவில் இருந்து புறப்பட்ட போது நன்றாக உண்டும், வலிமையுடனும் இருந்த குதிரைகள் தற்போது முனகல் குரல் எழுப்பிக் கொண்டிருக்கின்றன. உணவுப் பற்றாக்குறையும் கொசுக்களின் திருப்பணியும் சேர்ந்து அவற்றை வலுக் குறையச் செய்து விட்டன.

சீனர்கள் தம்மிடம் சொற்பமாக இருந்த தானியத்தையும் எமக்குக் கொடுத்து விட்டனர். அதனுடன் சில வகை இலைகளை இட்டுக் கூழ் தயாரித்துப் பங்கி உண்டோம். நாளைக்கு இன்னும் முன்னதாகவே கிளம்பி விட வேண்டும்.

காலை ஐந்து மணிக்கு சிகோடா-அலின் மலையின் சரிவில் இருந்து மேலேறத் தொடங்கினோம். மெதுவாகவும் திடமாகவும் முன்னேறினோம். நேர்குத்தான இடங்களையே வழிகாட்டி தேர்ந்தெடுத்தான். சரிவில் வளைந்து செல்லப் பணித்தான்.

மலையுச்சியில் நீரோடைகளில் ஆழம் குறைந்து கடைசியில் எதுவுமில்லாமல் மறைந்து போனது. ஆனால் பாறைகளுக்கு அடியில் எங்கோ கேட்கும் சத்தம் அங்கே தண்ணீர் மிகுதியாக இருப்பதை உறுதிப் படுத்தியது. சிறிது சிறிதாக அந்தச் சத்தமும் தணிந்து கொண்டது. எனினும் தேநீர்ப் பாத்திரத்தில் இருந்து கொட்டுவது போன்ற ஒலி மட்டும் கேட்டது. பிறகு அதுவும் கசிந்து சொட்டும் குரலாகி அடங்கிப் போனது.

அரை மணி நேரத்தில் ஓர் உச்சியைக் கண்டடைந்தோம். அதை அடைவதற்கான கடைசிச் சில அடிகள் உள்ளபடியே மிகச் சிரமம் தந்தது. மிகப் பெரிய, சைபீரியச் செடார் மரத்தின் அடியில், அதன் பட்டைகளைக் கொண்டு உருவாக்கிய சிறு கோயில் ஒன்றைப் பார்த்தோம். வழிகாட்டி அதன் முன் சென்று வணங்கிக் கொண்டான். பிறகு நிமிர்ந்து எழுந்தவுடன் கிழக்குத் திசையைக் காட்டிச் சொன்னான் :

'அதுதான் புட்சிங் ஆறு..!'

ஆக, ஓர் ஆற்றுப் பள்ளத்தாக்கிற்கு வந்து விட்டோம். கிழவன் கீழே அமர்ந்து கொண்டு எங்களையும் அமரச் சொன்னான். அது ஓய்விற்கான நேரம்.

தீ மூட்டி வீரர்கள் தயாரித்த தேநீரை அருந்திய பின் புறப்பட்டோம்.

சரிவு செங்குத்தாக இருந்தது. ஆழமான பள்ளம் ஒன்று குறுக்கிட்டது. கற்களும் காய்ந்த மரங்களும் தாறுமாறாகக் கிடந்தன. தண்ணீர் ஒழுகி எண்ணற்ற துளைகளையும் குழிகளையும் ஏற்படுத்தியிருக்கிறது. அவை இருந்த இடமும் புதராக மண்டியிருந்தது. மனிதனை வீழ்த்தி விடும் அசலான பொறிகள் அவை. ஒரு வீரன் கல்லொன்றைப் பெயர்த்து விட்டான். உடனே அது வெவ்வேறு கற்களில் மோதிப் பெயர்ந்து விழுந்து நிலச்சரிவு போல் ஒன்றை நிகழ்த்தி விட்டது.

டெர்சு உஸாலா | விளாதிமிர் கே ஆர்சென்யேவ்

மலையிடுக்குகள் வழியாக இறங்கும் போது குதிரைகள் சிரமப் பட்டன. எங்கோ முற்றிலுமாக மறைந்திருக்கும் ஒரு புதரில் இருந்து ஓடை தவழ்ந்து வந்தது. அது பொங்கிப் பள்ளத்தாக்கில் விழும்போது வெட்டவெளிக்கும் மண்ணின் மேற்பரப்பிற்கும் வந்து விட்ட மகிழ்வில் திளைத்துச் சலசலத்தது.

அதைப் போலவே ஆழமான நீர்த்தாரை ஒன்று பாதையின் வலப்புறம் குறுக்கிட்டது. குழி போன்ற அது விரிந்து குறுகிய பள்ளத்தாக்காக மாறியது. சீனர்கள் அதை சிங்-வாண்டஹோ என்று அழைத்தார்கள்.

சிகோடா-அலின் மலைச்சரிவில் உள்ள ஊசியிலை மற்றும் கலப்பு மரங்கள் இணைந்து அங்கே ஒரு ஊசியிலைப் பெருங்காட்டை உருவாக்கியிருந்தது. புல்வெளிகள், பூக்களாலான கம்பளத்தால் போர்த்தப் பட்டிருந்தன. கத்தி வடிவ இலை போன்ற பூக்கள், இள நீலம் தொடங்கி ஊதா நிறம் வரையிலான பூக்கள், பகட்டு வண்ணப் பூவகைகள், கிண்ணம் போன்றவை, நீல-சிவப்பு மணி போன்றவை, ஸ்ட்ராபெரி அரும்புகள், பளிச்சிடும் இரட்டை அடுக்குக் கொண்ட கொய்மலர்கள், சிவப்பு ஆரஞ்சு மஞ்சள் நிற அல்லிப் பூக்கள் போன்றவை அங்கே தென்பட்டன.

ஊசியிலை மரங்கள், ஓக் மரச் சோலை, பூப்பூத்த புல்வெளி ஆகிய இவற்றிற்கிடையே இருந்த அந்த நிலப்பகுதி எம் வீரர்களுக்கு வியப்பை ஏற்படுத்தி விட்டது. மலைத்தொடரின் மேற்குப் புறத்தில் கடந்த மூன்று நான்கு நாட்களாகக் கண்ட காட்சிகளெல்லாம் இந்த அடிவாரத்திலேயே மீளக் கிட்டின. இடையில், இன்னொரு தனிச் சிறப்பையும் இங்கே கண்டேன் : மேற்கில் பூத்து வெளுத்து உதிர்ந்த மலர் வகைகள் இங்கே அரும்பக்கூடத் தொடங்கவில்லை.

புட்சிங் வடிநிலப் பகுதியில் ஈக்களும் சிலவகை லெபிடோப்டெரா இன வண்ணத்துப் பூச்சிகளும் உள்ளன. இன்னும் அங்கே செங்கல் சிவப்பு நிறமும்

வானவில்லின் தோற்றமும் கொண்டவை, வெண்மஞ்சள் நிறமும் கருப்பு சிவப்புப் புள்ளிகளும் உடையவை, அளவிற் பெரிய அடர்நீலமும் தூக்கணாங்குருவியைப் போன்ற வால் பகுதியும் கொண்டவை - எனப் பல வகைகளும் காணப்பட்டன. இதில் அடர்நீல நிறங் கொண்டவை பறந்து போய்த் தண்ணீரின் மேல் அமர்ந்து கொண்டு இறக்கைகளை விரித்துத் தம்மை மறைத்துக் கொள்ளும். நீரோட்டத்தில் மாட்டிக் கொண்டது போலவும், பறக்க முடியாமல் தவிப்பது போலவும் தோன்றும். பலமுறை நான் அவற்றை நீர்மட்டத்தில் இருந்து பிடித்து வெளியே விட்டிருக்கிறேன். ஆனால் அவை சிறிது தூரம் பறந்து போய் மீண்டும் நீரின் மேல் அமர்ந்து விடும். தேனீக்களும் குளவிகளும் பூக்களைத் தேடிச் சோர்வின்றி அலைந்தன. அவற்றுள், கருப்பு-ஆரஞ்சு நிறமும் வெண்ணிற வயிறும் உடைய தேனீக்கள் எல்லாத் திசைகளிலும் தென்பட்டன. மேலும் புற்களின் மேல் அமர்ந்து கொண்டு அவை தாம் பூச்சியினத்தில் புலி எனக் கருதிக் கொள்கின்றனவோ என்ற தோற்றத்தை ஏற்படுத்திக் கொண்டு அலைந்தன. உடன், படிகம் போன்ற இறக்கைகளும் தூய நீலநிறக் கண்களும் உடைய தட்டான்கள் நீரின் மீதும், ஈரநிலத்தின் மீதும் இங்குமங்குமாகப் பறந்து கொண்டிருந்தன.

மேலும் இந்தப் பறக்கும் உயிரினங்களைத் தவிர மான்கள், இரலை, காட்டுப்பன்றி, கரடி மற்றும் புலி ஆகிய பாலூட்டிகளும் இருப்பதைக் காட்டின் குறுக்கே செல்லும் எண்ணற்ற வழித்தடங்களைக் கொண்டு சொல்ல முடியும்.

களைப்பும் குறை உணவுமாக இருந்த போதிலும் எங்கள் பயணம் நல்ல வேகத்திலேயே அமைந்தது. சிகோடா-அலின் மலைத்தொடருக்கு நாங்கள் தேர்ந்தெடுத்த பாதையும் சரியானதுதான். தரிசான ஊசியிலைக் காட்டைத் தாண்டிப் பல உயிர்கள் வாழும் சோலை போன்ற அழகிய வழியில் நடந்தது என்றும் நினைவுகூரத் தக்கது. இருட்டும் முன்னர், காலியாக இருந்த ஒரு வேட்டையாடிகள் விடுதிக்கு வந்தோம். அங்கேயே தங்குவதாக முடிவெடுத்தோம்.

டெர்சு உஸாலா | விளாதிமிர் கே ஆர்சென்யேவ்

அடுத்தநாள். ஜூன் 17. வழிகாட்டி எங்களிடம் விடைபெற்றுக் கொண்டான். ஒரு வேட்டைக் கத்தி, ஒரு தோல்பை ஆகியவற்றை அவனுக்குப் பரிசாகக் கொடுத்தேன். அதன்பின் எங்களுக்குக் கைக்கோடரிகளின் தேவை இருக்கவில்லை. பாதையானது ஆற்றின் கரைமீதே நீண்டு சென்றது. நடக்க நடக்கத் தீரவில்லை. ஓர் இடத்தில் காடு தன் தன்மையை இழந்து மூச்சுத் திணற வைக்கும் ஒரு மலைக்காட்சியை வெளிப்படுத்திக் காட்டியது. அதன் மேற்குப் புறத்தில் சிகோடா-அலின் மலைத்தொடரின் கண்கொள்ளாக் காட்சி தெரிந்தது. அடுக்கி வைத்தது போன்ற மலைகள், அந்த இடத்திற்குப் பொருந்தாத கூரிய சிகரங்கள் -இவற்றைத்தான் எதிர்பார்த்தேன். ஆனால் அதன் உச்சிப் பகுதிகள் தட்டையாக, சமதளம் போல இருந்தன. மாடம் போன்ற சிகரங்கள் இணைந்து குதிரையின் கடிவாளத்தையொத்த, கீழ்நோக்கிய சரிவுகளைக் கொண்டதாக மாறின. இந்தப் பயணத்தில் காலநிலையும் தண்ணீர் கிடைப்பும் வெகுவாக உதவின.

பத்து மணி அளவில், பாதையில் சக்கரம் பதிந்த அடையாளங்களைக் கண்டோம். அதை விடப் பெரிய வரவேற்பு வேறென்ன இருந்துவிடப் போகிறது. சேணத்துடன் இணைந்த தாம்புக் கயிற்றின் நுனி தடுக்கி விடத் தள்ளாடி நடந்தன குதிரைகள்.

எதிர்க்கரையில் ஒரு நெடிய எல்ம் மரத்தின் கீழே ஒரு குடில் மங்கலாகத் தெரிந்தது. நெருங்கியதும் ஒரு முதல்தர உணவு விடுதியைப் பார்த்தது போல் மகிழ்ச்சி பொங்கியது. அங்கிருந்த சீனர்கள், இரண்டு நாட்களாக நாங்கள் சரியாகச் சாப்பிடவில்லை என்பதைப் புரிந்து கொண்டு விரைவாக இரவுணவைத் தயாரிக்கத் தொடங்கினார்கள். அவரைக்கொட்டை எண்ணெயில் தயாரித்த கேக்குகள், தானியக்கூழ், காய்கறிக் கலவை ஊறுகாய் -என அவர்கள் அளித்த உணவின் சுவையானது நகரத்து உணவு விடுதிகளில் கூடக் கிடைக்காது. பேசி வைக்கப் பட்ட ஒப்பந்தம் போல இரவு அங்கேயே

தங்கிக் கொண்டோம். அடுப்பின் வெம்மை அதிகமாக இருந்த தமது படுக்கையறையில் தூங்கச் சொன்னார்கள். ஆனால் எங்களுக்கோ அந்தச் சூடு, கொசுக்களைத் துரத்தி விட்டால் போதும் என்றிருந்தது.

குடிலுக்குள் கூட்டமாகவும் நெரிசலாகவும் இருந்தது. சன்னல்கள் போர்வையால் திரையிட்டு மூடப் பட்டிருந்தன. நான் உடையை மாற்றிக் கொண்டு வெளியே கிளம்பினேன்.

இரவு அமைதியாகவும் வெப்பமாகவும் இருந்தது. பூச்சியினங்களுக்கு இதுபோன்ற நேரம்தான் பிடிக்கும். நானோ கொசுக்களை மறந்து வேறொன்றைப் பார்த்துத் திகைத்துப் போய் இருந்தேன்.

என்னைச் சுற்றிலும் நீலநிறத் தீப்பொறிகள் காற்றில் பறந்தன. மின்மினிப் பூச்சிகள்தாம் அவை. இமைப் பொழுதில் அவை மின்னி மறைந்தன. ஒரேயொரு பூச்சியின்மீது கவனம் வைத்து அது பறப்பதையே பார்த்துக் கொண்டிருந்தேன். பொதுவாக அவை தனியாகப் பறப்பவை. ஆனால் அந்த இரவில் கூட்டமாகத் தென்பட்டன. அங்கு வந்து முதலில் குடியேறிய ரஷியர்கள், அது மின்னுவதைக் கண்டதும் கலவரமடைந்து உடனே துப்பாக்கியால் சுட்டுத் தள்ளினார்களாம். புற்களின் மீதும், தரையை ஒட்டியும், புதர்களிலும், இருந்து கொண்டு மரங்களின் ஊடாக அவை பறந்து சென்றன. அது ஒளிர்வதைக் கண்டு வானத்துத் தாரகைகளும் பதிலுக்கு ஒளிர்ந்து காட்டின. ஆக, அங்கே ஒரு வண்ணக் காட்சி அரங்கேறியது.

திடீரென்று வானத்தில் ஒரு மின்னல் வெட்டி அந்தப் பகுதி முழுவதையும் வெளிச்சத்தில் ஆழ்த்தியது. நீண்ட வாலுடன் எரிகல் ஒன்று மின்னிச் சிதறுண்டு ஆயிரமாயிரம் பொறிகளை உண்டாக்கி மலையைத் தாண்டி எங்கோ விழுந்தது. மாயத்தைப் போல அப்போது மின்மினிப் பூச்சிகள் மறைந்து போய்விட்டன. ஓரிரு நிமிடங்களில் புதரில் இருந்து தனியாக ஒரு வெளிச்சம் தோன்றியது.

டெர்சு உஸாலா | விளாதிமிர் கே ஆர்சென்யேவ்

அதைத் தொடர்ந்து இன்னொன்று, மீண்டும் ஒன்று என முப்பது வினாடிகளில் அப்பகுதி மறுபடியும் ஒளிமயமானது.

என்னதான் மின்மினிப் பூச்சிகள் ஒளிர்ந்த, எரிகல் வீழ்ந்த அழகிய காட்சிகளைக் கண்டு இன்புற்றிருந்தாலும் கழுத்து, தோள்கள், முகம், தலைமுடி -இங்கெல்லாம் கூட்டமாய் மொய்த்திருந்த கொசுக்களிடமிருந்து பாதுகாப்புத் தேவைப் பட்டதால் குடிலுக்குத் திரும்பினேன். தூக்கம் கண்களைத் தழுவிக் கொண்டது.

அடுத்த நாள் ஓய்வு. வீரர்களுக்கும் குதிரைகளுக்கும் அது கட்டாயத் தேவையாக இருந்தது. இழந்த வலிவை மீட்டுக் கொள்ள ஒரே நாள் தூக்கம் போதாதுதான்.

தொடர்ந்த நாளின் காலை நேரத்தில் அங்கிருந்து விடைபெற்றுக் கொண்டோம். ஒரு நெடுஞ்சாலை பிரிவதைக் கவனித்த நான் குதிரைகளுக்கு இன்னும் ஓய்வளிக்க விரும்பினேன். பொதிகளை ஏற்றிச் செல்ல இரண்டு வண்டிகளை ஏற்பாடு செய்தேன்.

புட்சிங் பள்ளத்தாக்கு சீனக் குடில்களால் நிறைந்திருந்தது. குடியிருப்புவாசிகள் கோடைகாலத்தில் பயிர்த் தொழிலிலும், மீன் பிடிப்பதிலும் ஈடுபடுவர். குளிர்காலத்தில் வேட்டையாடுவதே வேலை.

மலையின் இடப்புறத்தில் புட்சிங் ஆற்றின் முதன்மைக் கிளையாறு அர்சமசோவ்கா புறப்படுகிறது. அதற்கு மேல் மேடான இடத்தில் தற்போது வெட்கினோ என்று அழைக்கப்படும் ஒரு சிறிய ரஷியக் குடியிருப்பு உள்ளது. 1906-ல் அங்கு நான்கு குடும்பங்களே இருந்தன. ரஷ்யாவில் இருந்து முதலில் வந்தவர்கள் அவர்கள்தான். அது குறிப்பிடத் தக்க வியப்பான தோற்றத்தைக் கொண்டது. பழைய சிறிய வீடுகள் சொகுசானதாக இருந்தன. குடியேறியவர்களும் மகிழ்ச்சியாக, நகைச்சுவையுணர்வு மிக்கவர்களாக

● அவை நாயகன்

இருந்தனர். அவர்கள் எங்களை உளங்கனிந்து வரவேற்று அங்கே தங்கிக் கொள்ளுமாறு கேட்டுக் கொண்டனர்.

அன்று மாலையில், ஒரு கிராமத்தில் இருந்து சில மூத்தவர்கள் வந்து தாம் அந்த மலைப்பகுதியில் குடியேறிய காலங்களில் பட்ட துன்பங்களை எடுத்துரைக்கத் தொடங்கினர். 1859-ல் அவர்கள் அழைத்து வரப்பட்டு ஓல்கா விரிகுடா அருகில் குடியமர்த்தப் பட்டனர். பிறகு தாமாகவே அவர்கள் இடப்புறமாகப் பெயர்ந்து கொண்டனர். விரிகுடாவுக்கு ஒரு மைல் தொலைவில் நொவின்கா என்ற ஒரு சிறு குடியிருப்பை அமைத்துக் கொண்டனர். விரைவிலேயே தூரத்திலுள்ள உள்நாட்டுப் பகுதியைக் காட்டிலும் பரவாயில்லை எனக் கருதிப் புட்சிங் பள்ளத்தாக்கிற்குத் தமது இருப்பிடத்தை மாற்றிக் கொண்டனர். 1906-ல் நொவின்காவின் மக்கள்தொகை அங்குள்ள தனித்து வாழும் குடியேறிகளையும் உள்ளடக்கியதாக இருந்தது. இப்போது உழவர்கள் குடியிருக்கும் வீடுகள் முன்னரே அங்கிருந்தவை என்பதைப் பார்த்தாலே தெரிந்து கொள்ளலாம்.

புதிதாகக் குடியேறிய இடத்திலும் அவர்கள் துன்பத்தையே எதிர்கொண்டனர். பள்ளத்தாக்கில் பயிர்த் தொழில் செய்யத் தெரியவில்லை அவர்களுக்கு. முதல் அறுவடையே வெள்ளத்தால் மூழ்கிப் போனது. அடுத்து வந்த வெள்ளம் கால்நடைத் தீவனங்களை அடித்துக் கொண்டு போயிற்று. கால்நடைகளை எளிதாக இரையாக்கிய புலிகள் மனிதர்களையும் தாக்கத் தொடங்கின. அவர்களிடம் ஒரேயொரு துப்பாக்கி இருந்தது. அதுவும் பெர்குசன் மஸ்கட் எனப்பட்ட பழங்காலத் துப்பாக்கி. வறுமையைப் போக்கிக் கொள்ளச் சீனர்களிடம் பஞ்சம் பிழைக்கப் போனார்கள். ஒரு நாளுக்கு ஒரு பவுண்டு தினைப்பயிர் ஊதியம் என்ற கணக்கில் வயல் வேலை செய்தார்கள். அதுவும் மாத ஊதியமாகக் கொடுக்கப் பட்டதால் அதை எடுத்துக் கொண்டு 45 மைல்கள் வரை நடந்து வீடு திரும்பினார்கள்.

வயதானவர்கள் தமது புதிய வீடுகளில் சிரமத்துடன் வாழக் கற்றுக் கொண்டனர். வளமார்ந்த தம் சொந்த ஊர் பற்றிய நினைவுகளில் அவர்கள் இருக்க, இளம் வயதினர் அங்கேயே நிலையாக இருக்கப் பழகிக் கொண்டனர். துப்பாக்கி வீரர்களாக, வேட்டையாடிகளாகத் திறமையை வளர்த்துக் கொண்டார்கள். உள்ளூர் ஆறுகளின் நீரோட்டம் அவர்களை அச்சுறுத்தவில்லை. அந்த வீரத்தையே கடல் மீதும் காட்டத் தொடங்கினர்.

ஐரோப்பிய ரஷ்யாவில் தனியாகப் போய்க் கரடிகளை வேட்டையாடுவது துணிச்சலின் அடையாளமாகக் கருதப் பட்டது. இங்கிருக்கும் ஒவ்வோர் இளைஞனும் கரடி வேட்டையில் ஈடுபட்டவன்தான். ரஷியக் கவிஞர் நெக்ரசோவ், நாற்பது கரடிகளைக் கொன்ற ஓர் உழவனுக்காகக் கவிதையொன்றை அர்ப்பணித்திருக்கிறார். அதே நேரம் இங்கோ, பியடிஷ்கின்ஸ், மியாகிஷெவ்ஸ் என்ற சகோதரர்கள் ஒவ்வொருவரும் எழுபது கரடிகளுக்கு மேல் கொன்றழித்தவர்கள்தான். சிலின்ஸ், வொரோவ்ஸ் ஆகிய இருவர் அதிகமாகப் புலிவேட்டையாடியவர்கள். அவர்களும் கரடிகளைக் கொன்றவர்களே. அதற்கு அளவே கிடையாது. ஒருமுறை கரடியொன்றைப் பிடித்து விளையாட்டுக்காகக் கட்டி வைத்தனர். அதைக்கொண்டே சில காலம் பணமும் சம்பாதித்துக் கொண்டனர். கரடி, புலிகளின் பற்களைப் பச்சை குத்திக் கொண்டனர். அதைப் பார்த்தவர்கள் பயந்து போனார்கள். நல்லூழ் அவர்களைச் சிறு விபத்துகளோடு காப்பாற்றி வைத்தது.

45 வயது மதிக்கத்தக்க ஒருவன் நாங்கள் குடியிருந்த குடிலுக்குள் நுழைந்தான். சராசரி உயரம். ஒல்லியான உடல்வாகு. நீண்ட தலைமுடி, தாடி கொண்ட அவன் எங்களை வணங்கி, மன்னிப்புக் கோரும் வகையில் புன்னகைத்தான். அறையின் மூலையில் இருந்த ஒரு பெட்டியின் மீது அமர்ந்து கொண்டான்.

'யார் அது..?' எங்களில் ஒருவன் கேட்டான்.

'புலி கொல்லி..' பல குரல்கள் ஒரே நேரத்தில் பதிலாக வந்தன.

கேள்விகளால் அவனைத் துளைத்து விட்டோம். அவனோ வார்த்தைகளை அளந்து பேசினான். சிறிது நேரத்தில் 'புலி கொல்லி கஷ்லேவ்' எழுந்து கொண்டான்.

'ஒரு விலங்கைக் கொல்வதில் எந்தத் தந்திரமும் இல்லை. ஒன்றுமேயில்லை. அதைக் குறிவைப்பதில்தான் இருக்கிறது..' என்று சொல்லிவிட்டுத் தொப்பியை அணிந்து கொண்டு கிளம்பி விட்டான்.

கஷ்லேவ் குறித்து உழவர்கள் சொன்னவற்றையும் கேட்டோம். அங்குள்ள ஏராளமான புலிகளைக் கொன்றதால் அவன் அந்தப் பட்டப்பெயரை ஈட்டியிருக்கிறான். புலியைப் பின் தொடர்ந்து தாக்கி வீழ்த்துவதில் அவனுக்கு நிகர் அவனே. தனியாகவே காட்டில் அலைவான். வெட்டவெளியில் நெருப்பின் துணையின்றியும் உறங்குவான். எங்கே போகிறான், எப்போது திரும்புவான் என்பது எவருக்கும் தெரியாது. ஊசியிலைக் காட்டிற்கே உரித்தான மனிதன். புலிகள் நடமாட்டம் அதிகமாக உள்ள சண்டாஹோ மலையின் சிகரத்தில் கூட வேட்டையாடியிருக்கிறான்.

உழவர்களில் சிலர் புலிகளை வீழ்த்தி உயிருடன் கொண்டு வருவதும் உண்டு. ஆனால் அவர்களுக்குக் கூண்டு, கண்ணிகளின் பயன் பற்றி எதுவும் தெரியாது. வெறுங்கையால் பிடிப்பார்கள். கயிற்றால் கட்டி வைப்பார்கள். குட்டிகளுடன் இருக்கும் பெண்புலியைப் பின்தொடர்ந்து போய் நாய்களை அவிழ்த்து விட்டு வானத்தை நோக்கிச் சுடுவார்கள். அவற்றின் கூக்குரலைத் துப்பாக்கியின் ஒலி அமிழ்த்தி விடும். பயந்து போன புலிகள் திசைக்கொன்றாய் ஓடும். அவற்றை ஒவ்வொன்றாக அகப்படுத்துவார்கள். திறமையும், ஊக்கமும், உறுதியும் கொண்டவர்களால் மட்டுமே இதற்கான திட்டத்தை உருவாக்க முடியும்.

டெர்சு உஸாலா | விளாதிமிர் கே ஆர்சென்யேவ்

கதைசொல்லிகள் இன்னும் சொல்லிக் கொண்டே போயினர். அவற்றால் ஈர்க்கப் பட்ட நாங்கள் இரவு முழுவதும் கேட்கத் தயாராக இருந்தோம். ஆனால் நடு இரவில் அவர்கள் வீட்டுக்குத் திரும்பத் தொடங்கி விட்டார்கள்.

நல்லதோர் ஓய்வுக்குப் பின், நாங்கள் கடற்கரையை அடையப் போகும் மகிழ்ச்சியில் இருந்தோம். உள்ளூர்க்காரர்களால் 'சாத்தானின் சிகரம்' என்றழைக்கப்பட்ட ஒரு பெரும் பாறையை வந்தடைந்தோம். 15 நிமிடம் நடந்தால் மிக அருகில் கடல். (அதைக் காணப்போகும் எங்கள் மன உணர்வை வாசகர் அறிவர்). நெருங்கிப் பாறைகளில் அமர்ந்து கரையைத் தழுவும் அலைகளையே வெறித்துப் பார்த்துக் கொண்டிருந்தோம்.

பயணத்தின் முதல் கட்டம் முற்றுப் பெற்றது.

ஜூன் 21. பிற்பகல் 2 மணிக்குப் போஸ்ட் ஓல்காவுக்கு வந்து விட்டோம். தொடர வேண்டிய பயணத்திற்குரிய பொருட்கள் அங்கே கப்பலில் வந்து சேர வேண்டும். அதற்காகக் காத்திருக்கும் நேரத்தில் நான் சுற்றுப்புறத்தைப் பதிவு செய்ய வெளியே கிளம்பினேன்.

அர்சமசோவ்கா ஆற்றின் வழியாக ஒரு பயணம் மேற்கொள்ளத் திட்டமிட்டிருந்தோம். அதற்காக ஜூலை 15 அதிகாலையில் புறப்பட்டோம். என்னுடன் முர்சின், எபோவ், கொசேவ்னிகோவ் ஆகிய மூவர் இருந்தனர். பெர்ம்ஸ்கோயேவில் உள்ள ஒரு கிராமத்தில் இரவைக் கழித்து விட்டு மறுநாள் பயணத்தைத் தொடர்ந்தோம்.

அர்சமசோவ்கா தொடங்கும் இடத்தை அடைந்த நாங்கள் அதன் வடிநிலத்திலேயே இறங்கித் தென்மேற்கிலுள்ள மலைத்தொடரை நோக்கிச் சென்றோம்.

மோசமான மண்பாதை அது. புல்பூண்டு எதுவும் காணப்படவில்லை. அதுதான் சிகோடா-அலினுக்கு எங்களை அழைத்து வந்திருக்கிறது. பாதை இரண்டாகப்

அவை நாயகன்

பிரிந்து, ஒன்று மலைத்தொடருக்குச் செல்வதாகவும் மற்றொன்று லிஸ்ட்வெனிச்னயா ஆற்றின் வலக்கரையிலும் இருந்தது. இருவர் மட்டும் வேட்டைக்குப் போய் வந்தோம். பாதை பிரியும் இடத்தில் அமைத்திருந்த முகாமில் மற்ற இருவர் தங்கிக் கொண்டோம்.

கோடைகாலத்தில் வேட்டையாட உகந்த நேரம் அதிகாலையும், மாலைப் பொழுதும்தான். பகல் நேரத்தில் விலங்குகள் காண அருகிப் புதர்களில் மறைந்திருக்கும். ஆகவே, அவற்றைப் பின்தொடர முடியாது. அது இடைநேரம் ஆதலால் புல்லின் மீது படுத்து உறங்கி விட்டோம்.

கண் திறந்து பார்த்தபோது சூரியன் மறைந்திருந்தது. மேகங்கள் வானில் தவழ்வதைப் பார்த்தால் விரைவில் ஒளிமங்கி இரவாகி விடும் போல இருந்தது.

மாலை 4 மணி. வேட்டைக்கான நேரம். ஆட்களை உசுப்பி விட்டேன். காலணிகளைச் சரிப்படுத்திக் கொண்டே அவர்கள் தேநீரைக் கொதிக்க வைக்கத் தொடங்கினர்.

தேநீர் அருந்திய பிறகு முர்சினும் நானும் துப்பாக்கி எடுத்துக் கொண்டு வெவ்வேறு திசைகளில் புறப்பட்டோம். கயிற்றால் பிணைக்கப்பட்ட நாய் லெஷியும் என்னுடன் வந்தது.

விரைவிலேயே காட்டுப்பன்றிகளின் கால்தடங்களைக் கண்டுபிடித்து விட்டேன். அவை நடந்து கொண்டே கூட்டத்தை விட்டுப் பிரிந்து போய் மண்ணைக் கிளறியிருந்தன. கால்தட எண்ணிக்கையை வைத்துச் சுமார் இருபதுக்கு மேல் இருக்கலாம் எனக் கணக்கிட்டேன். ஒரு தருணத்தில் அவை சிதறிப்போய் மீண்டும் வந்து ஒன்று சேர்ந்து கொண்டன. வேகத்தை அதிகப் படுத்தினேன். ஆயினும் எனது கவனம் ஒரு தடத்தில் மீது நிலைத்தது. சேறும் சகதியுமாக இருந்த ஓர் இடத்தில் புலியின் பாதச் சுவடு புத்தம் புதிதாக இருந்தது. பன்றிகள் நடந்து போவதும்

டெர்சு உஸாலா | விளாதிமிர் கே ஆர்சென்யேவ்

புலி அவற்றைப் பின் தொடர்ந்து தாக்குவதாகவும் ஒரு காட்சி என் மனதில் தோன்றியது. நினைவிலிருந்து மீண்டு துப்பாக்கியைக் கையில் எடுத்துக் கொண்டு எச்சரிக்கையாக முன்னேறினேன்.

மலைமீது ஏறிய பன்றிகள் பக்கத்திலுள்ள பள்ளத்தில் இறங்கின. பிறகு மீண்டும் சுற்றி வளைத்துப் போய் உச்சியை எட்டுவதற்கு முன் ஒரு சரிவில் இறங்கின. ஆவல் மிகுதியால் அது எந்த இடம் என்பதை மறந்து விட்டேன். என் கவனமெல்லாம் பன்றிகள் மீதும் புலியின் காலடித்தடம் மீதும் மட்டுமே இருந்தது. அந்தப் பின்தொடர்தல் ஒரு மணி நேரம் வரை நீடித்தது.

வானத்தில் இருந்து சில துளிகள் விழுந்து என்னை நிறுத்தி விட்டன. முதலில் சிறு தூறலாகத் தொடங்கி விரைவில் நின்றுகொண்டது. சில நிமிடங்களுக்குப் பிறகு சிறு கால இடைவெளியில் தூறிக்கொண்டே இருந்தது. பிறகு நன்றாகவே பொழியத் தொடங்கி விட்டது.

திரும்புவதற்கான நேரம் நெருங்கி விட்டது என நினைத்துச் சுற்றிலும் பார்த்தேன். காட்டைத் தவிர அங்கே வேறெதுவும் இல்லை. அருகில் இருந்த ஒரு மலையின் வழியாகக் கீழிறங்கி எனது பாதையைத் தேடினேன்.

கண்ணுக்கு ஏதும் புலப்படாத வகையில் வானத்தை மேகங்கள் மறைத்திருந்தன. மேற்கில் தொடுவானம் மட்டும் மாலை வெளிச்சத்தால் மின்னியது. மேகங்கள் மேற்கு நோக்கி நகரத் தொடங்கின. வானிலை மாற்றத்திற்கான அறிகுறி ஏதுமில்லை. மலை வேறுவிதமான தோற்றம் கொண்டது. எங்கே போவது.? தவறை உணர்ந்தேன். காட்டுப்பன்றிகளைத் தொடர்வதில் காட்டிய கவனம், சுற்றுப்புறத்தை அறிவதில் இல்லாது போய் விட்டதே. வந்த வழியைக் கண்டுபிடிப்பதும் சாத்தியமில்லை. முகாமுக்குத் திரும்புவதற்குள் இருட்டி விடும். புகை பிடிக்கும் பழக்கம் இல்லாததால் தீப்பெட்டியும் என்னிடம் இல்லை. இருட்டுவதற்கு முன்பே திரும்பி விடலாம் என

நினைத்து வந்ததால் கையில் ஏதும் எடுத்து வரவில்லை. அது இரண்டாவது தவறு. வானத்தை நோக்கி இருமுறை சுட்டேன். பதில் இல்லை. பள்ளத்தாக்கில் இறங்கி ஆற்றைத் தொடர்ந்து போய் இருட்டும் முன் வழியைக் கண்டுபிடித்து விடலாம் என்ற ஒரு திடமற்ற நம்பிக்கை தோன்றியது. தாமதிக்காமல் இறங்கத் தொடங்கினேன். உடன் வந்த நாய் லெஷியும் பணிவுடன் பின்தொடர்ந்தது.

காட்டில் சிறிதளவே தூறல் அடித்தாலும் அது நம்மை நனைத்து விடும். புதர்களும் மரங்களும் பெய்யும் மழைநீரைத் தமது இலைக் குவியலில் தேக்கி வைத்து அவ்வழியே நடப்பவர்கள் மீது பெருந்துளியாகக் கொட்டும். எனது உடையும் விரைவில் நனைந்து விட்டது.

அரை மணிக்குள் காடு இருளில் மூழ்கியது. எதிரே இருப்பது பாறையா, மரக்கட்டையா என்பதைக் கூடப் பிரித்தறிய முடியவில்லை. அடிக்கடி கீழே விழுந்தேன். மழை வலுக்கத் தொடங்கியது. இன்னொரு மைல் தூரம் நடந்து ஓய்வெடுக்க நின்று கொண்டேன். நாயும் நன்றாகவே நனைந்து விட்டது. உடலை வேகமாகக் குலுக்கிக் கொண்டு இலேசாகச் சிணுங்கும் குரலில் அரற்ற ஆரம்பித்தது. கயிற்றை அவிழ்த்து விட்டேன். அதற்காகத்தான் அது காத்திருக்கும் போல. மீண்டும் உடலைக் குலுக்கிக் கொண்டு இருட்டுக்குள் ஓடத் தொடங்கியது. தனிமை என்னைப் பற்றிக் கொண்டிருப்பதை உணர்ந்து குரலெடுத்து அதைக் கூப்பிட்டேன். பயனில்லை. இரண்டு நிமிடம் வரை காத்திருந்து விட்டு அது சென்ற வழியில் நடக்க ஆரம்பித்தேன்.

பகலில் ஊசியிலைக் காட்டுக்குள் நடக்கும்போது எதிர்ப்படும் சாய்ந்த மரங்களை, புதர்களை, வளரும் செடிகளை அடையாளங்கண்டு விலகிச் சென்று விடலாம். ஆனால், அதே இடத்தில் இரவில் அவை ஒவ்வொன்றின் மீதும் விழுந்து எழ வேண்டியிருக்கும். மரக்கிளைகள் உடைகளைப் பிடித்திழுக்கும். கொடிகள் தொப்பியைக்

டெர்சு உஸாலா | விளாதிமிர் கே ஆர்சென்யேவ்

கிழிக்கும். முகத்தைக் காயப்படுத்தும். திருகிக் கீழே கிடக்கும் கொடிவகைகள் கால்களைச் சுற்றிக் கொள்ளும்.

மோசமான வானிலையில், காட்டில், விலங்குகள் நடமாடும் பகுதியில் நெருப்பு இல்லாமல் பயணிப்பது ஆபத்தானது. நடுங்க வைப்பது. உதவிக்கு யாருமில்லை என்ற உணர்வே என்னைக் கவனமாகச் சிறு ஒலி கேட்டாலும் எச்சரிக்கையாக நடக்க வைத்தது. மன உறுதி கூடியது. மரக்கிளை ஒடிந்து விழுவது, அலைந்து திரியும் எலிகளின் சரசரப்பொலி போன்றவை இடி விழுந்தாற்போலக் காதுகளுக்குள் கேட்டது. சடக்கெனத் திரும்பிப் பார்க்க வைத்தது. எந்நேரமும் துப்பாக்கியை எடுக்கத் தயாராக இருந்தேன்.

மையிருட்டு. உடல் முழுவதும் நனைந்து விட்டது. கழுத்தின் கீழ் நீரோடை பொங்கி வழிந்தது. ஏதோவொரு மரத்தின் அடிக்கட்டையின் மீது விழுந்திருப்பேன் எனத் தோன்றியது. நல்ல வெளிச்சத்திலேயே எழுந்து கொள்ளப் பெரும் முயற்சி வேண்டியிருக்கும். மரக்கட்டை, அதன் சிம்புகள், கற்கள் போன்றவை என் கைகளில் இருந்தன. ஒருவழியாக எதையோ பற்றிக் கொண்டு மேலெழுந்தேன்.

இனி நடப்பதை மட்டும் கவனிப்போம் என்று நினைத்துக் கீழே அமர்ந்து கொண்டேன். உடனே கடுமையாகக் குளிரத் தொடங்கியது. பற்கள் தாளமிட்டன. காய்ச்சலில் இருப்பது போல உடலைக் குலுக்கிக் கொண்டேன். கால்களுக்கு அலுப்பாக இருந்தாலும் நடக்க ஆரம்பித்தேன்.

மரத்தில் ஏறிக் கொள்ளலாம்..! வழியைத் தவற விட்ட எவருக்கும் தோன்றும் அற்பமான எண்ணம். அதைத் தவிர்த்து விட்டேன். மரத்தின் மேல் குளிர் அதிகமாக இருக்கும். மரத்துப்போன கால்களை வைத்து ஏற முடியாது. சுளுக்கிக் கொண்டால் ஆபத்து. விழுந்து கிடக்கும் இலைகளால் உடலை மூடிக் கொள்ளலாமா..? ஆனால் அது மழையில் இருந்து காப்பாற்றாதே. கட்டாயம் இந்த ஈரத் தரையில் சளி பிடிக்கத்தான் செய்யும். பொருந்தாததை ஏன் முட்டாள்தனமாக நினைத்துக் கொள்கிறேன்.

அவை நாயகன்

துணையின்றி முகாமை விட்டு எங்கும் போவதில்லை என முடிவெடுத்துக் கொண்டேன்.

சாய்ந்து கிடந்த மரத்தில் தொற்றி ஏற முயன்று தள்ளாடிச் சரிந்தேன். மரக்கிளை முறியும் சத்தம் கேட்டுத் திடுக்கிட்டேன். பலமாக மூச்சிரையும் ஒலி காதருகே கேட்டது. துப்பாக்கியை எடுக்க நினைத்தேன். ஆனால் அதன் குழல் பகுதி காட்டுக் கொடியொன்றில் சிக்கிக் கொண்டிருந்தது. அதிர்ச்சியில் உறைந்தபோது ஏதோ என் முகத்தை நக்கித் தடவுவது போல் தெரிந்தது. நாய் லெஷிதான் அது.

இருவிதமான உணர்வுகள் அப்போது தோன்றின. நாய் என்னை அச்சுறுத்தியதால் கோபம்; அது திரும்ப வந்து விட்டதால் மகிழ்ச்சி. சில நிமிடங்கள் என் கால்களைச் சுற்றி வட்டமிட்டது. தேம்பியது. பிறகு மீண்டும் இருட்டுக்குள் மறைந்து போனது.

சொல்லொணாத் துயரத்துடன் நடந்தேன். கடும் முயற்சியுடன்தான் ஒவ்வொரு காலையும் எட்டி வைக்க முடிந்தது. இருபது நிமிடங்களில் ஒரு செங்குத்துப் பாறையை வந்தடைந்தேன். எங்கோ கீழே தண்ணீர் வழியும் ஒலி கேட்டது. ஒரு கல்லை எடுத்து வீசி ஆழம் பார்க்க நினைத்தேன். அந்த எண்ணத்தைக் கைவிட்டு வலப்புறம் திரும்பினேன். லெஷி மீண்டும் திரும்பி விட்டது. இம்முறை எனக்குப் பயமேதுமில்லை. அதன் வாலைப் பிடித்துக் கொண்டேன். அது என் கையைத் தனது பற்களால் கவ்வி மெலிதாகத் தேம்பிக்கொண்டே அழைத்துப் போவதற்காக மன்றாடி நின்றது. பிறகு சிறிது தூரம் ஓடித் திரும்பியது. நான் அது காட்டிய வழியைப் பின் தொடர்கிறேனா என்பதை அச்செயல் உணர்த்தியது. இருவருமாக இன்னும் அரை மணி நேரம் நடந்தோம்.

ஒரு தருணத்தில் வழுக்கி விழுந்து ஒரு கல்லில் மோதிக் கொண்டேன். அடுத்த நிமிடம் லெஷி திரும்பி வந்து அருகே அமர்ந்து கொண்டது. இருட்டில் அதைப் பார்க்க முடியவில்லை. ஆயினும் அதன் சூடான மூச்சை உணர முடிந்தது. முழங்காலில் வலி குறைந்ததும் எழுந்து

மரங்களின் ஊடாக வானம் தெரிகிற திசை நோக்கி நடந்தேன்.

பத்துத் தப்படி வைப்பதற்குள் மீண்டும் விழுந்தேன். அதன் பிறகும் அடிக்கடி விழுந்துகொண்டே இருந்தேன். விழும்போது தரையை விரலால் தொடுகையில் ஒரு பாதையைக் கண்டுபிடித்து விட்டேன் என்பதை மகிழ்வுடன் உணர்ந்தேன். களைப்பும் கால்வலியும் இருந்தாலும் அந்த மகிழ்ச்சி என்னை வேகமாக நடக்க வைத்தது.

'இனிக் கவலையில்லை நமக்கு' என்று எனக்குள் கூறிக் கொண்டேன். அந்தப் பாதை என்னை எங்காவது அழைத்துச் சென்றுவிடும்.

அதிகாலை வரை நடக்கத் தீர்மானித்தேன். ஆனால் சொல்வதை விடச் செய்வது எளிதல்லவே. அந்த மையிருட்டில் பாதை தெரியவில்லை. கால்கள் உணர்ந்ததை மட்டும் வைத்துத்தானே நடக்கிறேன். ஆகவே, நடை தானாகச் சுருங்கிக் கொண்டது. ஒவ்வொரு முறை வழியைத் தவற விடும்போதும் கீழே அமர்ந்து தரையைத் தொட்டுப் பார்த்துக் கொண்டேன். திருப்பங்களில் அதுவும் சிரமமாக இருந்தது. நின்றுகொண்டு லெஷிக்காகக் காத்திருப்பேன். அது திரும்பி வந்து அழைத்துப் போய்ப் பாதையில் விடும். ஒன்றரை மணி நேரம் நடந்து ஓர் ஓடைக்கரையை அடைந்தேன். தண்ணீரில் கை வைத்து நீரோட்டம் செல்லும் திசையைக் கவனித்தேன்.

ஓடையைக் கடந்தபோது இன்னொரு பாதை தெரிந்தது. லெஷி இல்லாது போயிருந்தால் அதுவும் தெரிந்திருக்காது. அது பாதையின் நடுவே அமர்ந்து எனக்காகக் காத்திருந்தது. என்னைக் கண்டதும் ஓடிவந்து ஒரு சுற்றுச் சுற்றிவிட்டு மீண்டும் ஓடிப் போனது. இருட்டு எல்லாவற்றையும் உறிஞ்சி விட்டது. ஓடையின் சலசலப்பு, மழைத்தூறலோசை, மரங்களில் பட்டுத் தெறிக்கும் காற்று -இவை மட்டுமே காதில் விழுந்தன. இன்னொரு பாதையும் குறுக்கிட்டது. எதில் போவது எனத் தெரியவில்லை. லெஷிக்காகக்

அவை நாயகன்

காத்திருந்து அது திரும்பாததால் வலப்புறப் பாதையில் போனேன். ஐந்து நிமிடங்களில் அது ஓடி வருவது தெரிந்தது. குனிந்து அதைச் செல்லமாகத் தட்டினேன். லெஷி உடலைக் குலுக்கிக் கொண்டபோது நீர்த்துளிகள் என்மேல் பட்டுத் தெறித்தன. அதற்காக அதை நான் கடிந்து கொள்ளவில்லை. பின்புறத்தை உதறிக் கொண்டு தனது பாதையில் அது ஓடியது.

இப்போது நடை எளிதாகி விட்டது. பாதையில் வளைவுகளோ திருப்பங்களோ இல்லை. வீழ்ந்த மரங்களும் இல்லாமல் செம்மையாக இருந்தது. இன்னொரு ஓடையையும் கடக்க வேண்டியிருந்தது. அப்போது வழுக்கி அதில் விழுந்து விட்டேன். உடைகள் புதிதாக நனைவதற்குத்தான் ஒன்றுமில்லை.

இறுதியாக அனைத்தையும் மறந்துவிட்டு ஒரு மரக்கட்டையில் சாய்ந்து ஓய்வெடுக்க விரும்பினேன். தோள்கள், கால்கள் அடிபட்டும் சிராய்ப்புடனும் இருந்தன. தலை பாரமாக இருந்தது. கண்களை மூடிக் கொண்டேன். அரைத்தூக்கத்தில் ஆழ்ந்தேன். தூரத்தில் எங்கோ மரங்களுக்கிடையில் நெருப்புத் தெரிவதாக உணர்வு ஏற்பட்டதால் கண்களைத் திறக்க முயன்றேன். இருட்டாக இருந்தது. நடுக்கும் குளிர் மோதியது. நோயில் படுத்துவிடக் கூடாது என்ற எண்ணம் மேலோங்கித் துள்ளியெழுந்து மீண்டும் அந்த வெளிச்சத்தைத் தேடினேன். அது காட்சிப்பிழையாக இருக்கக் கூடும். ஆனால், அந்த ஒளி எனது சோர்வை மாயமாக்கி விட்டது. பாதையைத் துறந்துவிட்டு வெளிச்சத்தை நோக்கிப் போனேன்.

15 நிமிடங்களில் அதை நன்றாகப் பார்க்கும் அளவுக்கு நெருங்கி விட்டேன். நான் பார்த்தது எங்கள் முகாம் அல்ல. ஆனால் அங்கே ஆட்கள் யாரும் இல்லை என்பதைக் கவனித்தேன். இரவில் பெய்த மழை அவர்களை வெளியே விரட்டியிருக்கும். மரங்களின் பின்னால் மழைக்கு ஒதுங்கியிருக்கலாம். எனினும் எனக்குத்

டெர்சு உஸாலா | விளாதிமிர் கே ஆர்சென்யேவ்

திகிலாகவே இருந்தது. நெருங்குவதா.? வேண்டாமா.? அந்த நெருப்பை உருவாக்கியது வேட்டையாடிகளாக இருந்தாலும் பாதகமில்லை. கொள்ளையர்களாக இருந்தால் என்ன செய்வது.? திடீரென்று என் பின்னால் ஒரு புதர் மறைவிலிருந்து லெஷி வெளிப்பட்டு நெருப்பை நோக்கி ஓடியது. அங்கே நின்றுகொண்டு, யாருமில்லை என்பதை வியப்புடன் பார்த்தது. நெருப்பைச் சுற்றி வந்து தரையில் மோப்பம் பிடித்தவாறே வாலை ஆட்டியது. அதன்மூலம் அந்த நெருப்பை மூட்டியது எங்களுடைய ஆட்களாகத்தான் இருக்க வேண்டும் என்பது புரிந்தது. இல்லையெனில், அது கோபக்குறி காட்டியிருக்கும். ஓய்வின்றி அங்குமிங்கும் ஓடியிருக்கும். ஆகவே ஒரு முடிவுக்கு வந்தேன். மறைவிடத்திலிருந்து வெளியே வந்தேன். ஆனால் என் சகா ஒருவன் அதற்கு முன்பே வந்து நின்றான். முர்சின்தான் அது. அவனும் வழியைத் தவற விட்டு அதிகாலைக்கு முன்பே அங்கு நெருப்பை மூட்டியிருக்கிறான். எனது காலடிச் சத்தம் கேட்டவுடன் ஒரு மரத்தின் பின்னால் ஒளிந்திருக்கிறான். நான் நெருங்கும் வரை முன்னெச்சரிக்கையாகவே இருந்திருக்கிறான்.

ஆடைகளை உலர்த்திக் கொண்டோம். நீராவி அலைபோல் எழுந்து எங்களின் ஈரமான பொருட்களின் மீது விழுந்தது. நெருப்பின் மேல் அடித்த காற்றும் தன்மை மாறிக் கொண்டிருப்பதைப் பார்த்தால் மழை முற்றிலுமாக நின்றுவிடும் போலிருந்தது. அரை மணி நேரத்தில் மழை குறைந்து விட்டது. மரங்கள் மட்டும் இன்னும் மழைநீரைத் தேக்கி வைத்துக் கொண்டிருந்தன.

பெரிய பிர் மரத்தினடியில் எனது சகா தீயை மூட்டிய இடத்தில் தரை உலர்ந்திருந்தது. நாங்கள் ஆடைகளைக் களைந்து விட்டு உள்ளாடைகளையும் உலர்த்திக் கொண்டோம். பிறகு மரக்கிளைகளை வெட்டி வந்து பரப்பி, பின்புறம் மரத்தைப் பார்த்தவாறு அதன்மேல் படுத்து உறங்கிப் போனோம்.

காலைநேரம் குளிராக இருந்தது. தீ அணைந்து போனதால் எழுந்து விட்டேன். வானம் இன்னும் வெளுப்பாகவும், மலைகள் பனிமூடியும் இருந்தன. முர்சினை எழுப்பி இருவருமாக எங்கள் முகாமைத் தேட ஆரம்பித்தோம். நேற்றிரவு தங்கியிருந்த பாதை ஒரு கோணத்தில் திரும்பிச் சென்றதால் நாங்கள் அதனை விடுத்து நகர வேண்டியதாயிற்று. ஆற்றின் மறுகரையில் பாதை தெரிந்தது. அது எங்கள் முகாமுக்குச் செல்லும் பாதை.

9
கடலினிலே..

ஆவலுடன் எதிர்பார்த்த பொருட்கள் எல்லாம் விளாடிவாஸ்டாக் நகரில் இருந்து கப்பலில் வந்து சேர்ந்தபோது அதை வரவேற்றுக் கொண்டாடினோம். அதுவரை ஓல்கா விரிகுடாவிற்கு அருகில் கண்கள் வலிக்க நின்று கடலையே பார்த்துக் கொண்டிருந்தோம். ஆட்களும் குதிரைகளும் போதுமான அளவில் இருந்தனர். உணவுப் பொருட்கள் மீள நிரப்பப் பட்டிருந்தன.

ஜூலை 28 பிற்பகலில் கரையோரமாகவே விளாதிமிர் விரிகுடாவுக்குச் செல்வதற்காகப் புறப்பட்டோம்.

வழியெங்கும் நிறைய மலைக்குகைகள் இருந்தன. அவற்றுள் மொக்ருஷின்ஸ்க் குகை - இன்னும் சரியாக ஆய்வு செய்யப் படவில்லை - மிகப் பெரியதும் சுவாரசியமானதும் ஆகும். அதன் நுழைவுப் பகுதி முக்கோண வடிவிலும், மலையின் அருகில் 150 அடி உயரத்திலும் இருந்தது.

120 அடி நீளமும் 100 அடி உயரமும் கொண்ட கூடம் ஒன்று திறந்தது போல அமைந்திருந்தது. தூரத்து மூலையில் ஆபத்தான ஓர் ஆழமான கிணறு இருப்பதைக் கண்டு அசட்டுத் துணிவுடன் நெருங்கி விடக்கூடாது. எனவே கிணற்றுக்கு அருகே சற்றுத் தூரத்தில் இடப்புறம் திரும்பினோம். அங்கே மாடக்குழி போன்ற அமைப்பும் கூன்முதுகு போன்ற ஒரு சிறிய வழியும் காணப்பட்டது. அதன் உச்சியில், கீழிருந்து உயர்ந்து செல்லும் பொங்கு ஊசிப் பாறைகள் இரண்டு தூண்கள் போல நின்றன. அதன் கீழ்ப்பகுதி குறுகலாக இருந்ததால் நாலாபுறமும் போய் வழியைத் தேட வேண்டியிருந்தது. 160 அடி நீளமுள்ள அந்த வழியானது அகன்ற ஓர் இடைவழிக்கு இட்டுச் சென்றது. அதில் போனால் அங்கும் வெள்ளிப் பனியின் நிறத்தில் ஒரு கூடம் இருந்தது. இந்த இரண்டாவது கூடம் முதலாவதை விடப் பெரிதல்ல. ஆனால் அழகிய தோற்றத்தைக் கொண்டது. குறுகலான இடைவழி வழியாகச் சென்றால் அது இரண்டு கூடங்களையும் இணைந்த நிலையில் காண வைக்கும் இன்னும் அழகான இடம் ஆகும். பொங்கு ஊசிப் பாறைகளும் அங்கே பெரிய தூண்களை உருவாக்கியிருந்தன. சுவர்களின் மேலடுக்கு சுண்ணாம்புப் பாறைகளால் அமைந்து அது உறைந்த நீர்த்தடம் என்பதைக் குறிப்பால் உணர்த்தியது. இங்குமங்குமாகத் தொட்டிகள் போலவும் கிண்ணங்கள் போலவும் செறிந்திருந்த இடங்களில் கண்ணாடி போன்ற தெள்ளிய நீர் தேங்கியிருந்தது. அவற்றின் அருகே இன்னொரு கிணறும் இருந்தது. அதன் பக்கத்தில் இருந்த குறுகிய வழியானது உரக்கப் பேசினால் எதிரொலி கேட்கும் ஒரு பெரிய குகைக்கு இட்டுச் சென்றது. கல்லொன்றை எடுத்துக் கிணற்றில் வீசினோம். அது ஒரு பீரங்கித் தாக்குதலை நினைவுபடுத்தும் ஓசையைக் கிளப்பி விட்டது. அந்த அச்சமிகு கணங்கள் ஒரு நிலச்சரிவில் சிக்கிக் கொண்டதைப் போலவும் மேல்மாடம் கவிழ்ந்து குகையை மூடிவிட்டதைப் போலவும் இருந்தன.

டெர்சு உஸாலா | விளாதிமிர் கே ஆர்செனியேவ்

மாலைநேரத்திற்கு முன் எங்கள் குழு விளாதிமிரோவ்காவின் முன்பகுதிக்கு வந்து கடலோரத்தில் முகாமிட்டிருந்தது.

அடுத்த நாள் முழுவதும் விளாதிமிர் விரிகுடா பற்றிய விசாரிப்பிலேயே செலவழிந்து விட்டது. சீனர்கள் அதை ஹூலுவாயி என்று அழைத்தார்கள். (ஹூலு என்றால் உருண்டையான பூசணிக்காய், வாயி என்றால் விரிகுடா)

கரையோரம் சின்னஞ்சிறு சீனக்குடில்கள் இருந்தன. அவற்றின் அருகே காணப்பட்ட குப்பை மேடுகள் அவர்கள் என்ன தொழிலைச் செய்கிறார்கள் என்பதைக் காட்டின. எடுத்துக்காட்டாக, ஒரு குடிலை அடுத்துச் சிப்பியின் மேலோடுகள் குவியலாகக் கிடந்தன. அவற்றில் சில புற்களோடு சேர்ந்து தொற்றி வளர்ந்தவை. நத்தையின் சதைப் பகுதியை மட்டும் பிரித்தெடுத்து உலர வைத்து நகர்ப்புறங்களுக்கு அனுப்பி வைப்பார்கள். நாகரிக அடையாளமாகக் கருதப் பட்ட அது பெரும் விலைமதிப்புக் கொண்டது.

இன்னொரு குடிலின் அருகே மேலோடு நீக்கப்பட்ட நண்டுகள் வெயிலில் காயவைக்கப் பட்டிருந்தன. அதனருகில் பல்வேறு கடல் உயிரிகளின் கிளையுறுப்புகள் மற்றும் குறடுகளால் பிய்த்தெடுக்கப்பட்ட அவற்றின் சதைப் பகுதிகள் ஒரு கோரைப்புல் பாயில் பரப்பி வைக்கப் பட்டிருந்தன.

அடுத்த குடில் கடல் தாவர வணிகத்திற்கானது. புற்களாலான கூடாரத்தினுள் கடல் தாவரங்கள் பதப்படுத்துவதற்காகக் கட்டித் தொங்க விடப்பட்டிருந்தன. சீனர்கள் பலர் அந்த வேலையில் ஈடுபட்டிருக்க, ஓரிருவர் மட்டும் கடலின் அடிப்பகுதியிலிருந்து கொண்டு வந்த களைச்செடிகளை அதற்கென வைத்திருக்கும் கவடுகளால் அப்புறப் படுத்திக் கொண்டும் காயவைத்த செடிகள் அவற்றின் பசும்பழுப்பு நிறம் மங்காமலிருக்க வெயிலில் பதமாகச் சூடாக்கிக் கொண்டும், இன்னும் சிலர்

அவை நாயகன்

அவற்றைக் கத்தை கத்தையாகக் கட்டிக் கூடாரத்தில் அடுக்கி வைத்துக் கொண்டும் இருந்தனர்.

எதிர்க்கரையில் சில சீனர்கள் இருப்பதைக் கவனித்தேன். அவர்கள் கையில் ஒரு நீண்ட கோலுடன் நீரில் நடந்து கொண்டிருந்தார்கள். நாள் முழுதும் வேறு வேலையின்றி அவர்களுக்கு அதிலேயே கவனம் இருக்கும் போல இருந்தது. அதே வேலையை அவர்களின் அருகே நின்று செய்தாலன்றி அவர்களின் கவனத்தை ஈர்க்க முடியாது என்றும் தோன்றியது. மேற்சட்டை இல்லாமல், கால்சட்டையை முழங்கால் வரை மடித்துக் கொண்டு நீருக்கு அடியில் உற்றுப் பார்த்தவாறே எச்சரிக்கையுடன் நடந்தார்கள். சிறு ஓய்வுக்குப் பின் கையிலுள்ள கோலைத் தண்ணீரில் ஆழப் பதித்து, எதையோ சுண்டியிழுத்துக் கரையில் சேர்த்தார்கள். உணவாகும் சிப்பிகளை அவர்கள் சேகரிக்கிறார்கள். கோல்களின் முனை இரும்புக் கொக்கியையும் கரண்டி வடிவ வலையையும் தாங்கியிருந்தது புற்களில் மாட்டியிருக்கும் சிப்பிகளைக் கொக்கி கொண்டு மேலிழுத்து வலைக்கரண்டியில் சேகரித்துக் கொள்வார்கள். கரையில் இருப்பவர்கள் அவற்றை எடுத்துக் கொண்டு போய்க் கொப்பரையில் வெந்நீரில் இடுவார்கள். சிப்பியின் ஓடு திறந்து கொள்ளும். பிறகு கத்தியால் ஓட்டை அப்புறப்படுத்தி விட்டு உள்ளிருப்பதை மீண்டும் கொப்பரையில் இடுவார்கள். அவை அதில் நெடுநேரம் வேகவைக்கப் பட்டுப் பதனிடப் படும்.

சிப்பி தேடிகள் தனித்தனியாகவும் இருவராகவும் ஆங்காங்கே கரை முழுவதும் தென்பட்டனர். ஒரு கல்லின் மீது அமர்ந்து நான் கடலைப் பார்த்துக் கொண்டிருந்தேன். திடீரென்று என் இடப்புறம் ஒரு பெருங்கூச்சல் கேட்டது. திரும்பிப் பார்த்தேன். தண்ணீரில் ஏதோ ஒரு யுத்தம் நடக்கிறது. சீனர்கள் தாம் பிடித்த விலங்கொன்றைத் தரையில் தள்ள முயன்று கொண்டிருந்தனர். எச்சரிக்கையாக அதை நோக்கி முன்னேறி, முழுமையாகக் கைப்பற்றும் முனைப்பு அவர்களுக்கு. ஆயினும் அது என்னவென்று தெளிவாகத்

தெரியவில்லை. அவர்களின் திசைநோக்கி ஓடினேன். அது ஒரு மிகப்பெரிய ஆக்டோபஸ். வலிமையான தனது பற்றிழைகளைக் கொண்டு கற்களைச் சுருட்டிக் காற்றில் வீசியது அப்பேருருவம். மேலும் கடல் மட்டத்திற்கு வெளியே சடக்கெனப் பாய்ந்து வந்து சுற்றி வளைத்திருக்கும் தனது எதிரிகளைச் சிதறடிக்க எத்தனித்தது. கரையில் இருந்த சீனர்கள் தமது சகாக்களின் உதவிக்காக ஓடி வந்தனர்.

ஆக்டோபஸ் கரையருகில் கொண்டு வரப்பட்டது. இப்போது அதன் உருவம் தெளிவாகத் தெரிந்தது. நிறத்தை உறுதியாகச் சொல்ல முடியவில்லை. நீலத்தில் இருந்து சிவப்பு, அடர் பசுமை, சாம்பல் ஏன் மஞ்சள் நிறத்திற்குக் கூட மாறிக் கொண்டே இருந்தது. சீனர்கள் அதை ஆழம் குறைந்த பகுதிக்குத் தள்ளினர். அதற்கு இனி யாரும் உதவ முடியாது. கடைசியாக அதைக் கரையில் இழுத்துப் போட்டனர். பெரிய கோணிப்பை போலக் கிடந்தது அது. எண்ணிறந்த உறிஞ்சுகுழலைக் கொண்ட பற்றிழைகள் தலையில் இருந்து நீண்டிருந்தன. ஒரே நேரத்தில் ஓரிரண்டு பற்றிழைகளை உயர்த்தும்போது அதன் அகன்ற கருநிற மூக்குப் பகுதி தெரிந்தது. சிலநேரம் அது தலையிலிருந்து வேகமாகத் துருத்தி நீளும்போது பற்றிழைகள் பின்வாங்கிக் கொள்ளும். ஆகவே முன்பகுதி திறந்த நிலையிலேயே இருக்கும். எனது கவனமெல்லாம் அதன் கண்மீது இருந்தது. வேறெந்த விலங்கினத்திலும் காணப்படாத வகையில் அது ஏறத்தாழ மனிதனின் கண்ணை ஒத்திருந்தது.

நேரம் செல்லச் செல்ல அது தன் வலிமையை இழந்தது. துடிப்பு அதன் உடலில் இருந்து வெளியேறி விட்டது. நிறம் மங்கி அதன் இயல்பான செம்பழுப்புக்குத் திரும்பியது.

கருத்தைக் கவரும் வகைமாதிரியான அந்தப் பெரும் விலங்கு, காட்சியகங்களில் வைக்கப்படும் புதையலைப் போல இருந்தது. ஆனால், அதைப் பாதுகாத்து வைக்கக் கூடிய கொள்கலம், தேவையான பார்மலின் திரவம்

ஆகியன எம்மிடம் இல்லையே. ஆகவே, அதன் உடலில் இருந்து ஒரு சிறு பாகத்தை மட்டும், பார்மலின் உடன் ஊறிக்கொண்டிருக்கும் நண்டுகளின் மேலோடுகள் கொண்ட ஒரு குடுவையில் இடுவதற்காக எடுத்துக் கொண்டேன்.

மாலையில், குடுவையைப் பரிசோதித்துப் பார்த்தேன். வியப்பு காத்திருந்தது. அதிலிருந்த மேலோடுகளில் இரண்டைக் காணவில்லை. ஆக்டோபஸின் பற்றிழைத் துண்டு அவற்றை உறிஞ்சி விழுங்கியிருக்குமோ.

சீனர்களின் விதவிதமான கடல் வணிகம், ஆக்டோபஸ் வேட்டை -இவற்றின் மீதான ஆய்விற்கே அந்த நாள் முழுதும் போனது.

இரவுணவுக்காகச் சீனர்கள் அழைத்தார்கள். கடல்நீரில் வேகவைக்கப்பட்ட ஆக்டோபஸ் விருந்தாகப் படைக்கப் பட்டது. அது வெண்ணிறமாகவும், சவ்வு போலவும் இருந்தது. சுவையோ காளானையொத்திருந்தது.

10

மீண்டும் சந்தித்தோம்..

சூரியன் எழுந்த வேளையில் நாங்கள் நடக்கத் தொடங்கியிருந்தோம்.

விளாதிமிர் விரிகுடாவையும், தடுஷூ பள்ளத்தாக்கையும் இணைக்கும் பாதை எங்கள் பொதிகுதிரைகள் நடப்பதற்கு ஏதுவாக அகன்றிருந்தது. மலைகளுக்குச் செல்லும் அந்தப் பாதை ஓக், பிர்ச், எலுமிச்சை, நெட்டிலிங்கம் ஆகிய செழித்து வளர்ந்த மரங்களின் இடையே சென்றது. ஓரிடத்தில் அது சற்றுத் திசைமாறி தடுஷூ ஆற்றின் இடக்கரையில் ஒரு பாறைச் சரிவில் நீண்டு மீண்டும் ஆற்றைத் தொட்டுச் சென்றது.

பிற்பகலில் வானிலை மோசமாக மாறியது. மேகங்கள் தாழ்ந்து தலைக்குமேல் வந்து விரைந்து பின் மேலே சென்று மலையுச்சிகளைத் தழுவிக் கொண்டன. நிலப்பரப்பும் மாற்றம் கண்டது. கீழிருந்த பள்ளத்தாக்கு அச்சுறுத்தும் தோற்றம் கொண்டது. சூரிய ஒளியில் மின்னும் சிகரங்கள் மங்கித் தெரிந்தன. ஆற்றுநீரின் மேல் மேகங்களின்

நிழல் படிந்து கருநிறமானது. இதற்கெல்லாம் பொருள் என்னவென்று தெரியும் என்பதால் வீரர்களிடம் முகாம் அமைக்கவும், விறகு சேகரிக்கவும் அறிவுறுத்தினேன்.

வேட்டைக்குச் சென்றுவர இருவர் விரும்பினர். வெகுதூரம் போய்விடக் கூடாது என்றும் நேரத்திலேயே திரும்பி விட வேண்டும் என்றும் அவர்களை எச்சரித்து அனுப்பினேன். ஒருமணி நேரத்திற்குள் ஒருவன் திரும்பி விட்டான். இரண்டு மைல்களுக்கு அப்பால் உயரமான பாறையொன்றின் கீழ் தனியே இருந்த ஒரு வேட்டையாடியைத் தாம் கண்டதாக அவன் தெரிவித்தான். நாங்களெல்லாம் யாரென்றும், எங்கிருந்து வருகிறோம், போகுமிடம் எது என்பதையெல்லாம் அவன் விசாரித்ததாகச் சொன்னான். என் பெயரைச் சொல்லும் போது அந்த ஆள் கிளர்வுற்றுப் பரபரப்பானதையும் விவரித்தான்.

அந்தச் செய்தி எனக்குள் ஒரு போராட்டத்தை நடத்தி விட்டது. யாராக இருக்கும். எனது ஆட்களோ, அந்த அந்நியனை நேரில் போய்ப் பார்க்க வேண்டியதில்லை எனவும் முகாமுக்கு அவனே வருவதாகவும் சொன்னதாகத் தெரிவித்தான். ஆயினும் நான் துப்பாக்கியை எடுத்துக் கொண்டு, சீழ்க்கையொலியால் நாயையும் அழைத்துக்கொண்டு ஓர் ஒற்றையடிப் பாதையில் சென்றேன்.

அந்தி வெளிச்சம் எமது முகாம் நெருப்பின் ஒளிபட்டுக் கண்களைக் கூச வைத்தாலும் நேரம் செல்லச்செல்லப் பழகிக் கொண்டு பாதையைக் கண்டுணர முடிந்தது. நிலவு புதிதாகத் தெரிந்தது. கனத்த மேகங்கள் வானைப் போர்த்து, அதைச் சரியாகப் பார்க்க விடவில்லை. விரைந்து போய் அவற்றை விரட்டி விடலாமா என்ற துணிகர எண்ணம் கூடத் தோன்றியது. நிலம்வாழ் உயிரினங்களை நிசப்தம் மூடியிருந்தது. வெட்டுக்கிளிகள் புற்களின்மீது மென்மையாக அமரும் சரசரப்பொலி மட்டும் கேட்டது.

மூட்டியிருந்த நெருப்பின் வெளிச்சத்தையும் அதன் பின் பார்க்க முடியவில்லை. திடீரென்று எனது நாய் குரைத்துக்கொண்டே முன்னால் ஓடியது. தலையுயர்த்திப் பார்த்தேன். ஓர் உருவம் மங்கலாகத் தெரிந்தது.

'யாரங்கே போவது.? ' எனக் கூவினேன். அதற்கு எதிர்வினையாக வந்த குரல் என்னைப் பெரும் மகிழ்ச்சியில் ஆழ்த்தியது.

'டெர்சு.. டெர்சு..' என்றவாறே அவனை நோக்கி ஓடினேன்.

மற்போர் வீரர்களைப் போல் இருவரும் இறுக்கமாகக் கட்டித் தழுவிக் கொண்டோம்.

நாய் அவனைப் பார்த்தவுடன் உறுமினாலும் அடையாளங் கண்டவுடன் வரவேற்கும் முகமாக மெதுவாகச் சிணுங்கியது.

'வணக்கம் கேப்டன்..' கழுத்துப் பட்டையில் விரல்களை வைத்தவாறே டெர்சு கூறினான்.

எங்கிருந்து வருகிறாய், இத்தனை நாள் என்ன செய்து கொண்டிருந்தாய், இந்தப் பள்ளத்தாக்கின் வழியே எங்கே போகிறாய் - என்றெல்லாம் கேள்விகளால் அவனைத் துளைத்து விட்டேன். மௌனமாக எனது நலம் விசாரிப்பைக் கேட்டான். அமைதி கொள்ளவும் இயல்பு நிலைக்குத் திரும்பவும் எங்களுக்குச் சிறிது நேரம் வேண்டியிருந்தது.

'தடுஷூவுக்கு வந்தேன்..' என்றான். 'நான்கு கேப்டன்களும் பன்னிரண்டு படைவீரர்களும் ஷி-மின் என்ற இடத்தில் தங்கியிருப்பதாகக் கேள்விப் பட்டேன். அங்குதான் போகவேண்டும் என்று நினைத்தேன்.'

சிறிதுநேர உரையாடலுக்குப் பின் இருவரும் முகாம் நோக்கித் திரும்பினோம். என் மனம் கிளர்வுற்றிருந்தது. அதில் வியப்பேதுமில்லை: டெர்சுதான் மீண்டும் வந்து விட்டானே.

விரைவாக முகாமுக்குத் திரும்பி விட்டோம். வீரர்கள் எங்களுக்கு வழிவிட்டு அந்தப் புதியவனை ஐயமில்லாத ஆர்வத்துடன் கவனிக்கத் தொடங்கினர்.

டெர்சு கொஞ்சம் கூட மாறவில்லை. முன்பு போலவே தோலாலான மேற்சட்டையும் மான் தோல் கால்சட்டையும், தலையைச் சுற்றிய பட்டையும், அதே பழைய பெர்டான் துப்பாக்கியுமாகக் காட்சியளித்தான். துப்பாக்கியின் உறை மட்டும் சற்றே மாறியிருந்தது.

இருவரும் பழைய நண்பர்கள் என்பதை வீரர்கள் நன்றாக உணர்ந்து கொண்டனர். மரக்கிளையில் துப்பாக்கியை மாட்டி விட்டுத் திரும்பி என்னைத் தலை முதல் கால் வரை உற்றுப் பார்த்தான் டெர்சு. அவனது கண்களில் தெரிந்த உணர்ச்சியும் புன்னகையும், என்னை மீண்டும் சந்தித்ததில் அவன் மகிழ்ச்சியடைந்திருக்கிறான் என்பதைக் காட்டின.

தேநீர் தயாரிக்கச் சொல்லிவிட்டு, அந்த இடைப்பட்ட மூன்று ஆண்டுகளாகச் செய்து கொண்டிருந்தது என்னவெனக் கேட்டேன். கடைசியாக ஹன்கா ஏரிக்கருகே விடைபெற்றுக் கொண்ட பிறகு குளிர்காலம் முழுவதும் மரக்கீரிகளைக் கண்ணியிட்டுப் பிடித்தும், இளவேனிற் காலத்தில் மான்களை வேட்டையாடியும், கோடையில் புட்சிங்கிற்குச் சென்றும் காலம் கழித்ததைக் கூறினான். எங்களது அடுத்த பயணம் பற்றி அப்போது சொன்னதை நினைவில் வைத்து தடுஷெஅவுக்கு விரைந்து வந்ததாகவும் விளக்கிச் சொன்னான்.

வேட்டைக்குப் போனவர்கள் விரைவாகத் திரும்பி விட்டனர். டெர்சுவும் நானும் ஆழ்ந்த உரையாடலை நடத்திக் கொண்டிருந்தோம். கொள்ளையர்கள், காட்டு விலங்குகள், கடுங்குளிர், வெள்ளப் பெருக்கு பற்றிய அச்சங்களெல்லாம் அவன் வருகையால் அகன்று போனது.

மழை நின்றுவிட்ட போதிலும் நான் ஒன்பது மணிக்கு விழித்துப் பார்த்தபோது வானம் தெளிவின்றிக் காணப்பட்டது. காலநிலை சாதகமாக இல்லை. இதில், கிளம்புவது என்பது சோதனைக்கு உட்படுத்துவது. அமர்ந்தே இருப்பது அதைவிடக் கொடுமையானது. குதிரைகளுக்குக் கடிவாளமிடச் சொன்னதை வீரர்கள் வரவேற்றனர். முப்பது நிமிடங்களில் புறப்பட்டு விட்டோம். டெர்சுவும் நானும் வாயுரைக்காத ஒப்பந்தமொன்றைச் செய்து கொண்டோம். அவனும் எங்களுடன் வருவதுதான் அது. அவனை வீரர்கள் கண்ட பாறைப் பகுதியில் இருந்த அவனது உடைமைகளை அனைவருமாகப் போய் எடுத்து வந்தோம். முன்பைப் போலவே அந்தத் தோள்பை தவிர அவனிடம் வேறெதுவும் இல்லை.

மருத்துவக் காரணங்களுக்காக என்னிடம் ஒரு ரம் புட்டி இருந்தது. மோசமான காலைநிலையில் அதில் கொஞ்சம் மருந்தாகச் செலவழிந்திருக்கும். ஒரு விரற்கடை அளவு மட்டும் இப்போது மீதம் இருந்தது. அதையும் காலி செய்து அதற்குப் பதிலாக அதில் தேநீரை நிரப்பிச் செல்வதும் கூடுதல் சுமையென்பதால் அந்த வெற்றுப் புட்டியைப் புல்தரையில் வீசினேன்.

அந்தச் செய்கையை மறுக்கும் விதத்தில் டெர்சு ஓடிச் சென்று அதை எடுத்துக் கொண்டான். என்னைப் போன்ற நகரவாசிகளைப் பொறுத்தவரை அதற்கு மதிப்பில்லை. ஆனால் காட்டில் வாழ்பவர்களுக்கு அப்படியன்று. தனது தோள்பையைத் திறந்து உள்ளிருந்த பொருட்களை எடுத்து வெளியே வைத்தான். உண்மையில் திகைத்துப் போனேன். காலியான மாவுச் சாக்குத் துணி, இரு கிழிந்த சட்டைகள், ஒரு கத்தை மெல்லிய தோல்பட்டைகள், நூல்கயிறு, உள்ளூரில் தயாரித்த காலணி, துப்பாக்கிக் குண்டுகள் வைக்கும் உறை, கரிமருந்துப் பெட்டி, காரீயத் துகள், வைக்கோல் தொப்பிகள், கூடாரத் துணி, வெள்ளாட்டுத் தோல், தேநீர் வில்லைகள், புகையிலை, காலித் தகரக் குடுவை, செருப்புத் தைக்கும் ஊசி, சிறு கோடரி,

தீப்பெட்டி, சக்கிமுக்கிக் கல், தீப்பற்ற வைக்கும் சருகு, எண்ணெய் பூசிய சுள்ளிகள், பிர்ச் மரப்பட்டை, சிறு காலிப்பெட்டி, நீர்க்குடுவை, சிறு பானை, வளைந்த கத்தி, நரம்புக் கயிறு, இரண்டு ஊசிகள், நூல் சுற்றி வைக்கும் வட்டு, உலர்ந்த மூலிகைகள், காட்டுப் பன்றியின் பித்தநீர், கரடியின் பற்கள், நகங்கள், புனுகுப் பூனையின் குளம்பு, இரு தாமிரப் பொத்தான்கள் -இன்னும் பல பொருட்கள் குப்பை போல அதில் கிடந்தன. அவற்றுடன், நான் தூக்கியெறிந்த புட்டியைத் தனியே எடுத்து வைத்திருந்தான். நடக்கும்போது எடுத்துக் கொள்வான் என்று நினைத்தேன்.

தனது சேமிப்பை அவன் வகைப்படுத்திப் பிரித்துக் கொண்டிருக்கும் போது ஒரு யோசனை சொன்னேன் -அவற்றில் பாதியைத் தூக்கியெறிந்து விடுமாறு. ஆனால் அவற்றில் எதையும் தொடக்கூடாது என்று மன்றாடிக் கேட்டுக் கொண்டான். அவற்றில் ஏதோ ஒன்று எப்போதாவது பயன்படுமாம். நான் வற்புறுத்தவில்லை. அவனைக் கேட்காமல் என்னுடைய பொருட்களைக் கூட எறிந்து விடப் போவதில்லை என்ற முடிவுக்கும் வந்தேன். என்றாலும் என் எண்ணத்தை மாற்றிக்கொண்டு விடுவேனோ என்று அஞ்சி, அவன் அனைத்தையும் மீண்டும் தன் தோள்பையில் திணித்துக் கொண்டான். அதிலும் அந்தக் காலிப்புட்டி மீதே அவனது கவனம் இருந்ததையும் கண்டேன்.

மாலைநேரம். மீண்டும் வானில் மேகங்கள் திரண்டன. மழை வருமோ என அஞ்சினேன். ஆனால் டெர்சு உறுதியளித்தான். நான் பார்த்தது மேகங்களை அல்ல, மூடுபனி என்றும் மறுநாள் நன்றாக, வெயிலாகக்கூட இருக்கும் என்றும் சொன்னான். வானிலை பற்றிய அவனது கணிப்பு என்றும் பொய்த்ததில்லை என்பது மனதில் இருந்தாலும் எதைக்கொண்டு முடிவாகச் சொல்கிறாய் என்று கேட்டேன்.

டெர்சு உஸாலா | விளாதிமிர் கே ஆர்சென்யேவ்

'காற்றில் கனமில்லை..' ஆழ்ந்த பெருமூச்சுடன் தனது நெஞ்சைச் சுட்டிக் காட்டியவாறே சொன்னான்.

இயற்கையின் குழந்தை அவன். பருவநிலை மாற்றங்களைத் துல்லியமாக அறிவான். ஆறாவது அறிவால் அவனது உடல் உருவாக்கப் பட்டிருக்கிறது.

ஆற்றோரம் ஒரு சிறிய ஓக் மரச் சோலையில் முகாம் அமைத்தோம். அருகாமையில் விலங்குகளின் காலடித் தடங்கள் நிறையத் தென்படுவதைக் கண்டுபிடித்த வீரர்கள் வேட்டையாட விரும்பினர்.

ஊசியிலைக் காட்டில் விலங்குகள் பகல் நேரத்தில் புதர்களுக்குள் மறைந்திருக்கும். இருட்டத் தொடங்கும் முன் வெளியே வரும். பூமியை இருள் மூடிய பிறகே உணவு தேடப் புல்வெளிக்குப் போகும்.

ஆனால் அதுவரை காத்திருக்கும் பொறுமை வீரர்களிடம் இல்லை. குதிரைகளை அவிழ்த்து விட்டுக் கிளம்பினார்கள். நானும் டெர்சுவும் மட்டும் நெருப்பின் முன்னால் அமர்ந்திருந்தோம்.

நாள் முழுவதும் உற்சாகமற்றுக் காணப்பட்டான் டெர்சு. முகாமின் ஒவ்வொரு மூலையிலும் போய் உட்கார்ந்து கொண்டான். ஆவலுடன் கேட்கும் கேள்விகளுக்குக் கூட எதிர்மறையாகத் தலையாட்டினான். விரல்களால் கோடரியைத் தடவி விட்டு, மனதை இடைமறிக்கும் ஏதோ நினைவுகளைத் துரத்திக் கொண்டிருந்தான்.

அப்படியே இரண்டு மணி நேரம் கடந்தது. நீண்ட நிழல்கள் நிலத்தில் விழுந்து, சூரியன் தொடுவானில் கரைவதை உணர்த்தியது. வேட்டைக்குப் போனவர்களுடன் சேர்ந்து கொள்ள இதுதான் தருணம். டெர்சுவை அழைத்தேன். அவன் திடுக்கிட்டுப் போனதாகத் தெரிந்தது.

மன்னிப்புக் கேட்கும் தோரணையில், தன்னால் வரமுடியாது என்பதைக் கூறிவிட்டுக் காட்டைச் சுட்டிக் காட்டினான்:

அவை நாயகன்

'என் மனைவியும் குழந்தைகளும் அங்கேதான் புதைக்கப் பட்டிருக்கிறார்கள்.'

இறந்தவர்களின் அமைதியைக் குலைக்கக் கூடாது என்ற தங்களின் வழக்கத்தைப் பற்றிச் சொன்னான். கல்லறைகளுக்கு அருகே துப்பாக்கியால் சுடுவது, மரம் வெட்டுவது, விதைகளைச் சேகரிப்பது, புல்லை மிதிப்பது போன்றவை அவர்களால் தடைசெய்யப் பட்டிருக்கிறது.

ஏன் அவன் நிலைகுலைந்து போயிருக்கிறான் என்பது புரிந்தது. மனம் அவனோடே சென்றது. எங்கும் போவதில்லையென்றும் அவனுடனே முகாமில் இருந்து கொள்வதாகவும் சொல்லி விட்டேன்.

நன்கு இருட்டிய பின் மூன்று முறை துப்பாக்கிச் சத்தம் கேட்டது. அது கல்லறைகள் இருக்கும் திசையிலிருந்து வரவில்லை என்பதால் நிம்மதி பிறந்தது.

வீரர்கள் திரும்பி விட்டார்கள். அவர்கள் தூக்கி வந்த மான் இரவுணவானது. இரவில் ஒருமுறை எழுந்து டெர்சு தனியாக நெருப்பினருகே அமர்ந்திருப்பதைப் பார்த்துக் கொண்டேன்.

காலையில் அவனைக் காணவில்லை. தோள்பையும் துப்பாக்கியும் இருந்தன. ஆகவே திரும்பி விடுவான். காத்திருந்த வேளையில் எழுந்து புல்வெளியில் மேலும் கீழுமாகத் தன்னுணர்வற்ற நிலையில் நடந்துபோய் ஆற்றங்கரையை நெருங்கினேன். அங்கே ஒரு பெரிய பாறையருகே அவன் தரையில் மௌனமாக அமர்ந்திருந்தான். இரவு முழுவதும் உறங்காமல் இருந்ததை அவனது முகம் காட்டியது.

'போகலாம் டெர்சு' என்றேன்.

'இங்கே நான் வாழ்ந்திருக்கிறேன்..' முணுமுணுத்தான். 'என் தந்தையும் தாயும்கூட அப்போது இருந்தார்கள். எங்கள் குடிசையும் களஞ்சியமும் எரிந்து சாம்பலாகி விட்டன..'

சுருக்கமாகச் சொல்லி நிறுத்திவிட்டு எழுந்து முகாமை நோக்கிப் புறப்பட்டான். அங்கே வீரர்கள் எங்களுக்காகக் காத்திருந்தனர்.

பிற்பகலுக்குப் பின் ஒரு சீனக் குடிலை அடைந்தோம். அங்கிருந்த ஒரு வயதான ஆளும் எங்களுக்கு வழிகாட்டச் சிறிது தூரம் வந்தார். டெர்சுவின் பக்கத்தில் நடந்து வந்த அவர் தாழ்ந்த குரலில் அவனுடன் ஏதோ பேசிக் கொண்டிருந்தார். ஏற்கெனவே அவர்கள் அறிமுகமானவர்கள் என்பது தெரிந்தது. விடைபெற்றுக் கொள்ளும்போது, நான் தூக்கியெறிந்த வெற்று ரம் புட்டியை டெர்சு அவருக்குக் கையளித்தான். கொடையொன்றைப் பெற்றுக் கொண்ட மகிழ்ச்சி அவருக்கு.

வழிநெடுகிலும் பறவைகளைப் பார்த்துக் கொண்டே டெர்சுவுடன் மெதுவாக நடந்தோம். தனித்திருந்த சிட்டுகள் மரத்தடிப் புதரில் இரைதேடிக் கொண்டிருந்தன. உஸூரி மரங்கொத்திகள் இங்கொன்றும் அங்கொன்றுமாகக் கிளைகளில் அமர்ந்திருந்தன. அதில் மஞ்சள்நிறத் தலையை உடைய பச்சை மரங்கொத்திகள் நாங்கள் நெருங்கி வருவதைக் கண்டும் அஞ்சாமல் மரங்களைக் கொத்திக் கொண்டிருந்தன. இரண்டு கருப்பு-வெள்ளை மேக்பை புறாக்கள் மர இலைக்குவியலுக்குள் போய் மறைந்தன. பெரிய கழுகு ஒன்றையும் ஓர் இடத்தில் பார்த்தோம். இறக்கைகளை விரித்துக் கொண்டு தரைக்கு மேல் பறந்து மரங்களை நோக்கிச் சென்றது. தட்டான் பூச்சிகள் நீரில் இரை தேடின. அவற்றைப் பறக்கும் நிலையிலேயே பிடித்துவிட வாலாட்டிக் குருவிகள் அலைந்தன. தட்டான்கள் மாட்டவில்லை.

செடார் மரப் பறவை ஒன்றின் கீச்சிடும் குரல் கவனத்தை ஈர்த்தது. டெர்சு என்னை நிற்கச் சொன்னான்.

‘இருங்கள். அந்த ஒலி இங்கிருந்துதான் வருகிறது..’

கீச்சொலி நெருங்கிக் கொண்டே வந்தது. பரபரப்பும்

அஞ்சித் திரியும் இயல்பும் கொண்ட அப்பறவை அந்தக் காட்டில் யாரையோ பின் தொடந்து கொண்டிருக்கிறது என்பதில் ஐயமில்லை. ஐந்து நிமிடங்களுக்குப் பிறகு புதர் மறைவிலிருந்து ஒரு மனிதன் வெளிப்பட்டான். எங்களைக் கண்டதும் உறைந்துபோய் நின்றான். அவனைக் குறித்துப் பயப்பட வேண்டியதில்லை என்று டெர்சு சொன்னான்.

அவன் ஒரு ஜின்செங் மூலிகை வேட்டையாடி என்பது தெளிவாகத் தெரிந்தது. நீலநிறப் பருத்தித் துணியும், மென் தோல் காலணியும் அணிந்திருந்தான். பிர்ச் மரப்பட்டையாலான தொப்பி தலையில் இருந்தது. பனித்துளி ஒட்டாதவாறு எண்ணெய் தடவிய காப்பு உடையும் கரடித் தோலும் இடுப்பில் செருகப் பட்டிருந்தன. நனைந்த மரத்துண்டின் மேல் அமர்ந்தாலும் ஈரமாகாது அவனுக்கு. ஜின்செங் வேர்களை அகழ்ந்தெடுக்க ஒரு கத்தியும், வளைகரண்டி போன்ற எலும்பு ஒன்றும் வைத்திருந்தான். சக்கிமுக்கிக் கல்லும், சாணை தீட்டும் கருவியும் இடுப்புக் கச்சையில் தொங்கின. காலடியில் திரளும் இலைகளையும், புற்களையும் அகற்றுவதற்காகக் கைகளில் ஒரு நீண்ட கோலை வைத்திருந்தான் அந்தச் சீனன்.

ஐம்பத்தைந்து வயதிருக்கும் அவனுக்கு. வெளுத்த தலை, அவனது முகத்தைப் பழுப்பு நிறமாகவும் கைகளை அடர் மஞ்சள்-சிவப்பாகவும் மாற்றியிருந்தது. கையில் ஆயுதம் ஏதுமில்லை.

எங்களாலும் ஆபத்து இல்லை என்பதை உணர்ந்து கொண்ட அவன் சட்டையின் அடிப்புறமிருந்து ஒரு கந்தல் துணியை எடுத்து முகம் துடைத்துக் கொண்டே, சாய்ந்து கிடந்த மரத்தின் மேல் அமர்ந்தான். மிகவும் சோர்வாகக் காணப்பட்டான்.

ஆற்றுக்கு மேற்பகுதியில் உள்ள கிராமத்தில் வசிப்பதாகவும் ஜின்செங் சேகரித்து வர அடிக்கடி நெடுந்தூரம் போய் வருவதாகவும் வாரக்கணக்கில்

டெர்சு உஸாலா | விளாதிமிர் கே ஆர்சென்யேவ்

வெளியே தங்கிவிட நேர்வதாகவும் சொன்னான். அந்தச் சிறு ஓய்வுக்குப் பின் பயணத்தைத் தொடர இருந்தவன், தனது வீட்டுக்கு வருமாறு அழைப்பையும் விடுத்தான். நான் அவனது கண்களையே கவனித்துக் கொண்டிருந்தேன். சிறிது தூரம் கடந்த பின் அவன் குனிந்து பாசிபடர்ந்த சேற்றை எடுத்து ஒரு மரத்தின்மீது அப்பி விட்டுப் போனான்.

மாலையில் அவனது வீட்டைக் கண்டுபிடித்து விட்டோம். தரையிலிருந்து நேராக உயர்த்திக் கட்டிய கூரையுடன் இருந்த அது அந்தப் பகுதியின் பாரம்பரியமான கூடாரம் போன்ற வீட்டை நினைவுபடுத்தியது. கதவின் இருபுறமும் காகிதத்தாலான சன்னல்கள் இருந்தன. அவை சில இடங்களில் கிழிந்தும், ஒட்ட வைக்கப்பட்டும் காட்சியளித்தன. உள்ளே வேட்டையாடிகளுக்கே உரிய கருவிகள் ஏதுமில்லை. துடைப்பம், மண்வெட்டி, பிர்ச் மரப்பெட்டிகள், ஜின்செங் தோண்டும் கரண்டிகள் மட்டும் இருந்தன.

அடர்ந்த காட்டின் நீட்சியாக இருந்த ஓர் இடத்தில் ஓய்வெடுத்துக் கொண்டோம். மதிய உணவுக்குப் பின் நானும் டெர்சுவும் முன்னால் செல்ல, மூடப்பட்ட எங்கள் கூண்டு வண்டி பின் தொடர்ந்தது. மலைக்குச் செல்லும் பாதை அது. ஒருவேளை அருகிலுள்ள பள்ளத்தில் ஆறு விழும் இடத்திற்கு அது இட்டுச் சென்று விடுமோ என்று நினைத்தேன். ஆனால், அப்படியில்லாமல் நேராகத் திரும்பி விட்டது. அதாவது நாங்கள் போன பாதை தவறாக இருக்கலாம். ஆகவே, வந்த பாதையிலேயே திரும்பிப் போய் ஆற்றைக் கடந்து செல்வதைத் தவிர வேறு வழியில்லை.

தனித்து விடப்பட்டதாக உணர்ந்தோம். ஆற்றின் இடது கரையைக் கடந்து மலையின் அடிவாரத்தை அடைந்தோம்.

ஓக், செடார், கருப்பு பிர்ச், மேப்பிள்ஸ், அரலியா, ஸ்ப்ரூஸ், கரும்பச்சை நிற இலை கொண்ட இயூ, ஹார்ன்பீம், பிர் மரங்கள் வளர்ந்திருப்பது கண்கொள்ளாக் காட்சியாக

இருந்தது. மரங்களின் அடியில் தேங்கியிருந்த அரையிருட்டு இயல்புக்கு மாறான காற்றைச் சுவாசிக்க வைத்தது. டெர்சு வழக்கம் போல் மெதுவாகத் தன் கால்களுக்குக் கீழேயே பார்த்துக் கொண்டு வந்தவன், சட்டென நின்று கொண்டான். தரையில் ஏதோ ஒன்றின் மீது அவன் கண்கள் நிலைத்திருந்தன. தோள்பையையும் துப்பாக்கியையும் கீழே வைத்துவிட்டுக் கையில் கோடரியுடன் மண்டியிட்டு அமர்ந்தான். ஆர்வம் மேலிட ஒன்றை முணுமுணுத்தான்.

'என்ன தெரிகிறது..?' என்று கேட்டேன்.

எழுந்து நின்றுகொண்டு, புல்தரையைச் சுட்டிக் காட்டினான் :

'ஜின்செங்..!'

பச்சைக் கம்பளம் விரித்தாற் போலிருந்த அந்த இடத்தைப் பார்த்தேன். செடி இருக்குமிடம் தெரியவில்லை -டெர்சு அதைக் காட்டும் வரை. நான்கு இலைகளைக் கொண்ட, புல்லைப் போல வளர்ந்த 15 அங்குல உயரச் செடி அது. ஒவ்வோர் இலைத் தொகுதியிலும் ஐந்து சிற்றிலைகள் இருந்தன. நடு இலை நீண்டு, பக்க இலைகள் சிறுத்துக் கடைசி இலை மிகச் சிறிதாக அமைந்திருந்தது. காரட் கிழங்கின் குடும்பத் தாவரம் போல் விதைகள் பொதிந்த குமிழ்கள் தென்பட்டன. அவை உடையாமல் இருந்து விதைகளைக் காத்தன. டெர்சு அந்தச் செடியைச் சுற்றிலும் இருந்த புற்களை அகற்றி விட்டு, விதைகளைச் சேகரித்து ஒரு சிறு உறையில் வைத்துக் கொண்டான். பிறகு அச்செடியின் தண்டை என்னிடம் இறுகப் பிடித்துக் கொள்ளச் சொல்லிவிட்டு வேர்களைத் தோண்டத் தொடங்கினான். சல்லிவேர்கள் வரை அறுந்து விடாமல் எடுப்பதற்கு மிகுந்த கவனம் தேவைப்பட்டது. அதன் பின் அந்த மூலிகைச் செடியை எடுத்துக்கொண்டு போய் வேர்ப்பகுதியில் ஒட்டியிருந்த மண்ணை ஆற்றுநீரில் நன்றாகக் கழுவினான்.

டெர்சு உஸாலா | விளாதிமிர் கே ஆர்சென்யேவ்

நானும் இயன்ற உதவியைச் செய்தேன். ஒவ்வொரு முறை பூமியிலிருந்து பிடுங்கும் போதும் அதன் வேர் நான்கு அங்குல நீளம் இருந்தது. டெர்சு அது ஓர் ஆண்வகைச் செடி என்று சொன்னான். ஆக, எல்லாப் பிணிகளில் இருந்தும் குணப்படுத்தி மூப்பு அண்டாமல் இளமையைத் தக்க வைக்கும் அற்புத மூலிகை ஜின்செங்கைப் பற்றித் தெரிந்துகொண்டோம். டெர்சு அதன் வேர்களைத் தனியே வெட்டியெடுத்து பிர்ச் மரப்பட்டையில் வைத்துச் சுற்றிக் கட்டினான். பிறகு ஒரு வழிபாட்டைச் செய்து முடித்து, தோள்பை, துப்பாக்கியை எடுத்துக் கொண்டான்.

'உங்களுக்கு நற்பேறு கிட்டியிருக்கிறது கேப்டன்..' வியந்தவாறே கூறினான்.

அதை என்ன செய்யப் போகிறாய் என்று கேட்டதற்கு, விற்றுக் துப்பாக்கிக் குண்டுகள் வாங்கப் போவதாகச் சொன்னான். அந்த ஜின்செங்கை நானே வாங்கிக் கொண்டு சீன வணிகர்களிடம் விற்று, எதிர்பார்க்கவே முடியாத ஒரு தொகையை அவனுக்குக் கொடுத்து விடலாம் என்று தோன்றியது. ஆனால், எனது குரல் எழ முடியாதவாறு எதிர்பாரா நிகழ்வொன்று நடந்தது. தனது சட்டைப் பையிலிருந்து அந்தப் பிர்ச் மரப்பட்டைப் பொதியை எடுத்து என்னிடம் கொடுத்தான் டெர்சு. அதைத் தானாக முன்வந்து தந்ததாகவும் பணம் தேவையில்லை என்று சொல்லி ஏற்றுக் கொள்ளுமாறும் வேண்டினான். நான் மறுத்தேன். அது அவனுக்கு வியப்பை ஏற்படுத்தியது. அவமதித்து விட்டதாகக் கூட நினைத்திருக்கலாம்.

பின்னாளில் ஒன்றைத் தெரிந்து கொண்டேன் : பரிசுப் பொருள்களைப் பெற்றுக் கொள்கிறவர்கள் பதிலுக்கு அதற்கு இணையான மதிப்புடைய பொருளைத் திருப்பித் தரவேண்டும் என்பது உள்ளூர் வழக்கம்.

11

அம்பா..

கொடும் மூடுபனி அந்தப் பகுதியையே மறைத்து வைத்து விட்டது போலிருந்தது. வெளுத்தும், எழுச்சியற்றும் துன்பம் தரும் குளிராகவும் காலநிலை இருந்தது.

வீரர்கள் தமது உடைமைகளைச் சேகரித்துப் பைகளில் திணித்துக் கொண்டும் குதிரைகளின் கடிவாளத்தைப் பூட்டிக் கொண்டும் இருந்த நேரத்தில் நானும் டெர்சுவும் விரைவாக ஒரு தேநீரைக் குடித்து விட்டுக் கிளம்பி விட்டோம். பொதுவாக நில அளவை எடுத்துப் பதிவு செய்வதற்காக நேரம் வேண்டியிருப்பதால் நான் அனைவருக்கும் முன்னதாகவே புறப்பட்டு விடுவது வழமை. அப்போது வீரர்கள் என்னைத் தொடர்ந்து வருவதற்குப் போதிய நேரம் இருக்கும்.

ஆனால் மாலைப் பொழுதில் அந்தப் பகுதியில் புலிகள் நடமாட்டம் இருக்கும் ஆதலால் அனைவரும் ஒன்றாகச் சேர்ந்து போவதுதான் நல்லது என்று டெர்சு சொல்லி விட்டான்.

டெர்சு உஸாலா | விளாதிமிர் கே ஆர்சென்யேவ்

காடு அசாதாரண அடர்த்தியாக இருந்தது. சில அடிகள் முன்னால் இருப்பவர் கூடக் கண்ணுக்குத் தெரியவில்லை. நான்கு அடி இடைவெளியில் நடந்து கொண்டே, விலங்குகள் மறைந்து கொள்ளும் இடங்களை இருவரும் அடிக்கடி பார்த்தோம். அவற்றின் குரல்களைக் கேட்டோம். மரக்கிளைகள் அசைவதை, முறிபடுவதைக் கொண்டு எந்தத் திசையில் ஓடி மறைந்தன என்பதையும் உணர்ந்து கொண்டோம்.

அத்தகைய காட்டில் அன்று காலநிலையோ படுமோசமாக இருந்தது. விடாமல் அடித்த தூறலும், சேற்று நிலமும் எங்கள் வேகத்தைத் தடுத்தன. புற்களின் நுனியில் பனித்துளிகள் அமர்ந்திருந்தன. மரங்களிலிருந்து மழைநீர் சொட்டுச் சொட்டாய் இறங்கின. வழக்கிற்கு மாறான அமைதி காட்டை அரசாண்டது. எல்லா உயிரினங்களும் மாயமாகி விட்டனவோ எனத் தோன்றியது. மரங்கொத்திகளைக் கூடக் காணவில்லை.

'இனி என்னால் நகர முடியாது..' என்றேன் என் சகாவிடம். 'இதென்ன பனியா, மழையா..? இவையெல்லாம் அகன்று விடுமா டெர்சு..?'

வானத்தைப் பார்த்தான். பிறகு சுற்றுமுற்றும் பார்த்தான். மௌனம் கலைத்துச் சொன்னான் :

'பூமி, மலை, காடு எல்லாமே மனிதரைப் போலத்தான். இப்போது அவற்றிற்கு வியர்த்திருக்கிறது..'

மேலும் காதின் மேல் கையை வைத்துச் சொன்னான் :

'கவனியுங்கள். அவை சுவாசிக்கின்றன –மனிதனைப் போலவே..'

அப்போது 11 மணி. குதிரைகள் வந்து சேரவேண்டிய நேரம். ஆனால் அதற்கான தடயமேதும் தென்படவில்லை.

'கொஞ்ச நேரம் காத்திருப்போம்..' என்றேன்.

மறு வார்த்தையின்றி நின்று கொண்டான். மரத்தின் மீது துப்பாக்கியைச் சாய்த்து வைத்துவிட்டுச் சட்டைப்பையிலுள்ள புகைக்குழாயைத் தேடினான். அது கிடைக்கவில்லை.

'வழியில் எங்காவது தவறி விழுந்திருக்கும்..' விரக்தியுடன் சொன்னான்.

திரும்பிப் போக இருந்தவனை நிறுத்தி, அந்த வழியில்தான் நம் வீரர்கள் வர வேண்டும். அவர்கள் எடுத்து வருவார்கள் என்று சொல்லி அதுவரை காத்திருக்கச் சொன்னேன். இருபது நிமிடங்கள் காத்திருந்தோம். அவனுக்கோ புகை பிடித்தேயாக வேண்டும். மேலும் காத்திருக்க முடியாமல் துப்பாக்கியை எடுத்துக் கொண்டு எழுந்தான்.

'பக்கத்தில்தான் விழுந்திருக்கும். நான் போய் எடுத்து வருகிறேன்..'

வீரர்கள் வரும் சத்தமும் கேட்கவில்லை என்ற எச்சரிக்கையானது அவனுடன் என்னையும் திரும்பிப் போக வைத்தது. முன்னால் நடந்த அவன் வழக்கம் போலவே தலையை ஆட்டிக் கொண்டு தனக்குள் பேசிக் கொண்டிருந்தான்.

'வயதாகிக் கொண்டிருக்கிறது..' முணுமுணுத்தான். 'மண்டைக்குள் ஏதோ பழுதாகி அல்லது.. இனி எப்படி நான்..?'

கடைசி வார்த்தைகள் தொண்டையில் சிக்கிக் கொண்டன. நடப்பதை நிறுத்திக் கொண்டான். திரும்பிப் போய், மீண்டும் வந்து, குனிந்து தரையைக் காலால் பரிசோதித்தான். முகத்தில் தடுமாற்றம் தெரிந்தது. நெருங்கி வந்து காதுக்குள் சொன்னான் :

'கவனியுங்கள் கேப்டன்.. அது அம்பா. நம்மைத் தொடர்ந்து வந்திருக்கிறான். இது நல்லதல்ல. புதிய கால்தடங்களைப் பாருங்கள். இப்போதுதான் பதிந்திருக்கின்றன..'

டெர்சு உஸாலா | விளாதிமிர் கே ஆர்சென்யேவ்

பெரும்பூனை இனத்திற்குரிய உள்ளங்கால் தடம் அது. சேற்றில் இன்னும் தெளிவாகத் தெரிந்தது. சற்று நேரத்துக்கு முன் இந்த வழியில் வரும்போது அது நிச்சயமாக அங்கு இல்லை. மேலும் டெர்சுவின் கண்ணில் படாமலும் இருந்திருக்காது. அந்தப் புலி எங்களைத் தொடர்ந்து வந்திருக்கிறது என்பது கண்கூடு.

'பக்கத்தில்தான் இருக்கிறான்..' டெர்சு படபடத்தான். 'புகைக்குழாயைத் தேடுவதற்காக நாம் இங்கே நின்றபோது நெடுநேரம் அவனும் நின்றிருக்கிறான். நாம் திரும்பியவுடன் ஓடி விட்டான். இதோ பாருங்கள். காலடித்தடத்தில் தண்ணீர் தேங்கியிருக்கவில்லை..'

எங்கும் சேறாகக் கிடந்தது. ஆனால் புலியின் கால்தடக் குழிவு இன்னும் உலர்ந்தே இருக்கிறது. சில நிமிடங்களுக்கு முன்பு அங்கிருந்து வெளியேறி இப்போது நாங்கள் எட்டிப் பிடிக்கக் கூடிய தூரத்தில்தான் இருக்கிறது என்பது உறுதி.

'வெகுதூரம் சென்றிருக்க முடியாது என்பதை என் அனுபவம் சொல்கிறது கேப்டன்..' என்றான். 'காத்திருக்கலாம்..'

இருவரும் ஆடாமல் அசையாமல் தரையில் அமர்ந்திருந்தோம். புலி வேறெங்காவது போய்விடக் கூடாதா என்றுகூட விரும்பினோம். ஆனால் அந்த அமைதி பயங்கரமாகப் பேய்க் கதையில் வருவது போல் இருந்தது.

'துப்பாக்கி தயார் நிலையில் இருக்கிறதா..?' டெர்சு கிசுகிசுக்கும் குரலில் கேட்டான். 'மிகவும் கவனமாக இருக்க வேண்டும். ஏதாவது பொந்து அல்லது சாய்ந்த மரம் தென்பட்டால் அதைச் சரியாகப் பார்க்க வேண்டும். மிகச் சரியாக. அம்பாதான் அவன்..'

அவனது கண்கள் ஒவ்வொரு புதரையும் மரத்தையும் கூர்ந்தாய்வு செய்து கொண்டிருந்தன.

டெர்சு எழுந்து முன்னே செல்ல, அரைமணி நேரம் நடந்தோம். பாதையில் பசை போட்டு ஒட்டிக் கொண்டதைப்

அவை நாயகன்

போன்ற கண்களுடன் போய்க் கொண்டிருந்த அவனைப் பின் தொடர்ந்தேன்.

எங்கிருந்தோ குரல்கள் வந்தன. எங்கள் ஆட்கள்தான். ஒரு வீரன் குதிரையைத் திட்டிக் கொண்டிருந்தான். சில நிமிடங்களில் குழு கண்ணுக்குத் தெரிந்தது. இரண்டு குதிரைகளுக்குக் கால் முதல் தலை வரை சேறு அப்பிக் கிடந்ததால் அவற்றின் கடிவாளங்களை அகற்ற வேண்டியிருந்தது. அவை ஒரு குறுகலான நீர்த்தாரையில் விழுந்து சேற்றில் மாட்டி விட்டனவாம். ஆகவே, சுமைகளை எடுத்துச் செல்வது சிரமம். அதற்குள் நான் எதிர்பார்த்தது போலவே வீரர்கள் வழியில் கண்டெடுத்த டெர்சுவின் புகைக்குழாயை அவனிடம் ஒப்படைத்தனர்.

கடிவாளத்தைப் பூட்ட, சுமையைப் பகிர்ந்து கொள்ள, குதிரைகளைக் கழுவி விட -இன்ன பிற வேலைகளுக்காக ஓய்வை அறிவித்தேன். அது தேநீருக்கான நேரமும் கூட. ஆனால் டெர்சு அதை விரும்பவில்லை. கடிவாளங்களை மட்டும் பூட்டி விட்டு நடக்கலாம் ; அருகாமையில் இருக்கும் வேட்டையாடிகள் விடுதியில் தங்கிக் கொள்ளலாம் என்றான்.

ஒப்புக் கொண்டேன். வீரர்கள் குதிரைகளுக்குக் கடிவாளமிடத் தொடங்கினர். நானும் டெர்சுவும் பயணத்தைத் தொடர்ந்தோம்.

இருநூறு தப்படிகள் நடந்திருப்போம். அதற்குள் புலியின் கால்தடங்களை மீண்டும் கண்டுபிடித்தோம். அது எங்களின் பாதையில்தான் போயிருக்கிறது. நாங்கள் வருவதைத் தெரிந்து கொண்டு நேரடியாக எதிர்கொள்வதைத் தவிர்ப்பதற்காகத் தடம் மாறியிருக்கிறது. டெர்சு நின்று கொண்டான். புலி போன பாதையைப் பார்த்துச் சீற்றத்துடன் கத்தினான்:

'ஏன் எங்களைப் பின் தொடர்கிறாய் அம்பா..? என்ன வேண்டும் உனக்கு..? நாங்கள் உன் வழியில் வரவில்லையே. காட்டில் வேறு இடமே இல்லையா உனக்கு..?'

அச்சுறுத்தும் விதத்தில் துப்பாக்கியை அசைத்துக் காட்டினான். இதைப்போலப் பரபரப்பாக அவன் இருந்து நான் பார்த்ததில்லை. புலி அவனது குரலைக் கேட்டிருக்கும். சவாலை எதிர் கொள்வதா, அல்லது விட்டு விடுவதா என்பதை அதுவே முடிவு செய்து கொள்ளும் என்ற வகையில் மனநிறைவு அடைந்திருப்பான். ஐந்து நிமிடக் காத்திருப்புக்குப் பின் நிம்மதிப் பெருமூச்சு அவனிடம் வெளிப்பட்டது. புகைக்குழாயைப் பற்ற வைத்தும் தோளில் துப்பாக்கியை ஏந்திக் கொண்டும் நம்பிக்கையுடன் போனான். அவனது முகம் விருப்பு வெறுப்பை வெளிப்படுத்தாத, கருத்தூன்றிக் கவனிக்கும் தனது பழைய நிலையை மீளப் பெற்றுக் கொண்டது. புலியை அவன் வெட்கப்படச் செய்து பின்வாங்க வைத்திருக்கிறான்.

அரைமணி நேர நடைக்குப் பின் காடு சுருங்கி விட்டது. பெரிய திறந்த வெளி கண்முன் விரிந்தது. ஊசியிலைக் காட்டில் நெடும்பயணம் தந்த களைப்புக்கு, அந்த நிலப்பகுதியைக் கடந்தது ஆசுவாசமாக இருந்தது. ஒரு புல்வெளியை அடைந்திருக்கிறோம் என்பதைச் சொல்ல வேண்டியதில்லை.

‘வேட்டையாடிகள் விடுதி அருகில்தான் இருக்கிறது’ என்றான் டெர்சு. காட்டைத் திருத்திய இடம் நன்கு வளர்ந்த புதர்ச் செடிகளால் நிறைந்திருந்தது. அதன் வலப்புறம் சோலோனெட்ஸ் எனப்படும் காரவகை மண் வரப்புப் போலப் படிந்திருந்தது. இரவு நேரங்களில் மான்களும், காட்டு ஆடுகளும் புற்களை மற்றும் இந்தச் சதுப்புநில உப்பு மண்ணைத் தேடி விரும்பிச் சுவைக்க வரும்..

‘இன்று வேட்டைக்குப் போகலாம்..’ சதுப்பு நிலத்தைச் சுட்டிக் காட்டியவாறே டெர்சு சொன்னான்.

மாலை மூன்று மணிக்கு விடுதியைக் கண்டுபிடித்து விட்டோம். சீன வேட்டையாடிகள் செடார்

மரப்பட்டைகளைக் கொண்டு அமைத்திருந்த அதில் அடுப்புக்கு மேல் இரு புகைபோக்கிகள் இருந்தன. அதில் ஒன்று கொசுக்களை விரட்ட. வழியில் இருந்த நீரோடை குதிரைகளைக் குளிப்பாட்டவும் குடிக்கவும் பயன்பட்டது. இதற்கிடையில் காலநிலை, டெர்சுவின் மொழியில் சொல்வதானால் 'வியர்க்கத்' தொடர்ந்தது. அச்சுறுத்திக் கொண்டிருந்த வானம், காலையில் தெளிவாகி விட்டது. சற்றே உயர்ந்த மூடுபனியும் திட்டுத் திட்டாய்ப் படிந்தது. மழை நின்றுவிட்டாலும் நிலத்தில் ஈரம் அதிகமாகவே இருந்தது.

விடுதியிலேயே இருந்து இரவைக் கழிக்கத் தீர்மானித்தேன். உப்புமண் கொண்ட சதுப்பு நிலத்தில் வேட்டையாடும் வாய்ப்புத் தவிர்க்கப்பட வேண்டியது என்றாலும், இறைச்சியுணவு இல்லாமல் காய்ந்த ரொட்டிகளை மட்டும் சார்ந்திருக்க வேண்டியிருப்பதை எண்ணிப் பார்த்தால் வேட்டை தேவையென்றே தோன்றும். இருப்பும் கூட நான்கு நாட்களுக்கு மட்டுமே வரும்.

சில நிமிடங்களில் அந்த ஊசியிலைக் காட்டுப் பயணத்தில் வழக்கமாக எழும் மகிழ்ச்சிக் குரல்கள் கிளம்பின. பொதி சுமப்பதிலிருந்து தளர்வு பெற்ற குதிரைகள் புற்களில் சிறிது நேரம் உருண்டு விளையாடின. பிறகு மேய்ச்சலுக்குப் புறப்பட்டன.

சுமைகளை ஒரே இடத்தில் குவித்துக் கட்டி, மழைக்குப் பாதுகாப்பாய்த் தார்ப்பாயால் சுற்றி வைத்தோம்.

இடைப்பட்ட நேரத்தில் ஒருவன் தீ மூட்டி வெந்நீர் வைத்தான். ஓய்வு தரப்படும் ஒவ்வொரு தருணத்திலும் டெர்சு பரபரப்புடன் இயங்குவதைக் காண முடியும். ஓடிச் சென்று பிர்ச் மரப்பட்டைகளைச் சேகரித்தல், கம்பிகளை வெட்டி வைத்தல், கழி நடுதல், கூடாரம் அமைத்தல், துணிகளை உலர்த்துதல் (அனைவரின் துணிகளையும்) குறைவாகப் புகை வரும் விறகுகளைத் தேடி அடுக்கி வைத்தல் -இவையெல்லாம் அவன் வழக்கமாகச் செய்யும் வேலைகள்.

டெர்சு உஸாலா | விளாதிமிர் கே ஆர்சென்யேவ்

அது ஆகஸ்டு மாதத்தின் ஒரு சோம்பலான நாள். மலையுச்சிகளில் மூடுபனி படர்ந்திருந்தாலும் புதர்களில் அவை உறைந்து தொங்கிக்கொண்டிருந்தன. ஆவிகள் குடியிருப்பதன் அறிகுறியாம் அது.

இரவுணவை விரைவாக முடித்து விட்டு நாங்கள் இருவரும் முகாமிலிருந்து சதுப்பு நிலத்திற்குச் செல்லும் பாதையில் நடந்தோம். மான், ஆடுகளின் கால்தடங்கள் வழியெங்கும் காணப்பட்டன. கருப்பு நிற உப்புமண், செடிகொடிகளை வளரவிடாமல் தடுத்திருந்தது. உயரம் குறைந்த மரங்கள் நோய்வாய்ப் பட்டது போலத் தெரிந்தன. அடிக்கடி உலவும் மான்களால் சேற்றுத்தரை மிதிபட்டுக் கிடந்தது.

விலங்குகளைப் பார்க்கத் தோதான மறைவிடத்தைத் தேர்ந்தோம். சேற்றுமண் படாமலிருக்க ஒரு மரக்கட்டையில் அமர்ந்து கொண்டேன். புதர்களிலும் மரங்களுக்குக் கீழும் இருள் அடர்ந்திருந்தது. சரியாக அமர முடியாமல் டெர்சு சிரமப் பட்டான். பார்வையை மறைக்கும் மரக்கிளைகளை வெட்டி விட்டு, ஒரு பிர்ச் மரத்தை வளைத்து அதன்மேல் அமர்ந்தான்.

காட்டில் அமைதி தவழ்ந்திருந்த அதே வேளையில் அதை முறியடிக்கக் கொசுக்களின் ரீங்காரம் கேட்டது.

இருளின் அடர்த்தி கூடியது. மரங்கள், புதர்களின் புறத்தோற்றம் கலைந்து உயிரினங்களைப் போல் வடிவங் கொண்டது. இடம் விட்டு நகர்வதாகவும் தோன்றியது. விரல்கள் துப்பாக்கி விசையின் மீதே இருந்தன. ஒவ்வொரு முறை சுட முயலும் போதெல்லாம் அச்சுப் பதித்தாற் போன்ற டெர்சுவின் முகம் தடுத்து நிறுத்தியது. மாயத்தோற்றம் விலகி, மீண்டும் ஒரு மான் உருவம் புதருக்குள் தெரிந்தது.

பளிங்குச் சிலை போலத் தென்பட்டான் டெர்சு. சேற்று நிலத்தில் ஒரு புதரின் மீது அவன் கண்கள் இரைக்காகக் காத்திருந்தன. ஒருமுறை எழுந்து நின்று துப்பாக்கியை

எடுத்தான். என் இதயம் துடித்தது. கண்களைச் சுருக்கிப் பார்த்தும் அவன் வைத்த குறி எதன்மீது எனத் தெரியவில்லை. அவன் எழுந்தது, தன்னை ஆசுவாசப் படுத்திக் கொள்ள என்பது பின்னர்தான் தெரிந்தது.

மையிருட்டு. உப்புமண் நிறைந்த சதுப்பு நிலத்தையும், புதர்கள், மரங்களையும் பிரித்தறிய முடியவில்லை. கொசுக்கள் கழுத்தையும் தோள்களையும் கருணையின்றித் தாக்கின. ஒரு வலையால் முகத்தை மூடினேன். டெர்சு அப்படியே இருந்தான். கொசுக்கள் அவனை ஒரு பொருட்டாகவே மதிக்கவில்லை போலும்.

சதுப்பு நிலத்தின் மறுபக்கத்தில் இருந்து ஏதோ சரசரக்கும் ஒலி கேட்டது. டெர்சுவைப் பார்த்தேன். அவன் கழுத்தை நீட்டியும் கண்களைச் சுருக்கியும் இருட்டையே ஊடுருவிப் பார்த்துக் கொண்டிருந்தான். ஒலி சிலநேரம் கேட்டது. மீண்டும் தேய்ந்தது. புதரிலிருந்து யாரோ எங்களைக் கவனிக்கிறார்கள் என்பது உறுதி. ஒடுங்கிய உடலும், நழுவிச் செல்லும் கால்களும், வீறுகொண்ட ஒரு சோடிக் கொம்புகளும் உடைய மான் அது -எனக் கற்பனை செய்து கொண்டேன். கொசுக்களைப் பற்றிக் கவலைப் படாமல், மூடியிருந்த வலையைப் பின்புறமாக வீசிவிட்டுக் கண்ணும் காதும் ஒருநிலைப் படுமாறு வைத்துக் கவனித்தேன். அந்த மான் அறுபது, எழுபது தப்படி தொலைவில்தான் இருக்கும் எனக் கணித்தேன்.

அப்போது பயங்கரமான, அஞ்ச வைக்கும் குரலொன்று காதுக்குள் வெடித்தது. இடியிடிப்பது போன்ற ஒலி.

‘கிர்..ர்..ர்..ர்..’

டெர்சு என் தோள்களை இறுகப் பிடித்தான்.

‘அது அம்பாதான்..’ நடுங்கும் குரலில் சொன்னான்.

ஒருவிதமான தளர்ச்சி என்னைக் கவ்விக் கொண்டது. கால்கள் இறுகிக் கொண்டன. இதுபோன்ற நேரங்களில் யாருக்கும் நிகழும், மழுங்கிப் போனது போன்ற உணர்வு

டெர்சு உஸாலா | விளாதிமிர் கே ஆர்சென்யேவ்

அனுபவமானது. இன்னும், ஆர்வமும் மலைப்பும் ஒன்று கலந்து, தனது வெற்றிச் செருக்கை நழுவ விட்ட வேட்டையாடி ஒருவனின் கர்வமான முகம் காணாமல் போனது.

'இது தவறு.. அம்பாவின் வேட்டைக்களம். அவன் கோபமாக இருக்கிறான்..'

தனக்குள் பேசிக் கொள்கிறான். பயந்திருப்பானோ.?

'கிர்..ர்..ர்..ர்..'

இரண்டாவது உறுமல் இரவின் அமைதியின்மீது மோதி வெடித்தது. டெர்சுவை அது இணங்கிப் பாராட்ட வைத்தது. அவன் துப்பாக்கியை எடுத்துச் சுடப் போகிறான் என்று நினைத்தேன். அதிர்ந்து போனேன். அவன் துப்பாக்கியின் முன்பகுதியைக் கீழே வைத்துவிட்டுச் சொற்பொழிவாற்றத் தொடங்கி விட்டான்:

'கோபப் படாதே அம்பா..! இது நீ வேட்டையாடும் இடம் என்பது தெரியாது. நாங்கள் போய் விடுகிறோம். எங்களுக்குத் தேவையான இடமும் இந்தக் காட்டில்தான் இருக்கும்..'

புலி இருந்த திசை நோக்கித் தோள்களை உயர்த்தினான். பிறகு முழந்தாளிட்டுத் தனது மொழியில் ஏதோ முணுமுணுத்தான். தலையைத் தரையில் முட்டிக் கொண்டான். அந்த முதிய வேட்டையாடியின் செயல் பரிதாபத்தை எனக்குள் ஏற்படுத்தியது.

எழுந்து துப்பாக்கியை எடுத்துக் கொண்டு, போகலாம் எனச் சைகை செய்தான்.

'வந்து விடுங்கள்..' சுருக்கமாகச் சொல்லி விட்டுப் பதிலுக்குக் காத்திராமல் புதர்களிடையே நடக்கத் தொடங்கினான்.

தொடர்ந்தேன். அவனது நடை தன்னம்பிக்கையை, சமநிலையை மீண்டும் உறுதி செய்தது. அப்போது புலியே

அவை நாயகன்

திரும்பி வந்தாலும் தாக்க அதற்குத் துணிவிருக்காது என்றும் நினைத்துக் கொண்டேன்.

இருநூறு தப்படிகள் நடந்த பின், நான் நின்றுகொண்டு முடிவை மாற்றிக் கொள்ளுமாறு டெர்சுவிடம் வேண்டினேன்.

'முடியாது..' உறுதியாகச் சொல்லி விட்டான். 'கூட்டுச் சேர்ந்துகொண்டு என்னால் அம்பாவைக் கொல்ல முடியாது. நீங்கள் சுட்டால் அதற்குப் பின் நான் உங்கள் நண்பனாக இருக்கவும் மாட்டேன்..'

அந்தச் சிறு உரையாடலை முடித்துக் கொண்டு மௌனமாக நடந்தோம். நின்று தனியாகப் போய் வேட்டையாடலாமா என்று விளையாட்டுத் தனமாகவும் நினைத்தேன். ஆனால் திகில் என்னைப் பற்றிக் கொள்ள, நண்பனை நோக்கி ஓடினேன்.

முகாமுக்குத் திரும்பும் வரை இருவரும் ஒன்றும் பேசவில்லை. அவரவர் நினைவுகளில் மூழ்கியிருந்தோம். கடைசியில் புலியை நான் பார்க்கவில்லை என்பதை அவன் கேட்கும்படியாகச் சொன்னேன்.

'இல்லை..' குரலில் வெப்பம் இருந்தது. 'நேரடியாக அம்பாவைப் பார்ப்பது நல்லதல்ல. நல்லூழ் கொண்டவர்கள் அவனைப் பார்ப்பதேயில்லை என்று எங்கள் ஆட்கள் சொல்வார்கள்..'

பெருமூச்சுக்குப் பின் சற்றே நிறுத்திக் கொண்டான்.

'நான் அம்பாவை அடிக்கடி பார்த்திருக்கிறேன்.. ஒருதடவையும் சுட முயன்றதில்லை. இப்போது பயமாயிருக்கிறது. எனக்கும் ஒருநாள் நல்லூழ் கிட்டாமல் போகும்..'

சொற்களில் அவன் உணர்வின் ஆழம் தெரிந்தது. மீண்டும் ஒருமுறை அவன் மீது பரிதாபம் தோன்றியது. பேசுபொருளை மாற்றிக்கொள்ள முயன்றேன்.

ஒரு மணி நேரத்தில் முகாமுக்குத் திரும்பி விட்டோம். குதிரைகள் செறுமிக் கொண்டு விலகித் தம் அச்சத்தை வெளிப்படுத்தின. நெருப்பு மூட்டப் பட்டது. எங்களைப் பார்க்க வீரர்கள் ஓடோடி வந்தனர்.

‘குதிரைகளுக்கு என்னவோ ஆகிவிட்டது..‘ என்றான் ஒருவன். ‘அமைதியிழந்து விட்டன. சாப்பிடுவதில்லை. காட்டு விலங்கு எதையாவது பார்த்துப் பயந்திருக்கும்..’

அவற்றிற்குக் கடிவாளம் இடச் சொன்னேன். நெருப்பை வளர்த்து அருகில் ஒரு வீரனைக் காவல் காக்கச் செய்தேன்.

மாலை வரை டெர்சு அமைதியாகவே இருந்தான். புலியை நேரில் பார்த்த தாக்கம் மனதிலேயே இருந்திருக்கும். இரவுணவுக்குப் பின் படுக்கைக்குப் போனவன் தூக்கம் வராமல் புலம்பியவாறே மாறி மாறிப் படுத்தான்.

இதுபோன்ற மாலை நேரங்களில் அவனும் நானும் விலங்கு வேட்டை, காட்டுத் தீ பற்றி அடிக்கடி பேசிக் கொள்வோம். விலங்குகள் பற்றிய கதைகள் அவனிடம் ஏராளமாக இருப்பில் இருந்தன. கற்றுக்கொண்டே இருக்கிறேன். எடுத்துக் காட்டாக, இருபது ஆண்டுகளுக்கு முன் புலிகள், இரண்டு குளிர்காலம் முழுவதும் மேற்கிலிருந்து கிழக்கு நோக்கி இடம் பெயர்ந்து போனது பற்றிச் சொல்லியிருக்கிறான். சுங்காரி ஆற்றுப் பகுதியிலிருந்து சிகோடா-அலின் மலைத்தொடருக்குக் கூட்டம் கூட்டமாகப் புலிகள் அதற்கு முன் வலசை போனதில்லை என்பது அவனது முடிவான கருத்து.

பலமுறை டெர்சுவிடம் அவன் புலியைக் கொன்றதைப் பற்றிக் கேட்டிருக்கிறேன். அப்போது மௌனமாகி விடுவான் அல்லது பேச்சை மாற்றி விடுவான். ஆனால் அதற்கென ஒரு தருணம் வாய்த்தது.

அது புட்சிங் ஆற்றின் கரையில் ஒரு மே மாதப் பகல் நேரம். அருகிலுள்ள பள்ளத்தாக்கில் நாயின் துணையுடன் ஓக் மரச் சோலையொன்றில் நடந்து கொண்டிருக்கிறான்.

விளையாடியபடியே நாய் அவனுக்கு முன்னால் சென்று கொண்டிருக்கிறது. பிறகு எச்சரிக்கைக்கான சைகைகளைத் தரத் தொடங்கியது. நடந்து வந்த பாதையில் கரடியின் கால்தடத்தைப் பார்த்துப் பயந்திருக்கும் என்றிருந்த டெர்சு இலக்கின்றி நடையைத் தொடர்ந்திருக்கிறான்.

நாய் குரைக்கத் தொடங்கியது. நெருங்கி வந்து அவனது கால்களுக்குள் ஒதுங்கியது. புலி பக்கத்தில் நடமாடுவதைக் குறிப்பால் உணர்த்தியது. இவர்களைப் பார்த்ததும் புலி ஒரு மரத்தின் பின்னால் மறைந்திருக்கிறது. அறியாத டெர்சு நேராக அதை நோக்கித்தான் போகிறான். நெருங்கிய போது அது பெரும் முயற்சியுடன் நன்றாக மறைந்து கொள்ள நினைத்தது. உடலைக் குறுக்கிப் பந்தாய்ச் சுருட்டிக் கொண்டது. ஆபத்தை அறியாத டெர்சு சிணுங்கிக் கொண்டிருந்த நாயைத் தனது காலை விட்டுத் தள்ளினான். அதேநேரம் மறைவிடத்தை விட்டு வெளியே வந்த புலி, கோபத்துடன் தனது வாலைச் சுழற்றியபடியே உறுமியது.

'சத்தத்தை நிறுத்து..' டெர்சு கத்தினான். 'நான் உன்னைச் சீண்டப் போவதில்லை. கோபப்படாதே..'

ஆனால், புலி உறுமிக்கொண்டே சில தப்படிகள் முன்னேறி வந்தது. திரும்பிப் போகச் சொல்லி டெர்சு மீண்டும் கத்தினான். அது திரும்புவதாகத் தெரியவில்லை. எச்சரிக்கை விடுத்தவாறே துப்பாக்கியை எடுத்துக் குறி வைத்தான்.

'அப்படியானால் சரி.. நீ போகாவிட்டால் சுட்டு விடுவேன். பிறகு என்னைக் குறை சொல்லாதே..'

அதன் பின் புலி உறுமலை நிறுத்திக்கொண்டு ஓடி அருகிலிருந்த புதரில் மறைந்து போனது. டெர்சு சுட்டிருக்கலாம். ஆனால் அவன் அதைச் செய்யவில்லை. ஒருவேளை ஓடிச் சென்ற அது திரும்பிப் பக்கத்திலுள்ள ஒரு மண் திட்டின் மேல் பகுதிக்கு வந்திருந்தால், துப்பாக்கியின்

டெர்சு உஸாலா | விளாதிமிர் கே ஆர்சென்யேவ்

விசையைச் சுண்டியிருப்பான். அது ஓடிப் புதருக்குள் மறைவதை அவன் நேரிலேயே பார்த்து விட்டான். ஆகவே பயணத்தைத் தொடர்ந்திருக்கிறான்.

நான்கு நாட்களுக்குப் பிறகு அதே மண் திட்டைக் கடந்து போக வேண்டியிருந்திருக்கிறது. அங்கே ஒரு மரக்கிளையில் மூன்று காகங்கள் இருந்ததைப் பார்த்தான். அவற்றில் ஒன்று கிளையில் தனது அலகைத் தீட்டிக் கொண்டிருந்தது. அப்போது டெர்சுவுக்கு மனதில் ஒன்று பளிச்சிட்டது. புலியைத் தான் சுட்டு விட்டோமோ.? அதன் உடல் மண் திட்டின் மறுபுறம் கிடக்கிறதோ.? அதன் உடலின் பகுதிகளைப் பூச்சிகள் எடுத்துப் போகுமோ.? எப்படியும் பழிவாங்க அது திரும்பி வரும். தேவையில்லாமல் அம்பாவைக் கொன்று விட்டோமே. எப்போதும் அமைதியிழக்க வேண்டியதாயிற்றே என்று நினைத்தான். அதற்குப் பிறகு புலியை எப்போது கண்டாலும் அதன்மீது அன்பை மட்டும் செலுத்தப் போவதாக உறுதி பூண்டான்.

'எனக்குப் பயமாக இருக்கிறது. மிகவும் பயமாக..' என்று கூறிக் கதையை முடித்துக் கொண்டான். 'அதற்கு முன் எப்போதும் தனியாகவே போவேன் பயம் இருந்ததில்லை. இப்போது எதையாவது பார்த்தாலே பயம் வந்து விடுகிறது. விலங்குகளின் கால்தடங்களைப் பார்க்கும்போதும், ஊசியிலைக் காட்டில் தனியாகப் படுத்து உறங்கும்போதும் பயம்தான்.'

மௌனமாகி விட்டான். எரியும் நெருப்பின் மீது நிலைத்து நின்று கொண்டிருந்தன அவனது கண்கள்.

12

சபிக்கப்பட்ட இடம்..

சிகோடா- அலின் மலைத்தொடரை நெருங்க நெருங்க வெட்டுமரங்களைத்தான் அதிகமாகக் காணமுடியும். சிறிய வகை மரங்களும் ஓரளவுக்கு இருக்கும். ஆறு தொடங்கும் இடத்தில் பாசி படர்ந்த, மெதுவாக வளரும் ஸ்ப்ரூஸ், லார்ச், பிர் வகை மரங்களைத் தவிர வேறெதுவும் இருக்காது. 20 வயதுடைய மரத்தை ஒரு மனிதன் ஒற்றைக் கையால் வேரோடு சாய்த்து வீழ்த்தி விட முடியும். வளர்ச்சி குன்றியும், குறைந்த காலம் வாழும் இயல்பும் கொண்டவை அம்மரங்கள். உச்சியிலிருந்து அவை வாழ்விழக்கத் தொடங்கும். கீழே விழுந்து கிடக்கும் அதன் துண்டுகள் நெடுநாட்கள் அப்படியே இருக்கும் -புதிதாய்ச் சாயும் மரம் அதன்மீது படும் வரை.

இவ்வகைக் காடுகள் பொதுவாகத் தரிசாகவே கிடக்கும். விலங்குகள், பறவைகள், ரீங்கரிக்கும் பூச்சிகள் எதுவும் இருக்காது. பழுப்பு, சாம்பல் இவற்றின் பொது நிறங்கள். மரங்களின் அடிப்பகுதி புதர் போலவோ புற்படுகையாலோ

டெர்சு உஸாலா | விளாதிமிர் கே ஆர்சென்யேவ்

மறைக்கப் பட்டிருப்பது தெளிவாகத் தெரியும். தரைப்பகுதியில், பாறைகளில், மரக்கிளைகளில் எனத் திரும்பிய பக்கமெல்லாம் பாசி படர்ந்திருக்கும். வறண்டும் இருள் படிந்தும் காணப்படும் ஊசியிலைக் காடுகள் இவை. மர உச்சியில் காற்றடித்தால் மட்டுமே காட்டின் பெரும் மௌனம் கலையும். அதுவும் அச்சமூட்டும் ஒலிகளை எழுப்புவது போலவும், தீய அடையாளங்களை அறிவிப்பது போலவும் இருக்கும். இதனால் உள்ளூர்வாசிகள் பேய்கள் நடமாடும் பகுதி என்று இதைக் குறிப்பிடுகிறார்கள்.

அந்த நாளின் இறுதியில், ஒரு கணவாய்ப் பகுதியை அடைய இன்னும் சிறிது தூரம் நடக்க வேண்டியிருந்ததால் சிகோடா-அலின் மலைத்தொடரின் அடிவாரத்தில் ஓய்வெடுத்துக் கொள்ளுமாறு உத்தரவிட்டேன்.

ஆகஸ்டு 12 அதிகாலையில் டெர்சு என்னை எழுப்பி விட்டான். காலையுணவுக்குப் பின் இருவரும் கிளம்பினோம். கடிவாளமிட்ட குதிரைகளுடன் பின் தொடருமாறு வீரர்களுக்கு அறிவுறுத்தப் பட்டது. இதற்கிடையில் சிகோடா-அலின் தொடரின் குறுக்கே இருந்த கணவாயின் உயரத்தை அளந்து வர முடிவு செய்தேன்.

மலையுச்சியில் இருந்து பார்க்கும்போது கண்கொள்ளாக் காட்சியாக இருந்தது. கீழே உள்ள சமநிலம் கடலைப் போலத் தெரிந்தது. பக்கத்து மலைகள் எண்ணற்ற புதைபடிவம் போன்ற அலைகளை ஒத்திருந்தன. அருகிலுள்ள சிகரங்களின் விளிம்புக் கோடுகள் விசித்திரமாகவும் முரண் கலவையாகவும் இருந்தன. அவற்றிற்கு அப்பால் மலையுச்சிகள் நீலநிற மூடுபனியால் போர்த்தப் பட்டிருந்தன. அதைத் தாண்டியும் ஒரு மலைச்சிகரம் இருக்கிறதா என்பதைக் கூற முடியாத வகையில் மேகங்கள் கவிந்திருந்தன. நான் உச்சிப் பகுதியில் இருந்ததால் மலையின் மடிப்புகளையும் ஓடிவரும் ஆறுகளையும் எளிதாகவே உருமாதிரிகளாக வரைந்து கொள்ள முடிந்தது.

அளவீடுகளை முடித்த பிறகு நாங்கள் வான்ஹோா பள்ளத்தாக்கை நோக்கி இறங்கினோம். நான்கு மைல் தூரம் நடந்த பின் எங்கள் குழுவுக்காகக் காத்திருந்தோம். டெர்சு ஆற்றங்கரையில் குத்திட்டு அமர்ந்து காலணிகளைச் சரிப்படுத்திக் கொண்டிருந்தான். நான் தனியாக முன்னால் போனேன்.

காட்டின் முனைப் பகுதியில் சில காட்டுப்பன்றிகள் தென்பட்டன. நான் துப்பாக்கி எடுத்துச் சுடும் முன் அவை மறைந்து விட்டன. ஓடிச்சென்று சில நிமிடங்களில் அவை இருந்த இடத்திற்கு வந்துவிட்டேன். அதாவது அப்படித்தான் நினைத்தேன். புதருக்குள் ஏதோ மின்னுவதைக் கவனித்தேன். அந்தக் கருத்த உருவம் எழுந்து நடப்பதைக் கண்டதும் துப்பாக்கியால் சுட்டேன். அதேநேரம் உரக்கக் கதறி வலியால் துடிக்கும் சத்தம் கேட்டது. ஒரு மனிதனைச் சுட்டு விட்டேனோ என்று நினைத்துத் திடுக்கிட்டேன். உடனே அங்கே ஓடிப்போய்ப் பார்த்தவுடன் அதிர்ந்து போனேன். அது டெர்சு. அவனைத்தான் நான் சுட்டிருக்கிறேன். தரையில் அவன் விழுந்து கிடந்தான். இடது முழங்கையை நீட்டி வைத்து, வலக்கையால் கண்களைத் தட்டிவிட்டுக் கொண்டிருந்தான். அவனுக்கு முன்னால் குனிந்து வருத்தம் தொனிக்கும் குரலில் அவசரமாகக் கேட்டேன் -எங்கே அடிபட்டிருக்கிறது என்று.

'பின் புறத்தில்..' என்றான்.

பரபரப்புடன் அவனது சட்டை, மேற்சட்டையைக் கழற்ற வைத்தேன். இரண்டும் படுமோசமாகக் கிழிந்திருந்தன. பின்புறத்தைப் பார்த்ததும் நிம்மதிப் பெருமூச்சு எழுந்தது என்னிடம். பெரிய காயங்கள் ஏதுமில்லை. ஏதோவொன்று வேகமாகத் தாக்கிக் கன்றிப் போனது போல, ஒரு தாமிர நாணயத்தின் அளவுக்கு இருந்தது. நான் காய்ச்சல் கண்டது போல நடுங்கிக் கொண்டிருப்பதை அப்போதுதான் உணர்ந்தேன். டெர்சு உடனடியாகச் சமாளித்துக் கொண்டான். தற்கட்டுப்பாட்டை மீட்டுக்

டெர்சு உஸாலா | விளாதிமிர் கே ஆர்சென்யேவ்

கொண்டு, தளர்ந்து போய்க் கிடந்த என்னைச் சமாதானப் படுத்தினான்.

'விடுங்கள் கேப்டன்.! அது உங்கள் தவறு அல்ல. நான் பின்னால்தான் இருந்தேன். முன்னால் வந்தது உங்களுக்குத் தெரியாது..'

சரியாக அமர்ந்து கொள்ள உதவினேன். அவன் முன்புறம் பன்றிகளுக்கும் எனக்கும் இடையே வந்தது எப்படி என்பதை அறிய விரும்பினேன். அது நான் அவற்றைக் குறிவைக்கும் போது நடந்திருக்கிறது. ஒரு வேட்டையாடி உள்ளுணர்வுதான் அவனைக் காப்பாற்றியிருக்கிறது. காலால் உந்தித் தாவிப் பன்றிகளைப் பின் தொடர்ந்திருக்கிறேன். நான்தான் சுற்றுவழியைத் தேர்ந்திருக்கிறேன். அதற்குள் டெர்சு, காகங்கள் பறந்து சென்ற திசைக்கு நேராகச் சென்று பன்றிகளின் கால்தடத்தைத் தொடர்ந்திருக்கிறான். அது அவனை எனக்கு முன்னால் வர வைத்திருக்கிறது. அவனது மேற்சட்டையும் பன்றியின் நிறத்தோடு ஒன்றியிருந்து என்னை ஏமாற்றி விட்டது. எனவே நான் சுட்டு விட்டேன்.

குண்டு அவன் மேற்சட்டையில் பாய்ந்து பின்புறத்தைத் தாக்கியிருக்கிறது. அந்த அதிர்ச்சியில் அவன் கால்களும் செயலிழந்து போயிருக்கிறது.

பத்து நிமிடங்களில் குதிரைகளுடன் எனது வீரர்கள் வந்து விட்டனர். அயோடின் கொண்டு காயங்களைத் துடைத்து, ஒரு குதிரையின் மேலிருந்த சுமைகளைப் பிறவற்றிற்குப் பகிர்ந்து விட்டு, டெர்சுவை ஒரு குதிரையில் ஏற்றி விட்டோம். அதன்பிறகு அந்த வெறுப்புக்குரிய இடத்தை விட்டுப் புறப்பட்டோம்.

மாலைக்குள் டெர்சு குணமடைந்து தெளிவாகி விட்டான். ஆனால் எனக்கு இன்னும் சரியாகவில்லை. என் உயிரைக் காப்பாற்றிய ஒரு மனிதனை நான் சுட்டுத் தள்ளிவிட்டு அமைதியிழந்து நிற்கிறேன். அந்த நாளையும் பன்றிகளையும் வேட்டையையும் மொத்தமாகச் சபித்தேன்.

அதே குண்டு ஒருவேளை அவனது உடலின் இடப்புறம் ஓரங்குலம் துளைத்துச் சென்றிருந்தால், அல்லது என் விரல்கள் நடுங்கி விசையைத் தட்டியிருந்தால் டெர்சு இறந்திருப்பானே. இரவு முழுவதும் இமைப்பொழுதும் தூங்கவில்லை. மனக்கண்ணின் முன் அந்தக் காட்டின் அமைப்பு, பன்றிகள், டெர்சு தள்ளாடிக் கீழே விழுவது எல்லாம் வந்து போய்த் துன்புறுத்தின. அவ்வப்போது படுக்கையிலிருந்து துள்ளி எழுந்து விடுவேன். குடிலை விட்டுக் கிளம்பி வெளியே நடந்து போவேன். தூய காற்று தலையை, மனதை நிரப்பும். திரும்பி விடுவேன். அவன் என்னோடு இருக்கிறான் என்பதை மீண்டும் மீண்டும் சொல்லிக் கொள்வேன். ஆனால் எதுவும் பலனளிக்கவில்லை. தீயை மூட்டி, ஒரு நூலை எடுத்துப் படிக்கத் தொடங்கினேன். ஆனால் நினைவுகள் அடிக்கடி அதைவிட்டு விலகி நிற்பதையும் உணர்ந்தேன். அதிகாலை புலரத் தொடங்கியது. சமையலாள் எழுந்து காலையுணவு தயாரிக்கத் தொடங்கியது மிக ஆறுதலாக இருந்தது. நானும் அவனுக்கு உதவினேன்.

காலையில் டெர்சு இன்னும் தெம்பாகி விட்டான். பின்புறம் இருந்த வலி குறைந்து விட்டது. இப்போது அவனால் நடக்க முடியும். ஆயினும், தலையை வலிப்பதாகவும் சோர்வாக இருப்பதாகவும் அவன் சொன்னதால் இன்னுமொரு குதிரையை உதவிக்காக நியமித்தேன்.

வான்ஹோ பள்ளத்தாக்கின் தாழ்வான பகுதிக்கு வந்தபோது வனவிலங்குகள் தண்ணீர் குடிக்கச் செல்லும் பாதையில் எப்போதோ ஒரு வேலி அமைக்கப் பட்டிருப்பதைக் கண்டோம். மரங்களையும் வீழ்ந்துபட்ட மரங்களையும் வைத்து அது உருவாகியிருந்தது. அதிலும் சாய்ந்த மரங்களே இருந்ததால் விலங்குகள் அதைத் தகர்க்கவோ தாண்டியோ வர முடியவில்லை. வேலிகளுக்கிடையே இருந்த இடைவெளியில் பள்ளம் தோண்டிப் புற்கள், இலைகளால் அவை தெரியாதவாறு

டெர்சு உஸாலா | விளாதிமிர் கே ஆர்சென்யேவ்

செய்திருந்தனர். இரவு நேரங்களில் தண்ணீர் குடிக்க வரும் மான்கள் வேலியைக் கண்டு விலகிச் சுற்றி வரும்போது அப்பள்ளங்களில் விழுந்து விடும். இதுபோன்ற வேலிகள் சில இடங்களில் 30 மைல் தூரம் வரை 200 பள்ளங்களைக் கொண்டிருந்தன.

வான்ஹோ பகுதியிலுள்ள வேலிகள் பயன்பாட்டிலேயே இல்லை. சீனர்கள் பல மாதங்களாக அங்கே போவதும் இல்லை. ஒரு பள்ளத்தில் உயிருள்ள மான் ஒன்று மாட்டியிருப்பதைக் கண்டோம். அநேகமாக மூன்று நாட்களுக்கு முன்பு அது விழுந்திருக்கும். பயணத்தை நிறுத்திக் கொண்டு நாங்கள் அதைக் காப்பாற்றுவது எப்படி என்பதை யோசித்தோம். ஆனால் டெர்சு அதை ஒப்புக் கொள்ளவில்லை. ஒரு சண்டையின் விளைவாக அது அங்கே விழுந்திருக்கலாம். வேட்டையாடிய விலங்கு அல்லது மனிதனுக்கே காயம் ஏற்பட்டிருக்கலாம். இறுதியாக அதைப் பிணித்திருந்த சுருக்குக் கண்ணியோடு சேர்த்து வெளியே இழுத்து விடலாம் என முடிவானது. இரண்டு சுருக்குகள் அதன் கால்களை இறுக்கிப் பிடித்திருந்தன. மூன்றாவது அதன் கழுத்தைச் சுற்றியிருந்தது. அதை இழுத்து வெளியே கொண்டு வரும்வரை மூச்சுத் திணறியவாறே இருந்தது. ஆனால் சுருக்கு அதன் கண்களைச் சுற்றிக் கொண்டன. அதை எடுத்து விட்டோம். விடுபட்டதும் அது எழுந்து தத்தித் தடுமாறியவாறே காட்டின் ஒரு மூலையிலிருந்த ஓடைக்குப் போய்ப் பேராவலுடன் தண்ணீரைக் குடித்தது. எங்களை அது கண்டுகொள்ளவேயில்லை.

சீனர்கள் அந்தப் பள்ளங்களை மூடாமல் வைத்திருந்தது குறித்து டெர்சு கடுஞ்சீற்றங் கொண்டான். அரைமணி நேரத்தில் ஒரு குடிலை அடைந்தோம். உடல் நலத்தை மீளப் பெற்றுவிட்ட டெர்சு நேராகப் போய் அந்த வேலிகளை உடைத்துப் போட்டுவிட விரும்பினான். விடியும் வரை காத்திருக்குமாறு அவனிடம் சொன்னேன். இரவுணவுக்குப் பிறகு, அந்த வேலிகளிலுள்ள கண்ணிகளை உடனடியாக அழித்து விடுமாறு சீனர்களுக்கு உத்தரவிட்டு, அங்கே

● அவை நாயகன்

அனைத்துப் பள்ளங்களும் மூடப் பட்டிருக்கின்றனவா என்பதை அறிந்து வர எனது வீரர்களை அனுப்பினேன்.

வீரர்கள் திரும்பி வந்து இரண்டு பள்ளங்களில் மான்கள் இறந்த நிலையிலும், ஒன்றில் உயிருடனும் இருந்ததாகத் தெரிவித்தனர்.

அடுத்த நாள் முகாமிலேயே இருந்தோம். வானிலை நிலையற்றதாகவும் மழை தூறிக் கொண்டும் இருந்தது. வீரர்கள் தமது உள்ளாடைகளைத் துவைத்தும், துப்பாக்கிகளைத் துடைத்தும் வைத்தனர். டெர்சு முழுமையாகக் குணமடைந்தது எனக்குப் பெரும் மகிழ்ச்சியைத் தந்தது.

13

மீண்டும் கடலுக்கு..

கணவாய் வழியாக மேலேறி, ஒரு நீரோடையைக் கிழக்குத் திசையில் தொடர்ந்து மாலை நான்கு மணிக்கு வெள்ளிச் சிகரப் பள்ளத்தாக்கு என்று அழைக்கப்படும் இன்சியா-லாசியாஹோ பள்ளத்தாக்கை வந்தடைந்தோம்.

ஆற்றில் சின்னஞ்சிறு மீன்வகைகள் நிறைந்திருந்தன. வீரர்கள் தூண்டிலிட்டு அவற்றைப் பிடிக்கும் வேடிக்கையில் ஈடுபட்டனர். நான் மலையை ஆய்வு செய்யத் துப்பாக்கியுடன் கிளம்பினேன். ஆர்வமூட்டும் வகையில் அங்கே ஒன்றுமில்லை. அந்தி சாயும் நேரம் திரும்பி ஆற்றங்கரைக்கு வந்தேன். தண்ணீர் வேகமாகச் சலசலக்கும் ஓசை கேட்டு நெருங்கிப் பார்த்தேன். அங்கு மறைவான ஓர் இடத்தில் ரக்கூன் வகை நாய்கள் இருப்பதைக் கண்டேன். மீன் பிடிப்பதில் தீவிரமாக இருந்த அவை என்னைக் கவனிக்கவில்லை. முன்னங்கால்களை நீரில் வைத்து நின்றிருந்தன. அந்தச் சிறு மீன்கள் அவற்றின் கால்களைக் கடிக்க வரும்போது, பற்களால் கவ்விக்

கொண்டன. வைத்த கண் மாறாமல் அதைப் பார்த்துக் கொண்டிருந்தேன். அவை சிலநேரம் மீன் பிடிப்பதை விட்டு, வேகமாக ஓடிப்போய்ப் பொந்தில் மறையும் எலிகளைத் தேடிப் போயின. ஒரு நாய் தலையுயர்த்தி என்னை எச்சரிக்கையுடன் பார்த்துக் குரைத்தது. பிறகு இரண்டும் புற்களுக்குள் மறைந்தன. வெகுநேரம் ஆற்றோரம் காத்திருந்தும் அவற்றைக் காண முடியவில்லை.

முகாமில் எல்லாமே சரியாக இருந்தது. மாலையுணவுக்குப் பின் ஒரு மணி நேரம் அனைவரும் கூடியிருந்தோம். ஒவ்வொருவருக்கும் ஏதோவொரு வேலை இருந்தது. ஒரு தேநீருடன் அன்றையப் பொழுதை முடித்துக் கொண்டோம்.

ஆற்றோரத்திலேயே இரண்டு மைல்கள் கடந்து ஒரு சதுப்பு நிலத்தை அடைந்தோம். மணல் திட்டுகளும் தேங்கிய தண்ணீரும் சேறும் கலந்து அது என்றோ காயலாக இருந்ததைக் காட்டின. சேற்றுநீர் கடலில் சேர, கடல் அதைத் தூயதாக்கி ஏற்றுக் கொள்ள அந்த இடம் தனியரசு போல இருந்தது. கடற்கரையிலிருந்து ஒரு மைல் தூரத்தில் மணல்திட்டுகளுடன் கூடிய ஏரியொன்று, அந்த முன்னாள் விரிகுடாவின் ஆழமான பகுதியாக இருந்திருக்கும் என்பதைக் காட்டியது. ஆனால், அது நன்கு வளர்ந்த புற்களால் முற்றிலுமாக மறைக்கப் பட்டிருந்ததைக் கண்டுபிடித்தோம். அந்தப் பகுதி முழுவதும் வாத்துகள் கூட்டம்கூட்டமாகத் திரிந்தன.

எங்கள் குழு நகர்ந்ததும் டெர்சுவும் நானும் வாத்துகளைச் சுடுவதற்காகச் சற்றே பின் தங்கினோம். ஏரியில் நீந்தும் அவற்றைச் சுட்டால் போய் எடுத்து வர முடியாது. படகு ஏதும் அங்கில்லை. ஆகவே பறக்கும்போதே அவற்றைச் சுட்டு விடத் தீர்மானித்தோம். காட்டுக்கோழிகளைச் சுடுவதற்கான துப்பாக்கியை நான் வைத்திருந்தேன்.

டெர்சு உஸாலா | விளாதிமிர் கே ஆர்சென்யேவ்

டெர்சுவிடம் அவனது துப்பாக்கி இருந்தது. அவன் குறி வைப்பதை எவரும் பாராட்டத்தான் வேண்டும். ஏனென்றால் அவனது குறி அரிதாகவே பிசகும்.

'நன்றாகச் சுடுவதற்குக் குறி வைப்பதுதானே முக்கியம். ஆனால் இப்போது எனக்குச் சரிவரக் குறிவைக்க முடிவதில்லை..' என்றான்.

பேசிக் கொண்டிருக்கும்போதே ஒரு வாத்து பறந்து போனது. விரைவாகச் செயல்பட்டு அதைச் சுட்டான். காயம் பட்ட அது ஒலியெழுப்பிக் கொண்டே தரையில் வீழ்ந்தது. அப்போது ஒரு கழுகின் திறமையை அவனது கண்களில் கண்டேன். பெரும் மகிழ்ச்சியுடன் இருந்தான். என்னிடம் முட்டை அளவிலான கற்கள் சிலவற்றை எடுத்துக் கொடுத்து ஒவ்வொன்றாக வானத்தில் வீசச் சொன்னான். பத்துக்கு மேற்பட்ட கற்களை வீசினேன். அதில் எட்டுக் கற்களைச் சரியாகச் சுட்டுத் தள்ளினான். அவனது கண்கள் ஒளிவிட்டுப் பிரகாசித்தன. வெற்றிப் பார்வையுடன் என்னிடம் திரும்பி, அது ஒன்றும் பெரிய மாயமில்லை என்றான் குறி தவறாமல் சுடுவதுதான் தனது வேட்டைத் திறனைத் தக்க வைத்து உயிர்வாழச் செய்கிறது என்ற மகிழ்ச்சி அவனுக்கு.

ஏரிக்கரையில் மணிக்கணக்கில் காத்துக் கிடந்தோம். நேரம் விரைந்து கொண்டிருந்தது. சூரியன் மறையப் போகிறது. அதன் பொற்கதிர்கள் பள்ளத்தாக்கில் பாயத் தொடங்கிய போது நாங்கள் சுட்டு வீழ்த்திய வாத்துகளைச் சேகரித்துக் கொண்டு எங்கள் குழுவைத் தேடி விரைந்தோம். நாங்கள் நடந்த அந்த அகலமாகக் கோடிட்டது போன்ற மணற்பரப்புக்கும், கயிற்றால் பிணைத்த எங்கள் குதிரைகளுக்கும் இடையேயான தூரமானது எங்கோ பாலைவனத்தில் இரு குழுக்களுக்கிடையே இருக்கும் மைல் கணக்கான தூரத்தை நினைவு படுத்தியது.

கடற்கரையில், நீரால் அடித்து வரப்பட்ட மரக்கட்டைகளைக் கொண்டு உருவாக்கிய ஒரு குடிலில்

எங்கள் வீரர்கள் தங்கிக் கொண்டனர். இரு சீன சிப்பி தேடிகளின் தங்குமிடம் அது. அவர்களோ விருந்தோம்பலில் தன்னிகரற்று இருந்தார்கள். வேறு யாரையும் அவர்களைப் போல் நான் கண்டதில்லை.

களைப்பாக இருந்தது. குதிகாலில் கொப்புளம் வந்து துன்புறுத்தியது. எனது அப்போதைய தேவை ஒரு நாள் முழுமையான ஓய்வு மட்டுமே.

புண்பட்ட கால் இரவு முழுவதும் தூங்க விடவில்லை. விடியப் போகிறது என்பதே ஆறுதலாக இருந்தது நெருப்பின் முன் அமர்ந்து இயற்கை துயிலெழும் காட்சியை ரசித்தேன். முதலில் விழித்துக் கொண்டது நீர்க்காகங்கள்தான். இறக்கை விரித்துக் கூட்டமாக ஒரே திசையில் தமது வேட்டைக் களமான கடல் மேல் எவ்விதப் பரபரப்பும் இன்றிப் பறந்தன. புற்கள் செறிந்த ஏரியில் வாத்துக் கூட்டம் பறப்பது தெரிந்தது. கடலும் நிலமும் அமைதியின் ஆட்சியில் இருந்தன.

எல்லாருக்கும் முன்பாக டெர்சு எழுந்து, தேநீர் தயாரித்து வைத்தான். நீர்ப்பரப்பின் மேல் சூரியன், மனிதரைப் போல எட்டிப் பார்த்தது. தொடுவானை விட்டுக் கிளம்பி வேகமாக வானத்தின் மேல் ஏறியது.

'அற்புதம்..!' என்று அக்காட்சியில் கரைந்து வியந்து கூவினேன். டெர்சு இடையிட்டுக் கூறினான்.

'அதோ அவன்தான் தலைவன்.. அவன் இல்லாவிட்டால் அவ்வளவுதான். அத்தனை பேரும் செத்துப் போவார்கள்..'

சிறிது மௌனத்திற்குப் பிறகு தொடர்ந்தான் :

'பூமியும் அப்படித்தான்..' வடகிழக்குத் திசையைக் காட்டி 'அங்கே இவனுக்குத் தலை இருக்கிறது..' தென்மேற்கில் திரும்பி 'அங்கே கால்கள் இருக்கின்றன..'

'நீரும் நெருப்பும் மற்ற பலசாலிகள். அவர்கள் இறந்தாலும் எல்லோரும் அதோகதிதான்..'

அவனது சொற்களில் தொல்பழங்கால விலங்கியம் தெரிந்தது. ஆயினும் அதில் தென்பட்ட ஆழம் கவனிக்கத் தக்கது. எங்கள் பேச்சுச் சத்தம் வீரர்களை எழுப்பி விட்டது.

நாள் முழுவதும் ஒரே இடத்தில் உட்கார்ந்து பாதத்திற்கு மருத்துவம் பார்த்தேன். வீரர்கள் ஓய்வெடுத்தனர். குதிரைகளைக் கவனிக்க மட்டும் எழுந்து போயினர்.

வானிலையில் மாற்றம் நிகழ்வதாகத் தெரிந்தது. மேற்கிலிருந்து வீசும் காற்றில் வறட்சியும் இரவில் குளிரும் இருந்தது. இலையுதிர் காலம் தொடங்கப் போவதன் அறிகுறி அது.

விரைவில் பாதம் குணமடைந்து விட்டது. பயணத்தைத் தொடர்ந்தோம்.

டெட்டுஹோ ஆறு கடலில் கலக்கும் இடத்தை -அதை வளைகுடா அல்லது சிறு விரிகுடா எனலாம்- ஒரு சிறு விளிம்பு போன்ற பகுதியில் கரையோரமாகக் களைகள் குப்பையாக மலிந்திருந்தன. அது பல்வகை உள்ளான் குருவிகள் உள்ள ஓதுக்கிடமாகும். அங்கே அதிவேகமாக ஓடும் கிழக்குச் சைபீரிய சிப்பி பிடிப்பான் என்ற பறவைகள் தென்பட்டன. அவை நீர்ப்பரப்பில் சாவதானமாக நடையிட்டன. சிறிய அளவில் உப்புக்கொத்திப் பறவைக் கூட்டமும் இருந்தது. அவை தமது செந்நிறக் கால்களுடன் தத்தி நடந்து புற்களுக்குள் இரைதேடி வட்டமிட்டன. அவற்றை நாங்கள் நெருங்கியபோது, முதலில் கடலை நோக்கிக் கிளம்பிய அவை சட்டெனத் திசை மாறி ஒன்றாகச் சேர்ந்து கரைக்கே திரும்பின.

களைச்செடிகளும் நீள்வரியாய் அமைந்த மணலும் சேர்ந்து திருத்திய கரையில் கண்ணுக்கினிய உசூரி ஆட்காட்டிக் குருவிகள் அலைந்தன. மரத்துண்டுகள், கற்கள், சிப்பிகளுக்குக் கீழ் பரபரப்புடன் காணப்பட்ட அவை குழப்பமடைந்து திரும்பி மணலை விட்டு நீங்கி நீரை நோக்கி ஓடின. அங்கே அவை சிறகை விரிக்க

முற்படும் போதெல்லாம் பெரும் அலைகள் வழக்கத்தை விட வேகமாக எழுந்து வந்து கரையைத் தொட்டன. அப்போது அவை அலை அடங்கும்வரை மேலே பறந்து காத்திருந்தன. நீர்க்காகங்கள் கரையை விட்டு வெகுதொலைவுக்குப் போய்விட்டன. ஆழமான நீரில் அவை மூழ்கிய இடத்திலிருந்து நீண்ட தூரத்திற்குப் போய் மீண்டும் நீர்மட்டத்துக்கு மேலே வந்தன.

எண்ணற்ற சீகல் பறவைகள் கடலின்மேல் தாழப் பறந்தன. அதிலும் கிழக்குச் சைபீரிய வகைச் சீகல்கள் தனித்துத் தெரிந்தன. நீரை நோக்கி வந்து மேலெழும்போது அவை பேரொலி எழுப்புவது, மனிதர்கள் சிரிப்பதைப் போலிருந்தது. அதைத் தொடர்ந்து மற்ற சீகல் பறவைகள் அலைகளுக்கு மேல் ஒன்றன்மேல் ஒன்றாய் வரிசையாகப் பறந்தன. இரை கிட்டும்போது அவை தவளைப் பாய்ச்சல் விளையாட்டைப் போலத் தமக்குள் அலகுகளால் தாக்கிச் சண்டையிட்டு அபகரித்துக் கொள்வது வேடிக்கையாக இருந்தது.

டெட்டுஹோ ஆற்றின் முகத்துவாரப் பகுதியில் வெண்ணிற வால் கொண்ட இரு கடல் கழுகுகள் இரைதேடிப் பறந்து கொண்டிருப்பதைப் பார்த்தோம். திடீரென்று அவை கரைப் பகுதிக்குத் திரும்பியபோது அங்கிருந்த நீர்க்காகங்கள், சீகல்கள், உள்ளான்கள் எல்லாம் பாதுகாப்புத் தேடி விரைந்தோடிப் போயின.

பல நாட்கள் கடலோரம் ஓய்விலேயே இருந்த பிறகு, இரு குழுக்களாகப் பிரிந்து கொண்டோம். நான், டெர்சு உடன் நான்கு வீரர்கள் டெட்டுஹோ ஆற்றுப் பகுதிக்குப் போவது ; மற்றவர்கள் கடற்கரையில் ஆய்வு நடத்துவது எனத் தீர்மானித்தோம்.

மீன்களுக்கு அது குஞ்சு பொரிக்கும் காலம். ஆயிரக்கணக்கில் சால்மன் மீன்கள் கடலிலிருந்து ஆற்றின் தாழ்வுப் பகுதிக்கு வரும். 7 முதல் 11 பவுண்டுகள் வரை எடையுள்ள அந்த மீன்கள், ஒருவித உந்துதல் காரணமாக

டெர்சு உஸாலா | விளாதிமிர் கே ஆர்சென்யேவ்

இப்படிக் கூட்டமாக வந்து ஆற்றை நிரப்புகின்றன. வரும்போது அவற்றிற்கு அடக்க இயலாத ஆற்றல் எழுந்து, நீரோட்டத்திற்கு எதிராகத் தடைகளை மீறிப் போராட வைக்கிறது.

குஞ்சு பொரிக்கும் காலத்தில் சால்மன்கள் எதையும் உண்பதில்லை. கடலில் இருக்கும்போதே தம் ஆற்றலைச் சேமித்து வைத்துக் கொள்கின்றன. ஒரு மலையின் உச்சியிலிருந்து ஆற்றைப் பார்த்தோம். கீழே கடந்து போவது எல்லாம் தெரிந்தன. ஆற்று நீரின் அடியில் வரும் மீன்கள் பார்வைக்குத் தெரியவில்லை. ஆனால் மேல்மட்டத்தில் மீன்கள் ஆற்று இறக்கத்தைக் கடந்து வருவது கண்கொள்ளாக் காட்சியாக இருந்தது. குறுக்கும் நெடுக்குமாக, தள்ளாடி விழுந்து, குட்டிக்கரணம் அடித்து அவை முன்னேறின. அருவி போன்ற தாழ்வு குறுக்கிடும்போது, நீரை விட்டுத் தாவிக் கற்களையும், சிப்பிகளையும் இறுக்கமாகப் பற்றிக் கொள்ளும். பிறகு கடினமாக முயன்று ஆற்றின் மூலப்பகுதிக்கு வந்து விடும். அங்கே முட்டையிட்ட பின் இறந்து விடும்.

கடும் பசி இருந்ததால் வேகமாக மீன்களைப் பிடித்தோம். சமைத்து உண்ணும்போது அவை சலிப்புற்றுத் தொண்டையில் சிக்கிக் கொண்டன.

கடற்கரையில் நீண்ட ஓய்வெடுத்துக் கொண்டதால் வீரர்களும், குதிரைகளும் உற்சாகமாக நடக்கத் தொடங்கினர்.

தூரத்து மலைத்தொடர், நீலநிறப் பனியால் மூடப்பட்டிருந்தது. மாலை மயங்கும் நேரம். அமைதி சூழ்ந்த அந்தப் பள்ளத்தாக்கில் இருள் கவியத் தொடங்கும்போது எங்கிருந்தோ இனங்காண முடியாத குரல்கள் எழுந்து வந்தன. மனிதர்களுடையவைதான். அவற்றோடு உலோகங்கள் ஒன்றையொன்று உரசும் ஓசையும் கலந்து கேட்டன. சில தூரத்தில் இருந்தும், இன்னும் சில அருகில் இருந்தும் ஒலித்தன.

'என்ன அது டெர்சு.?' எனக் கேட்டேன்.

'சீனர்கள் பன்றி விரட்டுகிறார்கள்..' என்று பதில் தந்தான்.

மேயப்போன பன்றிகளை ஓட்டி வந்து இரவுக்குள் தொழுவத்தில் அடைப்பதற்காக விரட்டுகிறார்கள் என்ற பொருளில் டெர்சு சொல்கிறான் என்றிருந்தேன். ஆனால் டெர்சு அதை விளக்கத் தொடங்கினான். சீனர்கள் தாம் விளைவித்த மக்காச்சோளம், காய்கறிகளை அறுவடை செய்யும் வரை பன்றிகளை வெளியே விட மாட்டார்கள்.

நடந்து கொண்டிருந்தோம். எங்கோ வெளிச்சம் தெரிந்தது. அது சீனக்குடில்களில் இருந்து அல்ல. அவற்றையும் தாண்டி.

'சீனர்கள் பன்றி விரட்டுகிறார்கள்..' என மீண்டும் சொல்லிக் கொண்டிருந்தான். எனக்கு அதன் பொருள் விளங்கவில்லை.

இறுதியில் நாங்கள் சில முகடுகளைச் சுற்றி வந்து ஒரு திருத்தப்பட்ட நிலப் பகுதியை வந்தடைந்தோம். சத்தம் அங்கிருந்துதான் வருகிறது. உரத்த குரலில் ஒரு சீனன், உலோகத்தட்டு ஒன்றைக் குச்சியால் அடித்துக் கொண்டே இருந்தான். அவனை நெருங்கியபோது கத்திக் கொண்டே பாதையில் வைக்கப் பட்டிருந்த விறகில் நெருப்பைப் பற்ற வைத்தான்.

'பொறுங்கள் கேப்டன்..' டெர்சு எச்சரித்தான். 'இப்போது அங்கு நாம் போகக்கூடாது. சுட்டு விடுவான். நம்மையும் பன்றிகள் என நினைத்து விட்டான்..'

பிறகு நான் வெளிச்சத்தைப் பார்க்கத் தொடங்கினேன். சுட்டுத் தள்ள வேண்டிய பன்றிகள் என்று எங்களை அந்தச் சீனர்கள் நினைத்திருக்கிறார்கள். டெர்சு அவர்களை நோக்கி உரக்கக் குரலெழுப்பினான். அதைக் கேட்டதும் அவர்கள் பயமும் மகிழ்ச்சியும் கலந்த விநோதமான குரல்களுடன் ஓடி வந்தனர்.

அங்கேயே தங்கிக் கொள்ள வீரர்களுக்கு அறிவுறுத்தினேன். அவர்கள் குதிரைகளின் கடிவாளத்தை அவிழ்த்து விட்டுக் கூடாரம் அமைக்கத் தொடங்கினர். நான் குடிலுக்குப் போய் அங்கிருந்தவர்களிடம் பேசினேன். காட்டுப் பன்றிகள் பற்றித் துயரத்துடன் முறையிட்டனர். கடந்த மூன்று நாட்களாக வேளாண் நிலங்களையும், அங்கு விளையும் காய்கறிகளையும் அவை சூறையாடி வருகின்றன. இரண்டே இரவுகளில் காய்கறித் தோட்டங்கள் அனைத்தையும் கபளீகரம் செய்து விட்டன. மக்காச்சோளப் பயிர் மட்டும் தப்பித்து விட்டது. ஆயினும், பகல் நேரங்களில் அவை சோளக்காட்டில் திரிகின்றன; இரவில் கேள்விக்கே இடமின்றிக் கட்டாயமாக வந்து விடுகின்றன. இரவுக் காவலுக்காக ஓர் ஆளை நிறுத்துவதற்காகப் பணமும், வானை நோக்கித் துப்பாக்கியால் சுடுவதற்கு அனுமதியும் வேண்டினர். பிறகு அதில் ஒருவன் சத்தமெழுப்புவதைத் தொடர்வதற்காக ஓடிப் போனான். மலையிலிருந்து ஒருவனும் அதேபோலத் தொலைவிலிருந்து ஒருவனும் அவனுடன் இணைந்து கொண்டனர். அவர்களின் விதவிதமான குரல்கள் அந்தப் பள்ளத்தாக்கில் பரவி இரவில் கரைந்தன. இரவுணவுக்குப் பின் நாங்களும் காட்டுப் பன்றிகளை விரட்டப் போனோம்.

அந்தி வெளிச்சம் மறைந்த பிறகு சீனர்கள் மக்காச்சோளக் காட்டின் அருகே ஓர் இடத்தில் நெருப்பு மூட்டினர். டெர்சுவும் நானும் துப்பாக்கிகளுடன் இருளில் நடந்தோம். ஒருவன் மட்டும் எங்களைப் பின் தொடர்ந்தான். காட்டுக்குப் போய் உரக்கக் கத்தத் தொடங்கினான். அதை நிறுத்தச் சொன்னபோது டெர்சு குறுக்கிட்டு, அதனால் ஒன்றும் தீங்கில்லை; காட்டுப் பன்றிகள் ஏதோ ஒரு வழியில் உள்ளே வந்து விடும் என்றான். ஒரு காட்டின் அருகே நானும், இன்னொன்றின் அருகே டெர்சுவுமாக இருந்து கொண்டோம். நெருப்பிலிருந்து புகை வானை

நோக்கி நேராகச் சென்றது. அப்போது ஒரு சிவப்பு நிற ஒளியானது நிலத்திலும், சோளப் பயிர் மீதும், புற்கள், கற்கள் எங்கிலும் பாய்ந்து விழுந்தது.

அதற்கு மேல் நாங்கள் காத்திருக்கவில்லை. பதுங்கியிருந்த இடத்திற்கு எதிர்ப்புறத்தில் இருந்து ஓர் இரைச்சல் கேட்டது. குறிப்பிடத் தக்க வகையில் அது உயர்ந்து கொண்டே வந்தது. உறுமிக் கொண்டும் நிலத்தைத் தோண்டிக் கொண்டும் இருந்த காட்டுப் பன்றிகள் மனிதர்களின் அண்மையைக் கண்டு ஏமாற்றமடைந்தன. சீனர்களின் குரல்களைக் கேட்டும், நெருப்பைக் கவனித்தும் கூட அவை சட்டை செய்யாமல் நேராகச் சோளக் காட்டிற்குள் புக முயன்றன. ஓரிரு நிமிடங்களில் அவற்றை நாங்கள் நேரில் பார்த்து விட்டோம். அதில், முன்புறம் இருந்த பன்றி உடனடியாகச் சோளப்பயிரை உண்ண ஆரம்பித்தது. ஏறத்தாழ ஒரே நேரத்தில் நானும் டெர்சுவும் அவற்றை நோக்கிச் சுட்டு ஆளுக்கொன்றை வீழ்த்தி விட்டோம். மற்றவை தெறித்து ஓடின. ஆனால் கால்மணி நேரத்தில் மீண்டும் அவை தென்படத் தொடங்கின. இன்னும் இரண்டையும் சுட்டு விட்டோம். அதில் ஒன்று எங்களை நோக்கி விரைந்து வந்தது. வாயைத் திறந்துகொண்டு ஓடிவந்த அதைச் சுட்டுத் தள்ளினான் டெர்சு. சீனர்கள் அவற்றின் மீது தீவட்டிகளை வீசினர். நாங்களும் விடாமல் குண்டுமழை பொழிந்தோம். அவற்றை நிறுத்த முடியாது போலிருந்தது. அடிபட்ட பன்றிக்கருகே நான் நின்றிருந்தேன். டெர்சு என்னைத் திரும்பி வர அழைத்தான். காயம்பட்ட விலங்குதான் அபாயகரமானது என்பதை நினைவு படுத்தினான். குடிலுக்குத் திரும்பித் தேநீர் அருந்திவிட்டு மீண்டும் அங்கேயே போனோம். தூக்கம்தான் கேள்விக்குறியாகி விட்டது. சீனர்கள் இரவு முழுவதும் சத்தமிட்டுக் கொன்டிருந்தனர். விடியும் நேரத்தில் சோர்வு என்னை ஆட்கொண்டது.

ஒன்பது மணிக்கு உறக்கம் கலைந்து எழுந்த பின் காட்டுப் பன்றிகள் பற்றி விசாரித்தேன். ஐந்தை வீழ்த்தியிருப்பதாகச்

டெர்சு உஸாலா | விளாதிமிர் கே ஆர்சென்யேவ்

சொன்னான் டெர்சு. ஆனால் அதன் பிறகு தெறித்தோடிய பன்றிகள் சோளப்பயிர்களில் கடைசித் தட்டை வரை சூறையாடி விட்டதாம். சீனர்கள் ஆழ்ந்த வருத்தத்தில் இருந்தனர்.

ஒரேயொரு பன்றியை எடுத்துக் கொண்டு மற்றவைகளை அவர்களே வைத்துக் கொள்ளச் சொன்னோம்.

தொடக்கத்தில் அங்கே ஓரிரு காட்டுப் பன்றிகள் மட்டுமே இருந்திருக்கின்றன. பத்தாண்டுகளில் அவை பல்கிப் பெருகி விட்டன. புலிகள் அங்கே இல்லாது போயிருந்தால் அவை இன்னும் பலவாகிக் காட்டையே நிரப்பியிருக்கும்.

சீனர்களிடம் விடை பெற்றுப் பயணத்தைத் தொடர்ந்தோம்.

வழமை போல நானும் டெர்சுவும் முன்னதாகவே கிளம்பி விட்டோம். ஓர் ஆற்றைத் தாண்டியவுடன் பாதை மலைத்தொடருக்கு ஏறியது. எனவே அங்கேயே சிறு ஓய்வு எடுத்துக் கொண்டோம். நான் எனது காலணிகளைச் செப்பனிட்டேன். டெர்சு புகைக்குழாயை நிரப்பினான். அதை வாய்க்கருகே கொண்டு போனபோது ஏதோவொன்றின் மீது அவனது கவனம் பதிந்தது. காட்டின்மீது அவன் கண்கள் நிலைத்திருந்தன. அடுத்த நிமிடம் வெடித்துச் சிரித்தான். பிறகு சொன்னான்:

'பாருங்கள் அவனை. எப்பேர்ப்பட்ட திறமைசாலி..'

'யார்..?' எனக் கேட்டேன்.

மௌனமாகத் தோளை உயர்த்தி ஓர் இடத்தைச் சுட்டிக் காட்டினான். எனக்கு ஒன்றும் தெரியவில்லை. மரக்கிளைகளைக் கூர்ந்து பார்க்குமாறு கூறினான். அங்கே ஓர் இடத்தில் மட்டும் அசைவுகள் தெரிந்தன. நாங்கள் எழுந்து, மறைந்தவாறே அதை நோக்கி முன்னேறினோம். அங்கே வெண்ணிற நெஞ்சுப் பகுதியைக் கொண்ட ஒரு கரடி, மரத்தின் உச்சியில் கருவாலிக் கொட்டைகளைப் பேராவலுடன் விழுங்கிக் கொண்டிருந்தது.

அவை நாயகன்

மற்ற பழுப்பு நிறக் கரடிகளோடு ஒப்பிட இது சிறியது. விழுந்து கிடக்கும் மரத்தின் பொந்துகளில் தமது வசிப்பிடத்தை உருவாக்கிக் கொள்பவை. குளிர்காலத்தில் முன்னதாகவே தூங்கி விடும். மரத்தின் தண்டுப் பகுதியில் மேற்புறத்தைக் கடித்துத் துளைகளாக்கிக் காற்று உள்ளே வருமாறு செய்து கொள்ளும். வேட்டையாடிகள் அந்தத் துளைகளைக் கண்டவுடன் சொல்லி விடுவார்கள் -அது கரடியின் மறைவிடம் என்று.

நூறு தப்படிகளுக்கு முன்னே நின்றுகொண்டு கரடியைக் கவனித்தோம். மர உச்சியில் இருக்கை போன்ற கிளையில் அது வாகாக உட்கார்ந்திருந்தது. கிளைகளில் இருந்த பல கொட்டைகள் அதற்கு எட்டவில்லை. ஆகவே, அங்கிருந்தவாறே மரத்தை நன்றாக உலுக்கிவிட்டுக் கீழே தரையில் குதித்தது. அதன் சூழ்ச்சி பலித்தது. கொட்டைகள் முதிர்ந்திருந்தாலும் அவை தானாகக் கீழே விழும் அளவுக்கு வரவில்லை. கரடி அவற்றைப் புல்வெளியில் தேடிக் கொண்டிருந்தது.

'யார் நீ..?' டெர்சு அதைப் பார்த்துக் கத்தினான்.

அது எழுந்து காதுகளை நிமிர்த்திக் கொண்டு காற்றை உறிஞ்சியது. நாங்கள் அசையவில்லை. அது தன் வேலையில் மும்முரமாக இருந்தது. டெர்சு உரக்க ஒரு சீழ்க்கையொலியை எழுப்பினான். கரடி தனது பின்னங்கால்களால் எழுந்து போய் ஒரு மரத்தின் பின் மறைந்து கொண்டு, குறும்பாக எட்டிப் பார்த்தது. அப்போது காற்று எங்களிடமிருந்து அதன்மீது படுமாறு வீசியது. காதுகளைத் தொங்கவிட்டுக் குரலெழுப்பிக் கொண்டே மறைந்து போனது. சில நிமிடங்களில் எங்கள் வீரர்கள் குதிரைகளுடன் வந்து சேர்ந்தனர்.

இரவுணவு முடிந்த பின் அனைவரும் நெருப்பைச் சுற்றி வட்டமாக அமர்ந்திருந்தோம். திடீரென்று பழுப்பும் வெள்ளையும் கலந்த நிறத்தில் ஏதோ ஒன்று மெதுவாக, ஒலியின்றி எங்களுக்கு மேலே பறந்து கடந்து

போனது. வீரர்கள் அதைப் பறவை என்று நினைத்தனர். எனக்கோ அப்படித் தோன்றவில்லை. அது இறக்கைகளை அடிக்கவில்லை. மேலும் அது சற்றே கீழ்நோக்கிச் சாய்ந்த நிலையில் கிடைமட்டமாகப் பறந்து போயிருக்கிறது. ஆகவே, அது வவ்வால் என்று நினைத்தேன். அந்த விநோத உருவம் ஒரு மரக்கிளையில் உட்கார்ந்து கொண்டு அதே மரத்தில் தொற்றி ஏறியது. மரத்தின் நிறமும் அதைப்போலவே இருந்ததால் அது நகர்கிறதா என்பதைக் கண்டுபிடிக்க முடியவில்லை. ஆனால், இருபது அடிகள் மேலே போனதும் நகர்வதை நிறுத்தி அங்கேயே உறைந்து விட்டது போல் தோற்றமளித்தது. நான் கோழிகளைச் சுடும் துப்பாக்கியை எடுத்துக் குறிபார்த்தேன். டெர்சு குறுக்கிட்டுத் தடுத்தான். மேலும், அவன் வேகமாகப் போய்ச் சில மரக்கிளைகளை வெட்டி வந்து ஒரு குச்சியில் வைத்துக் கட்டி ஒரு விளக்குமாறு போலச் செய்து முடித்தான். பிறகு மரத்தை நெருங்கிக் குச்சியை உயர்த்தி, நெருப்பின் வெளிச்சம் அதன்மீது குவியுமாறு செய்தான். வெளிச்சத்தில் அது தடுமாறி நகர முடியாமல் தவித்தது. குச்சி உயரும்போது டெர்சு அதை மரத்தில் வைத்து நன்றாக அழுத்தி, ஒரு வீரனிடம் அதைப் பிடித்துக் கொள்ளுமாறு கேட்டுக் கொண்டான். மரத்தின் பக்கத்துக் கிளையில் ஏறி அதன் இருபக்கமும் கால்களைத் தொங்கவிட்டு அமர்ந்துகொண்டு குச்சியால் அந்த இரையைப் பிடித்தான். பயந்துபோன அச்சிறு விலங்கு கீச்சொலியுடன் போராடியது.

அது பறக்கும் அணில். கொரித்து உண்ணும் பாலூட்டி வகையைச் சேர்ந்தது. அதன் உடலில் இருபுறமும் முன், பின்கால்களை இணைக்கும் நெகிழும் தன்மையுடைய தோல் இருக்கும். மரத்துக்கு மரம் தாவிச் செல்வதற்கு அது பயன்படும். மேலும், அதன் உடலானது மென்மையான, பட்டுப்போன்ற, வெளிர்பழுப்பு நிற மென்மயிரைக் கொண்டது. வால்பகுதி இரண்டாகப் பிளந்திருக்கும்.

உசூரி வனப்பகுதியில் பிர்ச், காட்டரசு போன்ற

மரங்களில் அதிகமாகக் காணப்படும் விலங்குதான் இந்தப் பறக்கும் அணில். நாங்கள் பிடித்தது இரண்டு அடி நீளமும் ஆறு அங்குல அகலமும் (விரிக்கும் படலத்தையும் சேர்த்து) கொண்டது. தனித்தன்மையான தலையமைப்பும் நீண்ட கன்ன மயிரும் இதன் சிறப்புகள். பெரிய கருநிறக் கண்கள் இருளில், குறிப்பாக ஓரிடத்திலிருந்து நகரும்போது பொருள்களைப் பார்க்க உதவுகிறது. அனைவரின் ஆர்வத்தையும் நிறைவேற்றித் தந்த பின், டெர்சு அதைப் பிடித்துத் தலைக்கு மேல் தூக்கி எதையோ முணுமுணுத்துக் கொண்டே வீசி அதற்கு விடுதலை தந்தான். அந்த அணில் தரைக்கு மேல் தாழச் சறுக்குவது போல் சென்று இருளில் மறைந்தது. அதை ஏன் போக விட்டாய் என்று டெர்சுவிடம் கேட்டேன்.

'பாவம் அது பறவையோ, எலியோ கிடையாது..' என்று பதிலளித்தான். 'அதை எதற்காகக் கொல்ல வேண்டும்..?'

அதைப்பற்றி வெகுநேரம் அவனோடு பேசிக் கொண்டிருந்தோம். அப்போது உண்மையில் எந்த விலங்கு மிகவும் ஆபத்தானது என்று அவனைக் கேட்டபோது, அமைதியானான். பிறகு சொன்னான் :

'அகழ் எலி..'

ஏன் எனக் கேட்டதற்குப் பதில் தந்தான் :

'அதை யாரும் சுட்டுத் தள்ள விரும்புவதில்லை. அதை உண்பதும் இல்லை..'

அதாவது, அகழ் எலி எனும் துன்னெலி மட்டும்தான் விலங்கினத்திலேயே பயனில்லாமல் இருப்பது. அதுதான் ஆபத்தானது -என்பது டெர்சு சொன்னதன் பொருளாகும்.

14

செம் மான்கள்..

ஊசியிலைக் காட்டில் ஆகஸ்டு மாத இறுதியும் செப்டம்பர் முதல் வாரங்களும் மான்களைப் பொறுத்தவரை முக்கியமானவை. அந்நேரங்களில் தமது இணைக்காகச் செந்நிற ஆண்மான்கள் தமக்குள் போரிட்டுக் கொள்ளும். வேட்டையாடிகள் பிர்ச் மரப்பட்டைகளை நான்கு அங்குல அகலத்தில் வெட்டியெடுத்து கடிவாள வாரைப் போலச் சுருளாக்கி மடித்துக் கொள்வர். அதை இரண்டடி நீளத்திற்கு ஊதுகொம்பு போலாக்கிக் காற்றைப் புகச் செய்து ஒலியுண்டாக்குவர். இது ஆண்மான்களைக் கவர்வதற்காகச் செய்யப்படும் கருவி.

இனப்பெருக்கக் காலத்தில் மான்களைச் சுட்டுப் பிடிப்பது மிக எளிது. காதல், கண்களை மறைக்க, அவை ஆபத்தை உணராமல் மாட்டிக் கொள்ளும். ஊதுகொம்பின் ஒலி பெண்மானுடையது போலவே இருப்பதால் ஆண் ஏமாந்து வேட்டையாடியின் கையில் அகப்பட்டு விடும்.

உணவுப்பொருட்கள் ஏராளமாக இருப்பில் உள்ளதால் வீரர்களை மான்வேட்டையாட நான் அனுமதிக்கவில்லை. அவற்றைப் பார்த்து வருவது என்ற ஒரே காரணத்திற்காகப் புறப்பட்டேன்.

முகாமுக்கு ஒரு மைல் தூரத்தில், தயாரிக்கப்பட்ட ஊதுகொம்புகளுடன் நானும் டெர்சுவும் ஆளுக்கொரு திசையில் போனோம். அடிப்புறம் சிறு புதரைக் கொண்ட ஒரு மரத்தின் அடிக்கட்டையை என் கவனிப்பிடமாகத் தேர்ந்து கொண்டேன்.

இரவு கவியத் தொடங்கும் நேரம். காடு அமைதியில் ஆழ்ந்திருந்தது.

எங்கிருந்தோ ஓர் ஆண்மானின் இனப்பெருக்க அழைப்பிற்கான குரல் என் தெற்குப் புறமிருந்து கேட்டது. உடனே மறுமொழியாக அருகிலிருந்து இன்னொரு குரல் வந்தது. முதலில் கேட்டது வயதான ஓர் ஆண்மானின் குரலாக இருக்கலாம். ஆழ்ந்த இடைக்குரலில் தொடங்கி உச்சம் சென்று அடித்தொண்டைக் குரலாக அது முடிந்தது. எனது பிர்ச் ஊதுகொம்பினால் அதற்குப் பதில் அனுப்பினேன்.

ஒரே நிமிடத்திற்குள் மரக்கிளைகள் முறிபடும் சத்தம் கேட்டது. கம்பீரமான ஓர் ஆண்மான் நிற்பது மங்கலாகத் தெரிந்தது. அதன் கொம்புகள் புதரில் சிக்கிக் கொண்டன. அப்போது அது தன் தலையை அசைத்து இயல்பாகி நயமாகவும் உறுதியாகவும் முன்னேறி வந்தது. நான் அந்த இடத்திலேயே உறைந்தது போல் நின்று விட்டேன். அது நடப்பதை நிறுத்தி விட்டுத் தலையை உயர்த்திக் காற்றில் மோப்பம் பிடித்தவாறே தன் இணையைத் தேடியது. கண்கள் எரித்து விடுவது போல, மூக்குத் துளை விரிந்த நிலையில், காதுகளை எச்சரிக்கையாக வைத்துக் கொண்டது. அந்த நெடிதுயர்ந்த உருவத்தை அப்படியே இரண்டு நிமிடம் பார்த்துக் கொண்டிருந்தேன். எங்கிருந்தேனும் ஒரு பதில் குரல் வரவில்லெயெனில் அது இறந்து விடுமோ என்றுகூட

டெர்சு உஸாலா | விளாதிமிர் கே ஆர்சென்யேவ்

நினைத்தேன். அப்போது ஓர் எதிரி அருகில் இருப்பதை மோப்பமிட்டு அறிந்து கொண்ட மான், பொறுமை இழந்து விட்டதைச் சில செய்கைகளால் உணர்த்தியது. கொம்புகளால் தரையைக் குத்தியும் தலையை உயர்த்தியும் ஓங்கிக் குரலெழுப்பியது. அதன் வாயில் ஆவி வடிந்தது. இப்போது அதற்கு மறுமொழி கிடைத்து விட்டது. இதன் குரலும் சிறு அலறலைப் போலத் தொடங்கிக் கோபத்துடன் ஆங்காரக் கூச்சலாகவும் கேட்டது.

எனது கவனம் மெலிதான சரசரப்பொலியுடன் வந்து கொண்டிருந்த பெண்மான் ஒன்றின் மீது திரும்பியது. அதே நேரம் நான் தலையைத் திருப்பியபோது இன்னொரு ஆண்மான் நிற்பதும் தெரிந்தது. இப்போது இரு ஆண்களுக்குள் போர் தொடங்கி விட்டது. அசாதாரணக் கோபத்துடன் அவை ஒன்றையொன்று தாக்கிக் கொண்டன. கொம்புகளால் மோதும்போது அவற்றின் நெஞ்சிலிருந்து நெடுமூச்சும் புலம்பொலியும் கலந்து வந்தன. பின்னங்கால்களை நீட்டியவாறு நிலத்தில் பதித்தும் முன்னங்கால்கள் வயிற்றுக்குக் கீழ் மடித்து வைத்தும் அவை பொருதிக் கொண்டன. ஒரு தருணத்தில் கொம்புகள் பின்னுக்கு இழுத்துக் கொள்ள முடியாதவாறு பின்னிக் கொண்டன. கடைசியாக அவற்றில் ஒன்று வல்லந்தமாக எதிரியின் மகுடம் போன்ற கொம்பை நெட்டி உடைத்தது. இந்த மற்போர் பத்து நிமிடங்களுக்கு நீடித்திருக்கிறது. தோற்றுப் போன மான் துடித்தவாறே படிப்படியாகப் பின்வாங்கிக் கொண்டது. தன் கூருணர்வைச் சாதகமாக்கி வலியது வென்றிருக்கிறது. இப்போது அவை எனது கண்பார்வையை விட்டு மறைந்து விட்டன.

போர்க்குரல் ஓய்ந்து விட்டது. ஓர் ஆண் இன்னோர் ஆணுக்கு இணங்கிப் போக வேண்டும் என்பது வெளிப்படை. பெண்மான் போரில் வென்ற ஆணைச் சிறு இடைவெளி விட்டுப் பின்தொடர்ந்து போனது.

திடீரென்று துப்பாக்கி சுடும் ஒலி கேட்டது. டெர்சுவாகத்தான் இருக்கும் என நினைத்தேன். அது மட்டுமல்ல, அந்தக் காட்டில் நான் பார்த்த இணைமான்கள் மட்டும்தான் இருக்கும் என்று சொல்ல முடியாதே. காடெங்கும் அளவிறந்த மான்கள் அழைப்புக் குரல் கொடுத்துக் கொண்டுதானே இருக்கும்.

பொழுது விரைவாகச் சாயத் தொடங்கியது. வானத்தில் மாலையொளியின் கடைசிக் கதிர்கள் மங்கிக் கிழக்கிலிருந்து வேகமாகப் பரவி வரும் இரவின் இருளை எதிர்த்து நின்றது.

அரைமணி நேரத்தில் முகாமுக்குத் திரும்பியபோது, டெர்சு நெருப்பின் முன் அமர்ந்து துப்பாக்கியைத் துடைத்துக் கொண்டிருந்தான். மான்கள் பலவற்றை வீழ்த்தி வந்திருப்பானோ.? இல்லை. செம்பழுப்புக் கண்கள் கொண்ட ஒரேயொரு சதுப்புநிலக் கோழியை மட்டும் சுட்டு எடுத்து வந்திருக்கிறான்.

நெருப்பின் அருகே சற்று நேரம் அமர்ந்திருந்தோம். மான்கள் மலையிலிருந்து தாழ இறங்குவதைக் கவனித்தோம். இரவு முழுவதும் அவை எங்களைத் தூங்க விடவில்லை. ஆழ்ந்த தூக்கம் வந்தபோதும் எழுப்பி விட்டுக் கொண்டிருந்தன. வீரர்கள் சபித்தார்கள். குழாயில் வெடிமருந்து வைத்துச் சுடும் பட்டாசு போலத் தீப்பொறிகள் வானில் உயர்ந்து சென்று மறைந்தன

விடியத் தொடங்கியது. மான்களின் இனப்பெருக்க அழைப்புகள் குறைந்து விட்டன. மோகங் கொண்டு தனித்தலையும் ஆண்மான்கள் அமைதியின்றி மலைச்சரிவுகளில் நடந்து, குரலெழுப்பிப் பதில் கிடைக்காமல் வருந்தின. சூரியன் உதித்ததும் ஊசியிலைக் காட்டில் அமைதி திரும்பியது.

இன்னும் ஆர்வம் தீராத மான்களின் குரல் மலை தொடங்கிப் பள்ளத்தாக்கு வரை கேட்டுத் தேய்ந்தன. ஆண்மான்களின் மோதலை இன்னுமொரு முறை பார்க்க

வேண்டும் என்ற ஆவலை நண்பனிடம் தெரிவித்து உடன் வரக் கேட்டுக் கொண்டேன்.

ஆற்றைக் கடந்து அரையிருளில் பேயச்சம் சூழும் காட்டில் நுழைந்தோம். இரண்டு மைல் தூரத்தில் ஓர் ஓடையைக் கண்டோம். வீழும் சூரியனின் மெல்லொளி குறைந்து இருள் பரவியது. ஆண்மான்களின் கூட்டிசை இருளில் மாயம் போலக் கேட்கத் தொடங்கியது. திக்குத் தெரியாத காட்டில் அந்தக் குரல்கள் ஒத்திசைவில்லாத ஓர் இசையரங்கை நடத்தியது. சில மான்களைப் பின் தொடர்ந்து போனோம். பயனில்லை. ஆனால் பல தருணங்களில் கணநேரத்தில் கண்டும் அவை மங்கலாக -மானின் தலை அல்லது கொம்பு, பின்பகுதி, கால்கள் என மட்டும் தெரிந்தன.

கடைசியில் ஒரு நெடிய உருவத்தைப் பார்த்தோம். மூன்று பெண்மான்கள் அதைக் கூடி நின்று வட்டமிட்டிருந்தன. அமைதியின்றித் திடமாக அவை நடந்தன. கால்தடங்கள் பற்றித் தொடர்ந்தோம். டெர்சு அங்கே இல்லாமல் போயிருந்தால் அவற்றைத் தவற விட்டிருப்பேன். ஆண்மான் அக்கூட்டத்தை வழிநடத்திச் சென்றது. எதிரியின் மீதான தனது மேலாதிக்கத்தை நிலைநிறுத்தும் உணர்வு நிறைந்திருக்க, எவ்வித அழைப்பிற்கும் மறுமொழி தந்தது. திடீரென டெர்சு ஆடாமல் அசையாமல் நின்றான். அவன் காதைத் திருப்பிய திசையில் ஒரு கிழ ஆண்மானின் கதறல் சத்தம் கேட்டது. கேட்டறியாத வேறு விதமான சத்தம் அது.

‘ம்ம்..’ டெர்சு முணுமுணுத்தான். ‘அது என்ன தெரிந்ததா..?’

‘வயதான மானாக இருக்கும்.’ என்றேன்.

‘இல்லை. அது அம்பா..’ மீண்டும் முணுமுணுக்கத் தொடங்கினான். ‘மிகவும் சூழ்ச்சிக்காரன் அவன். மான்களை இப்படித்தான் ஏமாற்றி விடுவான். இந்த

மான்களும் முட்டாள்கள். அம்பா பெண்மான்களை எளிதில் பிடித்து விடும்..'

அவனது வார்த்தைகளை மெய்ப்பிப்பது போலப் புலியின் பாசாங்குக் குரலைக் கேட்டு, நாங்கள் பின் தொடர்ந்த மான் பதில் தந்தது. புலியும் அதற்கு எதிர்வினையாகத் தொடர்ந்து குரலெழுப்பியது. அந்தப் போலச் செய்தல்தான் எத்தனை கலைநயம். கடைசியில் குரலின் சுரம் குறைந்து அதன் இயல்பான உறுமலில் முடிந்தது.

புலி எங்களை நெருங்கி வந்து அருகிலேயே கடந்து சென்றிருக்க வேண்டும். டெர்சு போர்வீரன் போலத் தெரிந்தான். என் இதயம் தாறுமாறாகத் துடித்து, அச்சம் என்னைச் சூழ்ந்து கொண்டது. மந்திரம் போன்ற சொற்களை அவன் உச்சரிக்கத் தொடங்கினான் :

'அ..ட்ட..ட்ட..ட்ட.. ட்ட.. ட்ட..'

பிறகு வானத்தை நோக்கிச் சுட்டான். ஒரு பிர்ச் மரத்தருகே ஓடி அதன் பட்டைகளை வேகமாக உரித்தெடுத்து வந்து தீ மூட்டினான். ஒளிர்ந்த நெருப்பில் இருள் இன்னும் அடர்த்தியாகத் தெரிந்தது. மான் அந்தச் செயலால் திகைத்துப் போனது. துள்ளியோடியது. மீண்டும் அமைதி. எரியும் பட்டைகளை ஒரு குச்சியின் மீது வைத்துக் கட்டித் தீப்பந்தமாக்கி என்னை வழி நடத்தினான். ஆற்றைக் கடந்ததும் தென்பட்ட பாதை எங்களை முகாமுக்கு அழைத்து வந்தது.

முகாமிற்கு அருகே ஒரு வீரன் இரண்டு ஆண்மான்களின் எலும்புக் கூடுகளைப் பார்த்திருக்கிறான். அவற்றின் கொம்புகள் படுமோசமாகப் பின்னிப் பிணைந்திருந்தன. சிக்கிக் கொண்ட கொம்புகளைப் பிரிக்க முடியாத நிலையிலேயே அவை பரிதாபமாக இறந்திருக்கின்றன. பறவைகளும் மற்ற விலங்குகளும் அவற்றை உண்டு முடித்த பின் எலும்புகள் மட்டும் எஞ்சியிருக்கின்றன. பக்கத்திற்கு மூவராக மொத்தம் ஆறுபேர் சேர்ந்து கொம்புகளை

டெர்சு உஸாலா | விளாதிமிர் கே ஆர்சென்யேவ்

விடுவிக்க முயன்றனர். ஆனால் தோல்விதான் கிட்டியது. அவை முட்டிக் கொண்ட விதமானது அவ்வளவு பயங்கரமாக இருந்திருக்கிறது. கொம்பின் முனை வளைந்திருப்பதால் எளிதில் அவை சிக்கியிருக்கிறது என்பது வெளிப்படையாகத் தெரிந்தது. குதிரைகள் சுமந்து வர ஏற்கெனவே பல பொருட்கள் இருந்தாலும், அந்தத் தனித்தன்மை வாய்ந்த எங்கள் கண்டுபிடிப்புகளையும் பக்கத்துக் குடியிருப்பிற்கு எடுத்துப் போவதாகத் தீர்மானித்தேன். சீனர்கள் அவற்றைப் பாதுகாப்பாக வைத்திருப்பார்கள்.

இரவுணவுக்குப் பின் டெர்சு தனது வேட்டைக் கதைகளால் வீரர்களை வசியப் படுத்தினான். சாகசங்களால் சாரமூட்டப் பட்டிருக்கிறது அவன் வாழ்வு. பத்தாண்டுகளுக்கு முன் ஒரு கோடைப் பருவத்தில் மான் வேட்டை ஒன்றில் தனக்கு ஏற்பட்ட அனுபவங்களைச் சொன்னான். மான்களுக்குக் கொம்பு முளைக்கும் நேரம் அது. டாபிஹோ ஆற்றின் கிளையொன்றில் அதன் மேற்புறம் நடந்த கதையை விவரித்தான். மரங்கள் அடர்ந்த மலையின் செங்குத்துச் சரிவில் நீர் பாய்ந்து, ஆழ்ந்த பள்ளங்களை நிரப்பியிருந்தது. டெர்சுவிடம் துப்பாக்கி, வேட்டைக்கத்தி, ஆறு வெடியுறைகள் ஆகியன இருந்தன. முதலில் அவன் தங்கியிருந்த இடத்திற்கு அருகிலேயே ஒரு மானைக் கண்டு அதைச் சுட்டான். ஆனால் அதைக் காயப்படுத்த மட்டுமே அவனால் முடிந்தது. தடுமாறிய மான் எழுந்து காட்டுக்குள் ஓடிப் போய்விட்டது. டெர்சு விடவில்லை. துரத்திச் சென்று இன்னும் நான்கு முறை சுட்டான். ஆயினும் அது கீழே விழவில்லை. மான் ஓடிக்கொண்டே இருந்தது. ஆறாவதும் கடைசியுமான குண்டையும் பயன்படுத்தி விட்டான். இம்முறை அது அடிபட்டு ஒரு நீர்க்காலின் மீது தலைகுப்புற விழுந்தது. அந்த இடம் மலையிடுக்கில் இருந்த இன்னொரு நீர்க்காலுடன் இணைக்கப் பட்டிருந்தது. தவறி விழுந்த மான் சரியாக இரண்டுக்கும் இடையே கிடந்திருக்கிறது. அதன் கழுத்தும் தலையும் ஒரு பாறையின்

அவை நாயகன்

மீது சாய்ந்திருந்தன. மோசமாகக் காயம் பட்ட நிலையிலும் ஒருகணம் தலையுயர்த்திப் பார்த்தது. அது தன் கடைசி மூச்சை விடுவதற்காக இருக்கலாம். புகைக்குழாயைப் பற்ற வைத்துக் கொண்டு டெர்சு காத்திருந்தான். இரண்டு முறை புகையிலை நிரப்பிப் புகைத்து முடிக்கும் போது மான் இறந்து போயிருந்தது. நெருங்கி அதன் தலையையும் புதிதாக முளைத்த அதன் கொம்புகளையும் பாதுகாப்பாக எடுக்க முயன்றான். அந்த இடம் அச்செயலுக்கு உகந்ததாக இல்லை. நீர்ப்பரப்பின் ஓரத்தில் பெரியதொரு பூமரம் இருப்பதைக் கவனித்த டெர்சு, தன் வலது முழங்காலில் நின்றுகொண்டு, நீரில் கிடந்த ஒரு பாறையின் மீது இடக்காலை வைத்துக் கொண்டான். துப்பாக்கியைப் பின்னால் தொங்க விட்டுக் கொண்டு கத்தியை எடுத்தான். இனி அதற்குத்தானே வேலை. மானை ஓரிரு இடங்களில் மட்டுமே வெட்டியிருப்பான். அப்போது நீரின் சலசலப்பையும் மீறி ஒரு சத்தம் கேட்டது. திரும்பிப் பார்க்க, அங்கே ஒரு புலி மிக அருகில் நின்றிருந்தது. ஒரு பாறையின் மேல் முன்காலை வைக்க முயன்று, முடியாமல் தண்ணீரைச் சிதறடித்தது. அதன் சிறு அசைவிலும் டெர்சுவின் உயிர் ஊசலாடிக் கொண்டிருந்தது. மூச்சைப் பிடித்தவாறு அங்கேயே உறைந்தது போல் நின்று விட்டான். புலி ஒருகணம் சாய்வாகப் பார்த்து, அசையாமல் கிடந்த 'பொருளை' விட்டு நகர்ந்து போனது. எனினும் தான் கடந்து வந்தது ஒரு மரக்கட்டையையோ, பாறையையோ அல்ல. ஓர் உயிரினத்தை என்பதை அது தன் கூருணர்வால் அறிந்திருக்கும். இருமுறை திரும்பிப் பார்த்து ஐயத்துடன் காற்றை முகர்ந்து பார்த்தது. டெர்சுவுக்கு நல்ல காலம். புலி, வீசும் காற்றுக்கு எதிர்த் திசையில் நின்றிருக்கிறது. மானின் குருதி மணமானது சரிவைத் தாண்டி அதற்கு எட்டவில்லை. ஓடையின் கற்களும் மணலும் அதன் காலடியில் சிதைந்தன. நீர்க்காலின் மேற்புறம் வந்தபோதுதான் அங்கே ஒரு மனிதன் இருப்பதைக் கண்டிருக்கிறது. பின்புற மயிர் சிலிர்த்துக் கொள்ள, உறுமிக்கொண்டே வாலை வேகமாகச் சுழற்றியது.

டெர்சு உஸாலா | விளாதிமிர் கே ஆர்சென்யேவ்

டெர்சு அலறிக் கொண்டே உயிரைக் காப்பாற்றிக் கொள்ள ஓடினான். புலி தாவி அவனருகே வந்தது. வந்ததும் மானைப் பார்த்தது. முகரத் தொடங்கியது. அதுதான் டெர்சுவைக் காப்பாற்றியிருக்கிறது. நீர்க்காலில் தொற்றி ஏறி ஓடினான். ஓடிக்கொண்டே இருந்தான் -ஓநாய்களால் துரத்தப்படும் பெண்மானைப் போல.

அந்த மான், அம்பாவிற்குச் சொந்தமானது என்பது, நம்பிக்கைகளால் நிரம்பியிருந்த அவனது மனதிற்கு உறைத்தது. அதனால்தான் தொடர்ந்து ஆறு குண்டுகள் பட்டும் மான் விழவில்லை. இது ஏன் தனக்கு முதலிலேயே தோன்றவில்லை என்று நினைத்துப் பார்த்தான். ஆனால் அதற்குப் பின் நீர்க்கால்களை நோக்கி அவன் எப்போதும் போவதில்லை. அவனைப் பொறுத்தவரை அது விலகியிருக்க வேண்டிய பகுதி. அவனுக்குக் கிடைத்திருப்பது அந்த எச்சரிக்கைதான்.

15

கரடி வேட்டை..

முட்டுஹோ பள்ளத்தாக்குதான் அந்தக் கடலோரப் பகுதியிலேயே வேட்டைக்கான சிறந்த இடம் ஆகும். தீவனப் புல்வெளிகள், செம்பழுப்பு நிறப் புதர்ச் செடிகளின் மறைவில் இருந்து, மான்கள், இரலைகள், காட்டுப் பன்றிகள் போன்றவை வெளிப்பட்டு வேகமாக எங்களைக் கடந்து போயின. வீரர்கள் வெறி பிடித்தது போல ஆகிவிட்டனர். அவர்களின் தேவையற்ற படுகொலை விளையாட்டை எப்படி நிறுத்துவது எனத் தெரியவில்லை. மூன்று இடங்களில் அவர்களை ஓய்வெடுக்க வைத்தேன்.

கரடி ஒன்றைச் சுட்டு வீழ்த்துவது எனக்குப் பிடித்தமான ஒன்று. மற்றவர்கள் அதைத் தனியாகவே எளிதாகச் செய்து விடுவார்கள். நான் எனக்குள் சொல்லிக் கொள்வேன் 'என்னால் ஏன் முடியாது.?' ஒரு வேட்டையாடியின் பெருமிதம், இறுமாப்பு என்னுள் இருந்து பேசியது. அதை என்னால் கட்டுப் படுத்தவும் முடியவில்லை.

டெர்சு உஸாலா | விளாதிமிர் கே ஆர்சென்யேவ்

பொதுவாக, வேட்டையாடிகள் தாம் பயமே இல்லாமல் கரடியுடன் போரிட்டு வென்றதாகச் சொல்லிக் கொள்வார்கள். மேலும் அந்த வேட்டையின் வேடிக்கையான பகுதிகளுக்கு அழுத்தம் கொடுத்து வைப்பர். துப்பாக்கிச் சத்தம் கேட்டவுடன் கரடி உடனே அடிபணிந்து விட்டதாகவும் கதையளப்பர். இன்னும் சிலரோ, அது பின்னங்கால்களால் நடந்து வந்து 'ஒரு சிறந்த, எளிய எதிரியாக நடந்து கொண்டது எனவும் பதிவு செய்வர். டெர்சுவின் பார்வை வேறு விதம். இதுபோன்ற செவிவழிக் கதைகளைக் கேட்கும்போது அவனிடம் கோபக்குறி தோன்றும். தரையில் காறித் துப்புவான். ஆனால் எதன் பொருட்டும் விவாதிக்க முன்வர மாட்டான்.

கரடி வேட்டைக்கு நான் தனியாகப் போகிறேன் என்பதைத் தெரிந்தவுடன் டெர்சு வந்து மேலதிக எச்சரிக்கையைக் கைக்கொள்ளுமாறு அறிவுறுத்தினான். தேவையிருப்பின் தானும் உதவிக்கு வருவதாகச் சொன்னான். அந்த உரிமைக் கட்டளை என் கனவுகளைச் சிதைத்தது. ஆயினும் தனியாகப் போவதில் நான் உறுதியாக இருந்தேன்.

முகாமிலிருந்து அரை மைல் தொலைவுக்குள் இரண்டு மான்கள், ஒரு காட்டுப் பன்றியை வீழ்த்தி விட்டேன். விலங்குக் காட்சிச் சாலையை விட அதிகமாகவும் இருக்கவும் நடமாடவும் காடு அங்கே அனுமதித்திருக்கிறதே.

ஓடையொன்றைக் கடந்தவுடன் வளர்ச்சி குறைந்த மரங்களுக்கிடையே நின்றுகொண்டு காத்திருந்தேன். அப்போதே ஒரு மானைப் பார்த்து விட்டேன். அது துள்ளியோடி என்னைக் கடந்து காட்டின் முனைக்கே சென்று விட்டது. புதர்களுக்குள் காட்டுப் பன்றிகள் தமது இளங்குட்டிகளோடு கொஞ்சி விளையாடிக் கொண்டிருந்தன.

● அவை நாயகன்

மரக்கிளைகள் முறிபடும் ஒலியும், ஏதோ ஒன்றின் காலடியோசையும் என் கவனத்தை ஈர்த்தன. யாரோ கால்களை அளந்தெடுத்து முன்னேறி வருகிறார்கள். அச்சம் என்னைச் சூழ்ந்து கொண்டது. ஓட எத்தனித்தேன். அப்போது, ஒரு கரிய, பருத்த உருவம் புதரில் இருப்பது மங்கலாகத் தெரிந்தது. அது ஒரு பெரிய கரடி. என்னை விட உயரமானது. முன்னோக்கிச் சாய்ந்தவாறே நீண்ட அடிகள் வைத்து நடந்து வருகிறது. நின்று, புற்களைத் தோண்டி, மரக்கட்டைகளைத் திருப்பி அதன் கீழ் எதையோ சோதித்துப் பார்த்தது. எனக்கும் அதற்கும் நாற்பது தப்படி தூரம்தான் இருக்கும். ஆற அமர யோசித்துத் துப்பாக்கியின் விசையைத் தட்டினேன். எழுந்த புகையினூடே அது ஆவேசக் கூச்சலுடன் அங்கேயே நின்று வாயில் இருந்ததை மெல்லுவதைத் தொடர்ந்தது. அதன் பிறகு நடந்ததெல்லாம் மங்கலான நினைவுகளாக இருக்கின்றன. எல்லாம் வரிசையாக நடந்ததால் நினைவு வைத்துக் கொள்ள முடியவில்லை. கரடி பதற்றத்துடன் என்னை நோக்கி வந்தது. வன்முறைப் போர் தொடங்கி விட்டது. இன்னொரு முறை சுட்டேன். எப்போது குண்டை நிரப்பினேன் என்பதுதான் புதிராக இருக்கிறது. பிறகு நான் இடதுபுறம் விழுந்து விட்டதாக நினைவு. அதற்கிடையில் அது தலையைக் கால்நோக்கித் தொங்க விட்டுச் சாய்ந்தவாறே வலப்புறமாக என்னை நோக்கி வந்தது. எப்போது எழுந்து நின்றேன், துப்பாக்கியைச் சரியாகப் பற்றிக் கொண்டேன் என்பது மறந்து விட்டது. ஒரு சரிவின் முனை நோக்கி ஓடினேன். அது பின்தொடரும் ஒலியும் கேட்டுக் கொண்டே இருந்தது. ஆனால் அது வேகமாக ஓட முடியவில்லை. பலமாக உறுமிக் கொண்டும் முனகிக் கொண்டும் மெதுவாக முன்னேறி வந்தது.

குண்டை மீண்டும் நிரப்பவில்லை என்பது அப்போதுதான் உறைத்தது. நிரப்பும் முயற்சியையும் கைவிட்டேன்.

'சுடு..' என்று எனக்குள் சொல்லிக் கொண்டேன். 'இல்லாவிட்டால் தொலைந்தாய்..'

டெர்சு உஸாலா | விளாதிமிர் கே ஆர்சென்யேவ்

துப்பாக்கியை உயர்த்தினேன். நேராகவா பக்கவாட்டிலா எதைப் பார்த்தேன் எனத் தெரியவில்லை. ஆனால் பார்த்ததெல்லாம் மயிர் அடர்ந்த தலையும், அகலத் திறந்த வாயும், கோபங்கொண்ட அதன் கண்களையும்தான். பயத்தால் என் முகம் உருக்குலைந்து போனதுபோல் உணர்ந்தேன்.

எதிரே ஓடிவந்த வனவிலங்கைக் கையில் ஒரு காலிக் கண்ணாடிப்புட்டியை வைத்துக் கொண்டு எதிர்த்து எளிதாக வென்றதாகச் சொன்ன வேட்டையாடிகளும் உண்டு. அது அப்பட்டமான பொய். எல்லா மனிதனிடமும் தற்காப்பு என்பது உள்ளார்ந்து இருக்கும் ஒன்றாகும். சினம் கொண்ட விலங்கு, வேட்டையாடியோடு எதிர்த்துப் போராடத் தவறியதே இல்லை. மேலும் அது அவனது குறிவைக்கும் திறன் மீதும் பாதிப்பை எற்படுத்தியே தீரும்.

அது என்னை நெருங்கி வந்தபோது கிட்டத்தட்டக் கண்மூடித்தனமாகவே சுட்டேன். அது விழுந்து எழுந்து மீண்டும் ஓடியது. திரும்பிப் பார்த்தபோது புல்தரையில் உருண்டு கொண்டிருந்தது. உள்ளுணர்வு தூண்டத் திரும்பினேன். இதென்ன. இன்னொரு கரடி புதருக்குள் தெரிகிறதே. என் தலைமுடி நெட்டுக் குத்தலாக நின்று கொண்டது. ஓசையின்றி அங்கிருந்து ஓடி ஆற்றுக்கு அருகே வந்து விட்டேன்.

கரையோரமாக இருபது நிமிடங்கள் நடந்து ஆசுவாசப் படுத்திக் கொண்டேன். வெறுங்கையுடன் முகாமுக்குத் திரும்புவதற்கு வெட்கமாக இருந்தது. அந்தக் கரடியை நான் சுட்டுக் கொன்றேனா என்பதே தெரியாத நிலை. போதாக் குறைக்குக் கணக்குத் தீர்க்கவோ என்னவோ இன்னொரு கரடியும் வந்து விட்டது. சூரியன் தொடுவானில் மறையும் வரை அங்கேயே அலைந்து கொண்டிருந்தேன். ஒளிக்கதிர்கள் பூமியை விட்டுத் திசைமாறி உயர்ந்து வானில் விழுந்தன. அந்த இரண்டு கரடிகளையும் தொலைவில் இருந்தாவது பார்த்துவிட்டு வரலாம் எனத்

தீர்மானித்தேன். கரடியை எதிர் கொண்ட இடத்தை நெருங்கிப் பார்த்தபோது அச்சம் தோன்றியது. நாடி ஒடுங்கிப் போனது. ஒரு சிறு ஒலியும் என்னைத் துள்ளிக் குதிக்க வைத்தது. கரடிகள் வளையமாக என்னைச் சூழ்ந்து விட்டது போல் நினைத்துக் கொண்டேன். அவை இன்னும் தளர்நடையால் என்னைத் துரத்தி வருகின்றனவா என ஒவ்வொரு நிமிடமும் நின்று கவனித்தேன். கடைசியில், கரடி அடிபட்டுக் கிடந்த மரத்தடியைப் பார்த்தேன். திகில் இரட்டிப்பானது. அந்த இடத்தைச் சுற்றிப் போய் மலைச்சரிவின் முனையையும் பார்த்து வர எண்ணினேன். அதை வட்டமிட்டுக் காட்டிப் பதிவாக்க வேண்டும் என நினைத்தவாறே புதரில் இறங்கி நடந்து பாதை அடையாளம் தெரிவதற்காகக் கற்களை எடுத்து வீசினேன். செடிகளுக்குள் சலசலப்புத் தெரிந்தது. கரடியாக இருக்கும் என்றெண்ணி ஓடுவதற்காகத் திரும்பினேன். அது கரடி அல்ல. நண்பன் டெர்சு. வேகமாக அவனை நோக்கி விரைந்தேன். மகிழ்ச்சி தாளவில்லை. என்னைக் கண்டதும் ஒரு மரக்கட்டையின் மேல் அமர்ந்து புகைக்குழாயை நிரப்பத் தொடங்கினான். என் துப்பாக்கிச் சத்தம் கேட்டு உதவிக்கு வந்ததாகக் கூறினான். கரடியை நான் முதலில் சுட்ட இடம், அது என்னைத் துரத்தியது, நான் ஓடியது -எல்லாவற்றையும் என் காலடித் தடங்கள் அவனுக்குக் காட்டியிருக்கின்றன. இன்னும், நான் கீழே விழுந்தது, கரடி நெருங்கி வந்தது, நான் மீண்டும் சுட்டது அனைத்தையும் துப்பறிந்து சொன்னான் - அதாவது ஒரே நிமிடத்திற்குள்.

'அடிபட்ட கரடி இறந்திருக்கும்..' என்றேன்.

'இல்லை..' தரையில் புதிதாக முளைத்திருந்த ஒரு மண்மேட்டைச் சுட்டிக் காட்டிச் சொன்னான் :

'அவன் இங்கே இருக்கிறான்..'

கரடிகள், இறந்த விலங்குகளை மண்ணில் புதைத்து வைத்து, அவை அழுகிய பின் எடுத்து உண்ணும் என வேட்டையாடிகள் சொல்லக் கேட்டிருக்கிறேன். ஆனால்

டெர்சு உஸாலா | விளாதிமிர் கே ஆர்சென்யேவ்

அவை இன்னொரு கரடியைப் புதைத்து வைத்ததாகக் கேள்விப் பட்டதில்லை. டெர்சுவுக்குத் தெரிந்திருக்கலாம்.

மண்ணிலிருந்து அதைத் தோண்டியெடுத்து வைத்து அதன்மீது கற்களையும் காய்ந்த விறகுகளையும் அடுக்கி வைத்தோம்.

தீ மூட்டினேன். டெர்சு அதற்குள் கரடியின் உடலைக் கிழித்து உள்ளுறுப்புகளை அகற்றத் தொடங்கியிருந்தான். பெரிய கருநிறக் கரடி அது. அசப்பில் அமெரிக்க வகைப் பழுப்புக் கரடியைப் போலவே இருந்தது.

நான்கடி உயரமும் எட்டடி நீளமும் கொண்ட பெரிய உருவம். எடை சுமார் 300 கிலோ இருக்கும். சிறிய குழாய் போன்ற மூக்கும், காதுகளும், உருளும் மணி போன்ற கண்களும் இருந்தன. வலுவான ஓர் இணை பற்களும் இரண்டு அங்குலத்திற்கும் மேல் நீளமுள்ள கூர்நகங்களும் அதனைப் பேருருவமாகக் காட்டின.

இதில் ஆர்வமூட்டும் தகவல் அதன் நிறம் பற்றியது. சைபீரியாவின் தெற்குப் பகுதியில் அவை கருநிறமாக இருக்கும். வடக்கே செல்லச் செல்லப் பழுப்பு நிறமாகக் காணப்படும். தனியாக இருக்கும்போது சாதுவாகத் தென்படும். ஆபத்து நேரங்களில் உக்கிரமாகி விடும். சைவ உணவுப் பழக்கமுள்ளது. இறைச்சியும் மீனும் கிடைத்தால் வெறுப்பதும் இல்லை.

பழுப்பு நிறக் கரடிகள், மரத்தின் வேருக்கடியிலோ பாறைப் பிளவுகளிலோ அல்லது வெட்டவெளியிலோ தமது வசிப்பிடங்களை உருவாக்கிக் கொள்ளும். தமது பிற வகை உறவுகளைப் போலவே பாறைக் குகைகளில் தனித்திருக்க விரும்பும். கோடை, குளிர்காலம் வரை அங்கேயே இருக்கும். அதன் அறிதுயில் காலம் ஆண்டின் இறுதியில் தொடங்கும். (குளிர் காலத்தில் உடல் எடை குறையும். மூச்சு விடுதல் இயல்பாக இருக்காது. ஆகவே சமநிலைக்காக விலங்குகள் தமது செயல்பாடுகளைக்

குறைத்துக் கொண்டு ஓய்வெடுக்கும். இதனை விலங்குகளின் உறக்கக் காலம் அல்லது அறிதுயில் காலம் என்பர்). சில சமயங்களில் டிசம்பர் இறுதி வாக்கில் ஊசியிலைக் காட்டில் அவை சுற்றித் திரிவதையும் பார்க்கலாம். கரடிகள் மரமேற விரும்புவதில்லை. பெருத்த உடல் காரணமாக இருக்கலாம்.

அதன் உடலில் நான் பாய்ச்சிய மூன்று குண்டுகளும் இருந்தன. பக்கவாட்டில் ஒன்று, மார்பிலும் தலையிலும் மற்றவை.

உள்ளுறுப்புகளை அகற்றுவதற்குள் இருட்டி விட்டது. ஆற்றில் அடித்து வரப்பட்ட மரத்துண்டுகளையும் நெருப்பில் இட்டோம். இரவு முழுதும் அவை எரியும். முகாமின் தேவைக்குப் பொருத்தமானது கூட.

இரவு அமைதியாகவும் குளிர்ச்சியாகவும் இருந்தது. தெளிவான வானத்தில் நிலா மிதந்தது. அதன் ஒளி பெருகும்போது எங்களின் நிழல் குறுகியும் அடர்ந்தும் காணப்பட்டது. வருகிற வழியில் இன்னும் சில காட்டுப் பன்றிகளைச் சுட்டு வீழ்த்தினோம். பெரும் சத்தத்துடன் அவை திசைக்கொன்றாய் ஓடின. இறுதியில் மரங்களுக்கிடையே ஓர் ஒளி தெரியக் கண்டோம். எங்கள் முகாம்தான் அது.

வீரர்கள் இரவுணவுக்குப் பின் முன்னதாகவே உறங்கச் சென்றுவிட்டனர். ஆனால் எனது அன்றைய நாள் அனுபவம் உறங்க விடவில்லை. எழுந்து நெருப்பின் அருகே போய் உட்கார்ந்தேன். அதன் செஞ்சுடர்களும் நிலவின் நீல ஒளியும் சேர்ந்து என்னை அவற்றின் நடமாடும் கருநிழலாக்கின. அமைதி தவழும் காட்டில் வனவிலங்குகள் இரைதேடி அலைந்தன. முகாமுக்கு அருகில் கூட அவற்றில் சில வந்து தலையைக் காட்டின. குறிப்பாக, மான்கள் ஏதோ ஆர்வத்தில் வந்து எட்டிப் பார்த்துப் போயின. வீரர்களின் அருகே படுத்துக் கொண்ட என்னைச் சிறிது நேரத்தில் உறக்கம் அணைத்துக் கொண்டது.

விடிவதற்குள் டெர்சு எழுப்பி விட்டான். நாங்கள் உடைமைகளை எடுத்துக் கொண்டு புறப்படுவதற்குள் சூரியனின் கதிர்கள் மலையுச்சியின் மீது ஆங்காங்கே விழத் தொடங்கியிருந்தன. முட்டுஹோவுக்குச் செல்லும் கணவாய்ப் பாதை கற்களால் நிறைந்திருந்தது. பாறைப் பிளவுகளும் மரத்தின் வேர்களும் ஏராளமான பள்ளங்களை ஏற்படுத்தியிருந்தன. குதிரைகளைப் பற்றித்தான் அதிகம் கவலைப் பட்டோம். கால்களை உடைத்துக் கொண்டால் என்ன செய்வது. இதே வழியில் புதைமிதி இல்லாத கால்களுடன் கனத்த பைகளைத் தூக்கிக் கொண்டு இந்தச் சீனர்கள் எப்படி மேலேறிப் போகிறார்கள் என்பது வியப்பாக இருந்தது.

நான்கு மைல்கள் நடந்த பின் கிழக்குப் புறமாகக் கடலை நோக்கித் திரும்பினோம். காலையில் இருந்ததை விடக் காற்றில் ஏதோ அதிசயம் ஏற்பட்டு அச்சுறுத்தும் அளவுக்கு வெப்பமாக மாறியது. நீலவானம் காரீய நிறம் ஆனது. தூரத்து மலைத்தொடர் கண்பார்வையை விட்டு மறைந்து போனது. இதை நான் டெர்சுவிடம் குறிப்பிட்டு, எனது வானிலையியல் அறிவின்படி அது உலர்ந்த பனிதான் என்றேன்.

‘இல்லை.’ உறுதியாகச் சொன்னான் அவன். ‘காற்று இல்லாததால் புகை எங்கிருந்து வருகிறது என்று தெரியவில்லை..’

மலையுச்சிக்கு வந்த பிறகு அவன் சொன்னது சரி என்பது தெரிந்தது. முட்டுஹோவிற்குத் தெற்கில் மலைத்தொடரின் பின்புறத்தில் இருந்து பெரும் அலைகளைப் போல் வெண்புகை எழுந்து வந்தது. தூரத்தே வடக்கு மலை வரை அது சென்று பரவியிருந்தது. காட்டுத்தீ என்பது இப்படித்தான் பெரிய பகுதியை வளைத்துப்போட்டு விடும். இயற்கையழகைச் சிறிது நேரம் வியந்து போற்றிப் பின் பயணத்தைத் தொடர்ந்தோம். பாதாளம் போன்ற இறக்கம், கூம்பு போன்ற உச்சிமலை இவற்றைத் தாண்டி இடப்புறமாகச் சென்று கடற்கரையைப் அடைந்தோம்.

● அவை நாயகன்

வினோதமான சத்தங்களைக் கீழிருந்து சுமந்து வந்தது காற்று. நாய் குரைப்பது போலவும், கம்மிய குரலில் நீண்ட நேரம் கத்துவது போலவும் கூடக் கேட்டது. ஒரு செங்குத்துப் பாறையின் முனைக்குக் கவனமாகப் போய் அதன் மறுபக்கத்தைப் பார்த்தேன்.

சிறிதும் பெரிதுமான அளவில் கடற் சிங்கக் கூட்டமொன்று கடற்கரையில் உருண்டு விளையாடிக் கொண்டிருந்தது.

கடற் சிங்கங்கள் என்பன, காதுகள் கொண்ட சீல் விலங்கின் குடும்பத்தின் சார்புடைய துடுப்புக் காலிகள் என்ற வகையைச் சேர்ந்தவை. 13 அடி நீளமும் தோள்களில் இருந்து 10 அடி அகலமும் கொண்ட பெரும் விலங்கினம். ஒரு சிங்கம் 600-700 கிலோ எடையுள்ளது. சிறிய காதுகள், கவர்ந்திழுக்கும் கருநிறக் கண்கள், பெரிய தாடைகள், வலுவான பற்கள் கொண்டவை. நீண்ட கழுத்தின் மயிர்கள், மீத உடலில் உள்ளதை விட அதிகமாக இருக்கும். பாதம் அல்லது துடுப்பு நெடியது. ஆண்விலங்கு, பெண்ணை விட ஒரு மடங்கு அளவிற் பெரியது. பிரிமோர்யே ஆட்சிப் பரப்பின் கடற்கரையோரம் இவை அதிகமாகக் காணப்படுகின்றன. இவற்றின் கெட்டியான தோலைக் காலணி தயாரிப்புக்கும், நாயைப் பிணைக்கும் வார்களைச் செய்யவும் உள்ளூர் மக்கள் பயன்படுத்துவர்.

கடலலைகள் நீர்ச்சாரல் பொழியும் கரையோரங்களில் கற்களின் மீது அமர்ந்து வெயில் காய்வது இவற்றிற்கு விருப்பமான ஒன்று. நீட்டிப் படுத்துத் தலையைப் பின்புறமாக வைத்து, பின் மடிப்புக் காலை இயன்றவரை உயர்த்தி அப்படியே திரும்பி மணலின் மீது வழுக்கிச் சென்று நீரில் விழும். அலைகள் மணலைச் சுமந்து வந்து அந்த வெற்றிடத்தை நிரப்பி விடும். பெண் சிங்கங்கள் குட்டிகளோடு கரையில் தத்தி நடைபயின்று கொண்டிருக்கும் போது ஆண்கள், பின்புறமாகச் சாய்ந்து கொண்டே போய்த் தூரத்தில், அலையடித்துக்

குகைகளாகிப் போன செங்குத்துப் பாறைகளின் அருகே அலைந்து கொண்டிருக்கும். கிழச் சிங்கங்கள் பழுப்பு நிறத்திலும் இளம் குருளைகள் அடர்நிறத்திலும் இருக்கும். இளையவை தமக்கேயுரிய சுறுசுறுப்புடன் அலையும். நன்கு வளராத தமது உருவத்தைப் பொருட்படுத்தாமல் அவை, காற்றுக்கு எதிராகத் தலையைத் திருப்புவதும் பக்கவாட்டில் அசைவதுமாகவும் நயம்பட இயங்கிக் கொண்டிருக்கும்.

போர்வீரனுக்கே உரிய துணிவுடன் முர்சின் தனது துப்பாக்கியை எடுத்து அருகில் இருந்த ஒரு கடற் சிங்கத்தைக் குறி பார்த்தான். டெர்சு குறுக்கிட்டுத் தடுத்தான்.

‘சுட வேண்டா.. அதை எடுத்துப் போகவும் முடியாது. காரணம் ஏதுமில்லாமல் ஒரு வனவிலங்கைக் கொல்வதும் தவறு..’

கடற் சிங்கங்கள் உலவும் பகுதி தரை வழியாக அணுக இயலாதவாறு அமைந்திருந்தது. வலப்பகுதி மூடப்பட்டும், இடப்பகுதி கூம்பு போலக் கடலை நோக்கி முனை நீண்டும் இருந்தது. இருநூறு அடி ஆழம் கொண்ட அதில் ஆபத்துக்குரிய செங்குத்துப் பாறையொன்று இருந்ததால் தரைப்பகுதி துண்டிக்கப் பட்டிருந்தது. அந்த இடத்தைக் கடல் வழியாகத்தான் அணுக முடியும். ஆகவே, கடற் சிங்கத்தைக் கொல்வது என்ற எண்ணத்தைக் கைவிட்டோம். டெர்சு சரியாகத்தான் சொல்லியிருக்கிறான்.

இருபது நிமிடங்களுக்கு மேல் கடற் சிங்கங்களையும் அந்தச் சூழலையும் பார்த்துக் கொண்டிருந்த போதிலும் அது கண்ணை விட்டு அகலவில்லை. யாரோ என்னை மெதுவாகத் தொட்டார்கள்.

‘கேப்டன்.. நாம் கிளம்ப வேண்டும்..’

கிடைமட்டமாக இருந்த மேற்புற மலையில் நடப்பது என்பது சரிவில் இறங்குவதை விட எளிதாக இருந்தது. முகட்டின் விளிம்புக்கு வந்து விட்டோம். பாதையைத் தேடி நடந்தபோது இரவு கவிந்து கொண்டிருந்தது.

● அவை நாயகன்

நாங்கள் இன்னும் ஓர் உயரமான மலையில் ஏறி ஒரு குவட்டில் இறங்க வேண்டும். அதாவது 2500 அடி ஏறி இறங்க வேண்டும்.

மலையுச்சியில் இருந்து கீழே ஒரு காட்சியைக் கண்டு திகைத்துப் போனேன். காட்டுத்தீ உயர்ந்து கொண்டிருந்தது. அதன் சுடர் மலையைப் பாசறை நெருப்பின் வரிசையைப் போலப் பட்டை வளையமாகச் சூழ்ந்து வந்தது. கம்பீரமான, அதே நேரத்தில் குருதியை உறைய வைக்கும் காட்சி அது. தீயின் நாவுகள் மினுமினுப்புடன் ஒளிர்ந்து மறைந்தன. மறைந்தாலும் புதிய சுடர்கள் தோன்றின. மலைத்தொடரின் பெரும்பகுதியை முதலிலேயே கைப்பற்றிக் கொண்ட நெருப்பு, பள்ளத்தாக்கை நோக்கி இறங்கியது. உச்சிப் பகுதிகள் மட்டும் அதற்கு அடிபணியவில்லை. கோட்டையைத் தகர்க்க அணிவகுத்துச் செல்லும் போர்வீரர்களைப் போல நெருப்பு வளையம் விரிந்தது. கிழக்கிலும் மேற்கிலும் வானம் தீ மூட்டப் பட்டதைப் போலக் காட்சியளித்தது. அதே நேரம் கிழக்கில் தீக்கனல் உருவாக்கிய அதிர்வும் தெறிப்பும் மேற்குப் பகுதியில் இல்லை. நிலவு உதித்துக் கொண்டிருந்தது. தொடுவானுக்குப் பின்புறம் இருந்து எட்டிப் பார்த்து, கடலில் எழும்பி உயர்ந்து பெரிதாகி வெளிறிப் பின் திண்ணிய செந்நிறமானது.

'நாம் போய்விட வேண்டும் கேப்டன்..' டெர்சு மீண்டும் முணுமுணுத்தான்

பள்ளத்தாக்கில் இறங்கி ஒரு நீர்நிலைக்கருகே ஓக் மரச் சோலையில் முகாமை அமைத்தோம். அதைச் சுற்றியுள்ள புற்களைத் தீயிட்டுக் கொளுத்தி, அதாவது ஒரு புதிய காட்டுத் தீயை ஏற்படுத்தி அந்த இடம் துலங்கச் செய்தான் டெர்சு. உலர்ந்த புற்களும் கூதிர்ப்பருவ இலைகளும் வெடிமருந்தை இட்டது போல எரிந்தன.

காற்று அதற்கு முன்பே தீச்சுடர்களை விரட்டி விட்டது. காடு இப்போது ஒரு விந்தையான வடிவம் கொண்டது. தீத்தணலைக் கவனித்தேன். அது, வீழ்ந்த இலைகளின்

டெர்சு உஸாலா | விளாதிமிர் கே ஆர்சென்யேவ்

மீது மெதுவாகப் பரவி, உலர்ந்த புற்களை ஆர்வத்துடன் பற்றிக் கொண்டது. மரக்கிளைகளைக் கவ்விப் பிடித்திருந்த வெப்பம் காற்றில் போய்க் கலந்தது. பிறகு எரியத் தொடங்கியது. தீப்பந்தம் போலிருந்த அது வேகமாகப் பரவிப் புதர்களை அடைந்தது. பெருத்த சத்தத்துடன் தணலொன்று விழுந்தது. மஞ்சள் நிறமுள்ள பிர்ச் மரக்கட்டையில் நெருப்புப் பற்றி ஒரு பெரிய பந்தம் போலாகியது. ஆனால், அது ஒரே நிமிடத்தில் அணைந்து சுடர்கள் தாழ்ந்து கொண்டன. வயதான மரங்களின் அடிப்பகுதி காய்ந்திருந்ததால் அவற்றின் வேர்ப்பகுதியில் இருந்தே தீப்பற்றிக் கொண்டது. சுடர்கள் அடங்கிய பின் கருகிக் கிடந்த மரக்கட்டைகளில் இருந்து வெண்புகை கற்றைகளாக எழுந்தது.

அச்சத்தால் வெருண்ட விலங்குகளும் பறவைகளும் பாதுகாப்பான இடம் தேடி ஓடின. எனக்கு வெகு அருகில் ஒரு முயல்; கருகும் மரக்கட்டையிலிருந்து தெறித்து வெளியேறி வந்த சிப்மங்க் அணில்; கிரீச்சிடும் எச்சரிக்கை ஒலியுடன் மரத்துக்கு மரம் தாவிப் பறந்த புள்ளியிட்ட மரங்கொத்தி -எனப் பல உயிரினங்கள் அங்கே தவித்திருந்தன.

வழியைப் பற்றிய நினைவேதும் இல்லாமல், வெந்து தணிந்த காட்டில் நடந்து கொண்டேயிருந்தேன். முகாமுக்குத் திரும்ப வேண்டும் என்பதைப் பசி நினைவுறுத்தியது. தங்குமிடத்திற்கு முன் மூட்டி வைக்கும் நெருப்பு, எப்போதும் இரவில் எங்களுக்கு வழிகாட்டியாக இருக்கும். ஆனால் இப்போதோ, எங்கெங்கிலும் தீயின் வெளிச்சம். என்னைச் சுற்றிலும் தீப்பந்தங்கள் எரிந்தன. எரியும் நெருப்பில் எது எங்களின் நெருப்பு என அடையாளங் காண முடியவில்லை. அதில் ஒன்று மட்டும் எல்லாவற்றிலும் உயர்ந்து தெரிந்தது. அதை நோக்கிப் போனேன். அது ஓர் எரியும் மரக்கட்டைதான். இன்னொன்றை முயன்று பார்த்தேன். அதுவும் அதே போலக் குறிப்பிட ஏதுமின்றி இருந்தது. நெருப்பில் இருந்து நெருப்புக்கு மாறி மாறி

அலைந்தும் முகாம் தென்படாததால், நம்பிக்கை தேய்ந்து கொண்டே இருந்தது. உரக்கக் கத்தினேன். எதிர்பார்த்தது போலவே, ஆனால் எதிர்த் திசையிலிருந்து பதில் வந்தது. வேகமாகத் திரும்பி முகாமை அடைந்து எங்கள் ஆட்களுடன் சேர்ந்து கொண்டேன்.

டெர்சு எச்சரிக்கை செய்ததன் பொருள் அப்போது விளங்கியது. பின்னிரவில் காட்டுத்தீ பரவி எங்களை நெருங்கி வந்தது. ஆனால் அவனது முன்னெச்சரிக்கையால் அந்த வெப்பமான பகுதி முழுதும் எங்கள் கண்பார்வைக்குத் தெரியும் வகையில் இருந்தது. ஆகவே தீயால் எங்களை இரையாக்க முடியவில்லை. மேகமில்லாத வானம் இருந்தும் நினைத்ததை விட இரவு வெம்மையாக இருந்தது. இதுபோன்ற எனது அறிவுக்குப் புலப்படாத, குழப்பமான நேரங்களில் நான் டெர்சுவைக் கலந்து ஆலோசிப்பது வழக்கம். அவனிடம்தான் நேர்மையான, பொருத்தமான விடை இருக்கும். இப்போதும் அவனிடம்தான் கேட்டேன்.

'புகை பரவிக் குளிரைச் சூழ்ந்திருக்கிறது..' என்றான். காலைப் பனியைப் புகையின் உதவியால் விரட்டிப் பழச்செடிகளைப் பாதுகாக்கும் தோட்டக்காரனை அது ஏனோ நினைவுக்குக் கொண்டு வந்தது.

அன்று ஒரு செந்நிற மானைப் பார்த்தோம். காய்ந்து கருகிய மரத்தில் அது இரை தேடிக் கொண்டிருந்தது. எவ்விதக் கவலையுமின்றி எரிதழலையெல்லாம் தாண்டிச் சென்று ஒரு புதரில் இருந்த இலைகளைக் கொரித்தது. அடிக்கடி எழும் காட்டுத்தீ வனவிலங்குகளையும் சேர்த்து எரித்துச் சாம்பலாக்கி விடுவதும் உண்டு. இந்த அனுபவமும் அங்குதான் கிட்டியது.

16

காட்டுத் தீ

நடந்து செல்லும் வழியில் சில கால்தடங்களோடு சிகரெட் துண்டு, நீலநிறப் பருத்தித் துணிப் பட்டை ஆகியவற்றைக் கண்டுபிடித்தான் டெர்சு. இரண்டு பேர் அந்த வழியைக் கடந்து போயிருக்க வேண்டும் என்பது அவனது பட்டறிவு தந்த முடிவு. அவர்கள் சீனத் தொழிலாளர்களாக இருக்க முடியாது. ஏனெனில் கறை படிந்திருப்பதால் மட்டுமே ஒரு துண்டுத் துணியைத் தூர எறிந்து விட மாட்டார்கள் சீனர்கள். அது கிழிந்து நைந்து கந்தலாகும் வரை வைத்திருப்பார்கள். இன்னும், சிகரெட்டும் புகைக்குழாயும் வாங்கும் அளவுக்குத் தொழிலாளிகளிடம் வசதி வாய்ப்பு இருக்காது. மேலும் அவர்கள் இருவரும் சோம்பேறிகளாக இருப்பர் என்பதும் டெர்சுவின் உறுதியான கருத்து. அவர்கள் தங்கியிருந்த இடத்தைக் காட்டினான் டெர்சு. ஒருவன் அங்கே தனது காலணிகளை மாற்றியிருக்கிறான். தரையில் கிடந்த, குண்டுகள் வைக்கும் உறையொன்று, அவர்கள் துப்பாக்கி வைத்திருந்ததைச் சொல்லியது.

அவை நாயகன்

முன்னேறிச் செல்கையில் டெர்சு இன்னும் சிலவற்றைக் கண்டுபிடித்தான். இறுதியில், நடையை நிறுத்திக் கொண்டான்.

'இங்கே இன்னும் இருவர் சேர்ந்திருக்கிறார்கள். இப்போது அவர்கள் நான்கு பேர். நால்வரும் கெட்டவர்கள்.'

குறுக்கு வழி போலிருந்த அந்த இடத்தை விட்டு விலகிச் செல்ல முடிவெடுத்தோம். ஒரு மலையின் முகட்டை அடைந்தபோது கீழே மூன்று மைல் தொலைவில் பிளாஸ்டுன் வளைகுடா தெரிந்தது. எங்களின் இடப்பக்கம் நெடிய மலைத்தொடர் தொடங்கியது. அடுத்து சினாட்சா ஆறு தவழ்ந்து போகிறது. எமக்குப் பின்னால் டால்கோயா ஏரியும், வலப்புறத்தில் அரிப்புக்கு ஆளான மலைமுகடும் இருந்தன. அதையடுத்துக் கடல்தான்.

ஆபத்துக்குரிய எதுவும் அங்கே தென்படவில்லை. ஆனால் டெர்சு, கீழிறங்கி ஓர் ஓடையின் வழியே சென்று கெட்டிபோ ஆற்றின் வடபகுதிக்குச் சென்று விடலாம் என்று வற்புறுத்தினான்.

அரை மணி நேரத்தில் ஒரு காட்டின் முனைக்கு வந்து விட்டோம். டெர்சு தனியாகச் சென்று தடங்கண்டு வருவதாகவும் அதுவரை காத்திருக்கவும் சொல்லிப் போனான்.

அந்தப் பகல் நேரம் ஒளி மங்கியிருந்தது. சதுப்பு நிலங்கள் உயிரற்று, தனித்து விடப்பட்டது போல் வெளிறிய மஞ்சள்-பழுப்பு நிறத்துடன் காணப்பட்டது. மலைத்தொடர் இருளடர்ந்து மாலைப் பனியால் மூடப் பட்டிருந்தது. இரவு கவிந்தவுடன் தூரத்தே காடுகளில் தீ எரிவது கருநிற வானப் பின்னணியில் தெளிவாகத் தெரிந்தது. நேரம் மணிக்கணக்கில் சென்றபோதிலும் டெர்சு திரும்பவில்லை. அமைதியிழந்து தவித்தேன்.

தொலைவில் எங்கோ பலத்த அலறலும், தொடர்ந்து துப்பாக்கிச் சத்தம் நான்கு முறையும் கேட்டது. மீண்டும்

டெர்சு உஸாலா | விளாதிமிர் கே ஆர்சென்யேவ்

அலறல். மீண்டும் துப்பாக்கிச் சத்தம். அந்தத் திசை நோக்கி ஓட நினைத்தேன். ஆனால் டெர்சு திரும்பும்போது இங்கு நாங்கள் இல்லையெனத் தெரிந்தால் சிரமம் என்பது உறைத்தது.

இருபது நிமிடங்களில் அவன் திரும்பி வந்து விட்டான். கலவரம் தெரிந்தது அவன் முகத்தில். அந்த நால்வரைத் தொடர்ந்து போனபோது அவர்கள் பிளாஸ்டுன் விரிகுடாவில் ஒரு கூடாரம் அமைத்திருப்பதைக் கண்டதாகப் பரபரப்புடன் தெரிவித்தான். இருபது சீனர்கள் அங்கே இருந்தனராம். குன்குட்சி இனத்தவர் அவர்கள். ஒரு புதர்க் காட்டின் வழியே திரும்பும்போது மோப்பம் பிடித்து விட்ட நாயொன்று உரத்துக் குரைத்திருக்கிறது. மூன்று கொள்ளையர்கள் துப்பாக்கிகளுடன் பின் தொடர்ந்திருக்கிறார்கள். டெர்சு ஒரு சேற்றுக் குழியில் விழுந்திருக்கிறான். நிற்கச் சொல்லி அவர்கள் கத்தியும் எழுந்து ஓடிய அவனைச் சுட்டனர். காய்ந்திருந்த ஒரு பகுதிக்கு வந்ததும் டெர்சு ஒருவனைக் கவனமாகச் சுட்டுக் காயப்படுத்தி விட்டான். அவன் கீழே விழுவதையும் பார்த்திருக்கிறான். மற்ற இருவரும் காயமடைந்த தமது தோழனைக் கவனிக்க முற்பட்ட நேரத்தில் டெர்சு அங்கிருந்து தப்பி விட்டான். அவர்களின் கவனத்தை மாற்றுவதற்காக வேறு திசையில் ஓடிப் பிறகு சுற்றுப் பாதையில் நடந்து எங்கள் தங்குமிடத்திற்கு வந்திருக்கிறான்.

'என் சட்டையில் ஓட்டை விழுந்திருக்கிறது' -மேற்சட்டையில் துப்பாக்கி துளைத்த இடத்தைக் காட்டிச் சொன்னான் 'நாம் விரைவாக இந்த இடத்தை விட்டுப் போய்விட வேண்டும்.'

இயன்றவரை விரைவாக நடந்தோம். ஆற்றோரம் கற்கள் செறிந்த இடங்களிலும், வழக்கமான பாதையைத் தவிர்த்தும் டெர்சு கவனமாக எங்களை வழிநடத்திச் சென்றான்.

● அவை நாயகன்

இரவு ஒன்பது மணிக்கு யோட்சி ஆற்றை வந்தடைந்தோம். குடில்கள் அருகே தென்பட்டாலும் நாங்கள் திறந்த வெளியில் இரவைக் கழித்தோம். குளிரைத் தாங்க முடியாமல் என்னைச் சுற்றி ஒரு கூடாரம் அமைத்துக் கொண்டபோதிலும் ஈரக்காற்று எலும்பு வரை தீண்டி நடுங்க வைத்தது. எவரும் தூங்கவில்லை. விடியும்வரை பொறுமையாகக் காத்திருந்தோம். முடிவற்றதாய் நீண்டது இரவு.

வெளிச்சம் வந்தவுடனே கிளம்பி விட்டோம். பாதையைத் தவிர்த்துவிட்டு மலை நோக்கிப் போகலாம் என்றான் டெர்சு. அவ்வாறே செய்தோம். ஆற்றின் ஆழமில்லாத பகுதியில் வளர்ந்து நின்ற புற்களை வெட்டிச் சாய்த்தவாறே நடந்தபோது, புதரில் இருந்து ஒருவன் வெளிப்பட்டு எங்களுக்கு நேருக்கு நேர் வந்து நின்றான். திடுக்கிட்டுப் போயிருந்தான். நாங்களும்தான். ஆனால் போர்வீரர்கள் எங்களுடன் இருப்பதைப் பார்த்ததும் தனது சட்டைப் பைக்குள் கையை விட்டு ஒரு கடிதத்தை எடுத்தான். அது எனக்கானது. சீனக் காவல்துறை அலுவலர் சென் பாவோ என்பவரின் தலைமையில் முப்பது வேட்டையாடிகளைக் கொண்டு ஒரு குழு அமைக்கப் பட்டிருப்பதாகவும், அருகில் நடமாடும் கொள்ளையர்களை அது தேடி வருவதாகவும் அதில் தெரிவிக்கப் பட்டிருந்தது. கடிதத்தை நான் படித்துக் கொண்டிருந்தபோதே டெர்சு, கொண்டு வந்தவனை விசாரித்துக் கொண்டான். அவனும்தான். அதிலிருந்து, சென் பாவோவும் அவரது முப்பது வேட்டையாடிகளும் முந்தைய இரவு எங்களுக்கு அருகில்தான் தங்கினார்கள் என்பதும் இப்போது அவர்கள் யோட்சி ஆற்றை நெருங்கி விட்டதாகவும் தெரிய வந்தது.

இருபது நிமிடங்களில் நாங்கள் அவர்களைச் சந்தித்தோம்.

சென் பாவோ, 45 வயதுடைய வளர்த்தியான ஆள். எளிய சீன வகை உடையை அணிந்திருந்தார். சுறுசுறுப்பு அவரைப் பிற சீனத் தொழிலாளிகளிடம்

டெர்சு உஸாலா | விளாதிமிர் கே ஆர்சென்யேவ்

இருந்து வேறுபடுத்திக் காட்டியது. ஆர்வமிக்க முகம், அவரது முந்தைய இன்னல் மிகுந்த வாழ்வைக் கூறியது. கறுத்த மீசையின் ஓரத்தில் தென்பட்ட நரையானது, சீனர்களின் வழக்கமான பாணியைக் கூறியது. அறிவார்ந்த கண்கள், கூர்த்த அறிவுடன் செதுக்கப்பட்ட முகத்திற்குப் பொருந்தியிருந்தது. உதட்டில் புன்னகை நிரந்தமாகக் குடியிருந்தது. மெலிந்த குரலில் குறைவாகப் பேசினார் -பதில்களை எடைபோடும் விதமாக.

அவரது குழுவில் சீனர்கள், உதேஹிப் பழங்குடிகள் கொண்ட இளைய, உறுதிமிக்க, ஆயுதப் பயிற்சி கொண்டவர்கள் இருந்தனர். சிறந்தவற்றைச் செய்து முடிப்பவர்கள் அவர்கள். அவரின் ஆணைகள் அனைத்தும் விரைந்து செயலாக்கப் படும். எதையும் இரண்டு முறை சொல்ல மாட்டார் அவர்.

பொறுமையாகவும் மதிப்புடனும் என்னை வரவேற்றார். நேற்றிரவு டெர்சு அந்தக் கொள்ளையர்களை எதிர்கொண்டதை அறிந்தவுடன், துப்பாக்கிச்சூடு நடந்த இடத்தைப் பற்றிக் கூறுமாறு கேட்டுக் கொண்ட அவர், மணலில் ஒரு குச்சியைக் கொண்டு வரைந்து விளக்குமாறும் வேண்டினார். மேலும், கொள்ளையர்கள் பிளாஸ்டுன் விரிகுடாவுக்குப் படகில் வந்து மோசமான குளிரைச் சமாளிக்கச் சீனர்களின் படகுகளைக் கவர்ந்து கொள்ளத் திட்டமிட்டிருப்பதாகவும் தெரிவித்தார்.

எங்களிடம் இருந்த வேறு தகவல்களையும் முழுமையாகத் தெரிந்து கொண்ட பின், தக்க நடவடிக்கைகளை விரைவாக எடுப்பதாகக் கூறினார். தான் ஓரிரு நாட்களில் சன்ஹோபுவுக்குத் திரும்பப் போவதாகவும் உறுதியளித்தார்.

இனி சீனர்களைக் கண்டு அஞ்ச வேண்டியதில்லை என்பதால், இரவைக் கழிப்பதற்காக அருகில் இருந்த குடிலுக்குச் சென்றோம்.

சான்ஹோபு என்ற இடம் எங்களது கடற்கரையோரப் பயணத்தின் எல்லை போல அமையக் கூடியது என்று

சீனர்கள் கூறினர். ஒருநாள் பயணத்தில் அதை அடைந்து விடலாம் என்றும் தெரிவித்தனர். இருட்டுவதற்குள் அங்கே சென்று விடுவது என்று அடுத்த நாள் காலை அங்கிருந்து கிளம்பி விடுவது என்றும் முடிவெடுத்தோம். சிகோடா-அலின் மலைத்தொடர் வழியாக இமானுக்குச் செல்லவும் திட்டமிட்டோம்.

சன்ஹோபு சென்றபின் அங்கே நன்றாக ஓய்வெடுத்துக் கொண்டு குளிர்காலப் பயணத்திற்கு ஆயத்தம் செய்து கொள்ளலாம்.

குளிர்காலம் நெருங்குவதால் குதிரைகளின் தீவனத் தேவை அதிகரிக்கும் என்பதால் அவற்றை எங்கள் வீரர்களின் துணையோடு ஓல்கா விரிகுடாவுக்கு அனுப்பிவிட முடிவு செய்தேன். என்னுடன் ஆறுபேர் மட்டும் இருந்து சிகோடா-அலின் மலைத்தொடரைக் கடந்து போகத் திட்டமிட்டேன்.

அன்று மாலை சென் பாவோ தனது குழுவினருடன் திரும்பியிருந்தார். டெர்சுவை எதிர்கொண்ட பிறகு அந்தக் குன்குட்சி இனக் கொள்ளையர்கள் படகில் கடலுக்குச் சென்றிருப்பதாகவும் தென்திசை நோக்கிப் பயணிப்பதாகத் தெரிகிறது என்றும் சொன்னார்.

தொடர்ந்த மூன்று நாட்கள் -செப்டம்பர் 28-30- வழித்தடம் பற்றித் திட்டமிடுவது, நாட்குறிப்புகள் கடிதங்கள் எழுதுவது போன்ற வேலைகளில் ஈடுபட்டிருந்தேன். வீரர்கள் ஒரு மானைக் கொன்று வந்து அதன் இறைச்சியைக் காய வைத்தனர். குளிரைத் தாங்குவதற்கு ஏற்பத் தமது காலணிகளைத் தயார்ப் படுத்தினர். அவர்களின் வேலையில் குறுக்கிடாமல் அருகிலுள்ள கிராமங்களுக்கு அடிக்கடி சிறு பயணம் போய் வந்தேன்.

சன்ஹோபு என்பது ஒரே அளவிலான இரண்டு ஆறுகளால் சூழப்பட்ட இடமாகும். (சிட்சி = மேற்குப்புறக் கிளையாறு, டுங்சி = கிழபுறக் கிளையாறு) பயணம் செய்ய

டெர்சு உஸாலா | விளாதிமிர் கே ஆர்சென்யேவ்

இரண்டாவது ஆற்றுப் பகுதியைத் தேர்ந்து கொள்ளச் சொன்னார்கள். ஆகவே நேரம் இருந்ததால் சிட்சி பற்றி ஆய்வு நடத்த முடிவு செய்தேன்.

அக்டோபர் 1. நானும் டெர்சுவும் எங்கள் 'தலைமையிடத்தில்' இருந்து தோள்பைகளுடன் புறப்பட்டோம்.

சிட்சி, டுங்சி ஆறுகள் இணையும் இடத்திற்கு இடப்புறமாக டலாசியா என்ற உயர்ந்த முகடு உள்ளது. அதற்கு உள்ளூர்ச் சீனர்கள் ஒரு கதையைச் சொல்வார்கள் : வயதான சீனன் ஒருவன் அந்த இடத்திற்கருகே ஜின்செங் செடியைக் கண்டுபிடித்தானாம். அதன் வேரைத் தனது குடிலுக்கு எடுத்து வரும்போது நிலநடுக்கம் ஏற்பட்டதாம். அன்றிரவு அந்த மலையுச்சி அழுது புலம்பிய சத்தத்தைக் கேட்டார்களாம்.

சன்ஹோபு கடலோரத்தின் வடபகுதிதான் ஜின்செங் செடிகள் காணப்படும் எல்லை எனச் சீனர்கள் உறுதியாக நம்புகிறார்கள். ஆற்றின் வடதிசையில் வேறெங்கும் அது தென்படுவதில்லை என்பதையும் குறிப்பிடுகிறார்கள்.

மலைத்தொடர்கள் வளையமாகச் சூழ்ந்த இடத்தில் சங்கிலி போல் அமைந்த மடிப்புப் படுகைகளில் சிட்சியாறு பெருகிப் பள்ளத்தாக்கின் கீழ்ப்பகுதிக்கு வந்து சேர்கிறது. கரையோர மரங்களைச் சிலர் வெட்டிச் சாய்த்து ஆற்றில் தள்ளியிருந்தார்கள். அதில் கால்பகுதி மட்டுமே தண்ணீரில் மிதந்தன. எஞ்சியவை கேட்பாரற்றுக் கிடந்தன. மரக் கொள்ளையர் ஏராளமான வெட்டப்பட்ட மரங்களைக் கொண்டு சென்றிருக்க வேண்டும். ஆகவே அங்கே கிடந்தவை அழுகிய, விறகாக உள்ளவைதான். இதுபோன்ற இடங்களில் நடந்து செல்வது கடினம். தவறி விழாமல் போக முடியாது. பாதையை விட்டுக் கொஞ்சம் விலகினாலும் வெட்டப்பட்ட மரங்கள் திசை திருப்பி விடும். ஆறு சதுர கிலோமீட்டர் வரை இதுபோல மரங்களைச் சூறையாடியிருக்கிறார்கள். பாதையானது காட்டின்

நட்டநடுவே இருந்தது. கடும் முயற்சியும் கோடரி, ரம்பம் துணையாகவும் இருந்தால் மட்டுமே வீணாய்க் கிடக்கும் அந்த மரங்களை அகற்ற முடியும்.

அங்கே மனிதக் காலடிகளை விட விலங்குகளுடையவைதான் எண்ணிக்கையில் மிகுந்திருந்தன.

நீண்ட அடிகள் வைத்து, சுற்றுப்புறத்தை ஆராய்ந்தவாறே அமைதியாக நடந்தான் டெர்சு. இயற்கையழகைக் கண்டு வியந்து கொண்டே வந்த எனக்கு, ஒரு குச்சியை வைத்து, ஓர் இடத்தைக் கடந்து போனவர்கள், திசை, நேரம் போன்றவற்றை விவரிக்க எங்கே கற்றுக் கொண்டான் அவன் என்பதுதான் மலைப்பாக இருந்தது. சிலவற்றிற்கு அவன் சொல்லும் காரணங்கள் எனக்குப் புரியாவிட்டாலும், அவனது முடிவுகள் மீது ஐயம் வரும்போது ஒன்றைச் சொல்வான்:

'அதிகம் பயணிப்பது நீங்கள்தான். உங்களுக்கா புரியவில்லை.?'

அவனிடம் எளிமையாக, வெளிப்படையாக நடந்து கொள்வதில்தான் எனக்குக் குழப்பமே. இயற்கை காட்டும் மறைபொருளை உணர்ந்தவன் அவன். என்னதான் முயன்றாலும் என்னால் அது முடியாது. எதையும் எளிமையாகச் சொல்வான். ஒரு மான் தனது கன்றுடன் ஓர் இடத்தைக் கடந்திருந்தால் அவை கரம்பித் தின்ற இலைகளுக்கான செடி, துள்ளியோடிய விதம், எதைக் கண்டு அஞ்சின என்பதையெல்லாம் துல்லியமாக விளக்கி விடுவான்.

காட்டில் வாழ்பவன் என்பதை வெளிப்படுத்திக் கொள்ள மாட்டான். அது எங்கள் இருவருக்கும் தெரியும். அவனது பழக்கமே காடுவாழ் தன்மையுடன் இருப்பது. எதையும் விடுபடாமல் பார்க்க அவனது கண்கள் பழகியிருக்கின்றன. விடுபட்டால் அவனால் உயிர்வாழ முடியாது. நாம் எதையேனும் தவற விட்டால் வாய்மூடி நகைத்துக் கொள்வான் :

‘ம்ம்.. குழந்தைகளைப் போலத்தான் நீங்களும். எதையும் பார்ப்பதில்லை. உணர்ந்து கொள்வதில்லை. நகரத்தில் வாழ்கிறீர்கள். பசித்தால் போய் வாங்கி வந்து உண்கிறீர்கள். ஆனால், மலையில் தனியாக இருக்க நேர்ந்தாலோ உங்களால் எதுவும் முடியாது. இறந்தும் போகலாம்.’

அவன் சொல்வது சரிதான். ஊசியிலைக் காட்டில் தனியே பயணிப்பவனை நெருக்கடி தொடர்ந்து கொண்டிருக்கும். இயற்கையின் குறியீடுகளை உணர்ந்திருந்தால் மட்டுமே தீங்குறாமல் தப்பிக்க முடியும்.

ஒரு முட்புதரினூடே நடந்தபோது கூர்மையான முள் ஒன்று என் காலணியைத் துளைத்துப் பாதத்தில் குத்தி விட்டது. காலணியை இழுத்து அதை வெளியே எடுக்க முயன்றேன். ஆனால் அது உடைந்து விட்டது. அதன் முனை, காயத்திலேயே தங்கி, மறுநாள் கடுமையான வலியை உண்டாக்கி விட்டது. டெர்சு அதைப் பார்த்தான். முள்ளின் நுனி உறையிட்டது போலச் சுருங்கியிருப்பதைக் கவனித்தான். அன்றைக்கு என்னால் நடக்க முடிந்தாலும் இரவில் வலி அதிகமாகிக் கொண்டிருந்தது. விடிவதற்குள் பெரியதொரு வீக்கமும் கண்டு விட்டது. ஆனால், எங்களிடம் உணவின் இருப்பு குறைவாக இருந்ததால் நாங்கள் போய்க் கொண்டுதான் இருக்க வேண்டும். ரொட்டி தீர்ந்து விட்டது. காட்டில் கிடைத்ததை உண்டோம். முகாமில் மருந்தும், கட்டுத் துணியும் இருந்தன. ஆனால் ஊசியிலைக் காட்டின் மோசமான வானிலை, நான் நோயுற்று வீழ்ந்தால் எப்போது குணமாகும் என்பதைச் சொல்வதாக இல்லை. வலி தரும் வேதனையுடனே நான் நடந்து கொண்டிருக்க வேண்டும். டெர்சு எனது துப்பாக்கி, தோள்பையை எடுத்துக் கொண்டான். சரிவுகளில் இறங்கும்போது என்னைப் பிடித்துத் தாங்கிக் கொண்டான். உடல் எடை முழுவதையும் வலது காலுக்குக் கொடுத்து விட்டு இடது காலை இழுத்தவாறு நடந்தேன்.

தாங்க முடியாத வலி காரணமாக அன்று ஐந்து மைல் தொலைவு மட்டுமே நடக்க முடிந்தது. முகாமில்

அவை நாயகன்

இருந்து இன்னும் 15 மைல் நடக்க வேண்டும். இரவில் வலி பெரும் வேதனை தந்தது. வீக்கம் பாதம் வரை பரவியிருந்தது. அருகிலுள்ள குடில் வரை நடந்து போக முடியுமா என்றும் கூடத் தோன்றி விட்டது. இதே ஐயம் டெர்சுவுக்கும் ஏற்பட்டிருக்கக் கூடும். வானத்தைப் பார்த்து வானிலையைக் கணித்தான். உண்மையில் அவனது ஐயம் வேறொன்றைப் பற்றியது. வானத்தைப் பனி மூடியிருந்தது. நேரம் செல்லச் செல்ல அது இன்னும் அடர்த்தியானது. வழமை போலவே முழுநிலவு ஒளிரவில்லை. ஆனால், வெளிறியும் செந்நிறமாகவும் இருந்தது. சில நேரங்களில் பனி, முற்றிலும் ஆவியாகி விட்டது போல் ஆகிவிட்டது. மலைத்தொடரைத் தாண்டி ஒளியொன்று தெளிவாகத் தெரிந்தது.

'இன்னும் ஏராளமான புகை' என் சகா முணுமுணுத்தான்.

விடியும் வேளை அது. தூங்கவில்லை என்றாலும் வாய்ப்பிருந்தால் இன்னும் சிறிது தூரம் நடக்கலாமே என்றிருந்தது. அந்த நாள் எனக்கு இன்னும் நினைவிருக்கிறது. ஒவ்வொரு முறையும் கீழே விழுந்தேன். வீங்கிய காலுக்குத் தகுந்தவாறு காலணியைக் கிழித்து விட்டேன். பிறகு காய்ந்த மரங்கள் செறிந்த ஒரு காட்டிற்கு வந்து சேர்ந்தோம். எங்களைச் சுற்றியிருந்த எல்லாவற்றையும் புகை மூடி விட்டது. ஐம்பது தப்படிகள் கடந்த பின் மரங்களும் கண்ணுக்குப் புலப்படவில்லை.

டெர்சு மீண்டும் என்னை வற்புறுத்திக் கொண்டிருந்தான்.

'மிகவும் பயமாக இருக்கிறது' எனச் சொல்லிக் கொண்டே இருந்தான். 'இது புல்லில் பிடித்த சாதாரணத் தீ அல்ல. பெரும் காட்டுத் தீ. நாம் வேகமாகப் போக வேண்டும்.'

பற்களைக் கடித்துக் கொண்டே மன உறுதியுடன் தடுமாறி நடந்தேன். சில இடங்களில் நான்கு கால்களால் தவழ்ந்து போனேன். ஒவ்வொரு மரத்தின் வேரும், கூம்புக் காய்களும், சிறு கற்களும், குச்சிகளும் வேதனையில் துடிக்க விட்டுத் தரையில் விழ வைத்தன.

டெர்சு உஸாலா | விளாதிமிர் கே ஆர்சென்யேவ்

புகையினூடே நடந்து செல்வது கடினமாக இருந்தது. தும்மிக் கொண்டும் இருமிக் கொண்டும் இருந்தோம். வெயிலில் காய்ந்தும், காற்றால் விரவியும் கிடந்த மரங்கள் இப்போது தீப்பிடிக்கும் நிலையில் இருப்பதால் அவற்றைக் கடப்பது எப்படி என யோசித்துக் கொண்டிருந்தேன்.

பெரிய தீக்கனல் ஒன்று சுழல் காற்றை உருவாக்கி விட்டது. பழங்குடியான டெர்சுவின் பழக்கப் பட்ட காதுகள் உடனடியாக அதை அறிந்து கொண்டன. இப்போது ஒரே வழி ஆற்றைக் கடந்து போக வேண்டியதுதான். ஆனால் டலாசியா ஆற்றை எதிர்கொண்டு கடப்பது துணிகர முயற்சி. வார்த்தையேதும் பேசாமல் டெர்சு உடனடியாக என்னைத் தனது கைகளில் ஏந்திக் கொண்டான். ஆற்றைக் கடந்தான். கூழாங்கற்கள் விரவிக் கிடந்த இடம் அது. என்னை அக்கரையில் சேர்த்தவுடன் துப்பாக்கியை எடுத்து வர மீண்டும் திரும்பிப் போனான். அங்கு புகைமேகம் சூழ்ந்திருந்ததைத் தவிர வேறுதுவும் தெரியவில்லை. மூடியிருந்த கண்ணைத் திறந்து பார்த்தபோது டெர்சு என் அருகில் இருந்தான். ஒரு பாறையின் மீது பின்புறமாகச் சாய்ந்திருந்தான். நாங்கள் இருவரும் ஓர் ஈரம் நிறைந்த கூடாரத்தில் நெருக்கியடித்துத் தங்கியிருந்தோம். தீப்பொறிகள் தலைக்கு மேல் நடனமாடின. அடர்ந்த உறைப்பான புகை எங்களை மூச்சு விடச் சிரமப் படுத்தியது.

இதுபோன்ற காட்டுத் தீயை இன்னும் நான் பார்த்ததில்லை. மிகப் பெரிய செடார் மரங்கள் தீப்பிடித்துப் பந்தங்கள் போல் பிரகாசித்தன. நெருப்பு பெருங்கடலாக நிலத்தைச் சூழ்ந்திருந்தது. எங்கெங்கு காணினும் தீப்பிழம்பு: காய்ந்த புற்கள், வீழ்ந்த இலைகள், விறகாகிப் போன மரங்கள் உருவாக்கிய தீ அது. உயிருள்ள மரங்கள் புலம்பி வெடித்துச் சிதறின. பெரிய மஞ்சள் நிறக் கடலலை போன்ற புகை வானில் தோன்றியது. பூமியில் அலைகளாய் விரைந்த நெருப்பு, நடனமாடிக் கொண்டே

அவை நாயகன்

மரத்தின் அடிவேரைச் சூழ்ந்து கொண்டு அங்கிருந்த சிறு கூழாங்கற்களை நெருப்புக் கங்குகளாக மாற்றி விட்டன.

பிறகு, காற்று திரும்பியடித்துப் புகையை விரட்டியது. டெர்சு எழுந்து கொண்டு என்னையும் எழச் சொன்னான். நானும் முயன்று பார்த்தேன். கரையோரத்தில் கற்களின் மேல் நடப்பது எனக்கு இயலாத காரியம். பெரும் அலறலுடன் பின்னோக்கிச் சாய்ந்தேன்.

எனது உடல் எடை முழுவதையும் முழங்காலில் தேக்க முயன்றேன். அதுவும் புண்ணாகியிருந்தது. வலது காலில் முழங்கால் வரையிலும் வலி பரவியிருந்தது. ஓர் அடி கூட எடுத்து வைக்க முடியவில்லை. டெர்சு ஒரு கூடாரம் அமைத்தான். விறகு சேகரித்துக் கொண்டு வந்து வைத்து, அருகிலுள்ள சீனர்களிடம் ஒரு குதிரையை வாங்கி வருவதாகச் சொன்னான். அந்த ஊசியிலைக் காட்டிலிருந்து வெளியேற அது ஒன்றுதான் ஒரே வழி.

நான் தனித்து விடப்பட்டேன். ஆற்றின் குறுக்கே நெருப்பு இன்னும் சீறிக் கொண்டிருந்தது. தீப்பொறிகளும் புகையும் சேர்ந்து வானத்தை நிறைத்துக் கொண்டிருந்தன. அதன் அனல் தாங்க முடியவில்லை. சில மரங்கள் படுவேகத்தில் எரிந்தன. ஒரு காட்டுப்பன்றி ஆற்றைக் கடப்பதைக் கவனித்தேன். மரங்கொத்தியொன்று மரத்துக்கு மரம் தாவிப் பறந்தது. செடார் பறவை இடைவிடாது கூவிக் கொண்டிருந்தது. என் வேதனைக் குரலை அது எதிரொலித்தது.

இருளின் அடர்த்தி கூடியது. டெர்சு அன்று திரும்புவதற்கில்லை. கால் வலியோ தாளவில்லை. காலணியைக் கழற்றிப் பரிசோதித்தேன். காயம் பட்ட இடம் கிழிந்திருந்தது. ஆனால், தொடர்ந்த பயணத்தால் உறுதியாகி உடையாமல் இருந்தது. சட்டைப் பையிலிருந்து சிறு கத்தியை எடுத்து ஒரு கல்லில் வைத்துத் தீட்டினேன். மெதுவாக எரிந்து கொண்டிருந்த தீயின்மீது விறகைச் சேர்த்தேன். வீக்கம் கொஞ்சம் தணிந்தாற்போல இருந்தது.

டெர்சு உஸாலா | விளாதிமிர் கே ஆர்சென்யேவ்

வலி என் கண்களுக்கு முன் அடர்ந்த வளையங்களை மொய்க்க வைத்தது. காயத்தின் மேல் கருநிறக் குருதியும், கெட்டியான சீழும் இருந்தன. ஊர்ந்து கொண்டே ஆற்றங்கரைக்குப் போனேன். சட்டையின் கைப்பகுதியைக் கிழித்துத் தண்ணீரில் நனைய வைத்துக் காயத்தைக் கழுவி அதன்மீது கட்டினேன். திரும்பி வந்து நெருப்பின் முன்னால் அமர்ந்து கொண்டேன். ஒரு மணி நேரத்தில் குணம் தெரிந்தது. வலி பெருமளவு குறைந்து விட்டது.

வானில் தெரிந்த ஒளி, நெருப்பின் பாதையைக் காட்டியது. பல்வேறு இடங்களில் புகைந்து கொண்டிருந்த மரங்களிலிருந்து இப்போது வெளிச்சம் பளீரெனத் தெரிந்தது. காயம் பட்ட காலைத் தட்டிக் கொடுத்துக் கொண்டே கூடாரத்தில் அமர்ந்திருந்தேன். தீயின் வெம்மை உறக்கத்திற்குத் தாலாட்டாய் அமைந்தது. விழித்தபோது, என்னெதிரே டெர்சுவும் ஒரு சீனனும் நின்றிருந்தனர். அவர்கள் வந்து ஒரு போர்வையால் என்னைச் சுற்றி மூடினர். நெருப்பின்மீது தேநீர்ப் பாத்திரம் இசை பொழிந்தது. சிறிது தூரத்தில் சேணமிட்ட குதிரையொன்று நின்றிருந்தது. வலி குறைந்து வீக்கம் தணிந்திருந்தது வெந்நீரால் மீண்டும் காயத்தைக் கழுவி விட்டேன். பிறகு அவர்களுடன் சீன ரொட்டியை உண்டு, தேநீர் அருந்திய பின் உடை மாற்றத் தயாரானேன். இருவரும் நான் குதிரையில் ஏறி அமர உதவினர். அதன் பின் அனைவருமாகப் புறப்பட்டோம்.

காட்டுத் தீ வெகுதூரத்துக்குப் போய் விட்டாலும் புகை இன்னும் காற்று வெளியில் நிறைந்திருந்தது.

காயம் ஆறும் வரை முகாமில் தனித்தேயிருந்தேன். மூன்று நாட்கள் நொண்டி நடந்தேன். ஒரு வாரத்தில் முழுமையாகக் குணமடைந்து விட்டேன்.

சென் பாவோ பலமுறை வந்து சந்தித்தார். சீனர்களிடம் பெரும் புகழ் இருந்தது அவருக்கு. அவர் என்ன

● அவை நாயகன்

சொன்னாலும் அது விரைவாகப் பரவி விடும். அவரது ஆணைகள் சீராகவும் செம்மையாகவும் நிறைவேற்றப்படும். அறிவுரை வேண்டி பலரும் அவரை அணுகுவதுண்டு. அவருக்கு எவ்விதமான சிக்கலோ பிரச்னையோ வர வாய்ப்பில்லை என்றே கருதினேன்.

உள்ளூர் ஆட்களுடன் டெர்சு நாட்களைச் செலவிட்டான். உலஹோ ஆற்றங்கரையில் தனக்குப் பழக்கமான இளவயது நண்பன் ஒருவனை மீளக் கண்டுபிடித்து விட்டான். அந்தக் குடியிருப்பில் அதிகம்பேரை நண்பர்களாக்கிக் கொண்டு, எல்லாக் குடிலும் ஆவலுடன் வரவேற்கும் விருந்தாளி ஆகிப் போனான்.

கிளம்புவதற்குச் சில நாட்களுக்கு முன், சென் பாவோ விடைபெற்றுக் கொள்ள வந்திருந்தார். அவசர வேலைகள் காரணமாகச் செல்லவிருப்பதாகக் கூறினார். எங்களைச் சிகோடா-அலின் மலைத்தொடர் வரை வந்து உதவும் பொருட்டு இரண்டு சீனர்களை அமர்த்தியிருந்தார். அவர்கள் இன்னொரு வழியில் திரும்பி வந்து, தாம் வழியில் கண்டவற்றை அவரிடம் அறிக்கையாகத் தருவார்கள்.

17

குளிர்காலப் பயணம்

அக்டோபர் 18 -ஆம் நாள் புறப்பட்டோம். எங்களைப் பார்த்தவுடன் குடில்களில் இருந்தவர்கள் துணைக்கு வந்தனர். டெர்சுவுக்கு அவர்கள் வாழ்த்து மழை பொழிந்தனர். பெண்களும் குழந்தைகளும் கையசைத்து வழியனுப்பினர். அவனும் திருப்பிக் கையசைத்தான். ஒவ்வொரு குடிலாக விசாரித்து விட்டுக் கடைசிக் குடிலுக்கு வந்தோம். வெளிப்படையாகச் சொன்னால், அப்போதுதான் எனக்கு நிம்மதிப் பெருமூச்சே வந்தது.

அடுத்த நாள் மழை, எங்களது பயணத்தைச் சற்று முன்னதாகவே நிறுத்தி வைத்தது. மாலைநேரம் வருவதற்கு இன்னும் வெகுநேரம் இருப்பதால் இருவரும் வெளியே சுற்றிப் பார்ப்பதற்காகக் கிளம்பினோம். இலையுதிர்கால மழைநாளுக்கேயுரிய மந்தகதியில் காடு துயரார்ந்து கிடப்பது போல் காணப்பட்டது. உறைபனியால் மூடப்பட்டும், மரங்கள் பட்டை உரிந்தும், புல்வெளி மஞ்சள் நிறமடைந்தும், இலைகள் விழுந்து பெரணிச் செடிகள் சுருங்கிக் கிடந்தும்

இருப்பது அந்த ஆண்டு தேய்ந்து வருவதையும் குளிர்காலம் தொடங்கப் போவதையும் எடுத்துக் கூறியது.

விநோதமான குரலொன்று ஆற்றோரத்தில் இருந்து கேட்டது. நெருங்கிப் பார்க்க அங்கே கண்ணைக் கவரும் காட்சியொன்று தன்னைத் திறந்து கொண்டது. ஆறு முழுதும் சால்மன் மீன்கள் பெருகிக் கிடந்தன. ஆயிரக் கணக்கில் அவை காயல், கழிமுகப் பகுதிகளில் மொய்த்தாற்போல் காணப்பட்டன. ஒன்றையொன்று மோதிக் கொண்டும் தாக்கிக் கொண்டும் முன்னே போகத் துடித்தன. துடுப்புகள் முறிந்தும் உடலெங்கும் காயத்துடனும் அவை அலைந்தன. இறந்த மீன்கள் ஆங்காங்கே அணை கட்டியது போல் தேங்கிக் கிடந்தன. அங்கிருந்தும் சில நகர முயன்று கொண்டிருந்தன. தமது துயரத்தில் இருந்து விடுதலையை அவை வேண்டியிருந்தது போல ஆற்றின் எதிர்த் திசையில் முன்னேறப் போராடின.

இயற்கையும் அவற்றை அப்புறப் படுத்துவதற்குப் பெருங்கருணையுடன் ஒரு தீர்வை வைத்திருக்கிறது. ஆயிரக் கணக்கான மீன்கள் அங்கிருந்து அகற்றப் பட வேண்டும். அதற்குக் கரடிகள், காட்டுப் பன்றிகள், நரிகள், வளைக்கரடிகள், ரக்கூன்கள், காகங்கள், மேக்பை பறவைகள் போன்றவை உதவுகின்றன. பறவைக் கூட்டம் இறந்துபோன மீன்களைத் தேர்ந்து கொள்ளும். நான்கு கால் விலங்குகள் உயிருள்ள மீன்களைக் ‘கவனித்துக்’ கொள்ளும். கரையோரத்தில் விலங்குகள் மீன்களைப் பிடித்து அடித்துத் துவைத்துக் கபளீகரம் செய்யும். நாங்கள் ஒரு கரடியைப் பார்த்தோம். அது ஆழமில்லாத நீரில் கற்பாறை மேல் பின்கால்களில் உட்கார்ந்து, முன்கால்களில் இருந்த சால்மனைப் பற்றிப் பிடித்து நகத்தால் கீறிக் கொண்டிருந்தது.

பழுப்புக் கரடியும் அதன் குடும்ப உறவான கம்சட்கா கரடியும் சால்மன் மீனின் தலையை மட்டும் தின்றுவிட்டு உடலை வீசி விடும். ஆனால், வெண்ணிற நெஞ்சுடைய

டெர்சு உஸாலா | விளாதிமிர் கே ஆர்சென்யேவ்

கரடிகளோ மீனின் உடலைத் தின்னும். தலையைத் தவிர்த்து விடும்.

கரையில் சிறிது தூரத்தில் இரண்டு காட்டுப் பன்றிகள் தென்பட்டன. அவை மீனின் வாலை மட்டும் உண்ணும் பழக்கம் உடையவை. நரியொன்று சால்மனைப் பிடித்து, அங்கேயே உண்பதைத் தவிர்த்து, எச்சரிக்கையாக ஒரு புதருக்குச் சென்று யாருமறியாமல் கடித்துத் தின்றது.

அங்கே பெருமளவில் இருந்தது பறவைகள்தாம். கரையில் அமர்ந்திருந்த கழுகுகள் எவ்விதப் பரபரப்பும் இன்றிக் கொத்திக் கொண்டிருந்தன. ஏனென்றால் அவற்றின் இரை என்பது எதுவென்றால், கரடிகள் மீதம் வைத்ததுதான். காகங்கள் அங்குமிங்கும் பறந்து அழுகிப் போன மீன்களைத் தேடிப் பார்த்துக் கவ்விக் கொண்டு சென்றன. மேக்பை பறவைகள், புதருக்குள் சென்று தமக்குள் சண்டையிட்டு இரைச்சலை ஏற்படுத்தின.

கழிமுகத்தின் சில பகுதிகள் உறைபனியால் மூடப்பட்டிருந்தன. பனிக்கட்டிக்குள் மாட்டிக் கொண்ட மீன்கள் குளிர்காலம் முடியும்வரை அங்கேயே இருக்க வேண்டியதுதான். வசந்த காலத்தின் சூரியன் தனது வெம்மையான ஒளியைப் பூமியில் பரப்பி விடும். அப்போது பனிக்கட்டிகள் அடித்துச் செல்லப் பட்டுக் கடலில் கலக்கும். அதனுள் இருந்த மீன்கள் அதன்பின் கடல்வாழ் உயிரினமாகி விடும்.

'மனிதன் இன்னொரு மனிதனை உண்கிறான்' டெர்சு கவிஞனைப் போலச் சொன்னான். 'மீன் ஒன்றை உண்கிறது. காட்டுப் பன்றி மீனை உண்கிறது. நாம் காட்டுப் பன்றியை உண்கிறோம்.'

சொல்லிவிட்டு ஒரு காட்டுப் பன்றியைத் துப்பாக்கியால் குறிபார்த்துச் சுட்டான். காயமடைந்த அது எழுந்து உறுமலுடன் காட்டை நோக்கி ஓடியது. இயலாமல் தரையில் வீழ்ந்தது. பறவைகள் திடுக்கிட்டு எழும்பிச்

அவை நாயகன்

சிறகை விரித்துப் பறந்தன. நீரில் இங்குமங்கும் நீந்தித் திரிந்த மீன்களுக்கு அது அச்சமூட்டியது.

மாலை மயங்கும் வேளையில் முகாமுக்குத் திரும்பினோம். அடுத்த நாள் விடிவதற்கு முன் கிளம்பி விட்டோம். சூரியனின் கதிர்கள் மலைத்தொடரின் உச்சியில் வீழும் முன் மூன்று மைல்கள் வரை நடந்திருப்போம்.

மதிய நேரம் மூன்று மலைச் சிற்றோடைகள் ஒன்றுகூடும் இடத்தில் இருந்த வேட்டையாடிகள் விடுதிக்கு வந்தோம். இரண்டாவது ஓடையருகே இருந்தது நாங்கள் செல்ல வேண்டிய பாதை. வானிலை இனிமையாக இருந்ததால் கோடைகால உடுப்புகளோடுதான் பயணித்தோம். இரவு நேரம் குளிராக இருந்தால் உடைமாற்றிக் கொள்வது பற்றி யோசிக்கலாம். அந்த நாள் வெம்மையாக இருந்ததால் எல்லோருக்கும் மகிழ்ச்சி. ஆனால் டெர்சுவின் அணுகுமுறை வேறு விதமாக இருந்தது.

'இதோ பாருங்கள் கேப்டன்..' சொல்ல ஆரம்பித்தான். 'பறவைகள் இரைதேடிப் வேகமாகப் பறக்கின்றன. அவர்களுக்குத் தெரியும் -மோசமான காலைநிலை வரப்போகிறது என்பது.'

எங்கள் காற்றழுத்தமானி அறிக்கை வெளியிட்டு விட்டார். அதைச் சொல்லியே கிண்டலும் செய்தேன். அவனோ உணர்ச்சியற்ற குரலில் பதில் தந்தான் :

'இதெல்லாம் முதலில் பறவைக்குத் தெரியும். பிறகு எனக்குத் தெரியும்.'

சிகோடா-அலின் மலைத்தொடரைச் சென்றடைய இன்னும் ஆறு மைல் தூரம் இருக்கும். எங்கள் தோள்பைகள் இசைவின்றியும் கனமாகவும் இருந்தன. ஆனால் நாங்கள் மகிழ்ச்சியாக ஓரிரு இடங்களில் ஓய்வெடுத்துக் கொண்டே நடந்தோம். மாலை நான்கு மணிக்குள் சிகோடா-அலின் மலைத்தொடருக்கு வந்து விட்டோம். இங்கிருந்துதான் அதன் உச்சியை அளவிட்டு வரையவும் முடியும். மலையின்

டெர்சு உஸாலா | விளாதிமிர் கே ஆர்சென்யேவ்

மேல் ஏறும் மனநிலையை ஏற்படுத்திக் கொண்டேன். ஆனால் டெர்சு என் தோளைத் தொட்டுச் சொன்னான் :

'காத்திருப்போம் கேப்டன்..' என்றான். 'முகாம் அமைத்துக் கொள்ளலாம்.'

காலையில் வேகமாக இரைதேடித் திரிந்த பறவைகள் இப்போது இல்லையென்பதைச் சுட்டிக் காட்டினான். சூரியன் மறைவதற்கு முன்னால் உயிர்ப்புடன் இருக்கும் காடு அமைதியாகி விட்டதைக் கூறினான். பறவைகள் வேறெங்காவது போய் ஒளிந்திருக்கும் என்றான்.

கூடாரம் அமைக்கும்போது இயன்றவரை ஆழமாக முளையடித்து வைக்குமாறும், முக்கியமாக விறகுகளைக் கணிசமான அளவுக்குச் சேகரிக்குமாறும் அறிவுறுத்தினான். ஓர் இரவுக்குத் தேவையானதை விட அதிகமாகவே விறகு தேவைப்படும் என்றான். விவாதத்துக்கு இடமின்றி நானும் போய் விறகு திரட்டிச் சேகரிக்க உதவினேன். இரண்டு மணி நேரத்தில் நன்றாக இருட்டி விட்டது. விறகு சேகரித்து வந்த வீரர்களிடம், அவை போதாது என்று திருப்பியனுப்பினான். சீனர்களான எங்கள் இரு வீரர்களோடு டெர்சு பேசிக் கொண்டிருப்பதைக் கேட்டேன்:

'அவர்களுக்கு இதெல்லாம் புரியாது. வேலையை நாமாகத்தான் செய்து கொள்ள வேண்டும்.'

மூன்றுபேர் முகாம் அமைக்கும் பணியில் இருந்தனர். இன்னும் இருவரையும் அவர்களின் உதவிக்கு அனுப்பினேன். நல்ல இருட்டில்தான் வேலையை நிறுத்தினோம்.

வானில் நிலவு எழுந்தது. இரவு தெளிவாகவும் அமைதியாகவும் இருந்தது. அடர்ந்த காட்டில் உலர்ந்த இலைகளின் மேல் பட்டுத் தெறித்து நீள்கோடுகளை உருவாக்கியது நிலவொளி. பூமியின் அமைதி, வானத்தின் அமைதி, சுற்றுப் புறச் சூழல் என்ற இவை எதுவும் சொல்லவில்லை -ஒரு புயல் உருவாகிக் கொண்டிருக்கிறது

என்பதை. களியாட்ட நெருப்பின் முன் அமர்ந்து தேநீரைப் பருகிக் கொண்டே எங்கள் கோல்டு பழங்குடி நண்பனின் எச்சரிக்கையை நாங்கள் கற்றிருந்த அறிவார்ந்த மொழிகளால் பகடி செய்து கொண்டிருந்தோம்.

'நீ சொன்னது இன்றைக்கு நடக்கப் போவதில்லை' என்று அவனிடமே சொன்னான் ஒரு வீரன்.

டெர்சு பதில் சொல்லவில்லை. தளராத முயற்சியுடன் கூடாரங்கள் அமைப்பதில் கவனம் கொண்டிருந்தான். புடைத்திருந்த ஒரு பாறையில் முளைக் குச்சி அடித்து, ஒரு மரத்தின் அடிக்கட்டையை இழுத்து வந்து கற்களுடன் சேர்த்து இறுக்கிக் கட்டினான். பிறகு அதைத் தார்ப்பாயால் மூடினான். தரையில் உறுதியாக முளையடித்த இடத்திற்கருகே நெருப்பை மூட்டினான். அவன் அமைத்த கூடாரம் வசதியாக, சொகுசாக இருந்தது. நான் தானாக எனது பொருட்களுடன் அங்கே போய்ச் சேர்ந்து கொண்டேன்.

நேரம் கடந்து கொண்டிருந்தது. ஆயினும் அமைதிதான் நீங்காதிருந்தது. டெர்சுவின் வானிலை முன்னறிவிப்பின் மீதான நம்பிக்கையை நான் இழக்கத் தொடங்கியபோது ஒரு சம்பவம் நடந்தது. நிலவுக்கருகே அதன் விளிம்பில் பாதியளவு வண்ணத்துடன் தென்பட்ட ஒரு புள்ளி என் ஐயங்களைத் தகர்த்து விட்டது. நிலவின் முழுவட்டம் தனது ஒளியைப் படிப்படியாக இழந்து, அதன் வெளி விளிம்பு தெளிவற்று மங்கலாகி விட்டது. அது வேகமாக வானத்தையும் மூடிக் கொண்டது. அந்த மங்கல் எங்கிருந்து வந்தது, எங்கே போகிறது என இனங்காண முடியவில்லை.

விரைவில் தூறல் விழப் போகிறது என்ற நினைப்பு ஆறுதலாகி என்னைத் தூங்க வைத்தது. எத்தனை நேரம் உறங்கியிருப்பேன் எனத் தெரியவில்லை. முர்சின் பரபரப்புடன் என்னை உலுக்கி விட்டதால் விழித்தேன்.

'பனி விழுந்து கொண்டிருக்கிறது' என்று அறிக்கை தந்தான் டெர்சு.

டெர்சு உஸாலா | விளாதிமிர் கே ஆர்சென்யேவ்

போர்வையை உதறிவிட்டு எழுந்தேன். இருட்டாக இருந்தது. நிலவு மறைந்து போயிருந்தது. பனி பொழிந்து கொண்டிருந்தது. நெருப்பின் ஒளி, கூடாரத்தையும், உறங்கும் வீரர்களையும், சேகரித்த விறகுகளையும் வெளிச்சமாய்க் காட்டியது. நான் டெர்சுவை எழுப்பினேன். விழித்துக் கொண்ட அவன் தூக்கக் கலக்கத்துடன் வானத்தைப் பார்த்தான். பிறகு தனது புகைக்குழாயைத் தேடுவதில் மும்முரமாக இருந்தான்.

'மிகவும் நல்ல அமைதி' என்றான். 'நீண்ட நாட்களாக இங்கு காற்றே இல்லை. இப்போது நமக்கும் பெரியதொரு பனிப்புயல் கிடைத்திருக்கிறது.'

உண்மையில் அமைதியான சூழல்தான். ஆனால் அது எங்களை அச்சுறுத்துகிறதே. பனிப்பொழிவு அதிகரித்தது. தரையில் விழுந்த அதன் சிதறல்கள் சரசரப்பொலி தந்தன. எஞ்சிய வீரர்களும் எழுந்து தமது பொருட்களை எடுத்து வைக்கத் தொடங்கினர்.

திடீரென்று பனிப்பொழிவு சுழற்காற்றாக மாறியது.

'தொடங்கி விட்டது' என்றான் டெர்சு.

அவனது சொற்கள் அந்த மலைத்தொடரை ஊடுருவிச் சென்று, பின் பதில் தருவதுபோல் எதிர்பார்க்கவே முடியாத வீச்சைக் கொண்ட காற்றாய் எழுந்தது. அதனைத் தொடர்ந்து இரண்டாவது, மூன்றாவது, ஐந்தாவது, பத்தாவது என ஒன்றை விஞ்சி இன்னொன்றாய் வீசியது. நெருப்பு சுடர் விட்டு ஒளிர்ந்தது. கூடாரம் உறுதியாக அமைந்து விட்டது என்பது நல்ல செய்தி. இல்லையென்றால், காற்று அதை எப்போதோ பிய்த்து விசிறியடித்திருக்கும்.

டெர்சுவைத் திரும்பிப் பார்த்தேன். அமைதியாகப் புகைக்குழாயை உறிஞ்சியவாறே, எரியும் நெருப்பைக் கருத்தூன்றிப் பார்த்துக் கொண்டிருந்தான். எத்தனை பனிப்புயல்களைத் தனது வாழ்க்கையில் கண்டிருப்பான். ஆகவே, சற்று அசட்டையாகயும் கலங்காமலும் இருந்தான்

என்றே சொல்லலாம். எனது எண்ணங்களைப் புரிந்து கொண்டவனாக:

'நம்மிடம் தேவையான அளவுக்கு விறகு இருக்கிறது. கூடாரங்கள் உறுதியாக உள்ளன. கவலை வேண்டா.'

ஒரு மணி நேரத்தில் ஒளி பெருகி வளர்ந்தது. பேரிரைச்சலும் பெருங் குழப்பமும் திடீரெனத் தோன்றின. காற்று கொடுஞ் சீற்றத்துடன் வீசியது. மரக்கிளைகள் முறிபட்டுக் காற்றில் இறகுகள் போலப் பறந்தன. பேருருவங் கொண்ட செடார் மரங்கள், கைவிரல்களைப் போல நடுங்கின. மலைகள், வானம், நிலம் அனைத்துமே பனியால் சூழ்ந்தன. பனிக்காற்று சுழன்றடித்தபடியே இருந்தது. அவ்வப்போது, அடர்ந்த திரை போன்ற பனியின் ஊடே மரங்களைக் கணநேரம் பார்த்துக் கொள்வோம். அப்போது புதியதாய் ஒரு காற்று வந்து அக்காட்சியை அழித்து விடும்.

பேச வார்த்தையின்றித் திகைப்புடன் நாங்கள் கூடாரங்களில் ஒருவரையொருவர் ஆதரவாக அணைத்துக் கொண்டோம். இடையில் பிற்பகலுக்குள் காற்று இன்னும் வலிமையைச் சேர்த்துக் கொண்டது. கூடாரங்கள் ஒரு மலைக் குவட்டினால் தடுக்கப் பட்டிருந்தாலும் பாதுகாப்பு இல்லாதது போலவே உணர்ந்தோம். எங்கள் பக்கமாகக் காற்று வீசும்போது வெம்மையும் புகையும் நிறைந்து கொள்ள, அதுவே திரும்பி எதிர்ப்புறமாக வீசும்போது கடுமையான குளிர் வந்து தாக்கியது.

தண்ணீர் எடுத்து வர ஆற்றுக்குப் போகவோ, பனிக்கட்டிகளைப் பொதித்து வைக்கவோ நாங்கள் முயலவேயில்லை. அவை தேநீர்ப் பாத்திரங்களில் தாராளமாக நிரம்பியிருந்தன. மாலையில் புயற்காற்று உச்சத்தை அடைந்தது. இருட்டத் தொடங்கும்போது அதன் தாக்கம் இன்னும் திகிலூட்டும் வகையில் இருந்தது. அந்த இரவில் எங்களில் கொஞ்சம் பேர் மட்டும் உறங்கிக் கொண்டோம். வெம்மையைத் தக்க வைத்துக் கொள்ள வேறெதையும் செய்ய இயலவில்லை.

டெர்சு உஸாலா | விளாதிமிர் கே ஆர்சென்யேவ்

21-ஆம் தேதி பனிப்புயல் கடுமையாக வீசி எங்களை முடக்கிப் போட்டது. வடகிழக்குத் திசையில் அது தீவிரம் பெற்றுக் கொடுங்காற்றாய் வீசியது. சில அடிகளுக்கு அப்பால் கூட எதையும் பார்க்க முடியவில்லை.

கடும் சிரமத்துடன் நெருப்பை அணையாமல் பாதுகாத்தோம். கூடாரங்களின் அருகே பனித்திரள் குவிந்தது. பிற்பகலில் அவை திரண்டு சுழற்காற்றில் தரையிலிருந்து மேகம் போல் உயர்ந்து சென்று சிதறிக் காட்டை நிறைத்தது. சுழற்காற்று ஒவ்வொரு முறை வீசும்போதும் தனது தடத்தைப் பதிக்கும் விதத்தில் பல மரங்களை வேரோடு சாய்த்தது.

மாலையில் வானம் ஓரளவு தெளிவாகியது. ஆனால் வெப்பநிலை தொடர்ந்து வீழ்ந்தே இருந்தது. இனங்காண முடியாத சிறு ஒளிக்கீற்றுத் தென்பட்டது. மூடுதிரை இட்டிருந்த மேகத்தின் உள்ளிருந்து சூரியன் எட்டிப் பார்த்தான்.

விறகின் இருப்பு வெகுவாகக் குறைந்து கொண்டிருந்தது. மீண்டும் சேகரித்து வைக்க வேண்டும். உடனே வெளிக் கிளம்பி முகாமுக்கு அருகேயுள்ள காட்டிலிருந்து சுமந்து வந்து சேர்த்தோம் -டெர்சு நிறுத்தச் சொல்லும் வரை. ஓடி வந்து நெருப்பின் முன் அடிக்கடி கைகளைச் சூடுபடுத்திக் கொண்டோம் என்பதைச் சொல்ல வேண்டியதில்லை. இன்னுமொரு நிம்மதியில்லா இரவு கவிந்து கொண்டிருந்தது.

காலையில் வானிலை கொஞ்சம் மாறியிருந்தது. காற்று இன்னும் தீவிரமாக வீசிக் கொண்டிருந்தாலும், சிகோடா-அலின் மலைத்தொடரின் மேற்குச் சரிவு, இதைவிடப் பாதிக்கப் பட்டிருக்காது என்பதனால், அதனைக் கடந்து போகத் தீர்மானித்தோம். முடிவு செய்யும் வாக்கு டெர்சுவால் அளிக்கப் படவேண்டும்.

'விரைவில் இது நின்றுவிடும் என்று நினைக்கிறேன்' சொல்லிக் கொண்டே தனது உடைமைகளைச் சேகரித்துக் கட்டி வைத்தான்.

முகாம் அமைக்கத் தேவை இருக்கவில்லை. இருபது நிமிடங்களில் தோள்பைகளைச் சுமந்து கொண்டு மலையின்மீது ஏறத் தொடங்கினோம்.

செங்குத்தாக ஏற வேண்டியிருந்தது. சில இடங்களில் பனி, மூன்றடி வரை ஆழமாகப் படிந்திருந்தது. உச்சியை அடைந்து மூச்சு வாங்கிக் கொள்ள நின்றோம். காற்றழுத்தமானி அந்தக் கணவாய்ப் பகுதியைக் கடல் மட்டத்துக்கு மேல் 3000 அடி எனக் காட்டியது. எனவே அதற்கு 'அமைதிக் கணவாய்' எனப் பெயரிட்டோம்.

கொடூரமான காட்சியொன்று உச்சியிலிருந்து விரிந்தது. புயற்காற்றின் காட்டின் எல்லாத் தன்மைகளையும் சிதைத்து விட்டிருக்கிறது. முன்னர்க் குறிப்பிட்டது போலப் பாறைப் பகுதியிலுள்ள மரங்கள் நிலத்துடன் தமது வேர்களைப் பரவ விட்டிருக்கும். அவற்றில் சிறிதளவே பாசி படர்ந்திருக்கும். சில மரங்கள் மட்டும் புயலுக்குப் பலியாகியிருக்கும். மற்றவை வேர்கள் தளர்ந்திருப்பதால் காற்றில் அங்குமிங்கும் ஊசலாடிக் கொண்டிருக்கும். இங்கே கறுத்த பாறைப் பிளவுகளுக்குள் வெளுத்த பனி மூடியிருந்தது. எங்கள் வீரனொருவன், அலைபாய்ந்து கொண்டிருக்கும் வேர்களுக்குள் தனது தலையைத் திணித்திருந்தான். அப்போது வீசிய பெருங்காற்று அதை வேரோடு சாய்த்தது. பேரொலியுடன் வீழ்ந்த மரத்திலிருந்து மயிரிழையில் தப்பினான் வீரன். சாய்ந்த மரம், உறைந்து கிடந்த பனியுடன் மண்ணையும் சேர்த்து வாரியிறைத்து விட்டுத்தான் அடங்கியது.

18

இமான் ஊரை நோக்கி..

மேற்குச் சரிவு இலகுவாக இருந்தாலும் மலைப்பகுதியானது அடர்ந்த மரங்களாலும் சிதறிக் கிடக்கும் கற்களாலும் அமைந்திருந்தது. மலையின் அடிவாரத்தில் ஓர் ஓடையைப் பின் தொடர்ந்து போனோம். அது ஓர் ஆற்றுக்கு இட்டுச் சென்றது. பனி படர்ந்திருப்பதால் சின்னஞ்சிறிய கால்தடங்கள் கூடத் தெளிவாகத் தெரிந்தன. அங்கே, எல்க் மான்கள், மரக்கீரிகள், கத்தூரி மான், துருவப் பகுதிப் பூனைகள் ஆகியவை நடந்த சுவடுகள் தென்பட்டன. எனக்கு முன்னால் நடந்த டெர்சு, விலங்குகளின் கால்தடங்களைத் தீவிரமாகச் சோதித்துக் கொண்டே வந்தான். திடீரென ஓர் இடத்தில் நின்று கொண்டு சுற்றிலும் பார்த்து முணுமுணுத்தான் :

'எதைக் கண்டு பயந்து விட்டாள் அவள்.?

'யாரைச் சொல்கிறாய்..? என்றேன்.

'கத்தூரி மான்' என்று பதில் வந்தது.

நானும் கால்தடங்களை நன்றாக உற்றுப் பார்த்தேன். குறிப்பாக ஏதுமில்லை – நெருங்கியமைந்த ஓர் இணை சுவடுகளைத் தவிர. மலைக்க வைக்கும் நுண்ணறிவு கொண்டவன் டெர்சு. விலங்குகளின் கால்தடங்களை அடையாளங் கண்டு கொள்வதில் அது தெளிவாகப் புலப்பட்டது. சிறு ஒழுங்கின்மையும் அவனுக்கு, அந்த விலங்கு எதற்கு அஞ்சியோடியிருக்கிறது என்பதைக் கூறிவிடும்.

மான் எதைக் கண்டு வெருண்டது என்பதை அறிய விரும்பினேன். வழமை போல அவன் தந்த பதில் எளிமையாக, வெளிப்படையாக இருந்தது. இயல்பாக நடந்து வந்த மான், ஏதோ ஆபத்தைக் கணித்து எச்சரிக்கையாக முன்னேறியிருக்கிறது. பிறகு ஒரு துள்ளுத் துள்ளிக் குதித்தோடியிருக்கிறது. இவையெல்லாம் பனியில் தடங்களாக எழுதப் பட்டிருந்தன. நான் பயணம் தொடரும் முனைப்பில் இருந்தேன். ஆனால் டெர்சு நிறுத்தி விட்டான்.

'பொறுங்கள் கேப்டன்' எனக் கேட்டுக் கொண்டான். 'மானை அச்சுறுத்தியது யாரென்பது தெரிந்தாக வேண்டும்.'

ஒரு நிமிடத்திற்குப் பிறகு, அந்த மான் ஒரு மரக்கீரியைக் கண்டு பயந்திருக்கிறது என்பதை அறிவித்தான். வீழ்ந்து கிடந்த ஒரு பெரிய மரத்துண்டின் மீது மரக்கீரியின் கால்தடத்தைக் காட்டினான். அது மானைப் பின் தொடர்ந்து வந்து ஒரு மரக்கிளையில் மறைந்து கொண்டு மான்மீது தாவி விழுந்திருக்கிறது. பனியில் மான் விழுந்து புரண்ட இடத்தைக் கண்டு சொன்னான் டெர்சு. அங்கிருந்த குருதிக் கறைகள், மரக்கீரியானது மானின் பின்தலையில் அழுத்தமாகக் கடித்திருப்பதைக் காட்டின. உதறியெழுந்த மான் தனது எதிரியிடமிருந்து தப்பி வேகமாக ஓடியிருக்கிறது. துரத்துவதைக் கைவிட்ட கீரி, அருகிலிருந்த மரத்தின்மீது தொற்றி ஏறிக்கொண்டு விட்டது.

டெர்சு உஸாலா | விளாதிமிர் கே ஆர்சென்யேவ்

டெர்சு மட்டும் சிறிது காலத்திற்கு என்னோடு இருந்தால், மனிதர்களோடு இணக்கமாகப் பழகுகிறவனாக இருந்தால், இதுபோன்ற தடமறியும் அறிவை, வேட்டையாடிகளை விட அதிகம் கற்றுக் கொண்டவனாக இருப்பேன் என்பது உறுதி.

பேசுவதை விடப் பார்ப்பதில்தான் கவனம் அதிகம் அவனுக்கு. அற்பக் காரணத்துக்காக ஒரு நிமிடத்தையும் வீணாக மாட்டான். விதிவிலக்காக, ஆர்வமூட்டும் ஏதோவொன்று கண்ணில் பட்டு விட்டால் மட்டுமே அதைப் பற்றித் தனக்குத்தானே உரக்கப் பேசிக் கொண்டிருப்பான்.

சிகோடா-அலின் மலைத்தொடரிலிருந்து 15 மைல் தொலைவில், நாங்கள் தொடர்ந்து சென்ற ஆறு, வடக்கிலிருந்து பாயும் இன்னோர் ஆற்றுடன் இணைந்து கொண்டது. குலும்பா ஆறு தொடங்குமிடமும் அதுதான். அது எங்களை இமான் ஆற்றுக்குக் கொண்டு வந்து சேர்த்தது. ஆற்றின் இரு கரைகளிலும் பனி உறைந்து கிடந்ததால் அதை எளிதாகத் தாண்டிக் கடந்தோம்.

ஒரு சிறு பறவை தனது விளையாட்டுத் தனமான நடவடிக்கைகளால் கவனத்தை ஈர்த்து எங்கள் வீரர்களிடம் 'களிப்பூட்டும் பறவை' என்ற பெயரை ஈட்டிக் கொண்டது. அது அவுசல் எனும் நீர்வாழ் பறவை. த்ரஷ் எனப்படும் பூங்குருவியை விடச் சிறியது. தண்ணீருக்கு அருகிலேயே இருக்க விரும்பும் இயல்புடையது. அதைக் கண்டதும் நெருங்கிச் சில தப்படிகள் முன்னேறி, நின்று கவனித்தேன். விழிப்புடன் தலையைத் திருப்பிப் பார்த்து, அலறிக்கொண்டே தனது சிறிய வாலை அலறல் ஒலிக்கேற்ப அசைத்தவாறு பறந்து போனது. பிறகு, திடீரென ஓடைநீரில் பாய்ந்தது. நீரோட்டத்தைப் பற்றி அறியாமல் கவனக் குறைவாக நீரின் அடிப்பகுதி வரை போய் அங்கே நடைபயிலும் இயல்புடையது அப்பறவை

● அவை நாயகன்

என உள்ளூர்வாசிகள் சொல்வதுண்டு. மீண்டும் தரைக்கு வந்து எங்களைப் பார்த்தவுடன் சிறகை விரித்து உரக்க ஒலியெழுப்பிக் கொண்டே தேங்கியிருக்கும் நீரின்மீது மேல்பகுதிக்குப் போனது. அதைத் தொடர்ந்து போனதில் நான் அறிந்தது என்னவென்றால், அது தொலைவிலிருந்தே என்னைக் கவனித்துக் கொண்டுதான் இருந்திருக்கிறது என்பதுதான்.

ஆற்றின் மேற்பரப்பு நன்றாக உறைந்திருந்ததால் பனிக்கட்டியின் மேல் நடந்தே பயணத்தைத் தொடர்ந்தோம். முன்னேறவும் எளிதாக இருந்தது. அப்போது ஒரு பெருங்காற்று வீசி பனியைச் சிதறடித்தது. திடமாக இருந்தாலும், உண்மையில் இன்னும் உறையாத, பாத்தி போன்ற பகுதிகள் நீரின்மேல் இருந்தன. அங்கிருந்து அடர்த்தியான உறைபனி உருவாகிக் கொண்டிருந்தது.

நடந்து மூன்று மைல்களுக்கப்பால் இரு கொரியர் குடில்களுக்கு வந்து சேர்ந்தோம். அவற்றின் உரிமையாளர்கள் வயதான இருவரும், இளைஞர்கள் இருவரும். குடில்கள் புதிதாகவும் துப்புரவாகவும் இருந்தன. அத்தோற்றமே அவர்களோடு ஒருநாள் அங்கே தங்கிக் கொள்ள வைத்தது.

நண்பகலில் அவர்களில் இருவர் கத்தூரி மானைப் பிடிக்கும் வீழ்த்துகுழிகளைச் சோதிக்கப் புறப்பட்டனர். நானும் அவர்களுடன் சேர்ந்துகொண்டேன். குடில்களில் இருந்து அவை 150 அடி தூரத்தில் இருந்தன. வீழ்ந்த மரத்தின் கிளைகளாலும் நிலத்தில் ஆழமாகப் புதைக்கப்பட்ட கழிகளாலும் உருவான, நான்கடி உயரமுள்ள வேலிகளால் சூழப்பட்டிருந்தன. மலைத்தொடர் எங்கிலும் மான்கள் நடமாடும் பகுதியில் இக்குழிகள் அமைக்கப் பட்டிருக்கும். வேலிகளில் இடைவெளி விட்டு அங்கே சுருக்குக் கயிறுகள் கிடந்தன. சுருக்கில் மாட்டும் மான்கள், விடுபடக் கடுமையாகப் போராடும். அப்போது கயிறு இறுகி அவற்றை வீழ்த்தி விடும்.

டெர்சு உஸாலா | விளாதிமிர் கே ஆர்சென்யேவ்

ஒவ்வொரு குழியைச் சுற்றிலும் 22 சுருக்குக் கயிறுகள் கிடந்தன. நான்கு குழிகளில் மூன்று மான்களும், ஓர் இரலையும் இறந்து கிடந்தன. வேட்டையாடிகள் மான்களைக் காகங்களுக்கு இரையாக்கி விடுவர். கத்தூரி மான்கள் விலை மதிப்புள்ளவை என்பதால் அவற்றை வைத்துக் கொள்வர். ஒரு சிறிய அளவு கத்தூரித் திரவியம் ஒரு ரூபிள் என்ற கணக்கில் சீன வணிகர்கள் அவற்றை வாங்கிக் கொள்வர். இறைச்சியைப் பொறுத்த மட்டில், கத்தூரி மான் மட்டும் அவர்களுக்குப் போதும். எஞ்சியதை அடுத்த நாட்களுக்கான தேவைக்காகவும் வைத்துக் கொள்வர். குளிர்காலத்தில் 125 மான்கள் வரை பிடித்தால், அவற்றில் நான்கில் ஒன்று கத்தூரி மானாக இருக்கும்.

அப்பகுதியில் எல்ம், நெட்டிலிங்கம், பிர்ச், காட்டரசு, மேப்பிள் போன்ற கொத்துக் கொத்தாய்க் காய்க்கும் மரவகைகள் உண்டு. மலையுச்சியில் பூம்பட்டின் மென்மை கொண்ட செடார் மரங்கள் பெருமளவில் இருக்கும்.

அன்று 10 மைல்கள் மட்டுமே நடந்திருப்போம். மாலைநேரம் கழிமுகத்தைத் தாண்டி ஓர் இடத்தில் கூடாரம் ஒன்று தனியே இருப்பதை எங்கள் ஆட்கள் கண்டறிந்து சொன்னார்கள். அங்கே மேலெழுந்த புகை அதை உறுதிப்படுத்தியது. நீண்ட குச்சிகளில் மீன்கள் மாட்டி உலர வைக்கப் பட்டிருந்தன. யர்ட் எனப்படும் அந்தக் கூடாரம், செடார் மரப் பட்டைகளால் உருவாக்கப் பட்டுப் புற்களால் வேயப் பட்டிருந்தது. பத்தடி நீளமும் ஐந்தடி உயரமும் கொண்டிருந்தது. ஆற்றங்கரையின் கீழ்ப் பகுதியில் இரண்டு படகுகள் கிடந்தன. ஒன்று அளவிற் பெரியதாகவும் விநோதமான மூக்குப் போன்ற முன்புறமும் கொண்டிருந்தது. மற்றொன்று எடை குறைவாக, கூர்மையான முன், பின்பகுதிகளை உடையதாக இருந்தது. ரஷ்யர்கள் அதை ஓமரோஷ்கா என்று அழைத்தனர்.

● அவை நாயகன்

கூடாரத்தை நெருங்கியபோது அங்கிருந்த இரண்டு நாய்கள் பெருத்த சத்தத்தை எழுப்பி வரவேற்றன. ஒரு வினோதமான, மனிதன் போலத் தோற்றங்கொண்ட உருவம் வெளியே வந்தது. முதலில் அது ஒரு சிறு பையனாக இருக்கும் என்று நினைத்தேன். மூக்கில் இருந்த வளையங்கள் அது ஒரு பெண் என்பதை உணர்த்தியது. பன்னிரண்டு வயதுடைய சிறுமியின் உயரம்தான் அவளுக்கு. மான்தோல் சட்டை, வண்ணப் பூத்தையலிட்ட முழங்கால் பட்டைகள், அதைப் போலவே உருவாக்கிய உள்ளூர் வகைக் காலணிகள் மற்றும் தரங்குறைந்த கைவளை அணிந்திருந்தாள். வெண்ணிறச் சால்வை தலையைப் போர்த்தியிருந்தது.

எங்களைப் பார்த்து, முதலில் அதிர்ந்தும் பிறகு வியந்தும் போனதை அவள் முகம் காட்டியது. கண்ணியம் மிக்க ரஷ்யர்கள் அந்தக் காட்டிற்குள் வர மாட்டார்கள் என்று எண்ணியிருக்கலாம். அதனால் 'சோல்தான்' எனப்படும் திருடர்கள் என்று நினைத்து உடனே கூடாரத்திற்குள் போய் மறைந்து விட்டாள். அவளது ஐயத்தைப் போக்கும் வகையில், டெர்சு என்னை அந்தப் பயணத்திற்கான தலைவன் என்பதை விளங்கிக் கொள்ளுமாறு கூறினான். ஆயினும், தனது ஆர்வத்தை உரக்கப் பேசி வெளிப்படுத்த உள்ளூர் வழக்கம் இடங்கொடாத காரணத்தால், தன்னை ஒருமுறை சரிபார்த்துக் கொண்டு எங்களைத் தெரியாதது போல் கவனிக்கத் தொடங்கினாள்.

கூடாரம் சிறியது. உள்ளே இன்னும் சிறிதாகத் தெரிந்தது. ஒருவர் அதில் உட்காரலாம். அல்லது படுத்துக் கொள்ளலாம். அதற்கருகே முகாம் அமைக்க வீரர்களுக்கு ஆணையிட்டேன்.

கடலோரம் வாழும் உதேஹி பழங்குடிகள், சீனர்களுடன் இருந்து அவர்களின் பழக்க வழக்கங்களை ஏற்றுக் கொண்டவர்களாகவும், உள்நாட்டில் ஒதுங்கியிருப்பவர்கள் இன்னும் பழமை மாறாமலும் இருப்பவர்கள்.

அந்தப் பெண் அமைதியாக இரவுணவு தயாரிக்கத் தொடங்கினாள். அடுப்பின் மேல் ஒரு பாத்திரத்தை வைத்துத் தண்ணீர் ஊற்றி இரண்டு பெரிய மீன்களை அதில் இட்டாள். பிறகு தன் புகைக்குழாயை எடுத்துப் புகையிலை நிரப்பிப் புகைக்கத் தொடங்கினாள். அரிதாக நம் டெர்சுவிடம் சில கேள்விகளைக் கேட்டுக் கொண்டாள்.

உணவு தயாரானதும் வீட்டின் உரிமையாளன் வந்து சேர்ந்தான். இடுப்பில் செருகப்பட்ட நீண்ட சட்டையும், கால்சட்டையும் முழங்கால் பட்டை, மீன்தோல் காலணிகள், ஆட்டுத்தோல் தொப்பி, அதன்மீது அணில் வால், தலையைச் சுற்றிக் கட்டிய சால்வையுடன் காட்சியளித்தான். அவனது நிறம், வெயிலில் காய்ந்த முகம், வண்ணமயமான உடை, அணில் வால், விரல்களில் மோதிரங்கள், தோள்காப்புகள் ஆகியவை, அவன் வழக்கமாகவே குற்றச் செயல்களில் ஈடுபடுகிறவனோ என ஐயுற வைத்தது. நெருப்பின் அருகே அவன் போய் அமர்ந்து கொண்ட விதமும், எங்களை அதிகம் பொருட்படுத்தாத தன்மையும் அதை அழுத்தமாக உறுதி செய்தது.

விருந்தாளிகள்தான் முதலில் மௌனம் கலைத்துப் பேச வேண்டும் என்பது அங்கே வழக்கம். டெர்சு அதைப் புரிந்து கொண்டு, வழித்தடங்கள் மற்றும் பனி விழுந்திருக்கும் அளவு ஆகியவை குறித்து அவனிடம் கேட்டான். அது உரையாடலைத் தொடங்கி வைத்தது. நாங்கள் யாரென்பதை அறிந்துகொண்ட அந்த உதேஹிப் பழங்குடி, எங்கள் குழு கீழிறங்கி இமானுக்குச் செல்லவிருப்பது தனக்குத் தெரியும் என்றும் அங்கே எங்களை யாரோ எதிர்பார்த்துக் கொண்டிருப்பதாகவும் கூறினான். இதையெல்லாம் ஆற்றின் கீழ்ப் பகுதியிலுள்ள தனது உறவினர்கள் மூலம் தெரிந்து கொண்டதாகவும் தெரிவித்தான். இது எங்களுக்குத் திகைப்பை உண்டாக்கி விட்டது.

அவை நாயகன்

மாலையில் எங்களது உடைகளைப் பரிசோதித்த அவனது மனைவி அவற்றைச் செப்பனிட்டுத் திருத்திப் பழைய காலணிகளுக்குப் பதிலாகப் புதியனவற்றைத் தந்தாள். வீட்டின் உரிமையாளன், உறங்குவதற்காக ஒரு கரடித்தோல் போர்வையை எனக்கு அளித்தான். அதனுடன் எனது போர்வையையும் சேர்த்துப் போர்த்தி உறங்கப் போனேன்.

கடுமையான குளிர் வாட்டியதால் இரவில் விழித்துக் கொண்டேன். அங்கே நெருப்பு இல்லையென்பது தெரிந்தது. ஓரிரு தணல்கள் மட்டும் கணப்பில் மினுமினுத்தது. மேற்கூரை திறந்திருந்ததால் தாரகை சூழ்ந்த வான்பரப்பு காட்சியானது. விகாரமான குறட்டையொலி கூடாரத்தின் ஒரு மூலையிலிருந்து கேட்டது. உறங்கப் போகும் முன்னரே அத்தம்பதியர் நெருப்பு, கூடாரத்தைப் பற்றிவிடாமல் காக்க அதைத் தணித்து வைத்திருந்தனர் என்பது தெளிவானது. போர்வையை இன்னும் இறுக்கிச் சுற்றிப் போர்த்திக் கொண்டேன். அது பயன் தரவில்லை. குளிர் ஊடுருவித் துன்புறுத்தியது. எழுந்து தீக்குச்சியைப் பற்றவைத்து வெப்பமானியைப் பார்த்தேன். அது –17 டிகிரி செண்டிகிரேட் எனக் காட்டியது. பிறகு, எனது படுக்கையில் இருந்த பிர்ச் மரப் பட்டைகளில் ஒரு பகுதியைப் பிய்த்தெடுத்து நெருப்பில் இட்டுத் தணலை ஊதிவிட்டேன். ஒரு நிமிடத்திற்குப் பிறகு அழகிய கனல் அதில் தோன்றியது. உடையணிந்து கொண்டு கூடாரத்தை விட்டுக் கிளம்பினேன். எனது வீரர்கள் அருகில் நெருப்பு இருந்ததால் நிம்மதியாகத் தூங்கிக் கொண்டிருப்பது தெரிந்தது. நெருப்பைக் குறித்து எனக்கும் எச்சரிக்கை இருந்ததால் திரும்பி விட்டேன். வழியில் ஆற்றோரத்தில் இன்னொரு வெளிச்சம் தெரிந்தது. அங்கே டெர்சு இருந்தான். ஆற்றுநீர் அடித்துக் கரையில் ஒரு துளையை ஏற்படுத்தியிருந்தது. அதை ஒரு குகை போலப் பாவித்து

டெர்சு உஸாலா | விளாதிமிர் கே ஆர்சென்யேவ்

புற்படுக்கை அமைத்து அதன்மேல் படுத்திருந்தான். பற்களில் புகைக்குழாயும், பக்கத்தில் துப்பாக்கியும் இருந்தன. தட்டி எழுப்பினேன். எழுந்து கொண்டு, நீண்ட நேரம் தூங்கி விட்டோமோ என நினைத்து உடனே தனது உடைமைகளைச் சேகரிக்கத் தொடங்கினான். ஆனால், என்ன நடக்கிறது எனத் தெரிந்த பின், தனது இடத்தை எனக்குத் தந்துவிட்டு அருகில் படுத்துக் கொண்டான். கூடாரத்தில் கரடித்தோல் போர்வை தராத தூக்கத்தை அந்த இடத்தின் வெம்மை எனக்குத் தந்தது.

உறக்கம் கலைந்து எழுந்தபோது அனைவருமே தயாராகி விட்டது தெரிந்தது. வீரர்கள் மான்கறியைச் சமைத்துக் கொண்டிருந்தனர். அந்த உதேஹி, தானும் சிடாதுங் வரை துணையாக வருவதாகச் சொன்னான்.

அன்று அதிக தூரம் நடந்து போகவில்லை. உணவுப் பொருள் இருப்புக் குறைந்து, தோள்பைகள் எடை குறைந்து போனாலும், அவற்றைத் தூக்கிச் சுமந்து செல்வது கடினமாக இருந்தது. தோள்பகுதியில் அதன் பட்டைகள் கிழிந்து போயின. குழுவில் அனைவருக்கும் இதே நிலைதான்.

குளிர்காற்று, பனியை உறுதியாக்கி, உலரச் செய்ததால் பயணம் தடைப்பட்டுத் தாமதமானது. குறிப்பாக மலையேறுவது கடினமானதால் ஓய்வெடுத்துக் கொள்வது கட்டாயமானது.

ஆற்றோரத்தில் ஒரு காலிக்கூடாரத்தைக் கண்டோம். வீரர்கள் அதை வீடாக்கிக் கொண்டனர். எம்மிடம் இருந்த சீன வீரர்களோ வெட்டவெளியில் உறங்கத் தீர்மானித்தனர். முதலில் அவர்களோடு உறங்க நினைத்திருந்த டெர்சு, அவர்கள் விறகுகளைச் சேகரிப்பதில் மும்முரமாக இருந்ததால் வேறு இடம் தேட வேண்டியதாயிற்று.

'அவர்களுக்குத் தெரியாது' என்றான். 'என் சட்டையை நெருப்பில் போட முடியாது. நல்ல விறகுதான் வேண்டும் அதற்கு. வாருங்கள் போவோம்.'

அடிக்கடி வந்து போகும் வேட்டையாடிகளுக்கு அந்தக் கூடாரம் தங்குமிடம் என்பது தெளிவாகத் தெரிந்தது. சுற்றிலும் எரிந்து அணைந்த மரத்துண்டுகள் கிடந்தன. அவை டெர்சுவின் ஊக்கத்தைக் குலைக்கவில்லை. காட்டிற்குள் வெகுதூரம் போய் ஒரு சாம்பல் நிற ஒதியமரத்தைக் கொண்டு வந்தான். மேலும் இருட்டும் வரை விறகு சேகரித்துக் கொண்டே இருந்தான். நானும் உதவினேன். கூடாரம், உடை பற்றிய கவலையேதுமின்றி நிம்மதியாக இரவைக் கழித்தோம்.

செந்நிற வானமும், பொழுது மறையும் வரை தொடுவானம் மூடினாற்போல இருந்ததும் உறைபனி ஏற்படப் போவதைக் கூறின. காலைநேரம் கடுங்குளிராக இருந்தது. சோம்பலாக எழுந்தது சூரியன். ஒளி இருந்தபோதும் வெம்மை இல்லை. மேலும் கீழுமாய் அதன் ஆழிவட்டத்தின் மீது வெளிச்சக் கதிர்கள் பரவின. பளபளப்பான ஒளிப்புள்ளிகள் இரு மருங்கிலும் இருந்தன. துருவப் பகுதியில் வாழ்பவர்கள் அதைச் ‘சூரியனின் காதுகள்’ என்று அழைப்பர்.

எங்களோடு வந்த உதேஹி அப்பகுதி முழுவதையும் அறிந்து வைத்திருந்தான். குறுக்கு வழியிலேயே கூட்டிப் போனான். குலும்பா ஆற்றின் முகப்புப் பகுதியில் ஒரு காட்டுப் பாதையில் அழைத்துப் போனது, இமானுக்குச் செல்ல வேண்டிய நேரத்தில் ஒரு மணியை மீதப்படுத்தியது.

ஆற்றின் இரு கரைகள் மட்டும் உறைந்திருந்தன. எதிர்த் திசையில் உதேஹிப் பழங்குடிச் சிறுவர்கள் தென்பட்டனர். சிறிது தூரத்தில் ஒரு கூடாரமும் அதனருகே சிறு பத்தாயமும் இருந்தன.

டெர்சு சிறுவர்களிடம், ஆற்றைக் கடக்கப் படகு வேண்டும் என உரக்கக் கத்தினான். பயந்து போன அவர்கள் ஓடி மறைந்தனர். சிறிது நேரத்தில் கூடாரத்திலிருந்து ஒருவன் வெளிப்பட்டான். கையில் துப்பாக்கி இருந்தது.

டெர்சு உஸாலா | விளாதிமிர் கே ஆர்சென்யேவ்

அங்கிருந்தே டெர்சுவுடன் பேசிவிட்டு ஒரு படகைச் செலுத்தி வந்தான்.

உதேஹிகளின் படகுகள் நெடியவை. எடை குறைவானவை. தட்டையான அடிப்புறம் கொண்ட அவற்றை ஒருவன் எளிதாகச் செலுத்திக் கடக்கலாம். படகில் ஏறியதும் அது அபாயகரமாக இருபக்கமும் அசைந்தாடியது. தானாக ஒரு பக்கத்தைப் பிடித்துக் கொண்டேன். ஆனால், ஏறிப் பயணிக்கும் போதுதான் அதன் உறுதியின் மீது நம்பிக்கை வந்தது. நீண்ட கழியைக் கொண்டு அதைச் செலுத்தினான். நீரோட்டம் தென்படும் இடங்களில் பலத்தையும் பழக்கத்தையும் பயன்படுத்தி மெதுவாக அக்கரை கூட்டிப் போனான்.

கடைசியில் கூடாரத்தின் அருகே பனிக்கட்டியின் மீது கரைசேர்ந்தோம். அங்கே ஒரு பெண்ணும் மூன்று சிறுவர்களும் இருந்தனர். எங்களைப் பார்த்த சிறுவர்கள் மருண்டு தமது தாயின் பின்புறம் ஓடி மறைந்தனர். அந்தப் பெண் எங்களை உள்ளே வரவேற்றாள். நெருப்பின் முன் அமர்ந்து புகைக்குழாயைப் பற்ற வைத்துக் கொண்டாள். சிறுவர்கள் வெளியிலேயே நின்று கொண்டனர். பிறகு பத்தாயத்தில் மீன்களை ஒழுங்காக அடுக்கி வைக்கப் போயினர். கூடாரத்தினுள் இருந்த எண்ணற்ற வெடிப்புகளுக்குள் குளிர்காற்று சீழ்க்கையொலியுடன் எளிதாகப் புகுந்து கொண்டது. நடுவில் கணப்பு இருந்தது. சிறுவர்கள் அடிக்கடி உள்ளே ஓடிவந்து கைகளைச் சூடுபடுத்திக் கொண்டனர். அவர்கள் அணிந்திருந்த எளிய உடைதான் என்னை வியப்பில் ஆழ்த்தியது. வெற்றுடம்பு, கைகளில் உறை இல்லை. தலையில் தொப்பி கூட இல்லை. உறைபனியைப் பற்றிய கவலை ஏதுமின்றி வெளியே தமது வேலையில் கவனமாக இருந்தனர். அதில் ஒருவன் நீண்ட நேரம் நெருப்புக்கு அருகிலேயே நின்று கொண்டபோது அவர்களின் தகப்பன் அதட்டி வெளியே அனுப்பினான்.

'அவன் குளிரில் உறைந்து போயிருக்கிறான்' டெர்சுவிடம் சொன்னேன். அதையே அந்தப் பழங்குடிக்கும் சொல்லச் சொன்னேன்.

'பழகிக் கொள்ளட்டும் அவன்' என்று பதில் தந்தான். 'இல்லையென்றால் பசியால் இறந்து விடுவான்.'

என்னால் அதை ஒப்புக்கொண்டு சிறுவனுக்கு உதவ முடியவில்லை.

அதே வழியில் போனால் விரைவில் சீன வேட்டையாடிகள் தங்குமிடம் ஒன்று தென்படும் என்றான் அவன். இமானிலுள்ள ஆற்றின் எதிர்க்கரையில் ஐந்து உதேஹிக் குடும்பங்கள் மூன்று கூடாரங்களில் வசிக்கின்றன. நாங்கள் போய் அங்கே தங்கிக் கொண்டோம். நான் இரண்டாவதில் இருந்து கொண்டேன்.

அக்டோபர் 31ஆம் நாள் காலையிலேயே கடும் குளிராக இருந்தது. ஆற்றின் மீது பனிக்கட்டிகள் மிதந்தன. எனினும் நாங்கள் பயணிக்கலாம் எனவும் தாம் அதற்கு உதவுவதாகவும் அங்கிருந்தவர்கள் தெரிவித்தனர்.

19

கடைசி நம்பிக்கை..

நவம்பர் 1ஆம் நாள் சற்று முன்னதாகவே நாங்கள் இமான் ஆற்றின் கீழ்ப்பகுதிக்குப் பயணம் தொடங்கினோம்.

உதேஹிகள் சிறுவயதில் இருந்தே மலையோடைகளில் பயணிக்கக் கற்றுக் கொள்கிறார்கள் -அதுவும் வாழ்வு சார்ந்த ஒரு கலை என்பதால். தொலைதூரத்தில் இருப்பதை அறிந்து கொள்ளவும், படகின் தன்மையைச் சோதித்துக் கொள்ளவும், அபாயகரமான இடங்களில் தகுந்த வேகத்தில் அதைச் செலுத்தவும் தெரியும் அவர்களுக்கு. சிறு கவனக் குறைவும் பெரும் அழிவை ஏற்படுத்தி விடும். நீர்ச்சுழல்களில் அகப்பட்டுப் படகு கவிழ்ந்து விடலாம். பாறைகளில் மோதவும் வாய்ப்புண்டு. கட்டுக்கடங்காமல் பெருகும் நீரோட்டங்களில் படகு இருபுறமும் அசைந்து சமநிலை குலைந்து போகும்.

சரியான வழியைப் பனிக்கட்டி ஆக்கிரமித்துக் கொண்டதால் ஆற்றின் கீழ்ப்பகுதி நோக்கிய எங்களின் பயணம் சிக்கலுக்கு உள்ளாகியது. பனிப்பாறைகளைக்

● அவை நாயகன்

கடந்து செல்ல வழி கண்டுபிடித்தாக வேண்டும், குறிப்பாக, ஆற்றின் வளைவுகளில் உள்ள நீரோட்டங்களில். மேலும் கரையிலிருந்து வெகுதூரத்தில் பனி பரவியிருந்ததால் நட்டாற்றில் உள்ள நீரோட்டமானது வேகமானதாக இருந்தது.

மலைத்தொடரில் இருந்து பாயும் பிற ஆறுகளைப் போலவே, இமான் ஆறும் நீரோட்டங்கள் மிகுந்தது. அதிலும் குறிப்பாக ஓர் இடம் மிகவும் அபாயகரமானது. தூரத்திலேயே அதன் ஓசை கேட்டது. ஆற்றின் அடிப்பகுதியில் ஒரு பள்ளம் இருப்பதும் கண்ணுக்கே தெரிந்தது. தொங்குவது போன்ற ஓர் உச்சிப்பாறையும் அதன் ஒரு புறம் இருந்தது. நுரை பொங்கியடித்துப் பாறையின் அடிப்புறம் உறைந்தும் திவலைகளாகச் சிதறியும் கிடந்தது.

உதேஹிகள் படகைத் தமது கட்டுப்பாட்டில் வைத்து நன்கு ஆராய்ந்து ஆலோசித்துப் பின் அதனை நீரோட்டத்தை நோக்கித் திருப்பினர். மெதுவாகச் செல்ல வைத்தனர். ஆழ்நீரோட்டமொன்று ஓர் உச்சிப் பகுதியை நோக்கிப் படகைத் தூக்கியெறிய இருந்தபோது அதைத் துணிச்சலுடன் தள்ளி ஒரு புதிய பாதையில் செலுத்தினர். அபாயத்தில் சிக்கியிருக்கிறோம் என்பதை அவர்கள் கண்களில் தெரிந்த கலவரத்தைக் கண்டு அறிந்தேன். டெர்சுதான் எவ்விதச் சலனமுமின்றி அமைதியாக இருந்தான்.

'கவலைப் படாதீர்கள் கேப்டன்' என்றான். 'உதேஹிகள் மீனைப் போன்றவர்கள். நல்ல படகோட்டிகளும் கூட.'

முன்னேறிச் செல்வதில் சிரமம் அதிகரித்தது. எங்கு பார்த்தாலும் பனிதான். கிட்டத்தட்ட வழிகள் முழுதும் அடைபட்டு விட்டன. உதேஹிகள் பனிக்கட்டிகளைத் திறமையாகக் கையாண்டு, கழிகளைக் கொண்டு விலக்கித் தள்ளி முன்னேறினர். ஒரு கூர்விளிம்பான திருப்பத்தில் மிகப்பெரிய அளவில் பனிக்கட்டிகள் திரண்டு வழியை

டெர்சு உஸாலா | விளாதிமிர் கே ஆர்சென்யேவ்

அடைத்துக் கொண்டிருந்தன. ஆற்றின் நடுவே மட்டும் ஒரு குறுகிய வழி எஞ்சியிருந்தது. அதில் போக முடியுமா என்பதில் ஐயமேற்பட்டது. படகை நிறுத்தி, விளைவுக்கு அஞ்சாமல் தொடர்ந்து போகலாமா எனக் கேட்டனர். தோள்பை, வேண்டிய அளவுக்குக் கனமாக இருந்ததால், நல்வாய்ப்பைச் சோதித்துப் பார்க்கும் வகையில் 'போகலாம்' என்று சொல்லி விட்டேன். டெர்சு அதை ஏற்கவில்லை. ஆனால் கரையொதுங்கினாலும் தடுமாறி நடந்தாவது பயணம் தொடர முடியும் என்ற நம்பிக்கை எனக்கிருந்தது. 15 அடி தூரத்தில் நாங்கள் பயணித்த குறுகிய வழி, சந்து போலச் சுருங்கி விட்டது. ஆறும் கெட்டியாக உறைந்திருந்தது. குவியலாகத் திரண்டிருந்த பனிக்கட்டிகள், உறுதியான எங்கள் படகிற்கு எந்நேரமும் அழிவைத் தரக்கூடியதாக இருந்தது. நீரோட்டத்தின் அழுத்தத்தால் தண்ணீர் படகில் ஏறிவிடுமோ எனத் தோன்றியது. அந்தக் குறுகிய வழியில் இருமடங்கு விரைவாக நாங்கள் திரும்பி விட வேண்டும். ஆனால் அதுவும் எளிதாக இல்லை. படகும் திரும்ப முடியாது. நீரோட்டத்தை விரைவாகக் கடப்பது மட்டுமே சாத்தியம். நல்லூழ் நமக்கு இருந்தால் நட்டாற்றில் துடுப்பு, நீருக்குக் கீழ் தரையைத் தொட்டுப் படகை முன்னேற விடும். கடும் முயற்சியுடன் அந்தக் குறுகிய வழியில் பாதியளவு திரும்பி விட்டோம். அப்போது எழுந்த கூக்குரலொன்று என்னைத் திரும்பிப் பார்க்க வைத்தது. ஒரு மிகப் பெரிய பனிப்பாறை எங்களை நோக்கி வேகமாக வந்து கொண்டிருந்தது. நாங்கள் வெளியேறும் முன் அது வழியை அடைத்துவிடும் போலிருந்தது. உதேஹிகள் தமது முயற்சிகளை இரு மடங்காக்கியும் பயனில்லை. விரைந்து வந்த பனிப்பாறை, வழியின் இரு விளிம்புகளிலும் பெரும் சத்தத்துடன் மோதியது. மற்ற பனிக்கட்டிகளையும் நகர விட்டு வழியின் பக்கப் பகுதிகள் எங்களை நோக்கி நெருங்க வைத்தது அந்த மோதல்.

'அது நம்மை நசுக்கி விடப் போகிறது' டெர்சு கூச்சலிட்டான். 'வேகமாக இறங்குங்கள்.'

● அவை நாயகன்

மிதந்து வரும் பனிப்பாறையின் மீது தாவிக் குதித்துக் கரையை நோக்கி ஓடிப் படகின் கயிற்றைப் பின்னுக்கு இழுத்தான். பலமுறை தடுமாறித் தண்ணீரில் விழுந்தாலும் ஊக்கத்துடன் எழுந்து கொண்டான். நல்வாய்ப்பாக அருகில்தான் கரை இருந்தது. வீரர்கள் படகிலிருந்து இறங்கி வரிசையாகத் தொடர்ந்து நடந்தனர். முன்னே சென்ற இருவர் பாதுகாப்பாகக் கரையை அடைந்தனர். முர்சின் கீழே தண்ணீரில் விழுந்து விட்டான். பனிப்பாறை ஒன்றின்மீது தொற்றியேற முயன்றவன் வழுக்கி மீண்டும் நீரில் விழுந்து மேலே வரக் கடுமையாகப் போராடினான். மறுநிமிடம் விழுந்தான். தண்ணீரின் தரைப்பகுதிக்கே போய் வந்தான். டெர்சு உதவிக்கு ஓடி வந்தான். அவனும் விழுந்து மூழ்கி விடுவானோ என்றும் ஒருகணம் தோன்றியது. இதற்கிடையில் உதேஹிகளும் நானும் படகின் ஒரு பக்கத்தைப் பிடித்துக் கொண்டே ஒவ்வொரு பனிப்பாறையாக ஓடி அதனை இழுத்தோம். அதன் முகப்புப் பகுதி டெர்சு, முர்சின் இருவரும் எட்டக்கூடிய அளவில் வந்து இருவரையும் காப்பாற்றி விட்டது. பிறகு, படகு தன் கட்டுப்பாட்டை இழந்து தாறுமாறாக ஆற்றின் குறுக்கே ஓடியது. ஒரு நீரோட்டம் அதைக் கவர்ந்து கொண்டு பனிப்பாறைகளோடு சேர்ந்து இழுத்து விட்டது. நாங்கள் தோள்பைகளைக் கரையில் வீசிவிட்டுத் தடுமாறி ஏறிக் கொண்டோம். சில நிமிடங்களுக்குப் பிறகு எங்கள் படகு ஒரு பாறை உச்சியின் அருகே போய்க் கொண்டிருக்கக் கண்டோம். உயிருள்ள பொருளைப் போலவே அது பனிக்கட்டிகளைச் சிறிது நேரம் சமாளித்து, முடியாமல் மடங்கி வீழ்ந்தது. அது உடைபடும் சத்தத்தைக் கேட்டோம். கடுமையாகச் சேதமடைந்து, பின் நீரில் அது எங்கோ மறைந்து போனது.

கரைக்கு வந்ததும் முதல் வேலையாக நெருப்பை உருவாக்கினோம். எங்களையும் ஈரம் காய வைத்துக் கொள்ள வேண்டியிருந்தது. தேநீர் குடித்தால் நன்றாக இருக்கும் என்றொருவன் நினைவூட்டியதால், அதற்குரிய

டெர்சு உஸாலா | விளாதிமிர் கே ஆர்சென்யேவ்

பொருட்களைத் தோள்பைகளில் தேடினோம். எதுவும் கிட்டவில்லை. ஒரு துப்பாக்கியும் கூடத் தொலைந்து விட்டது தெரிந்தது. அவரவர் பைகளில் ஏதாவது இருந்தால் அதுவே அப்போதைய உணவு என்றானது. இரவுக்குள் குடில்களை அடைந்து விடலாம் என்று உதேஹிகள் கூறினர். அங்கே பத்தாயத்தில் உறைந்த மீன்கள் இருக்கும் என்பது அவர்களின் நம்பிக்கை.

மாலையில் ஒரு குடிசையை அடைந்தோம். அது காலியாக இருந்தாலும் உள்ளே, காயவைத்த மீன்கள் இரண்டு இருந்தன. அவை இரவுணவானது.

இமான் ஆறு தனது முதன்மைக் கிளையான ஆர்மு உடன் ஒரு கூரிய திருப்பத்தில் இணைந்து கொள்கிறது. கீழே சமவெளியில் விழும்போது 250 அடி அகலமும், 7-10 அடி ஆழமும் கொண்டதாக மாறுகிறது. நீரோட்டத்தின் திசைவேகமும் ஒரு மணிக்கு ஆறு மைல் என்றாகி விடுகிறது.

நவம்பர் 2ஆம் நாள் பிற்பகலில் ஹூட்டாடோ ஆற்றைக் கண்டோம். மலைத்தொடரின் குறுக்கே இமான் ஆற்றின் எல்லையைப் போல ஒரு கணவாய் வழியாக அது பெருகி வருகிறது.

வழியில் இரண்டு ஓடைகள் குறுக்கிட்டன. வடக்கு, மேற்குத் திசைகளிலிருந்து அவை செல்கின்றன. அதில் இரண்டாவதைத்தான் நாங்கள் தொடர்ந்து போக வேண்டும். ஆனால் நான் தவறானதைத் தேர்ந்தெடுத்து விட்டேன். கணவாயைக் கடந்த பிறகு ஒரு சமதளத்தில் முகாம் அமைத்து, விறகு தேடத் தொடங்கினோம்.

மறுநாள் எங்களிடம் இருந்த கடைசி மீனையும் உண்ட பின், காலித் தோள்பைகளுடன் பயணம் தொடர்ந்தோம். அப்போதிலிருந்து அடுத்த வேளை உணவுக்காகத் துப்பாக்கிகளைச் சார்ந்திருக்க வேண்டியிருந்தது. டெர்சுவை முன்னே அனுப்பி விட்டு நாங்கள் முன்னூறு தப்படி பின் தொடர்ந்தோம்- அச்சம் தவிர்ப்பதற்காக.

டெர்சுவின் துப்பாக்கியை ஆவலுடன் எதிர்பார்த்தோம். அதுவும் பயனில்லை. பிற்பகலில் பள்ளத்தாக்கு அகலமாக விரிவது தெரிந்தது அங்கே சிறிய, ஓரளவு தெளிவான கால்தடங்கள் தென்பட்டன. அவை ஒரு சதுப்பு நிலத்தைத் தாண்டி வடதிசைக்கு இட்டுச் சென்றன.

கடும் பசியில் இருந்தோம். எதைக் குறித்தும் உரையாடல்கள் இல்லை. காலி வயிற்றுடன் பேசும் மனநிலை யாருக்கும் இல்லை. தூரத்தில் டெர்சு ஒவ்வோர் இடமாகத் தேடிச் சென்று, குனிந்து தரையிலிருந்து எதையோ எடுத்துப் பார்ப்பது தெரிந்தது. அழைத்துப்பார்த்தேன் அங்கிருந்தே கைகளை அசைத்தான்.

'என்ன கிடைத்தது.?' வீரர்களில் ஒருவன் கேட்டான்.

'கரடி மீதம் வைத்த மீன்கள்' என்று பதில் தந்தான் டெர்சு. 'தலைகளை மட்டும் விட்டு வைத்திருக்கிறது.'

ஏராளமான மீன் தலைகள் பனியில் சிதறிக் கிடந்தன. அண்மையில் ஏற்பட்ட பனிப்பொழிவுக்குப் பின் கரடிகள் அங்கே வந்து விருந்துண்டு சென்றிருக்கலாம்.

'யாசகனுக்குத் தேர்ந்தெடுக்கும் வாய்ப்புக் கிடையாது' என்கிறது பழமொழி. கரடிகளுக்கு உணவாகி மீந்த அவற்றில் நாங்கள் சிறந்ததைத் தேர்ந்தெடுக்க வேண்டியதாயிற்று. தெம்புடன் கால் மணி நேரத்திற்குள் சேகரித்துப் பைகளில் போட்டுக் கொண்டோம். இதுபோன்ற ஒரு சிறிய பள்ளத்தாக்கு எப்படி ஒரு பெரிய ஆற்றின் கரைக்குத் தன்வயப்படுத்தி அழைத்து வந்திருக்கிறது என்று அந்த இடத்தைப் பார்த்து வியந்தோம். சினாட்சா ஆறு அது. அடுத்த நாள் நண்பகலுக்குள் இமான் ஆற்றை அடைந்துவிட முடியும் என்று உதேஹிகள் கூறினர்.

அக்கரையில் ஓர் அடர்ந்த ஊசியிலைக் காட்டில் முகாமை அமைத்தோம். மீன் தலைகள் அருமையான உணவாயின. சிலவற்றில் இறைச்சி மிகுந்தும்கூட இருந்தன. சிரமக் காலத்தே கிடைத்த சிறந்த உணவு. இருந்ததைச்

டெர்சு உஸாலா | விளாதிமிர் கே ஆர்சென்யேவ்

சமமாகப் பங்கிட்டுக் கொண்டோம். ஆகவே சுவை கூடி இருந்தது. நேரத்திற்கு ஏதோ கிடைத்தது என்றெல்லாம் சொல்ல முடியாது அந்த இரவுணவை.

இரவு நேரத்தில் வெப்பநிலை வெகுவாகக் குறைந்து போனது. ஆயினும் போதிய அளவு விறகு சேமிக்கப் பட்டிருந்ததால் நல்ல உறக்கம் அனைவருக்கும் வாய்த்தது.

நவம்பர் 4 அதிகாலையில் பசியுடனே எழுந்தோம்.

முழங்கால் அளவு பனியில் நடந்து முன்னேறுவது கடினமாக இருந்தது. ஒரு மணி நேரத்தில் இரண்டு மைல்களைத்தான் கடந்தோம்.

துன்பங்களையே கண்டிருந்த எங்களிடம் வேடிக்கை விளையாட்டுகள் காணாமற் போயிருந்தன. எங்களின் தேடல் எல்லாம் இன்னும் அதிக மீன் தலைகள் என்ற அற்பக் காரணத்திற்காக என்றானது. ஒரு வீரன் கத்தூரி மான் ஒன்றைச் சுட்டான். அதுவும் குறி தப்பி விட்டது.

நேரத்தைக் கணக்கிட்டுப் பார்த்தபோது, அந்நேரத்தில் நாங்கள் இமான் ஆற்றை நெருங்கியிருக்க வேண்டும். ஒவ்வொரு திருப்பத்திலும் சினாட்சா ஆற்றின் முகப்புப் பகுதியை நான் எதிர்பார்த்தேன். ஆனால் கண்ணில் பட்டவையெல்லாம் காடுகள்தாம்.

மாலைநேரத்திற்குள் மரப்பட்டைகள் வேய்ந்த ஒரு வேட்டையாடிகள் விடுதிக்கு வந்தோம். எனக்கு அது ஆறுதலாக இருந்தது. ஆனால், டெர்சு என்னோடு மகிழ்ச்சியைப் பகிர்ந்துகொள்ள முன்வரவில்லை. அங்கே எந்தவொரு பொருளும் இல்லை. காரணம், வேட்டையாடிகள் இரவைக் கழிக்க மட்டும் பயன்படுத்துகிறார்கள் என்பதை அது கூறுகிறது என்று டெர்சு சொன்னான். மேலும் அது இன்னொன்றையும் சொல்கிறது; இமானை அடைய ஒருநாள் போதும் என்பதுதான் அது என்று விவரித்தான்.

அனைவரும் பசியால் வாடினோம். வீரர்கள் கலக்கத்துடன் நெருப்பின் முன் அமர்ந்து விசும்பிக் கொண்டிருந்தனர். அரிதாகவே தமக்குள் பேசிக் கொண்டனர். காலையில் முன்னதாகவே எழுந்து கொண்டனர். அடுத்த நாளைக்குள் ஏதாவது வேட்டை விலங்கு அகப்படாமல் போனாலோ, இமானை அடைய முடியாமற் போனாலோ நிலைமை கவலைக்குள்ளாகி விடும். கோடைகாலத்தில் நாட்கணக்கில் உணவின்றிப் பயணிக்க முடியும். ஆனால் குளிர்காலத்தில் அது முடியாது. குளிரில் விறைத்துச் சாக வேண்டியதுதான்.

காலையில் முதலில் விழித்துக் கொண்ட டெர்சு என்னையும் எழுப்பி விட்டான். மிகுந்த கவலையோடு இருந்தான். கால்கள் தாங்குகிற வரை நாங்கள் நடக்க வேண்டும். என் உயிராற்றல் குறைந்து கொண்டு வருவதாக உணர்ந்தேன். தோள்பை இருமடங்கு எடைகூடி விட்டதாகத் தெரிந்ததால் ஒவ்வொரு 150 அடிக்கும் ஓய்வு தேவைப் பட்டது. தரையில் படுத்துக் கொள்ளலாம் என்றுகூடத் தோன்றியது. ஆனால் அது மோசமான அறிகுறி. நண்பகலில் ஓரளவு முன்னேற்றம் காணப் பட்டது. போக்கைப் பார்த்தால் அன்றைக்கு இமானை எட்ட முடியாதோ தெரியவில்லை. வழியில் சிறிய பறவைகளைச் சுட்டுப் பிடித்தோம். எனது பையில் மூன்று நட்ஹேட்சர்களும் ஒரு மரங்கொத்தியும் இருந்தன. ஆனால் அந்தச் சொற்ப உணவு, நன்கு வளர்ந்த ஐந்து பேருக்குப் போதுமானதாக இல்லை.

இதற்கிடையில் வானிலை மோசமானது. வானம் மூடிக் கிடந்தது. காற்று வீசித் தரையில் இருந்த பனியை மேலெழுப்பிச் சென்றது. பனித்துகள்கள் காற்றில் சிதறி ஆற்றின் மேல் சுழன்றடித்தன. பனி தூய்மையாகவும் சில இடங்களில் வண்டல் போலவும் படிந்திருந்தது. கடுமையான குளிர் வாட்டியது. உடைகள் நைந்து உறைபனியை ஓரளவே சமாளித்தன.

இடப்பக்கம் பெரும்பாறைகளால் ஆன மலை தென்பட்டது. அதன் செங்குத்துக் கற்கள் ஆற்றின் மேற்பரப்பிலும் பரவியிருந்தன. குகை போன்ற ஓர் இடத்தைக் கண்டு அங்கே நெருப்பை மூட்டினோம். டெர்சு அதில் ஒரு தேநீர்ப்பாத்திரத்தை வைத்துத் தண்ணீர் விட்டுக் கொதிக்க வைத்தான். தனது தோள்பையில் இருந்து ஒரு மான் தோலைத் தேடியெடுத்துத் தீயில் வாட்டினான். பிறகு அதைச் சிறு பட்டைகள் போலத் துண்டுகளாக்கினான். பாத்திரத்தில் அவற்றை இட்டுச் சிறிது நேரம் வேக விட்டான். பிறகு அதை எடுத்து வந்து அவன் சொன்ன வார்த்தைகள் :

'மனிதர்கள் கிடைத்த உணவை உண்டேயாக வேண்டும். நமது வயிற்றை ஏமாற்றிக் கொள்ளவும் வேண்டும். கொஞ்சம் உறுதி மீளக் கிடைத்தால் போதும். வேகமாகப் போகலாம். ஓய்வு கூடாது. இன்றைக்குச் சூரியன் இறங்கும்போது நாம் இமானில் இருக்க வேண்டும்.'

யாரும் வற்புறுத்தவில்லை. எதை வேண்டுமானாலும் விழுங்கத் தயாராக இருந்தோம். நன்றாக வெந்திருந்தாலும் அந்தத் தோல் இன்னும் கடினமாகவே இருந்தது. அரிதாகவே கடித்துச் சுவைத்தோம். அதைப் பற்றியெல்லாம் கவலை இல்லை எங்களுக்கு. டெர்சு வந்து போதும் என்று சொல்ல வேண்டியதாயிற்று.

அரைமணி நேரத்தில் கிளம்பி விட்டோம். விழுங்கிய மான் தோல் பசியைப் போக்கவில்லை. ஆனாலும் அது உள்ளே போய்ச் செரிமான உறுப்புகளின் மீது சற்றே செயலாற்றியிருக்கிறது. பயணத்தில் பின் தங்குபவர்களை அதட்டி முன்னே வரச் செய்தான் டெர்சு.

பொழுது மறைந்து கொண்டிருந்தது. பயணம் நிற்கவில்லை. சினாட்சாவுக்கு எல்லை என்பதே கிடையாதா என்று ஐயம் கூடத் தோன்றி விட்டது. மலைகளின் ஒவ்வொரு நீட்சியும் மற்றொன்றின் தொடக்கமாக விரிந்தது. பயணத்தின் இறுதிக் கட்டம் இது. கும[illegible]ாரனைப் போலத்

தள்ளாடி நடந்தோம். டெர்சு இல்லாமல் போயிருந்தால் எப்போதோ முகாம் அமைத்திருப்போம். மாலை ஆறு மணியளவில் மனித நடமாட்டம் இருப்பதற்கான முதல் அறிகுறி தென்பட்டது. பனித் தரை வழுக்குக் கட்டையும், ஸ்லெட்ஜ் வண்டி சென்றதற்கான தடயங்களும், வெட்டப்பட்ட மரத் துண்டுகளும், சேகரித்து வைத்த விறகுக் குவியலும் அதை உறுதிப் படுத்தின.

'இமானை நெருங்கி விட்டோம்' வெற்றிக் களிப்புடன் கூவினான் டெர்சு.

தூரத்தில் எங்கோ நாய் குரைக்கும் ஒலி கேட்டது. அடுத்த வளைவில் சீனர்களின் குடியிருப்பான சியான்-ஷி-ஹட்சா விலிருந்து வெளிச்சம் மங்கலாகத் தெரிந்தது.

15 நிமிடங்களில் அந்தச் சிற்றூரை நெருங்கி விட்டோம். அந்த நாளைப் போலச் சோர்வுடன் அதுவரை இருந்ததில்லை. முன்னால் இருந்த குடிலுக்குள் நுழைந்து உடைமைகளை இறக்கி வைத்தோம். உணவு, தண்ணீர், பேச்சு என எவையும் அப்போது தேவையிருக்கவில்லை.

எங்களின் தோற்றம் இயல்பாகவே அந்தச் சீனர்களுக்கு அச்சத்தை ஏற்படுத்தி இருக்கும். குறிப்பாகக் குடிலின் உரிமையாளருக்கு. அந்த ஆள் மறைவாகப் போய் இன்னோர் ஆளை அனுப்பி யாரையோ வரச் சொன்னான். வந்தவன் மற்றவர்களை விட நன்றாக உடுத்தியிருந்தான். மட்டு மீறிய, தேவையற்ற நட்பு பாராட்டும் விதத்தில் பேசினான். ஆதரவு கேட்டுக் கெஞ்சும் தொனி அதில் இருந்தது. சரளமான, பிழையில்லாத ரஷ்ய மொழியில் பழமொழிகள், மேற்கோள்களின் துணையுடன் இருந்தது அவனது பேச்சு. இறுதியில், தனது குடிலுக்கு வருமாறு வற்புறுத்தினான். தனது பெயர் லீ டாங் குயி எனவும், தான் லீ சிங் பு என்பாரின் மகன் என்றும் அறிமுகப் படுத்திக் கொண்ட அவன், தனது குடில்தான் அந்தக் குடியிருப்பிலேயே சிறந்தது ; நாங்கள் இருந்த குடில் நொடித்துப் போன ஒருவனுடையது என்று தெரிவித்தான்.

டெர்சு உஸாலா | விளாதிமிர் கே ஆர்சென்யேவ்

பிறகு வெளியே போய்க் குடிலின் உரிமையாளனிடம் காதுக்குள் ஏதோ பேசினான். திரும்பி வந்து சில ஆட்களைத் துணைக்கு அழைத்து எங்களது உடைமைகளைத் தனது குடிலுக்குக் கொண்டு செல்லப் பணித்தான். போகும் வழியில் டெர்சு என் தோளைத் தொட்டுச் சொன்னான் :

'இவன் தந்திரமான ஆள். வேறு வகையில் நம்மை ஏமாற்ற நினைக்கிறான். இன்றிரவு நான் தூங்கப் போவதில்லை.'

என் ஐயமும் அதேதான். அவனது கெஞ்சும் தோரணை எனக்குப் பிடிக்கவேயில்லை.

இரவில் என்னை எழுப்பி விட்டான் டெர்சு. அரவமில்லாமல் இருக்க வைத்தான். உதேஹி பழங்குடிகள் வாழும் வாகுங் பூ என்ற ஊரின் வழியாகச் செல்லாமல் வேறு வழியில் கூட்டிச் செல்லத் தனக்கு அவன் பணம் தருவதாகச் சொன்னானாம். மேலும், இன்னும் சில வழிகாட்டிகள், சுமைப் பணியாளர்களை ஏற்பாடு செய்து தருவதாகவும் வாக்களித்திருக்கிறான். ஆனால் அவற்றை ஏற்றுக் கொள்வது தன் கையில் இல்லை என்பதை அவனிடம் தெளிவு படுத்தி விட்டதாகச் சொன்னான் டெர்சு. பிறகு, அவன் டெர்சு உறங்குவதை உறுதிப் படுத்திக் கொண்டு குடிலை விட்டுத் தனது குதிரையில் ஏறிப் போய் விட்டானாம். உண்மையில் டெர்சு உறங்கவில்லை.

'நாளைக்கு நாம் வாகுங் பூவுக்குப் போகிறோம். அங்கே ஏதோ தவறாக நடக்கிறது' என்றான் டெர்சு.

அதே நேரம் குதிரையின் குளம்பொலி கேட்டு இருவரும் தூங்குவது போலப் பாவனை செய்தோம். குடிலுக்குள் நுழைந்த லீ தன் உடைகளைக் களைந்து கொண்டு உறங்கப் போனான். அதன் பிறகு நான் அயர்ந்து தூங்கி விட்டேன். சத்தம் கேட்டு விழித்தபோது சூரியன் தலைக்கு மேல் இருப்பது தெரிந்தது. உதேஹிகள் பலர் அந்தக் குடிலுக்கு வந்திருப்பதாக எனது வீரர்கள் தெரிவித்தனர். உடையணிந்து கொண்டு வெளியே போனேன். வந்திருந்த

● அவை நாயகன்

உள்ளூர்வாசிகள் எனக்கு முகமன் கூறினாலும் அவர்களின் கண்களில் ஏதோ வெறுப்பு இருப்பதைக் கவனித்தேன்.

தேநீர் அருந்திய பிறகு, பயணம் தொடரப் போவதை அறிவித்தேன். இன்னும் ஒரு நாள் இருக்கவும், இரவு பன்றியிறைச்சி விருந்தளிப்பதாகவும் லீ சொன்னான். டெர்சு கண்ணசைத்து மறுக்கச் சொல்லி விட்டான். அவன் விடவில்லை. தானும் வழிகாட்டியாக வருவதாகக் கூறினான். அதையும் மறுத்தேன் எங்களை ஏய்க்க அவன் தீட்டிய திட்டங்கள் இவ்வாறாகப் பொய்த்துப் போயின.

அங்கே சீனர்கள் செல்வச் செழிப்புடனும் தகுந்த ஆயுதங்களுடனும் இருந்தார்கள். எங்களைப் பார்த்தும் அவர்கள் தம் எதிர்ப்பையும் பகைமையையும் மறைத்துக் கொள்ள அவர்கள் முயலவில்லை. அவர்களிடம் சாலைகள், உள்ளூர் மக்கள் தொகை போன்ற எந்த விவரத்தைக் கேட்டாலும் ஒரே பதிலைத்தான் சொன்னார்கள் : 'பு ச்சி டாவோ' அதாவது 'எனக்குத் தெரியாது.' இன்னும் சிலரோ 'எனக்குத் தெரியும். ஆனால் சொல்ல மாட்டேன்' என்னும் பொருள்படச் சொன்னார்கள்.

வாகுங் பூ குடியிருப்பில் 85 உதேஹிகள் வசித்து வந்தனர். அனைவரும் எங்களை நேரில் சந்திக்க வந்தனர் -நட்பு ரீதியாக அல்லாமல். எவரும் தமது கூடாரங்களில் தங்கிக் கொள்ள அழைக்கவேயில்லை.

அவர்களின் முதல் கேள்வியே, எதற்காக லீயின் குடிலில் நாங்கள் தங்கினோம் என்பதுதான். காரணத்தைச் சொல்லி அவர்கள் ஏன் நட்பாக இருக்க விரும்பவில்லை எனக் கேட்டேன். நீண்ட நாட்களாக என்னை எதிர்பார்த்து இருந்ததாகவும், திடீரென நான் சீனர்களோடு தங்கி விட்டதால் விலகிக் கொண்டதாகவும் தெரிவித்தனர்.

உள்ளபடியே ஒரு மெய்யான சோகம் அந்தக் குடியிருப்பைச் சூழ்ந்திருக்கிறது என்பதைக் கண்டு கொண்டோம். இமான் பள்ளத்தாக்கில் லீ ஒரு செல்வாக்கான ஆள்

டெர்சு உஸாலா | விளாதிமிர் கே ஆர்சென்யேவ்

என்பதைக் கூறினர். உள்ளூர்வாசிகளை அவன் தவறாகப் பயன்படுத்திக் கொண்டிருப்பதையும், மறுத்தபோது பல முறை அவன் கொடூரமாகத் தாக்கியிருப்பதையும் விரிவாகச் சொன்னார்கள். பல குடும்பங்கள் அவனால் சீரழிக்கப் பட்டிருக்கின்றன. பல குழந்தைகளைத் தூக்கிப் போய் விற்றிருக்கிறான். மெசண்டா, சோமோ எனும் இரு உதேஹி பழங்குடிகள் கபரோவ்ஸ்க் சென்று கவர்னர் ஜெனரலைப் பார்த்து முறையிடப் போயிருக்கின்றனர். அவர், தாம் உதவுவதாக உறுதியளித்திருக்கிறார். குறிப்பாக நான் கடற்புரத்தில் இருந்து வர இருப்பதையும், பிரச்சினையை என்னிடம் சொன்னால் நான் எளிதாக அதைத் தீர்த்து வைத்து விடுவேன் எனவும் சொல்லியிருக்கிறார். அந்தப் பழங்குடிகள் அங்கிருந்து திரும்பித் தமது இனத்தாரையும் சேர்த்துக் கொண்டு என் வருகைக்காகக் காத்திருந்து கொண்டிருந்திருந்தார்கள். அவர்கள் முறையிடப் போவதை லீ எப்படியோ அறிந்து நேராக வந்து அவர்களில் இருவரைக் கனமான தடிகளால் தாக்கியிருக்கிறான். அதில் ஒருவன் இறந்தே போனான். மற்றவன், முடமாக வாழ்நாளெல்லாம் திரியும்படி ஆனான். இறந்தவனின் சகோதரன் நீதி கேட்டுப் போக இருப்பவனை, லீ வழிமறித்து ஆற்றில் மூழ்கடித்து விடத் திட்டமிட்டிருக்கிறான். ஆனால் உதேஹிகள் தம் இனத்தானைக் காப்பாற்ற ஆயுதங்களுடன் தயாராகினர். சுற்றி வளைத்தலும் முற்றுகையிடலும் தொடங்கி விட்டது. உள்ளூர் உதேஹிகள் 15 நாட்கள் வெளியே எங்கும் போகாமல் வீட்டிலேயே இருந்தனர். வேட்டைக்குச் செல்லாமல் உணவின்றித் தவித்தனர். சியான்-ஷி-ஹெட்சாவுக்கு நான் வந்துவிட்ட போதிலும் லீயுடன் தங்கியது அவர்களுக்குப் பெருத்த ஏமாற்றமாகி விட்டது. இமானில் நடந்த நிகழ்வுகள் எதுவும் எனக்குத் தெரியாது என்பதையும் அது சீனக் குடியிருப்பு என்றாலும், பசியால் தளர்ந்து தடுமாறி வந்த நாங்கள் முதலில் தென்பட்ட குடிலுக்குச் சென்றுவிட நேர்ந்ததையும் விரிவாக அவர்களுக்கு எடுத்துச் சொன்னேன்.

● **அவை நாயகன்**

அன்று மாலையில் உதேஹி இனத்தின் மூத்தவர்கள் ஒரு கூடாரத்தில் கூடினர். கபரோவ்ஸ்க் நகருக்கு நான் திரும்பும் போது இமான் குடியிருப்பின் நிலைமையை அங்கு எடுத்துக் கூறிப் பழங்குடி மக்களின் பாதுகாப்புக்கு உதவ வேண்டும் எனக் கேட்டுக் கொண்டனர்.

20

பயணத்தின் இறுதிக் கட்டம்..

நவம்பர் 8ஆம் நாள் புறப்பட்டோம். உதேஹிகள் எங்களுக்கு வழியனுப்பும் நிகழ்ச்சியை நடத்திக் கொள்ள வேண்டினர். வண்ணமயமான உடைகள், அணில்வால் செருகப்பட்ட தொப்பிகள் உடன் அவர்கள் காட்சியளித்தனர். முகங்கள் அடர்பழுப்பு நிறத்தில் இருந்தன. அந்த இடர்மிகு சூழலிலும் புதுமையான கண்காட்சி போன்றதொரு நிகழ்வை ஏற்பாடு செய்திருந்தனர்.

வயதில் மூத்தவர்கள் அருகில் வர, அந்தப் பழங்குடிக் கூட்டத்தின் நடுவே நடந்தோம். இளையவர்கள் சற்றுத் தொலைவில் நீர்நாய்கள், நரிகள், குழிமுயல்களின் கால்தடங்களை ஆராய்வதில் மும்முரமாக இருந்தனர். தூரத்தே, காடு திருத்தப் பட்ட எல்லை வந்ததும் எங்களுடன் வந்தவர்கள் நின்று கொண்டனர். கூட்டத்தின் நடுவில் இருந்து வெளுத்த தலையுடைய முதியவர் ஒருவர் வெளியே வந்தார். குறுவால் பூனையின் பல்

ஒன்றை என்னிடம் கையளித்து, லீ பற்றிய அவர்களின் வேண்டுகோளை நினைவுபடுத்தும் வகையில் அதை என் சட்டைப்பையில் வைத்துக் கொள்ளுமாறு கேட்டுக் கொண்டார். பிரியா விடை பெற்றுக் கொண்டோம். அவர்கள் தமது இருப்பிடங்களுக்குத் திரும்பினர். நாங்கள் எங்களது இலக்கை நோக்கி விரைந்தோம்.

கோடைகால ஊசியிலைக் காடு, பயணிப்பவர்களின் கூர்த்த கவனத்தை வேண்டுவது. சற்றே அயர்ந்தாலும் பாதை மாறி விடும். குளிர்காலத்திலோ, பனியானது போர்வையாக மூடியிருந்தாலும் புதர்களுக்கிடையே பாதை தெளிவாகத் தெரியும். எனது நில ஆய்வுக்கு அது பெரிதும் பயன்பட்டது.

நிம்மதியான ஓய்வு எங்களுக்குத் தேவைப்பட்டது. அங்கிருந்து சிறிது தூரத்தில் கர்டூன் எனும் சீனக் குடியிருப்பு இருப்பதாக உதேஹிகள் தகவல் தந்தனர். உடலாற்றலை மீட்டுக் கொள்ளவும், குதிரைகள் கிடைத்தால் வாடகைக்கு அமர்த்திக் கொள்ளவும் அந்த ஓய்வு பயன்படும். ஆனால் எங்கள் நம்பிக்கை தகர்ந்து போனது.

இரவு கவியும் முன் கர்டூனுக்கு வந்து விட்டோம். சூரியன் தொடுவானுக்குக் கீழே இருந்தது. அதன் கதிர்கள் இன்னும் மேகங்களோடு விளையாடிக் கொண்டிருந்தன. அதனால் பூமியில் வெளிச்சம் படர்ந்திருந்தது. ஆற்றோரத்தில் சீனக் குடில்கள் இருப்பதைக் கண்டோம். வழியில் வந்தவர்கள் எங்களைக் கண்டதும் கண்ணில் படாமல் விலகி மரத்தின் ஓரமாக ஒளிந்து கொண்டனர். இருந்தாலும் நாங்கள் அவர்களை நோக்கிப் போனோம்.

அதுபோன்ற வளமை கொண்ட குடில்களை நான் அதுவரை பார்த்ததேயில்லை. ஆற்றின் வலக்கரையில் அவை வசிப்பிடங்களைப் போல் அல்லாமல் தொழிற்சாலைகள் போல் அமைக்கப் பட்டிருந்தன.

டெர்சு உஸாலா | விளாதிமிர் கே ஆர்சென்யேவ்

ஒரு சீனன் வேண்டாவெறுப்பாக எங்களோடு பேசினான். நாங்கள் யாரென்றும், எதற்காக உதேஹிகள் எங்களுடன் வருகிறார்கள் என்றும் அவர்களுக்கு ஏற்கெனவே தகவல் தரப்பட்டிருந்தது. ஒரு வீட்டில் அதன் உரிமையாளருக்கு விருந்தோம்பும் பண்பு இல்லையெனில் அங்கே தங்குவது மகிழ்ச்சியாக இருக்காது. எனவே வேறு குடிலுக்குப் போனோம். அங்கு இதை விட மோசமான வரவேற்பு இருந்தது. இன்னொரு குடிலில் கதவு கூடத் திறக்கவில்லை. கை வலிக்கத் தட்டிப் பார்த்து விட்டு விட்டோம். வீரர்கள், டெர்சு, நான் -என எல்லாருமாக அவர்களைத் திட்டித் தீர்த்தோம். அழையா விருந்தாளிகளாக அங்கே தங்குவதைக் காட்டிலும் முகாம் அமைக்க ஏற்ற இடம் கிடைக்கும் வரை பயணத்தைத் தொடரலாம் என முடிவெடுத்தேன்.

நேர்த்தியான ஒளியுடன் இருந்த வானம் வெளிறத் தொடங்கியது. தாரகைகள் தோன்றின. சீனக் குடில்கள் பின்னால் எங்கோ இருக்க, நாங்கள் நடந்தோம். நடந்து கொண்டேயிருந்தோம். திடீரென நிறுத்தினான் டெர்சு. தலையை உயர்த்திக் காற்றில் எதையோ முகர்ந்து பார்த்தான்.

'பொறுங்கள் கேப்டன்' என்றான். 'புகை வருகிறது. உதேஹிகள் இருக்கிறார்கள்.'

'எப்படித் தெரியும் உனக்கு.?' வீரர்களில் ஒருவன் கேட்டான். 'ஒருவேளை சீனக் குடிலாக இருக்கலாம்.'

'இல்லை' என்றான் டெர்சு. 'அது உதேஹிகள்தான். சீனக் குடில்களில் பெரிய புகைபோக்கிகள் இருக்கும். ஆனால் பழங்குடிகளின் கூடாரத்தில் அப்படியில்லை. புகை தாழ்ந்து தெரியும். அவர்கள் மீன் வறுக்கிறார்கள்.'

அவன் போய்க் கொண்டிருந்தான். நாங்கள் பின் தொடர்ந்தோம். சில இடங்களில் நின்று கொண்டு காற்றை முகர்ந்து பார்ப்பான். எங்களுக்கு

● அவை நாயகன்

முன்னால் ஐம்பது தப்படி, பிறகு நூறு, இருநூறு என்று போய்க் கொண்டிருந்தானேயொழியக் கூடாரம் ஏதும் தென்படவில்லை. புண்பட்ட கால்களோடும் களைப்போடும் இருந்த வீரர்கள் டெர்சுவைப் பகடி செய்யத் தொடங்கினர். அவனோ எரிச்சலடைந்தான்.

'நீங்கள் இங்கேயே படுத்துத் தூங்குங்கள். நான் போய்க் கூடாரத்தில் மீனைச் சுவைக்கப் போகிறேன்' என்று மொத்தமாகப் பதில் தந்தான்.

நான் அவனைப் பின்தொடர்வது கண்டு வீரர்களும் பேசாமல் நடந்தனர். அரை மணி நேரத்தில் ஓர் உதேஹிக் குடியிருப்பை எட்டினோம். அங்கே இரு கூடாரங்கள் இருந்தன. ஒன்றில் ஒரு பெண் மீன் வறுத்துக் கொண்டிருந்தாள். டெர்சுவின் மோப்பத் திறன் எங்களை விடப் பன்மடங்கு உயர்ந்தது என்பதை மீண்டும் உணர்ந்தோம். 250 தப்படிகளுக்கு அப்பால் இருந்தே மீன் வறுப்பதை அவனால் தெரிந்து கொள்ள முடிந்திருக்கிறது. தூரம் இன்னும் அதிகமாகவே இருக்கலாம்.

அடுத்த சில நிமிடங்களில் நாங்கள் நெருப்பின் முன் அமர்ந்து மீன்களை உண்டு தேநீர் அருந்திக் கைகழுவிக் கொண்டிருந்தோம். களைத்துப் போயிருந்ததால் என்னால் தேவையான சில குறிப்புகளைக் கூட நாட்குறிப்பில் எழுத முடியவில்லை. உதேஹிகள் இரவு முழுவதும் இருந்து நெருப்பு அணையாமல் பார்த்துக் கொள்வதாக உறுதியளித்து விட்டு மரக்கட்டைகளைத் துண்டாக்கப் போயினர்.

இரவு முழுவதும் கடுமையான குளிராகவும் பனிமயமாகவும் இருந்தது. வெளிப்படையாகச் சொன்னால் அடுத்த நாள் காலையில் புயல் வரும் என்று எனக்குத் தோன்றியது. அப்படியாவது நல்ல ஓய்வு கிடைத்து உறங்கிக் கொள்ள வாய்ப்பு அமையாதா என்ற எதிர்பார்ப்புதான் அது. ஆனால், காலையில் சூரியனின் முதல் கதிர்கள் மூடுபனியை விரட்டி விட்டன. ஆற்றின் அருகே இருந்த

புதர்களும் மரங்களும் உறைபனி சூழ்ந்து பவளங்களைப் போலக் காட்சியளித்தன. மிருதுவான பனிக்கட்டிகள் மீது பனி விழுந்து ரோஜா மலர்க் கொத்து போலத் தோன்றியது. சூரியக் கதிர்கள் அதன் மீது பட்டு ஆற்றையே இரத்தினங்களாகவும் வைரங்களாகவும் மின்னச் செய்தன.

வீட்டுக்குத் திரும்பியதும் செய்து கொள்ள வேண்டிய பணிகள் குறித்த எண்ணம் தோன்றி விட்டதை நான் அறிவேன். உதேஹி பழங்குடி எங்களை இப்போது வழி நடத்தினான்.

ஊசியிலைக் காட்டை நெருங்கும் போது, நடந்து செல்வது கடினமாக இருந்தது வியப்பாகத் தெரிந்தது. தோள்பைகள் கிட்டத்தட்டக் காலியாக இருந்த போதிலும், பயணத்தின் தொடக்கத்தில் அவை நிரம்பியிருந்தது நினைவுக்கு வந்தது. ஆனால் இப்போது அதுகூடச் சிரமமாகத் தோன்றியது.

தோள்களெல்லாம் புண்ணாகி, மெல்லிய பொருள் பட்டாலும் வலித்தது. உடல் நலிவு தலைவலியை ஏற்படுத்தி எப்போது வேண்டுமானாலும் கீழே விழுந்து விடுவோமோ என்ற அச்சத்தைத் தந்தது.

இரயில் பாதையை நெருங்கும் போது, அங்கிருந்தவர்கள் பலவித ஐயங்களோடு எங்களைப் பார்த்தார்கள். உடைகள் கிழிந்தும் காலணிகள் நைந்தும் இருந்ததால் அந்த உழவர்கள் எங்களை வேலையேதும் இல்லாமல் சுற்றித் திரிபவர்கள் என்று நினைத்திருக்கலாம்.

வீரர்கள் மெதுவாக நடந்தனர். அடிக்கடி ஓய்வெடுத்துக் கொண்டனர். மாலையில் பரொஃவோஸி என்றழைக்கப் பட்ட ஊரிலுள்ள பழமையான பண்ணை வீடொன்றை அடைந்தோம். அதன் பெயர்க்காரணம் யாருக்கும் தெரியவில்லை. அங்கே முதலில் சார்ல் கிமுன்கா எனும் உதேஹி பழங்குடி, குடும்பத்துடன் வாழ்ந்திருக்கிறார். 1901-ல் சிகோடா-அலின் மலைத்தொடரின் கீழ்ப் பகுதிக்குச் சென்று, இமானில் இருந்து கொண்டு ஒரு மறு

குடியமர்த்தல் நிறுவனத்தில் ஓர் அலுவலருடன் சேர்ந்து பணியாற்றியிருக்கிறார். கடும் சிரமத்துக் கிடையில் மலைத்தொடரில் அலைந்து ஒரு கண்டுபிடிப்பாளராகவே அனுபவங்களைச் சேர்த்திருக்கிறார். இன்முகத்துடன் குடிலுக்கு வரவேற்ற அவர் தானியக் கூழும் வறுத்த மீனும் இரவுணவாகக் கொடுத்து நாங்கள் இழந்த வலிவை மீட்டுக் கொள்ளச் செய்தார்.

காலையில் தாமதமாக எழுந்தோம். மீன் உணவு உண்டோம். அவரிடம் விடைபெற்றுக் கொண்டோம். சார்ல் எங்களுக்கு அந்தப் பகுதியில் அண்மையில் குடியேறிய கொரியர்கள் வாழும் இடத்திற்குச் செல்லும் வழியைக் காட்டினார். இமான் ஆற்றின் தாழ்ந்த பகுதியில் பனியின்றிக் காணப்பட்டதால் படகில் கடக்க வேண்டியிருந்தது. ஆனால் குடில்களில் யாரும் தென்படவில்லை. இடையில் சில பெண்கள் எங்களைப் பார்த்ததும் அஞ்சித் தமது குழந்தைகளை மறைத்துக் கொண்டனர். நான் ஆட்களைத் தேடுவதைக் கைவிட்டு ஆற்றோரமாக வீரர்களை அழைத்துச் சென்றேன். அங்கே புதரில் ஒளித்து வைக்கப் பட்டிருந்த, தட்டையான அடிப்பகுதி கொண்ட படகு ஒன்றை உதேஹி ஒருவன் எடுத்து வந்து ஒருவர் பின் ஒருவராக அக்கரை சேர்த்தினான்.

இடது கரையில் தனியே இருந்த ஒரு மலையின் அடிவாரத்தில் நான்கு மண் குடிசைகள் இருக்கக் கண்டோம். அது ஒரு ரஷ்யக் குடியிருப்பு. கொடெல்நோயே என்பது அதன் பெயர். அண்மையில்தான் அவர்கள் வந்திருந்ததால் இன்னும் அவர்கள் நல்ல வீடுகளைக் கூடக் கட்டிக் கொள்ளவில்லை. நன்முறையில் வரவேற்ற ஒருவரின் குடிசையில் தங்கிக் கொள்ள அனுமதி கேட்டோம். அவரோ, கேள்வி மழை பொழிந்து இறுதியில் தனது நிலை குறித்து முறையிட்டுக் கொண்டார்.

அந்த உழவர்கள் வழங்கிய ரொட்டியானது ஒரு விருந்தைப் போல இருந்தது. குடியேறிகள் அனைவரும்

டெர்சு உஸாலா | விளாதிமிர் கே ஆர்சென்யேவ்

இரவில் எங்கள் குடிசைக்கு வந்தனர். தமது புதிய வீடுகள் குறித்துப் பேசும்போது நெடிய பெருமூச்சு அவர்களிடம் வெளிப்பட்டது. அவர்களுடன் இருப்பதே சங்கடமாகிக் கொண்டிருந்தது. உண்மையில், சால்மன் மீன் அந்த ஆற்றில் இல்லாது போயிருந்தால் அவர்கள் பசியில் வீழ்ந்து இறந்திருப்பார்கள்.

அந்தப் பாதை கொடெல்நோயே-யிலிருந்து தொடங்குவதாக அங்கிருந்த மைல் கற்கள் கூறின. அருகில் இருந்த மைல் கல் 74 என்ற எண்ணைக் காட்டியது. குதிரைகளை வாடகைக்கு வாங்கும் அளவுக்கு எங்களிடம் நிதி நிலை சீராக இல்லை. எனக்கு இந்த அளவீட்டுப் பணியை முடிவுக்குக் கொண்டுவர வேண்டும் என்ற நோக்கம் இருந்தது. அதுவே, நில்லாமல் பயணிக்கவும் வைத்திருந்தது. மேலும் நைந்து கிழிந்த உடைகள் இனியும் குளிரைத் தாங்கவோ உடலில் பொருந்திப் பாதுகாக்கவோ இயலாது. தொடர்ந்து பயணித்தால் உடலின் வெம்மையைத் தக்க வைத்துக் கொள்ள உதவா.

அதிகாலையிலேயே கிளம்பி விட்டோம்.

தூரத்தே வயல்களுக்கு அப்பால் ஆங்காங்கே சிதறியது போலிருந்த 52 குடில்களைக் கொண்ட லுக்யனோவ்கா எனும் கொரியச் சிற்றூரை நண்பகலுக்குப் பின்னர் வந்தடைந்தோம். சற்று ஓய்வெடுத்த பின் மீண்டும் பயணம் தொடர்ந்தது. மாலை நேரம் நெருங்கும் போது களைப்பும் பசியும் எங்களை வாட்டியது. அதன் பின் என்னிடம் இருந்த கருவிகளைக் கொண்டு எதையும் படித்துப் பதிவாக்க முடியவில்லை. ஆனால் சாலை தெளிவாகக் கண்ணுக்குப் புலப்பட்டது. ஒரு வீரனிடம் தீக்குச்சியைக் கொளுத்தச் சொல்லிச் சைகை தந்து அந்த வெளிச்சத்தில் கணநேரம் வழியைப் படித்துத் தெரிந்துகொண்டு உடனே குழுவுடன் இணைந்து கொண்டேன். தொலைவில் வெளிச்சத்தின் மினுமினுப்புத் தெரிந்தது.

அவை நாயகன்

'ஆகா.. அதோ ஒரு கிராமம்..' கூவினான் ஒரு வீரன்.

டெர்சு உடனே 'இரவு நேரங்களில் வெளிச்சம் எப்போதும் ஏமாற்றி விடும்' என்றான்.

உண்மையில் அந்த வெளிச்சம் வெகுதூரத்தில் இருப்பது இருளிலும் தெரிந்தது. அண்மையிலும் சேய்மையிலுமாகத் தெரிந்து மாயங் காட்டியது. நாங்கள் நடந்து கொண்டேயிருந்தோம். வெளிச்சம் இப்போது பின்வாங்குவது போலத் தெரிந்தது. ஒரு தீப்பந்தம் போல் அது அருகில் இருப்பதாகத் தெரிந்த போது அங்கேயே திறந்த வெளியில் ஓய்வெடுத்துக் கொள்ளலாம் எனவும் தோன்றியது. ஒரு குடிசை, அதனருகில் இன்னொன்று, மீண்டும் ஒன்று எனக் கூட்டமாகக் காணப்பட்டது. மொத்தம் எட்டுக் குடிசைகள் இருக்கலாம். வெர்போவ்கா எனும் சிற்றூர் அது. அருகிலுள்ள நகரங்களுக்கு வேலை தேடிப் போயிருந்தனர் அந்த ஊர் உழவர்கள். பெண்கள் எங்களைக் கொள்ளையர் என நினைத்துக் கதவுகளை அடைத்துக் கொண்டனர். ஊர்ப் பெரியவர்களின் உதவியை நாட விரும்பினேன். நானும் டெர்சுவும் தங்கிக் கொள்ள ஒரு குடிசையும் அதனருகில் வீரர்களுக்கு ஒன்றும் எனக் கிடைத்தது.

அன்றைக்கு மட்டும் 22 மைல்கள் நடந்து வந்ததால் கடும் சோர்வு பற்றிக் கொண்டது. அதிகக் களைப்பு, தூங்க விடாமல் படுக்கையில் மாறிமாறிப் புரண்டு படுக்க வைத்தது.

தொடர்வண்டி நிலையத்தைச் சேர இன்னும் 27 மைல்கள் இருக்கும். அனைவரோடும் கலந்து ஆலோசித்து விட்டு, அதை ஒரே நாளில் அடைந்துவிடத் தீர்மானித்தேன். இருள் இருக்கும்போதே கிளம்பினோம். தீக்குச்சிகளின் உதவியுடன் அளவீட்டுப் பணியை ஒரு மணி நேரம் மேற்கொள்ள முடிந்தது.

சூரியன் உதிக்கும் போது கொகோலெவ்கா கிராமத்தை நெருங்கியிருந்தோம்.

மிகவும் குளிரான காலை நேரம். புகைபோக்கிகளில் இருந்து வெண்புகை, தூண்களைப் போல வரிசையாக உயர்ந்து நின்றது. அங்கிருந்த குடிசைகளைத் தவிர்த்து விடலாம் என நினைத்தாலும் உள்ளூர்வாசி ஒருவன் வந்து தேநீர் அருந்த வற்புறுத்தினான். அவனது அன்பான அழைப்பைப் புறக்கணிக்க இயலவில்லை. அந்த அழகான இளைஞன் எங்களுக்குப் பால், தேன், வெண்ணெய் ஆகியவற்றைப் பரிமாறினான். அவனது பெயர் நினைவில்லை என்றாலும் உள்ளன்போடு அவன் கொடுத்த வரவேற்பையும் விருந்தோம்பலையும் மறக்கவே முடியாது. எடுத்துப் போக உணவும், வீரர்களுக்குப் புகையிலை, பிஸ்கட்டுகளும் கொடுத்து அன்பால் திணறடித்தான்.

ரொட்டியும் தேநீரும் இழந்த ஆற்றலை மீட்டுத் தந்தன. அவனுக்கு நன்றி சொல்லி விட்டு நடந்தோம். அருகிலேயே இருந்த ஸ்வெனிகொரோட்கா என்ற சிற்றூருக்கு வந்து சேர்ந்தோம். தொடர்வண்டி நிலையத்துக்கு இன்னும் 15 மைல்கள் இருக்கின்றன என்றாலும் சிறப்பான காலையுணவு கிடைத்தது அவர்களுக்கு ஒரு பொருட்டாகத் தெரியவில்லை. பயணத்தின் இறுதிக் கட்டத்தில் இருக்கிறோம் என்ற எண்ணமே அப்போது மேலோங்கியிருந்தது.

வானம் தெளிவாக இருந்தாலும் குளிர் கடுமையாக இருந்தது. அளவீடு செய்வது கடினமாக இருந்த நிலையிலும் அதை இறுதி வரை சரியாகச் செய்து முடிக்க வேண்டும் என்ற திடமான உறுதி இருந்தபடியால் அதை முழுமையாகச் செய்து முடித்தேன். கைகள் குளிரில் விறைத்திருந்ததால் அடிக்கடி ஊதிச் சூடாக்கிக் கொள்ள வேண்டியிருந்தது.

தொடர்வண்டி நிலையத்திற்கு மீன் கொண்டு போகும் உழவன் ஒருவன் எங்களைப் பார்த்து விட்டான்.

● அவை நாயகன்

'இந்த நிலையிலும் உங்களால் எப்படி வேலை செய்ய முடிகிறது.?' என்று என்னைக் கேட்டான். 'குளிரவில்லையா உங்களுக்கு.?'

பயணத்தில் எனது கையுறைகள் நைந்து கிழிந்து போனதால் அவற்றைத் தூர வீசி விட்டதைச் சொன்னேன்.

'அப்படியா.? இதோ இதை எடுத்துக் கொள்ளுங்கள்' என்றான். 'என்னிடம் வேறு இருக்கிறது.'

வெம்மை தரும் கையுறைகளை என்னிடம் தந்தான் அவன். நன்றியுடன் அவற்றைப் பெற்றுக் கொண்டு பணியைத் தொடர்ந்தேன். இரண்டு மைல் தொலைவுக்கு வழித்துணையாகவும் வந்தான் அவன். அந்த நிலப்பகுதியை ஆய்ந்தும் அளவிட்டும் கொண்டிருந்த போது அவன் தன்னைப் பற்றிக் கூறத் தொடங்கினான். தனது ஊர்க்காரர்கள், அண்டை வீட்டாரின் மனைவி, உள்ளூர் ஆசிரியர், சாமியார் என அனைவரையும் திட்டித் தீர்த்தான். வசை மாரி பொழிவதை நிறுத்தவேயில்லை. அவனுடைய குதிரையும் கடும் முயற்சியுடன் மென்னடை போட்டது. அந்த வேகத்தில் போனால் இமானை அடைய முடியாது. கையுறைகளைக் கழற்றி நன்றி கூறி அவனிடம் ஒப்படைத்தேன். பிறகு வேகமாக நடக்கத் தொடங்கினேன்.

'இதற்கென்ன அர்த்தம்.?' எனக் கூச்சலிட்டான் அவன். 'பணம் தர முடியாதா..?'

'எதற்காக.?' எனக் கேட்டேன்.

'கையுறைக்கு' என்றான்.

'அதைத்தான் திரும்ப வாங்கிக் கொண்டாயே.'

'அதெல்லாம் ஒரு பொருட்டில்லை' என் புரவலருக்குத் திருப்தி ஏற்படவில்லை. 'நான் உங்களிடம் தயவாகத்தானே நடந்து கொண்டேன்.?'

‘நல்ல வகையான தயவுதான் போ.’ இதை அவன் சொன்னதும் எனது வீரர்கள் சேர்ந்து கொண்டனர். ‘கருணையோடு நடந்து கொண்டு பணம் கேட்கிறாயே.’

எல்லாரையும் விட அதிகக் கோபம் டெர்சுவுக்கு. வெறுப்போடு தரையில் காறித் துப்பினான்.

‘கெட்டவன்’ என்றான். ‘அவனைப் பார்க்கப் பிடிக்கவில்லை எனக்கு. முகமே இல்லாதவன்.’

முகம் இழப்பது ஆன்மாவை விற்பது எனப் பழங்குடி கருதுகிறான்.

‘இது போன்ற ஆட்கள் இன்னும் எதற்காக உயிரோடு இருக்கிறார்கள்.?’ டெர்சு சொல்லிக் கொண்டிருந்தான். ‘அவன் இனியும் இருக்க மாட்டான். சீக்கிரம் செத்துப் போவான்.’

மாலை மயங்கியதும் ஹவாகு ஆற்றை அடைந்து அதன் அருகில் ஓய்வெடுத்துக் கொண்டோம்.

காகம் கரைவதை வைத்துத் தொடர்வண்டி நிலையம் இன்னும் இரண்டு மைல் தூரத்திற்குள் இருக்கும் என நினைத்தேன். ஆனால் அங்கிருந்த மைல் கல் ஆறு மைல் என்றது. பாதை விலகி ஒரு சதுப்பு நிலத்தின் ஓரம் கடந்து செல்ல வைத்தது. இரயில் எஞ்சினின் முறையிடுவது போன்ற ஒலியைக் காற்று ஏந்தி வந்தது. கட்டடங்களின் வெளித் தோற்றம் கூடத் தொலைவிலிருந்தே தெரிந்தது.

கபரோவ்ஸ்க் வரை டெர்சுவும் எங்களுடன் வர இசைந்து விடுவான் என்ற எண்ணத்தை மனதிற்குள் பேணி வைத்திருந்தேன். அவனைப் பிரியப் போகிறோம் என்பதே வெறுப்புக்குரியதாக இருந்தது எனக்கு. சில நாட்களாக அவன் குறிப்பாக என்னோடு நெருங்கி வருவதைக் கண்டுபிடித்தேன். ஏதோ ஒன்றைச் சொல்லவோ, கேட்கவோ விரும்புகிறான். அதே நேரம் தயங்குகிறான் என்பதும் தெரிந்தது. கடைசியில், துணிவைத் திரட்டி அதைக் கேட்டும் விட்டான். அவன் கேட்டது துப்பாக்கிக்

குண்டுகளை. எங்களைப் பிரியப் போகிறான் என்பதை அது குறிப்பால் உணர்த்தியது.

‘போகாதே டெர்சு’- என்று கேட்டுக் கொண்டேன்.

நகர வாழ்க்கை தன்னைப் பயமுறுத்துவதாகப் பெருமூச்சுடன் சொன்னான். தொடர்வண்டி நிலையம் வரையிலாவது வரவேண்டும் என்றும் அங்கே கொஞ்சம் பணமும் உணவும் கூடத் தர முடியும் என்பதையும் தெரிவித்தேன்.

‘வேண்டியதில்லை கேப்டன்’ அந்தக் கோல்டு பழங்குடி பதில் தந்தான். ‘மரக் கீரிகள் இருக்கின்றன. அவை பணத்தைப் போலவே மதிப்புடையவை.’

இணங்க வைக்கச் செய்த அனைத்து முயற்சிகளும் அவனது உறுதியின் முன் பயனற்றுப் போயின. ஹவாகு ஆற்றைத் தொடர்ந்து சென்று அதன் மேற்பகுதியில் கீரி வேட்டை தொடங்க இருப்பதாகவும், பனி உருகிய பின் தனது இனப் பழங்குடி நண்பனுடன் இரு இளவேனிற் கால மாதங்கள் இருக்கப் போவதாகவும் தெரிவித்தான். கோடையில், நாங்கள் புதிய பயணம் தொடங்கும் போது ஒரு வீரனை அனுப்புவதாகவும் அல்லது நானே வருவதாகவும் அவனிடம் சொன்னேன். அதன்பிறகு, என்னிடம் இருந்த துப்பாக்கிக் குண்டுகள் எல்லாவற்றையும் கொடுத்து விட்டேன். அந்தப் பிரிவை இன்னும் காலம் தாழ்த்துவதற்காக, அடுத்து எங்கே சந்திப்பது என்பதைப் பற்றி மூன்றாவது தடவையாகச் சொல்லிக் கொண்டிருந்தேன்.

‘நல்லது. நேரமாகிக் கொண்டிருக்கிறது’ முணுமுணுத்தவாறே தனது தோள்பையின் பட்டைகளுக்குள் கைகளை நுழைத்தான்.

‘போய் வருகிறோம் டெர்சு’ அவனது கைகளைக் குலுக்கிச் சொன்னேன். ‘உதவிக்கு நன்றி. இதை என்றும் மறக்க மாட்டோம்.’

டெர்சு உஸாலா | விளாதிமிர் கே ஆர்சென்யேவ்

ஏதோ சொல்ல வந்தவன், உணர்ச்சி மேலிட்டவனாகத் துப்பாக்கியின் கைப்பிடியைத் தனது சட்டையின் கைப்பகுதியைக் கொண்டு துடைக்கத் தொடங்கினான். அமைதியாக ஒருவரையொருவர் பார்த்துக் கொண்டு நின்றிருந்தோம். மீண்டும் கைகுலுக்கி விடை பெற்றுக் கொண்டோம். அவன் இடப்புறம் திரும்பி ஒரு நீரோடையின் வழியாகப் போனான். நாங்கள் சாலையை நோக்கி நேராக நடக்கத் தொடங்கினோம்.

சிறிது தூரம் போன பின், திரும்பி அந்தப் பழங்குடி நண்பனைப் பார்த்தேன். அவன் ஆழங் குறைந்த, கூழாங்கல் செறிந்த ஓடையின் அருகே ஏதோவொன்றின் கால்தடங்களைச் சோதித்துக் கொண்டிருந்தான். உரக்கக் கூவித் தொப்பியை அசைத்துக் காட்டினேன். பதிலுக்கு அவனும் தொப்பியை அசைத்தான்.

'போய் வருகிறோம் டெர்சு' என்று மனதிற்குள் சொல்லிக் கொண்டேன். வீரர்கள் என் வழியைத் தொடர்ந்தனர்.

சோர்வின் எல்லைக்கே வந்து விட்டோம். வழிகாட்டல் ஏதுமின்றி வீரர்கள் நடந்தனர். தொடர்வண்டி நிலையத்தை அடைய இன்னும் இரண்டு மைல் தூரம்தான். ஆனால், பயணத்தில் ஓர் இருபது முறை அடைந்த துன்பத்தை விடவும் இது கடுமையாகத் தோன்றியிருக்கும் அவர்களுக்கு. எங்கள் குழுவிலேயே சிலரைத் தேர்ந்தெடுத்துக் கலைத்துச் சிறு குழுவாக்கி முன்னூறு தப்படி இடைவெளியில் நடக்க வைத்தேன். தொடர்வண்டி நிலையத்தை அடையும் போது ஆட்களின் எண்ணிக்கை குறைவாகத் தெரிவது சற்றே ஆசுவாசமாக இருக்கும். அப்போது எங்களைக் கடந்து போன இரயில்வே பணியாளர்கள், நாங்கள் கட்டடங்களை விடுத்து அங்கேயே ஓய்வெடுப்பதைப் பார்த்து வியந்தார்கள். அதில் ஒருவன் கிண்டலாக :

'தொடர்வண்டி நிலையம் இன்னும் வெகுதூரம் போலிருக்கிறது.'

● அவை நாயகன்

கடைசியில் ஒரு குடியிருப்புப் பகுதியின் முன்புறம் இருந்த பயணிகள் விடுதிக்கு வந்து சேர்ந்தோம். நகரத்து மனிதன் ஒருவனுக்கு அந்தப் பாழடைந்த இடம், கூடுதல் விலை, அழுக்கு ஆகியவை மூக்கைப் பொத்திக் கொள்ள வைத்திருக்கும். ஆனால் எனக்கோ அது வானுலகம் போல் தெரிந்தது. இரண்டு அறைகளை அமர்த்திக் கொண்டு ஓய்வெடுத்தோம்.

இனிமேல்தான் துன்பங்கள் தொடரப் போகின்றன. செய்தித் தாளைத்தான் முதலில் தேடினேன். 'இப்போது டெர்சு எங்கே இருப்பான்' என்றும் ஓர் எண்ணம் வந்து போனது. ஆற்றங்கரையில் விறகு சேகரித்து, நெருப்பை உண்டாக்கி, எதன் மீதாவது சாய்ந்து, பற்களுக்கு இடையில் புகைக்குழாயை வைத்துப் புகைத்துக் கொண்டிருப்பான். நினைவுகளோடே உறங்கிப் போனேன்.

அடுத்த நாள் அதிகாலையில் எழுந்தேன். தோள்பையை இனிமேல் தூக்கிச் சுமக்க வேண்டியதில்லை என்ற எண்ணமே மகிழ்ச்சியைத் தந்தது.

மாலையில் குளித்தோம். பிரிவதற்கு முன் ஒன்றாய் அமர்ந்து தேநீர் அருந்தினோம். விரைவிலேயே தொடர்வண்டி வந்து விட்டது. அவரவர் இடங்களில் போய் அமர்ந்தோம்.

நவம்பர் 17 அன்று கபரோவ்ஸ்க் நகரை அடைந்தோம்.

பகுதி மூன்று

(21)

தொடக்கம்..

1907 இளவேனில் நாட்களில் ஒரு புதிய பயணத் திட்டத்தைத் தயாரித்தேன். சிகோடா - அலின் மலைத்தொடரின் மையப் பகுதி மற்றும் கடந்த ஆண்டு நாங்கள் நிறைவு செய்து கொண்ட, கடற்கரையின் வடபகுதியை ஆய்வு செய்திடப் போயிருந்தேன்.

இதுவும் கடந்த பயணம் போலவே இருந்தது. இம்முறை குதிரைகளுக்குப் பதிலாகக் கழுதைகள். உறுதியான கால்களும், உணவில் வேறுபாடு காண்பதில் குறைந்த அறிவும் உடையது கழுதை. எனது உதவியாளன் மெர்சில்யகோவ் அவற்றை ரைண்டா விரிகுடாவுக்கு வரவழைத்து மூன்று பேரை உடனிருக்கச் செய்தான். பிறகு கடலோரத்திற்குச் சென்று உணவுப் பொருட்கள் வாங்கப் போனான். டெர்சுவைக் கண்டுபிடிக்க சகரோவ் போயிருந்தான். அவன் குதிரையில் ஏறி, வழியிலுள்ள குடில்கள் அனைத்திலும் டெர்சுவைப் பற்றி விசாரித்துக் கொண்டே போயிருக்கிறான். அனுசினோ என்ற

அவை நாயகன்

ஊருக்கு அருகிலுள்ள குடில் ஒன்றில் ஒரு வயதான வேட்டையாடியைக் கண்டிருக்கிறான். அவனிடம் விசாரித்த போது பதில் வந்திருக்கிறது :

'நான்தான் டெர்சு உஸாலா.'

பயணத் திட்டம் பற்றிச் சொன்னவுடன் அவன் உடனே தனது உடைமைகளைச் சேகரித்துக் கட்டி வைக்கத் தொடங்கி விட்டான்.

டெர்சுவை மீண்டும் கண்டதில் மகிழ்ச்சி ஏற்பட்டது. அந்த நாளைப் பேசியே கழித்தோம். குளிர்காலத்தில் இரண்டு மரக் கீரிகளைப் பிடித்து ஒரு சீன வியாபாரிக்குப் பண்டமாற்றாகக் கொடுத்துக் கம்பளிப் போர்வை, கோடரி, தேநீர்ப் பாத்திரம் ஆகியவற்றை வாங்கி வைத்திருப்பதை, அதனுடன் கூடுதலாகக் கிடைத்த பணத்தில் கூடாரம் அமைக்கத் தேவையான பொருட்களைச் சேர்த்திருப்பதை விரிவாகச் சொன்னான். ரஷ்ய வேட்டையாடிகள் துப்பாக்கிக் குண்டுகளை, உதேஹிப் பெண்கள் புதிய காலணிகள், கால்சட்டைகள், மேற்சட்டை ஆகியவற்றை விலைக்குத் தந்திருப்பதையும் தெரிவித்தான். பனி உருகியதும் அனுசினோவுக்குப் போய் அங்கே தனது நண்பனுடன் தங்கியிருந்த காலத்தை நினைவு படுத்திக் கொண்டான். குறித்த காலத்திற்குள் நான் வரவில்லை என்பதால், புதிதாய் முளைத்த கொம்புகளைக் கொண்ட மான் ஒன்றை வேட்டையாடி அதை ஒரு சீன வணிகனுக்குக் கொடுத்த வகையில் பணம் இன்னும் வர வேண்டியிருக்கிறது என்பதையும் சொன்னான்.

அனுசினோவில் தனது பணம் களவு போன கதையைக் கூறினான். அப்போதுதான் அறிமுகமான காட்டுவாசி ஒருவனிடம், குளிர்காலத்தில் தான் பிடித்த இரு மரக்கீரிகளை விற்றதைச் சொல்லியிருக்கிறான். அவன் டெர்சுவை ஒரு மதுச்சாலைக்கு அழைத்திருக்கிறான். நம்பி அவனுடன் சென்ற டெர்சு கடும் போதையில் தன்னிடம் இருந்த பணத்தையெல்லாம் கொடுத்துப்

பாதுகாப்பாக வைத்திருக்கச் சொன்னதையும், விடிந்ததும் அவன் மாயமாகி விட்டதையும் கூறினான். என்ன நடந்தது என்றே பிடிபடவில்லை அவனுக்கு. பழங்குடிகள் ஒருவரையொருவர் நம்பியே கம்பளி, பணத்தைக் கொடுத்து வைத்திருப்பர். நெறி பிறழாமல் நடந்து கொள்வர்.

அந்தக் காலகட்டத்தில் ஜப்பான் கடலின் கரையையொட்டி ஒழுங்கான வழித்தடம் ஏதுமில்லை.

அதிலும் கெடுவாய்ப்புக் காத்திருந்தது எங்களுக்கு. விளாடிவாஸ்டாக் கில் இருந்து வழக்கமாகக் கிளம்பும் ஒரே கப்பலான எஸ்.எஸ். எல்'டொராடோ, இரண்டு நாட்களுக்கு முன்புதான் அந்தப் பகுதியைக் கடந்து போயிருக்கிறது. உண்மையில் இக்கட்டில் மாட்டியிருப்போம். வெடிகுண்டுகளைத் தாங்கிச் செல்லும் நீர்மூழ்கிப் படகுகளின் பெருங் கருணையால் எங்கள் பயணம் தொடர்ந்தது. ஷாந்தர் தீவுகளுக்குச் செல்ல வேண்டிய அவை எங்களை ழிஜிட் விரிகுடாவுக்குப் போக வேண்டிய ஓர் இடத்தில் இறக்கி விடுவதாக உறுதியளித்தன.

கடலின் மேற்பகுதியிலேயே திமிங்கலங்களும், சுறா போன்ற துடுப்பு மீன்களும் நீந்தித் திரிவதைக் கண்டோம். திமிங்கலங்கள் அளவெடுத்தாற் போன்ற வேகத்திலும் படகின் வேகத்தைக் கணித்தும் நீந்தின. ஆனால் துடுப்பு மீன்களோ, படகைத் துரத்தி வந்தன. அருகே வந்ததும் நீரின் மேல் தாவிக் குதிக்கத் தொடங்கின. சகுர்ஸ்கி எனும் வீரன் துப்பாக்கியை எடுத்து இருமுறை குறி தவற விட்டும் மூன்றாவது முறை ஒரு மீனைச் சுட்டு வீழ்த்தினான். அதன் குருதி நீர்மட்டத்தை நிறைத்துக் கண நேரத்தில் மறைந்தது.

இரவு தொடங்கும் முன் அமேரிக விரிகுடாவுக்கு வந்தோம். முந்தைய இரவே நங்கூரமிட்டு வைத்திருந்தார்கள்.

கடுங்காற்று வேகமாக வீசியடித்தாலும், காலையில் நிலவிய மோசமான காலநிலையிலும் படகுகள் வரிசையாக நிலை நிறுத்தப் பட்டிருந்தன. படகின் மேற்புறமுள்ள

● அவை நாயகன்

தள மேடைக்கு வந்தேன். நீராவியை வெளியேற்றியவாறு படகுகள் நின்றிருந்தன. எங்களுக்கு முன்பாக இருந்தது குரோஸ்னி என்ற படகு. பின்னால் இருந்த படகின் பெயர் பெஷம்னி. இது ஆழமான, நீர் இடுக்குப் போன்ற நீர்ப்பரப்பில் மூழ்கிப் போய், வெண்ணிற அலைமுகடுகளைப் பின்புறமாக உருவாக்கி மூக்குப் போன்ற முன்பகுதியில் நீரைத் துளைத்து நுரை போலாக்கிச் செல்லும். அப்போது அது மற்ற சிறு படகுகளை விழுங்க வருவது போலத் தோன்றும். கடல் மட்டத்திற்கு மேலே வரும்போது உறுதியாக நிலை கொண்டு விடும்.

இரவில் ஓல்கா விரிகுடாவுக்கு வந்தோம். படகிலேயே தங்கிக் கொண்டோம்.

கடலின் மேற்பரப்பில் அமைதி குடிகொண்டிருந்தது. காற்று ஓய்ந்து விட்டது. பனித்திரை விலகிக் கொண்டது. காலையில் சூரியன் உதித்த போது பாறைகள் செறிந்த கரையில் வெளிச்சம் படர்ந்து கிடந்தது.

மாலையில் படகுகள் ழிஜிட் விரிகுடாவை அடைந்தன. நாங்கள் படகிலேயே இருந்தோம். இரவு முழுவதும் படகு இருபுறமும் அசைந்தாடி வந்ததில் நான் பொறுமையிழந்து, விடியட்டும் எனக் காத்திருந்தேன். கரையும் வந்தது. கால்கள் தரையில் பட்டதும் பெருத்த நிம்மதியாகி விட்டது. நங்கூரம் விலக்கிப் புறப்பட்டது எங்களை ஏற்றி வந்த அந்த வெடிகுண்டு தாங்கிப் படகு. அதன் பணியாட்கள் மெகாபோன் மூலம் உற்சாகமாகக் கூவி வாழ்த்துத் தெரிவித்தனர்.

பார்வையில் இருந்து அது மறைந்ததும் நாங்கள் முகாம் அமைக்கவும் விறகு சேகரிக்கவும் தொடங்கினோம். தண்ணீர் கொண்டுவரப் போன வீரன், திரும்பி வரும் வழியில் கழிமுகத்தில் ஏராளமான மீன்கள் துள்ளி விளையாடுவதைக் கண்டிருக்கிறான். வீச்சு வலை கொண்டு போய், இழுத்து வரும் அளவுக்கு அவற்றைப் பிடித்து வந்தோம். கோர்புஷா சால்மன் வகையைச்

டெர்சு உஸாலா | விளாதிமிர் கே ஆர்சென்யேவ்

சேர்ந்த அவை, தாடை சற்றே வளைந்தும் கூன் முதுகு கொண்டு அருவருப்புத் தரும் தோற்றமும் கொண்டிருந்தன. சிலவற்றை மட்டும் எடுத்துக் கொண்டு எஞ்சியவற்றை நீரிலேயே கொட்டி விட்டோம். அவற்றை உண்டு முடித்ததும் எங்கள் வயிறுகள் இரு மடங்காய்ப் பெருத்து விட்டன.

ஜூன் மாதம் எல்'டொராடோ கப்பல் பொதிகழுதைகளைச் சுமந்து வரும் வரை எங்களின் செயலற்ற மந்த நிலை நீடித்தது. அது மிகவும் மகிழ்ச்சியான நாள். உண்மையில் அதற்காகக் காத்திருந்தே சோர்ந்து போயிருந்தோம்.

கரையிலிருந்து அரை மைல் தொலைவுக்குள் எல்'டொராடோ நங்கூரம் இட்டிருந்தது. கடல் நீர் தெரியா வண்ணம் கப்பலின் தாழ்வான பகுதியில் கழுதைகள் கட்டி வைக்கப் பட்டிருந்தன. தாங்கு உருளைகளில் இருந்து விடுபட்டதும் அவை கரையை நோக்கி நீந்தத் தொடங்கின. அங்கே காத்திருந்த வீரர்களால் சுற்றி வளைத்துப் பிடிக்கப் பட்டன.

பொதிகளை ஏற்றவும், கடிவாளம் பூட்டவும் இரண்டு நாட்கள் பிடித்தன. அருகிலுள்ள குடியிருப்பின் எல்லைக்கு வந்ததும் டெர்சு தனது நண்பர்களுடன் சிறிது நேரம் இருந்து விட்டு வர அனுமதி கேட்டான். அடுத்த நாள் அந்தி சாயும் முன் வந்து சேர்ந்து கொள்வதாகவும் உறுதியளித்தான். அவனை இந்தப் பயணம் இழந்து விடுமோ என்ற அச்சம் தோன்றி விட்டது எனக்கு. ஆனால் அந்தப் பழங்குடி உரக்கச் சிரித்தான் :

'நீங்கள் ஓர் ஊசியோ அல்லது பறவையோ அல்ல. பறந்து விட மாட்டீர்கள். நடந்து கால்தடங்களைப் பதிப்பீர்கள். அது போதும். எனக்குக் கண் இருக்கிறதல்லவா..?'

தடமறியும் அவன் திறமை குறித்து எனக்குத் தெரியுமே. எனவே மறுப்பைக் கைவிட்டேன். சொன்னது போல்

● அவை நாயகன்

அடுத்த நாள் காலையில் வந்து எங்களோடு இணைந்து கொண்டான். அவன் இல்லாத போது எங்களின் பயணம் பற்றிய எல்லா விவரங்களையும் ஒன்றன் பின் ஒன்றாகச் சொல்லத் தொடங்கினான். நாங்கள் ஓய்வெடுத்த இடங்கள் - ஓர் இடத்தில் பாதை முடிவடைந்து விட்டதால் ஒரு வீரனை அனுப்பிச் சாலை தெரிகிறதா எனப் பார்த்து வரச் சொன்னது - ஒருவன் தன் காலணியை மாற்றிக் கொண்டது என அனைத்தையும் வரிசையாகச் சொன்னான். இதில் குருதிக் கறை படிந்த ஒரு கந்தல் துணியும் கொஞ்சம் பஞ்சுத் துணுக்குகளும் காலணி அந்த வீரனுக்குப் பொருந்தாமல் போனதை எடுத்துக் கூறியிருக்கிறது. எனக்கு அவனது தனித்திறன் பற்றித் தெரியும். எனது வீரர்கள் சிலருக்கு அவை புதிய செய்தி. ஆர்வத்தைத் தூண்டுகிற, மதிப்புக்குரிய மனிதனாகவே அவன் எங்கள் வீரர்களுக்குத் தோன்றினான் என்பதும் உண்மை.

கழுதைகளில் ஒன்று பொதிகளைச் சுமந்து வருவதில் சுணக்கம் காட்டியது. நானும் டெர்சுவும் அடிக்கடி அதற்காக நின்று காத்திருந்து அதன் பின்னால் செல்ல வேண்டியிருந்தது. பாதையின் திருப்பங்களில், எந்த வழியில் போகிறோம் என்பதற்கான அடையாளத்தை விட்டுச் செல்லவும், முதலில் செல்பவர்கள் மற்றவர்களுக்காகக் காத்திருக்கவும் தக்க அறிவுரை வழங்கினேன்.

பாதை இரண்டாகப் பிரிந்தது. ஆற்றின் மேற்பகுதியை நோக்கி ஒன்றும் வலப்புறம் திரும்பும் வகையில் ஒன்றுமாக நீண்டு போயின. நாங்கள் அங்கே அடையாளக் குறி இட வேண்டும். டெர்சு ஒரு மரக்கிளையை வெட்டித் தரையிலிட்டு வளைத்து, அதன் உடைந்த பகுதி நாங்கள் தேர்ந்தெடுத்த பாதையைப் பார்த்திருக்குமாறு வைத்தான். பின்னால் வரும் வீரர்களுக்கு அது போதும் ஆனால் இரண்டு மைல் தொலைவுக்குள் நின்று விட்டோம். எந்தப் பொதியில் என்ன இருக்கும் என்பதும் மறந்து விட்டது. இன்னும் சிறிது நேரம் காத்திருந்து, மீண்டும் நாங்கள் நடந்து வந்த சுவடுகளைப் பின் தொடர்ந்து போனோம்.

ஓர் இடத்தில் அவர்கள் அடையாளம் தொலைத்து விட்டுத் தவறான பாதையில் போய் விட்டதாகவும் தெரிய வந்தது. டெர்சுவுக்கு ஒரே கோபம்.

'என்ன மாதிரி ஆட்கள் இவர்கள்' வெறுப்புடன் சொன்னான். 'குழந்தைகளைப் போலத் தலையாட்டிக் கொண்டே நடக்கிறார்கள். கண்கள் இருக்கும். ஆனால் எதையும் சரியாகப் பார்ப்பதில்லை. இவர்களால் மலைகளில் வாழ முடியாது. விரைவில் இறந்து விடுவார்கள்.'

அடையாளத்தை அவர்கள் தவற விட்டது அவனை வியப்புக்கு உள்ளாக்கியிருக்கிறது. கால் தடம் பதியாத இடங்களில் என்ன செய்வார்கள் என்பது அவனுக்கு விளங்கவில்லை. மேலும், நடந்து வரும்போது அடையாளமாக வைத்திருந்த மரக்கிளையை மிதித்து விட்டுப் போயிருக்கிறார்கள். மிதித்தது கழுதையல்ல ; மனிதனின் கால்சுவடு அது என்று டெர்சு உறுதியாகத் தெரிவித்தான்.

திட்டிக் கொண்டிருந்தாலும் அவர்கள் போன இடத்தை அறிந்து கொள்ள முடியவில்லை. துப்பாக்கியை எடுத்து வானில் இருமுறை சுட்டேன். அதற்குரிய பதில் வெடியோசை தூரத்தில் இருந்து வந்தது. மீண்டும் சுட்டேன். பிறகு நெருப்பைக் கூட்டி அதன் முன் அமர்ந்து காத்திருந்தோம். அரை மணி நேரத்தில் வீரர்கள் திரும்பினர். அடையாளம் மிகவும் சிறிதாக வைத்து விட்டதாக அவர்கள் எங்களைக் குற்றம் சுமத்தினர். டெர்சு அமைதி காத்தான். அவனுக்குத் தெளிவாகத் தெரிவது மற்றவர்களுக்குத் தெரியாது என்பதை உணர்ந்திருப்பான்.

உணவுக்குப் பின் பயணம் தொடர்ந்தது. டெர்சுவும் நானும் முன்னே நடந்தோம். பாதை மீது மட்டுமே கவனம் கொள்ளுமாறும், நிகழ்ந்து விட்ட தவறை மறுபடியும் செய்யலாகாது எனவும் வீரர்களுக்கு அறிவுறுத்தப் பட்டது. இரண்டு மணி நேரத்தில் பாதை மீண்டும் இரண்டாகப்

அவை நாயகன்

பிரிந்தது. டெர்சு தனது தோள்பையைக் குலுக்கிக் கீழே வைத்து விட்டு விறகு தேடப் போனான்.

'இப்போது முகாம் அமைக்க வேண்டியதில்லை' என்றேன். 'நடக்கலாம்'

நேருக்கு நேர் முகத்தைப் பார்த்துக் கூறினான். 'விறகு தேடவில்லை. இரண்டாவது பாதையை அடைத்து விடப் போகிறேன். இனித் தவறு நடக்காது.'

மகிழ்ந்து போனேன். விறகு சேகரித்துக் கத்தையாக்கி, புதர்ச்செடிகளை வெட்டி இழுத்து வந்து, அருகிலிருந்த சில மரங்களை வளைத்துத் தரையில் இட்டுப் போக்குவரத்துத் தடை போல ஒன்றை உருவாக்கி விட்டான். இந்தச் செயற்கைத் தடையை யாரும் கடந்து போக முடியாது.

அங்கிருந்த யோட்ஷிஹோ ஆற்றை 'மானாறு' என்றே அழைக்கலாம். கரையில் ஏராளமான மான்கள் துள்ளி விளையாடின.

அந்த ரோ வகை மான்கள் கோடைக் காலத்தில் துருப் பழுப்பு நிறத்திலும், குளிர் காலத்தில் சாம்பல் பழுப்பு நிறத்திலும் காணப்படும். இடுப்புக்கும் வாலுக்கும் அருகே வெண்ணிற மயிர்கள் புள்ளி போல் இருக்கும். நிறம் தரும் பாதுகாப்புடன் அவை கண்ணுக்குப் புலப் படாமல் உலவும். அதன் வெண்ணிறப் புள்ளி மட்டும் வேட்டையாடிகளின் கண்ணில் இருந்து தப்பாது. எனவேதான் ஊசியிலைக் காடு வாழ்வோர் அப்புள்ளியைக் 'கண்ணாடி' என்று அழைத்தனர்.

தைரியம் இல்லாத விலங்கு அது. மனிதருக்கும் பிற விலங்குகளுக்கும் அஞ்சித் திரிபவை. எப்போதும் எச்சரிக்கையாக இருக்கும் அவை தமது மோப்பத் திறனையும் கேள் உணர்வையும் நம்பியிருக்கும். இலையுதிர்க் காடுகளின் சதுப்பு நிலங்களில் இருந்துகொண்டு, அந்தி மயங்கும்போது இரை மேய வெளியே புல்வெளிக்கு வரும். காட்டின் அமைதியினூடே மேய்ந்தாலும் காதுகள்

டெர்சு உஸாலா | விளாதிமிர் கே ஆர்சென்யேவ்

ஆபத்தை எதிர் நோக்கி எச்சரிக்கையாகவே இருக்கும். இடுக்கு வழிகளில், புதர்களில், காய்ந்த மரங்களுக்கிடையில் அவை ஓடுவது மலைப்பை ஏற்படுத்தும்.

பிற விலங்குகளை விடச் செந்நிற மான்கள் அங்கே இருப்பதும் இவற்றின் இடர்ப்பாட்டுக்குக் காரணம் என்பது வியப்புக்குரியது. மனிதர் ஏற்படுத்தும் செயற்கையான காரணங்களால் செந்நிற மான்கள் ஆபத்திற்கு உள்ளாகும்போது இந்த மான்களும் பாதிக்கப் படும். எடுத்துக் காட்டாக ஒன்றைச் சொல்லலாம். உப்புக் கலந்த சேற்று நிலத்தில் இவை இரைதேடி வருவது வழக்கம். அந்த நேரத்தில் செந்நிற மான்கள் அங்கே இருந்தால் தனக்கும் ஆபத்து இருக்கிறது என்பதை உணர்ந்து அங்கே தலைகாட்டாமல் போய்விடும். மேலும் அவற்றைத் தவிர்க்கவே விரும்பும்.

இவை ஒன்றையொன்று மோதிக் கொண்டு அடிக்கடி ஆளுயரப் புற்களில் இருந்து வெளிப்படுவதைக் கண்டிருக்கிறோம். ஆனால் தோன்றியது போலவே மறைந்தும் போகும். அதனால் அவற்றில் ஒன்றைக் கூட எங்களால் சுட்டு வீழ்த்த முடியவில்லை.

சினாட்சா, யோட்சி ஆறுகள் சந்திக்கும் இடம் எங்களை ஒரு மதிப்பார்ந்த ஊசியிலைக் காட்டிற்கு இட்டுச் சென்றது. தலைக்கு மேல் படர்ந்திருந்த மரக்கிளைகள் வானத்தை மறைத்தன. பேருருவாக இருந்த நெட்டிலிங்க, செடார் வகை மரங்களை அவை போல் அதற்கு முன் நாங்கள் பார்த்தேயில்லை. அவற்றின் நிழலில் 45 வயதுடைய மரங்கள் கூடச் சிறு கிளைகள் போலத் தோன்றின. லைலக் போன்ற நறுமண மலர்கள் பூக்கும் செடிகள் பொதுவாகப் புதரைப் போல் காணப்படும். அங்கே அவை 2 அடி சுற்றளவும் 25 அடி உயரமும் கொண்டு நெடிது வளர்ந்திருந்தன. காய்ந்த மரங்கள் பாசி படர்ந்து

பசுமையாக மூடப்பட்டுச் செழிப்பான தோற்றத்தைத் தந்தன.

அடி வளர்ச்சி கொண்ட அரேலியாக் கொடிகளும், திராட்சைக் கொடிகளும், முறுக்கிப் படரும் பிறவும் எங்களது பயணத்தைத் தாமதப் படுத்தின. மெதுவாக முன்னேறினோம். அடிக்கடி ஓய்வெடுத்துக் கொண்டோம். வீழ்ந்து கிடக்கும் மரங்களின் ஊடாக இடைவழி ஏதும் தென்படாதா எனத் தேடிக் கொண்டே நடந்தோம்.

ஆனால், நெடுந்தொலைவு நடந்த பின்னும் வழி கிட்டவில்லை. பொதிகழுதைகளுக்கு அது பொருந்தக் கூடிய வழியாகவும் இல்லை. நடையை விரைவு படுத்தும் வகையில் வழியைச் சீரமைத்து விட வீரன் சகரோவ் தலைமையில் ஒரு குழுவை முன்னால் அனுப்பினோம். மரங்களில் தொங்கிக் கொண்டிருந்த காய்ந்த கிளைகளை வெட்டி வழியமைத்துக் கொண்டோம். கழுதைகள் தடுமாறி விழாவண்ணம் தரையில் கிடக்கும் கிளைகளையும் அப்புறப் படுத்த வேண்டியிருந்தது.

சினாட்சா ஆற்றின் முகப்புப் பகுதியில் கூன்முதுகு கொண்ட ஓர் உதேஹி வேட்டையாடியைச் சந்தித்தோம். பொதுவாக உதேஹிகள் நீரோடைகளில் கூழாங்கற்களின் ஊடே நடந்து போய் மீன் பிடிப்பவர்கள். முகாமையொத்த அவர்கள் பகுதியில் படகு ஒன்று குப்புறக் கவிழ்த்து வைத்திருக்கக் கண்டோம். இருபுறமும் தீத் தழும்புகள் கொண்டிருந்த அந்தப் புத்தம் புதிய படகு, இன்னும் தனது முதல் பயணத்தைத் தொடங்கவில்லை என்பதைக் காட்டியது. படகு உருவாக்குவது பற்றித் தனக்கு எதுவும் தெரியாது எனக் கூறிய அந்த வேட்டையாடி, டகேமா ஆற்றுப் பகுதியில் இருந்து தனது மருமகன் ஒருவன் அதற்காகவே வந்து படகைக் கட்டித் தந்ததாகக் குறிப்பிட்டான். சான் லின் என்றழைக்கப் பட்ட அவனை எங்களது பயணத்திற்கு உதவக் கேட்டுக் கொண்டோம். அவனும் இசைந்தான்.

டெர்சு உஸாலா | விளாதிமிர் கே ஆர்சென்யேவ்

மறுநாள் காலை கிளம்புவதற்குத் தயாரானோம். அந்தப் பயணம் முன்பை விட நெடியதாக இருக்கப் போகிறது. எனது கண்டுபிடிப்புகளுக்குத் தொடக்கப் புள்ளியாய் அமைந்த இடமான சன்ஹோபுவை அடைவது இப்போது முதன்மையான நோக்கம். வழமை போல நானும் டெர்சுவும் முன்னே சென்றோம். மெர்சில்யகோவ், கழுதைகளுக்குப் பின்னால் இருந்து தொடர்ந்தான். ஒரு மலையிடுக்கை அடைந்தபோது நாங்கள் நின்று விட்டோம். விநோதமான குரல் எங்கள் காதுகளை நிறைத்தது. நரியின் ஊளைக்கும் பன்றியின் உறுமலுக்கும் இடையேயான ஒலி. டெர்சு ஆழ்ந்து கவனித்துக் கொண்டே என் தோள்களைத் தொட்டுச் சொன்னான் - அது கரடிதான் என்று.

எச்சரிக்கையாக முன்னேறினோம். ஒலியெழுப்பிய அதற்கு அருகில்தான் இருக்கிறோம் என்பதை உணர்ந்தோம். நடுத்தர உயரமுள்ள கரடி அது. ஓர் எலுமிச்சை மரத்தைச் சுற்றிச்சுற்றி வந்து கொண்டிருந்தது. ஓங்கிய ஒரு பாறையின் மேல் இருந்த அந்த மரத்தில், துளையிட்ட கோடரிக் குறியொன்று காணப்பட்டது. தேன்கூடு அங்கு இருப்பதை எங்களுக்கும் கரடிக்கும் முன்பாகவே யாரோ கண்டுபிடித்துக் குறியிட்டு வைத்திருக்கிறார்கள்.

அந்தச் சூழ்நிலையை ஒருகணம் கவனித்துப் பார்த்தேன் : தேன்கூடு இருப்பதை அறிந்து கொண்ட கரடி அதைக் கவர்ந்து போகத் தயாராக இருக்கிறது. பின்காலில் உட்கார்ந்து கொண்டு இருப்பதால் உடம்பை நீட்டிக் கொள்ள அதனால் முடியும். ஆனால் பாறையின் நுனி மறைத்திருப்பதால் தேனடைக்கு அருகே தன் துளை போன்ற மூக்கை நீட்ட முடியாது. பொறுமையாகக் காத்திருந்தது. பிறகு, உறுமிக் கொண்டே தன் முழு ஆற்றலையும் பயன்படுத்தி மரத்தை வேகமாகக் குலுக்கியது. பறந்து வெளியே வந்த தேனீக்கள் அதன் தலையை வலுவாகக் கொட்டின. வலி தாங்க முடியாத கரடி தனது முன் பாதங்களால் வாயைத் துடைத்துக் கொண்டே தரையில் விழுந்து உருண்டது. பிறகு மீண்டும் தளராமல்

தன் முயற்சியைத் தொடர்ந்தது. அப்போது அது துள்ளிக் குதித்தது எனக்கு வேடிக்கையாக இருந்தது. நீண்ட நேரத்திற்குப் பிறகு, அது மனிதர்களைப் போலவே அமர்ந்து கொண்டு வாயை அகலமாகத் திறந்து ஏக்கத்துடன் பார்த்தவாறு இருந்தது. ஓரிரு நிமிடங்களில் எழுந்து கொண்டு மரத்தைச் சுற்றி வந்து தொற்றி ஏறி அதன் உச்சிக்கே சென்று விட்டது. தலையை உயர்த்திக் கொண்டு, மரத்தில் சாய்ந்து கால்களைப் பாறை முனையில் அழுத்திக் கொண்டு மரத்திற்கும் பாறைக்கும் இடையே செருகியது போல அமர்ந்து கொண்டது. மரம் சற்றே அதற்கு அசைந்து கொடுக்கத் தொடங்கியது. ஆனால், தான் இருக்கும் இடம் வாகாக இல்லை என்பதை அறிந்த கரடி உடனே தனது இருப்பிடத்தை மாற்றிக் கொண்டது. இப்போது அதன் பின்புறம் பாறையின் மீது அழுந்தியும் கால்கள் மரத்தின் மீது சாய்ந்தும் இருந்தன. கரடியின் எடை தாங்காமல் மரம் சாய்ந்து தரையில் வீழ்ந்தது.

நினைத்தது நடந்து விட்டது. இப்போது அது தேனடையை வெளியே எடுத்தது.

'தந்திரக்காரன்' என்று டெர்சு சொன்னான். தொடர்ந்து 'அவனைத் துரத்தி விட வேண்டும். இல்லையென்றால் தேன் முழுவதையும் அவனே திருடி விடுவான்.' பிறகு குரலை உயர்த்திக் 'கெட்ட பயலே.. தேனை ஏன் திருடிக் கொள்கிறாய்.?' என்றான்.

கரடி திரும்பிப் பார்த்து, அவன் குரலுக்கு அடிபணிந்து பாறைச் சந்தில் எங்கோ மறைந்து போனது.

'பயந்திருப்பான்..' டெர்சு இதைச் சொல்லிவிட்டு வானத்தை நோக்கிச் சுட்டான்.

பொதிகழுதைகள் வந்து சேர்ந்தன. தேனடையில் இருந்து தேன் சேகரிப்பதற்காக இரு வீரர்களை அமர்த்தினோம். அதற்கு இன்னும் நேரம் வேண்டும். அதிலுள்ள தேனீக்கள் வெளியேற வாய்ப்புத் தர வேண்டும். புகை மூட்டி அவற்றை விரட்ட வேண்டும். அப்போதுதான் தேனைச்

சேதமின்றிச் சேகரிக்க முடியும். இல்லையெனில் கரடி வந்து எடுத்துப் போய் விடும்.

வேறு குறிப்பிடத்தக்க நிகழ்வுகள் ஏதுமின்றி, சன்ஹோபு வரையிலான எங்கள் பயணம் நிறைவுக்கு வந்தது. 20 பவுண்டு நயமான தேனுடன் டெர்னி விரிகுடாவுக்கு மாலை நான்கு மணிக்கு வந்து சேர்ந்தோம்.

அங்கே காவல் துறைத் தலைவர் சென் பாவோவைச் சந்தித்தோம். அவருடன் ஒருநாள் கழிந்தது. கடந்த ஆண்டு நாங்கள் இமானில் மேற்கொண்ட நடவடிக்கை குறித்து அவருக்குத் தெரிந்திருந்தது.

அவர் தானும் எங்களோடு வடபகுதிக்கு வருவதாகச் சொன்னது மகிழ்ச்சியாக இருந்தது. கடற்கரை பற்றிய அவரின் பரந்துபட்ட அறிவும் சீனர்களிடம் அவருக்கிருந்த மதிப்பும் எங்களுக்குப் பேருதவியாக இருக்கும்.

(22)

வெள்ளம்..

பயணத்தைத் தொடர்ந்தோம். வடதிசையில் பெரிய மண்மேடு ஒன்றின் முகட்டில் ஏறி ஓஸ்த்ராயா மலைத் தொடரில் இறங்கி ஒரு நீரோடையின் கரையிலேயே நடந்து பிலிம்பா ஆற்றை அடைந்தோம்.

பொதிகழுதைகளைச் சற்று நேரம் மேய விட்டு, ஆற்றின் மேற்பகுதிக்குப் போனோம். அதன் இரு கரைகளும் அடர்ந்த மரங்களால் நிறைந்திருந்தது. பசிய இடைவழி நிலத்தில் ஓடை பாய்ந்து வருவது போலவும் தோன்றியது. பரந்து விரிந்த கவிகை போன்ற மரங்கள் ஓடையின் மேல் தொங்கிக் கொண்டு வில்வளைவு போல் தோற்றங் காட்டியது.

வெளிச்சம் குறைந்து குளிரும் ஈரமும் நிலைகொண்டிருந்த அங்கே மரங்கள் கூட அழுவது போல் காட்சி தந்தன. கிளைகளில் மழைநீர் பெரிய துளிகளாகத் தங்கியிருந்தது. மரங்களின் அடிப்பகுதி வரை ஈரம் பரவியிருந்தது.

டெர்சு உஸாலா | விளாதிமிர் கே ஆர்சென்யேவ்

பள்ளத்தாக்கு படிப்படியாகக் குறுகிக் கொண்டது. வழியில் பாழடைந்த பல வேட்டையாடிகள் விடுதிகளைப் பார்த்தோம். அவற்றின் தோற்றத்தைக் கொண்டு, அவை சீனர்கள் குளிர்காலத்தில் மரக்கீரிகளை வேட்டையாடும் போது பயன்படுத்தியவை என்ற முடிவுக்கு வந்தோம்.

அந்த விடுதிகளில் ஒன்றில் ஓய்வுக்காகச் சிறிது நேரம் இருந்த பிறகு நடந்து ஆற்றின் மேற்பகுதிக்கு நண்பகலுக்குள் வந்து விட்டோம். அங்கே பாதை முடிவடைந்து விட்டது. எதன் நடமாட்டமும் இல்லாத அந்த இடத்திலிருந்து இரு கரையிலும் மாறி மாறி நடந்து கால்தடங்கள் ஏதாவது தென்படுகின்றனவா எனத் தேடினோம்.

சிகோடா-அலின் மலைத்தொடரில் ஏறி, குலும்பாவில் இறங்கிவிட வேண்டும் என்பது எனது திட்டமாக இருந்தது. ஆனால், டெர்சுவும் சென் பாவோவும் அவ்வளவு தூரம் போக வேண்டாம் என எச்சரித்தனர். அதிலும் மீண்டும் பிலிம்பா ஆற்றுக்கே திரும்பி அங்குள்ள வேட்டையாடிகள் விடுதியிலேயே தங்கிக் கொள்ளலாம் எனச் சென் பாவோ வலியுறுத்தியிருந்தார். அங்குதான் ஏற்கெனவே தங்கியிருக்கிறோமே என்ற உட்கருத்தும் அதில் வெளிப்பட்டது. அதிகாலையில் மூடுபனியானது கணவாயைப் போர்த்தியிருந்தது. பிற்பகலிலும் கனத்த மேகங்கள் மலையுச்சியை மூடிக் கொண்டது. டெர்சுவும் சென் பாவோவும் எங்களுக்கு முன் நடந்தார்கள். அடிக்கடி வானத்தைப் பார்த்துத் தாழ்ந்த குரலில் பேசிக் கொண்டார்கள். காலநிலை பற்றிய டெர்சுவின் அறிவும் கணிப்பும் எனக்குத் தெரியும் என்பதாலும், ஆபத்துக்குரிய ஏதாவது இருந்தால் கண்டு சொல்லி விடுவான் என்ற நம்பிக்கையாலும் அதை நான் கண்டு கொள்ளவில்லை.

நான்கு மணிக்குள் முதல் விடுதியை நெருங்கி விட்டோம். மிதமிஞ்சிய மூடுபனியால் அந்தப் பகுதி நிறைந்திருந்தது. வேகமாக நடந்து அடுத்த விடுதியைப் பொழுது சாய்வதற்குள் அடைந்தோம். அது இன்னும் வசதி உள்ளதாகவும் அளவிற் பெரிதாகவும் இருந்தது.

● அவை நாயகன்

சில நிமிடங்களில் சொகுசாக, கதகதப்பாக மாறியது. உடைமைகளை ஒரு மூலையில் குவித்து வைத்து விட்டுத் தரையைத் துப்புரவாக்கி அங்கே தீ மூட்டினோம். புகைபோக்கியில் கசடுகள் ஏதும் இல்லையென்பதால் புகை விரைவாக வெளியேறியது. அதற்கு வேறு காரணங்களும் இருக்கலாம். அதாவது பனிப்பொழிவும், அடுப்பின் பயன்பாடும் குறைவாக இருந்தால் அது நேரும். அங்கே இருந்த நிலக்கரியைக் கொண்டு அறையைச் சூடாக்க எண்ணினோம். ஆனால், இரவு நெருங்கி விட்டதால் தூங்க வேண்டிய இடம் கடைசியாகத்தான் சூடானது. வெளியே எங்கள் ஆட்கள் ஒரு களியாட்ட நெருப்பை உருவாக்கி அதன் முன் அமர்ந்து சூடான தேநீரை அருந்தியவாறே காதுக்கு ஒவ்வாத செய்திகளை உரத்துச் சிரித்துப் பேசிப் பகிர்ந்து கொண்டிருந்தனர். இன்னொரு புறத்தில் டெர்சுவும் சென் பாவோவும் ஆழ்ந்த அமைதியுடன் தமது புகைக்குழாயை வலித்துக் கொண்டிருந்தனர். வானத்தைப் பார்த்து, மறுநாள் மழை இல்லாவிடில் பயணம் தொடரலாம் எனத் தீர்மானித்தோம். ஆற்றைக் கடந்து செல்ல அதுவே உகந்த நேரம். ஏனெனில் அதன் நீர்மட்டம் உயர்ந்து விட்டால், குரல்வளை போன்ற பாறையமைப்புக் கொண்ட ஓங்கு, அக்டினி ஆகிய ஊர்களைச் சுற்றிக் கடக்க வேண்டியிருக்கும். உதேஹிகள் அந்த இடத்தைச் 'சாத்தானின் குகை' என்று அழைத்தார்கள்.

சம்பவங்கள் ஏதுமின்றிக் கழிந்தது அந்த இரவு.

இருள் நீங்காத பொழுதில் சென் பாவோ எங்களை எழுப்பி விட்டார். கடிகாரம் இன்றியே காலம் கணிப்பவர் அவர் எனத் தோன்றியது. காலையுணவை விரைவாக முடித்து விட்டு விடிவதற்குள் கிளம்பி விட்டோம். அச்சுறுத்தும் வகையில் சாம்பல் நிறத்தில் இருந்தது வானம். மலைத்தொடரை மூடியிருந்தது மூடுபனியா மழைத் திவலைகளா என்பது தெரியவில்லை. சூரியன் காலங்கடந்து உதித்து விட்டானோ என்ற ஐயமும்

ஏற்பட்டது. உடனே தூறல் விழத் தொடங்கியது. புதிய ஒலி - காற்று வீசியடிக்கும் ஒலி - ஆரவாரமாகப் பெய்யும் மழைச் சத்தத்துடன் இணைந்து கேட்டது.

'தொடங்கி விட்டதே' வானத்தைச் சுட்டிக் காட்டி முணுமுணுத்தான் டெர்சு.

மேகங்கள் வடமேற்குத் திசை நோக்கி விரைவது, போர்த்தியிருந்த மூடுபனியின் கிழிசல் போன்ற பகுதியின் ஊடாகக் கணநேரம் தெரிந்தது. அனைவரும் முழுக்க நனைந்து விட்டோம். மழை ஒரு துன்பமாகத் தெரியவில்லை. விடாமல் பயணத்தைத் தொடர்ந்தோம். செங்குத்தாக இருக்கும் உச்சிப் பகுதியை ஏறிச் சிரமப் படுவதற்குப் பதிலாக, அதன் ஓரமாகவே சென்று ஆற்றுப் படுகையில் இறங்கிக் கூழாங்கற்கள் செறிந்த அதன் கரையின் வழியாக முன்னேறினோம். வீரர்களிடையே ஊக்கம் பெருகி உரக்கச் சிரித்துக் கொண்டும், ஒருவரையொருவர் தண்ணீரில் தள்ளியும் களிப்புடன் விளையாடினர். இன்னும் மூன்று ஆழமான பள்ளங்களை அவர்கள் தாண்டிச் செல்ல வேண்டியிருந்தது.

காட்டில் வீசிய காற்று பொருட்படுத்தக் கூடியதாக இல்லை. ஆனால், ஆற்றங்கரையை நெருங்கும்போது மட்டும் தாள முடியாத குளிர், எலும்பு வரை ஊடுருவித் தாக்கியது. ஐந்து மணிக்கு ஒரு வேட்டையாடிகள் விடுதிக்கு வந்தோம். சிறு துறைமுகம் போன்ற இடத்தில், ஆற்றின் குறுகலான முனையில் அது அமைந்திருந்தது. ஒரு சிற்றோடையைக் கடந்து அதை அடைய வேண்டியிருந்தது. முகாம் அமைப்பதில் வீரர்கள் முனைப்பாக இருந்தபோது, சென் பாவோவை அழைத்துக் கொண்டு நான் அருகில் இருந்த மலையில் ஏறி பிலிம்பா பள்ளத்தாக்கை அளவை செய்தேன். கடலிலிருந்து எழும்பிய காற்று ஒரு பனிமூட்டத்தை விரட்டி எங்கள் பக்கமாகத் தள்ளியது. பனியானது நிலத்தில் உருண்டு கொண்டே வந்து பெரும் அலைகளைப் போல் உருவாகி, மழைமேகங்களுடன் கலந்து மலைத்தொடரை நிறைத்தது.

பொழுது சாயும் நேரம் திரும்பினோம். குடிலில் நெருப்பு எரிவது தெரிந்தது. போய்ப் படுக்கையில் வீழ்ந்தாலும் வழக்கத்துக்கு மாறாகத் தூக்கம் பிடிக்க நெடுநேரம் ஆனது. மழைச்சாரல் சன்னல்களில் மோதியது. தலைக்கு மேல், கூரையில் வேய்ந்திருந்த பிர்ச் மரப் பட்டைகள் காற்றால் பிய்த்தெறியப் பட்டு வீழ்ந்தது, ஏதோ கெடுநிகழ்வின் முன்னறிவிப்பாகத் தெரிந்தது. அருகிலிருந்த புதர்கள், மரங்களில் காற்று வீசிப் பேரொலியாய் எழுந்தது. புயற்காற்று இரவு முழுவதையும் கையகப் படுத்திக் கொண்டது.

அடுத்த நாள் காலையில் ஓர் உரத்த குரல் என்னை எழுப்பி விட்டது. அந்தக் குடிலை விட்டுக் கிளம்ப வேறு காரணம் தேவையில்லை என்பதைச் சொல்லியது அது. பெய்த மழை பெருகி நீரோட்டங்களை உருவாக்கி விட்டிருக்கிறது. காற்றின் வீச்சு, குடிலை அதன் அடித்தளத்தையே அசைத்துக் கொண்டிருந்தது.

உடை மாற்றிக் கொண்டு வேகமாக வெளியே வந்தேன். நம்ப முடியாத சம்பவங்கள் அங்கே நடந்து கொண்டிருந்தன. மழை, மூடுபனி, மேகங்கள் எல்லாம் ஒன்று சேர்ந்து பேயாட்டம் ஆடிக் கொண்டிருந்தன. பேருருவங் கொண்ட செடார் மரங்கள் அங்குமிங்கும் அசைந்தாடின. என்ன நடக்கப் போகிறது என்பதை அது முறையிடும் தொனியில் சொல்வது போல் இருந்தது.

ஆற்றங்கரையில் டெர்சு அமர்ந்திருப்பது தெரிந்தது. தண்ணீரையே கவனித்துக் கொண்டிருந்தான் அவன்.

‘என்ன செய்கிறாய்.?’ என்று கேட்டேன்.

‘கூழாங்கற்களைக் கவனித்துக் கொண்டிருக்கிறேன். நீர்மட்டம் உயர்ந்து கொண்டிருக்கிறது.’ சீனர்களால் ஆற்றோரமாகவே கட்டப்பட்ட அந்த விடுதியைக் குறைகூறும் விதத்தில் சுட்டிக் காட்டினான். சேர்ந்தாற்போல இருந்த குடிலும் கரையிலிருந்து தாழ்வாகவே இருந்தது. வெள்ளம் வந்தால் இரண்டுமே மூழ்கி விடும்.

டெர்சு உஸாலா | விளாதிமிர் கே ஆர்சென்யேவ்

பிற்பகலில் டெர்சுவும் சென் பாவோவும் கலந்துரையாடி விட்டு, இருவருமாகக் காட்டுக்குள் செல்வது என முடிவெடுத்தனர். மழைக்கோட்டு அணிந்து கொண்டு நானும் பின் தொடர்ந்தேன். நேற்று முன்தினம் நாங்கள் இறங்கி வந்த மலைத்தொடரை நெருங்கி அங்கே விறகு சேகரிக்கத் தொடங்கினர். முகாமில் இருந்து அது வெகுதூரம் என்பதால் அவர்களின் செய்கை எனக்கு வியப்பாக இருந்தது. ஆயினும், அவர்களுக்கு இடையூறு தராமல் ஒரு சிறு குன்றின் மீதேறி அங்கே பிலிம்பா பள்ளத்தாக்குத் தெரிகிறதா என்று பார்த்தேன். முயற்சி தோற்றது. அங்கே நான் கண்டதெல்லாம் மழையும் பனியும்தான். மழை அலையாய்ப் பெருகிக் காட்டைச் சுருட்டிப் பெருக்கித் தள்ள முயல்வது போல் இருந்தது. புயற்காற்றுச் சற்றே அமைதி கொண்டது.

நனைந்தும் குளிரில் நடுங்கிக் கொண்டும் திரும்பி, வீரர்களை விறகு சுமந்து வர சென் பாவோ, டெர்சுவிடம் அனுப்பினேன். அவர்களோ வெறுங்கையுடன் திரும்பினர். அவர்கள் இருவரும் விறகுகளைக் கொடுக்க மறுத்து விட்டனராம். டெர்சு என்ன செய்தாலும் அதில் ஒரு பொருள் இருக்கும் என்பதால் அவர்களை விறகு கொண்டு வர ஆற்றுப் படுகைக்கு அனுப்பினேன்.

இரண்டு மணி நேரத்திற்குப் பிறகு டெர்சுவும் சென் பாவோவும் வந்தனர். நனைந்திருந்த உடைகளைக் கழற்றி வைத்து விட்டுப் போய் நெருப்பின் முன் அமர்ந்து கொண்டனர். பொழுது சாய்வதற்குள் மீண்டும் ஒருமுறை ஆற்றைப் பார்த்து வரப் போனேன். நீர்மட்டம் படிப்படியாக உயர்ந்து கொண்டிருந்தது. விடிவதற்குள் கரையை மீறி விடும். முன்னெச்சரிக்கையாக உடைமைகளைச் சேகரித்துக் கட்டிப் பொதிகழுதைகளில் ஏற்றிப் புறப்பட எப்போதும் தயாராக இருக்குமாறு வீரர்களுக்கு ஆணையிட்டேன். டெர்சு இந்த நடவடிக்கையை ஏற்றுக் கொண்டான். மாலையில் சுழற்காற்று வேகமாக வீசியடித்தது. அனைவரும் நடுங்கிப் போனோம்.

ஒரு மின்னல் தோன்றிக் குடிலை ஒளியூட்டி மறைந்தது. தொடர்ந்து வந்த இடியோசை வானெங்கும் எதிரொலித்தது. கழுதைகள் தமது கடிவாளங்களைக் கடித்துக் கிழித்தன. நாய்கள் அஞ்சி ஊளையிட்டன.

வெளியே என்ன நடக்கிறது என்பதை அறிவதில் டெர்சு முனைப்புடன் இருந்தான். கதவோரம் அமர்ந்திருந்த சென் பாவோவும் அவனும் அவ்வப்போது சுருக்கமாக ஏதோ தகவல்களைப் பரிமாறிக் கொண்டனர். நான் ஏதும் பேசவில்லை. ஆனால் சென் பாவோ அமைதி காக்குமாறு என்னிடம் சைகை செய்தார். மூச்சைப் பிடித்துக் கொண்டு கவனித்தேன். பெரும் ஒலியுடன் தண்ணீர் பாய்ந்து வருவது காதுக்குக் கேட்டது. டெர்சு குதித்து வெளியேறினான். ஒரே நிமிடத்தில் திரும்பி, வெள்ளம் கரையைக் கடந்து விட்டது என்பதையும் அது நாங்கள் தங்கியிருந்த இடத்தைச் சூழ்ந்து விட்டதால் விழிப்புடன் இருக்கவும் எச்சரித்தான். வீரர்கள் உடனே எழுந்து உடைகளை இழுத்து வந்து அணிந்து கொண்டனர். அவசரத்தில் ஓரிருவர் காலணிகளை மாற்றி அணிந்து விட்டு உரக்கச் சிரித்துக் கொண்டனர்.

‘எதற்காகச் சிரிக்கிறீர்கள்.?’ டெர்சு கோபத்துடன் கத்தினான். ‘சீக்கிரம் அழுவீர்கள்.’

சுவரெங்கும் நீர் கசிந்து ஒழுகி நெருப்பு மூட்டிய இடம் வரை வந்து விட்டது. அதன் வெளிச்சத்திலேயே படுக்கைகளை வாரிச் சுருட்டிக் கழுதைகளை நோக்கி விரைந்தோம். முழங்கால் அளவு நீரில் அவை நகர முடியாமல் திகைத்து நின்றன. கைவிளக்கின் ஒளியில் அவற்றின் மீது சுமைகளை ஏற்றிக் கட்டினோம். காலத்தே செய்த செயல் அது. குடிலுக்குப் பின்புறம் இருந்த பள்ளத்தை வெள்ளம் சூழ்ந்து கொண்டதால் இனியும் நாங்கள் காலம் தாழ்த்த முடியாது. ஆற்றைக் கடந்து போகவும் முடியாது. டெர்சுவும் சென் பாவோவும் ஓடுகிற வேகத்தைப் பார்த்ததும் எனக்குப் பயமாகி

விட்டது. வீரர்களிடம், நேற்று நான் ஏறிப் போன மலையை நோக்கி விரையுமாறு அறிவுறுத்தினேன். இருள் எங்களைச் சூழ்ந்திருந்தது. குடிலின் மூலையில் ஒண்டிக் கொண்டிருந்த எங்கள் முகங்களில் மழையும் காற்றும் மாறிமாறி வீசியடித்தன.

மழைப்பொழிவு கண்களைக் கூச வைத்தது. மரங்களும் மலைகளும் ஆறும் ஒன்றாகிக் காற்றடிக்கும் திசையிலேயே போய் விட, வேகமாக நகரும் பேருருவமாய் அப்பகுதி உருவெடுத்தது.

வீரர்கள் குழம்பிப் போய் இருந்தனர். அப்போது எங்களுக்கு நேர் எதிரே ஆற்றின் மறுபக்கம் அசைந்தாடும் எரிதழல் ஒன்று தெரிந்தது. அது டெர்சுவும் சென் பாவோவும்தான். நாங்கள் அவர்களை அடைய ஓர் ஆழமான ஆற்று வளைவைத் தாண்ட வேண்டும். ஆகவே கழுதைகளை நீரோட்டத்திற்கும் தமக்கும் இடையே இருக்க வைத்து அழைத்துச் செல்லுமாறு அறிவுறுத்தினேன். தழலின் வெளிச்சத்திற்கும் எங்களுக்கும் இடையே 150 தப்படி இடைவெளி மட்டுமே இருந்தாலும் அந்தத் தொலைவைக் கடக்கவே வெகுநேரம் ஆனது. நீரைக் கடந்து போக, ஒரு புதரில் இருந்த மரக்கட்டையுடன் கயிறு கட்டிப் பிணைத்திருந்தோம். அது நெகிழ்ந்து விட்டதால் மீண்டும் தண்ணீரில் விழுந்தோம். அது பள்ளத்தாக்கிற்குப் போய்ச் சேருவது. விடிவதற்குள் அந்தப் பகுதி முழுவதும் வெள்ளக் காடாகி விடும் என்ற முடிவுக்கு வந்தேன். எச்சரிக்கையாக நடந்து ஒருவழியாக மலைப் பகுதியை அடைந்து விட்டோம். டெர்சு, சென் பாவோவின் முன்னறிவை அப்போது எண்ணி வியந்தேன். அவர்கள் விறகைச் சேகரித்து அங்கேயே விட்டு வைத்தது எதற்காக என்பது புரிந்தது. கழிகளைத் தரையில் நட்டு, மரப்பட்டைகளைக் கொண்டு வந்து காற்று நெருப்பை அணைத்து விடாமல் திரையிட்டாற்போல் மறைத்து வைத்தனர். அதனால் கூடாரம் அமைப்பது எளிதாகிப் போனது. மலையடிவாரத்தில் அமைந்த எங்கள் முகாமைக்

அவை நாயகன்

காற்றிலிருந்து காத்துத் தந்தது அதன் உச்சிப் பகுதி. தூக்கம் பற்றிய கேள்வியே எழவில்லை எங்களுக்கு. நெருப்பின் அருகே அமர்ந்து குளிர் காய்ந்தோம். வானம், பூமி, நெருப்பு, நீர் –என்ற நான்கும் எம் மீது சீற்றத்தை வளர்த்துக் கொண்டனவோ என்றுகூடத் தோன்றியது. ஆற்றின் ஓசையானது முழக்கமாகப் பெருகிக் கொண்டிருந்தது.

விடிவும் வந்தது. எப்படிப்பட்ட நிலச்சூழலில் இருக்கிறோம் என்பதற்கான அடையாளம் ஏதும் தென்படவில்லை. அருகில் குடில்கள் இருப்பதாகவும் தெரியவில்லை. காடு நீரில் மூழ்கியிருந்தது. நாங்கள் தங்கியிருந்த இடம் வரை வந்து விட்ட வெள்ளம், எங்களை உடனடியாகக் கிளம்ப வேண்டியதன் தேவையை உணர்த்தியது. வீரர்கள் யாருக்குமே இரண்டாவது முறை சொல்லத் தேவை இருக்கவில்லை. சிலர் கூடாரத்தைப் பிரித்தும், மரக்கிளைகளை வெட்டி வந்து வைத்தும் ஈரத் தரையைப் போர்த்தி விட்டனர். டெர்சு, சென் பாவோ இருவரும் விறகு சேகரிப்பதிலேயே மீண்டும் ஈடுபடத் தொடங்கி விட்டனர். அந்த இடத்தைக் காலி செய்ய ஒன்றரை மணி நேரம் ஆனது. மழை குறைவது போல் தோன்றியது. ஆனால் அந்த நிலையும் நீடிக்கவில்லை. மீண்டும் அடர்த்தியான மூடுபனி உருவாகி, விரைவில் எழுந்துவிட்ட பின் கனமழையும் தொடர்ந்தது. அதுபோன்ற மழையை நான் கண்டதேயில்லை. அருகில் இருந்த மலைகளையும் காடுகளையும் மழைத்தாரை போர்வை போல் போர்த்தி விட்டது. நாங்கள் எங்களது தங்குமிடத்தைக் கூடாரத்திற்கு மாற்றிக் கொண்டோம்.

திடீரென்று எழுந்த கூச்சல் புதிய ஆபத்து ஒன்றை அறிவித்தது. ஓரளவு நாங்கள் எதிர்பார்த்ததுதான் நடந்திருக்கிறது. வெள்ளமானது பள்ளத்தில் விழுந்து, நாங்கள் கூடாரம் அமைத்திருந்த இடத்தை எட்டியது. நல்வாய்ப்பாகப் பீடபூமி போலிருந்த அப்பகுதியின் மறுபக்கம் ஆழமாக இருந்தது. தண்ணீர் அங்கே வேகமாகச் சென்று பள்ளத்தை நிறைத்தது. சென் பாவோவும் நானும்

டெர்சு உஸாலா | விளாதிமிர் கே ஆர்சென்யேவ்

மழையிலிருந்து நெருப்பைப் பாதுகாத்துக் கொண்டிருந்த வேளையில் டெர்சுவும் வீரர்களும் அங்கே தண்ணீரோடு போராடிக் கொண்டிருந்தனர். ஈரம் காய வேண்டும் என்ற நினைவே இல்லை எங்களுக்கு. உடல் வெம்மையாக இருந்த மகிழ்ச்சியே போதுமானதாக இருந்தது.

மூடுபனியின் ஊடே கனத்த மேகம் பொதிந்த வானத்தைக் கணநேரம் பார்த்தோம். மேகங்கள் தென்மேற்குத் திசை நோக்கிப் போய்க் கொண்டிருந்தன. அதாவது, வீசும் காற்றுக்கு எதிர்த் திசையில்.

'இது நல்லதல்ல' தலையை ஆட்டியவாறு டெர்சு கூறினான். 'இது நீண்ட நேரத்திற்கு அல்லவா நீடிக்கும்.'

பொழுது இறங்கும் முன் விறகு சேகரிக்கப் புறப்பட்டோம் -இரவு அதன் தேவை இருக்கும் என்பதால்.

ஆகஸ்டு 12ஆம் நாள் கடுமையான வடமேற்குப் பருவக் காற்று வீசத் தொடங்கியது. ஆனால் அது விரைவில் அடங்கி விட்டது. மழையோ தொடர்ந்து பொழிந்து நீரோட்டத்தை ஏற்படுத்திக் கொண்டுதான் இருந்தது. எல்லோருமே சோர்வில் முடங்கிப் போயிருந்தோம். கூடாரம் கிழிந்து விடாமல் கண்காணிக்க வேண்டும். விறகுப் பற்றாக்குறையைக் கவனிக்க வேண்டும். ஓடை பெருகிப் பள்ளம் நிரம்பி முகாமை வட்டமிட்டு இருப்பதையும் மனதிற் கொள்ள வேண்டும். வெள்ளமும் அவ்வப்போது எங்கள் முகாமைக் கையகப் படுத்த முயன்று கொண்டுதான் இருந்தது. அதனால் சிற்றணை போலச் சிலவற்றை உருவாக்கி அதனை மடைமாற்றி விட வேண்டியிருந்தது. ஈர விறகு மிதமிஞ்சிய அளவுக்குப் புகை கிளப்பியது. பொங்கி எழுந்த புகை மணலை அள்ளிக் கண்ணில் கொட்டி விட்டதுபோல் இருந்து உறக்கத்தைக் கெடுத்தது. நாய்கள் கவனிப்பாரற்றுப் பாறையோரங்களில் படுத்துறங்கின.

அஞ்சத் தக்கதாகத் தோற்றமளித்தது ஆறு. நீர் பாய்கிற வேகத்தைப் பார்த்தால் தலை சுற்றுவது போல் இருந்தது.

• அவை நாயகன்

கரைகள் எதிர்த் திசைக்குத் தலைதெறிக்க ஓடுவது போலத் தோன்றியது. பள்ளத்தாக்கின் ஒவ்வொரு சரிவையும் வெள்ளம் சூழ்ந்து விட்டிருந்தது. நெடிதோங்கிய மரங்கள் வேரோடு பெயர்க்கப் பட்டு அடிமண்ணையும் சேர்த்துக் கொண்டு ஆற்றில் விழுந்தன. தண்ணீர் அவற்றைச் சுழற்றியடித்தது. வெறிகொண்ட விலங்கைப் போலக் காட்சியளித்தது ஆறு. பள்ளத்தாக்கை அது வாரிச் சுருட்டிப் பித்தாட்டம் ஆட வைத்தது. எப்போதோ கொதித்து அடங்கிய கிண்ணம் போன்ற எரிமலை வாயில் நீர் புகுந்து மஞ்சளாய் நுரைத்துப் பொங்கி ஆற்றில் அடித்து வரப்பட்ட மரக்கட்டைகளால் ஆங்காங்கே தடுக்கப் பட்டது. நீரின் மேற்பரப்பில் குமிழிகள் நடனமிட்டன. அவை காற்றில் மிதந்து உடைந்து மீண்டும் உருவாகிக் கொண்டேயிருந்தன.

இன்னொரு நாளும் கழிந்தது. மாலையில் மழையும் காற்றும் அதிகமாக இருந்தது. கலங்கிச் செயலற்றுப் போயிருந்த நிலையில் நான்காம் இரவு கடந்திருக்கிறது. தொடர்ந்து வந்த காலையும் அப்படியேதான். வீரர்கள் கனத்த மேற்கோட்டுகளுடன் கூடாரத்தில் பரபரப்புடன் காணப்பட்டனர். நெருப்பில் குளிர்காய்ந்து கொண்டிருந்த டெர்சுவும் சென் பாவோவும் மட்டும் இயல்பாக இருப்பதாகத் தோன்றினாலும், அவர்களும் விரைவாக ஆற்றலை இழந்து வருவது தெளிவாகத் தெரிந்தது. முழுவதுமாக அடிபணிந்து போகும் நிலைக்கு வந்து விட்டேன். உண்ணவோ, உறங்கவோ விருப்பமேயில்லை. படுத்துக் கொள்ள மட்டுமே முடிந்தது. நண்பகல் நெருங்கும்போது வானம் சற்றே தெளிவடைந்தது போலத் தோன்றியது. ஆனால் மழையின் சீற்றம் தணியவில்லை.

திடீரென்று பலமான சுழற்காற்று வீசியடிப்பது தூரத்தில் தெரிந்தது. தனித்தனியே ஆங்காங்கு தென்பட்ட அவை, தகுந்த இடைவெளி விட்டு ஆற்றலைச் சேமித்துக் கொண்டிருப்பதாகப் பட்டது.

டெர்சு உஸாலா | விளாதிமிர் கே ஆர்சென்யேவ்

'முடிவு நெருங்குகிறது..' என்றான் டெர்சு.

இந்தச் செய்தி வீரர்களுக்குப் புத்துயிர் அளித்தது. அனைவரும் எழுந்து கொண்டார்கள். மழை வலுக் குறைந்து தூறலாகி, மென்சாரலாக மாறியது. அந்தச் சூழலையே அடியோடு மாற்றிக் காலைநிலையில் வேறுபாடு நிச்சயம் என்பதை உணர்த்தியது. பொழுது சாயும்போது குறையத் தொடங்கிய மழை, இருட்டியதும் முற்றிலுமாக நின்று விட்டது. வானம் மெதுவாகத் தெளிவானது. தலைக்கு மேல் ஆங்காங்கே தாரகைகள் மின்னத் தொடங்கின.

துணிகளை உலர்த்திக் கொள்வதும், தேநீர் அருந்துவதும், போர்வைகளின் கீழ் நெருங்கியமர்ந்து கொள்வதும் வழமையானது.

மறுநாள் தாமதமாக எழுந்தோம். மேகங்களின் புதைவில் இருந்து ஆதவன் எட்டிப் பார்த்தான். புயல் தாக்கிய காட்டின் அழிபாடுகளைக் காணச் சகியாமல் மறைந்து கொண்டிருந்தது போலத் தோன்றியது. மலைச் சரிவுகளில் தாறுமாறாக உருவாகிய தற்காலிக அருவிகளில் வழிந்த நீர் ஓடைகளாக உருவெடுத்து ஓடியது. மரங்களில் எஞ்சியிருந்த இலைகளும் நிலத்தில் புற்களும் கழுவித் துடைத்தது போலாயின. ஈரம் அவற்றில் அழகாய் மின்னியது. மழைத்துளிகள் சூரிய ஒளியில் பட்டு வானவில்லின் எல்லா வண்ணங்களையும் எதிரொளித்தன. காடு தன் உயிர்ப்பை மீட்டுக் கொண்டது.

வெள்ளம் வடிந்த காட்டில் நடந்து முன்னேறுவது கடினமாக இருந்தது. கழுதைகள் சேற்று நிலத்தில் விழுந்து சோர்வைப் போக்கிக் கொள்ளப் புரண்டு எழுந்தன. மாலை நெருங்குவதற்குள் பள்ளத்தாக்கின் வலப்புறம் இருந்த மலைத்தொடரை அடைந்தோம். கழுதைகள் கடிவாளப் பிணைப்பில் இருந்து விடுபட்டன. வீரர்களும் ஓய்வைத் தேடினர். கடுங்குளிர் வாட்டியது. நடுங்கிக் கொண்டு எந்நேரமும் கீழே விழத் தயாராக இருந்தோம்.

● அவை நாயகன்

அடுத்த நாள் காலையிலேயே பயணத்தைத் தொடங்கி விட்டோம். தண்ணீர் முழங்கால் வரை உயர்ந்து இருந்தது. பிலிம்பா ஆற்றின் முகத்துவாரத்தைக் காணும் நம்பிக்கையை நான் இழந்த போது தூரத்தில் கடலின் இரைச்சல் கேட்டது. மூடுபனியின் ஊடாகக் கடற்கரையை அடைந்தோம். காலடியில் இருப்பது மணல் என்பதைக் கூடக் கால்கள் சறுக்குவதைக் கொண்டுதான் உணர்ந்து கொண்டோம்.

வழக்கத்திற்கு மாறான இயல்பில் இருந்தது கடல். அழுக்கான மஞ்சள் நிறத்தில் மைல் கணக்கில் அதன் மேற்பரப்பு இருந்தது. உடைந்த சிப்பிகள் குவியலாக அலைமேல் மிதந்தன. வெகுதூரத்தில் படகுகளும் சிறு கப்பல்களும் மீன்பிடி படகுகளும் தெரிந்தன. சிப்பிக் குவியல் காற்றால் விரட்டப் பட்டுக் கரையில் ஒதுங்கின.

புயலுக்குப் பிறகான இரண்டாம் நாள் காலநிலை சீரடைந்தது. அமைதி திரும்பியது.

23

வலியுடன் கடத்தல்..

புயலுக்குப் பின்னே கிட்டிய இனிய காலநிலை எங்களை வேகமாக முன்னேறச் செய்தது.

ஆறு நெருங்கும் போதெல்லாம் எங்கள் சகாக்களுக்கு ஆர்வம் பெருகியது போல் தெரிந்தது. அண்மைய மழைக்குப் பிறகு டகேமா ஆற்றில் நீர்மட்டம் ஆபத்தான வகையில் உயர்ந்திருந்ததால் மறுகரைக்குக் கடந்து செல்வது சிரமம். எங்களுக்குள் கலந்து பேசித் தெப்பம் ஒன்றை உருவாக்கி ஆற்றைக் கடக்க முயற்சி செய்யலாம் என்று முடிவெடுத்தோம். மாற்று வழியொன்றும் இருந்தது. அருகில் இலிமோ ஆறு தொடங்கும் இடத்திற்கு மேலேறிச் சென்று சுற்றி வந்து டகேமா ஆற்றின் முகப்புப் பகுதிக்கு வந்து சேர்வதே அது.

ஆழம் குறைந்த காயல் பகுதியைக் கண்டுபிடித்தாக வேண்டும். அங்கிருந்து தெப்பத்தால் ஆற்றைக் கடக்க வேண்டும். அதன் மேற்பகுதியின் நீட்சியில் குறிப்பாக அக்கரை நெருங்கும்போது நீர் இறக்கங்கள் காணப்படும்.

மட்டுமன்றி நாங்கள் இருந்த இடத்திலும் மணல் திட்டுகள் நீருக்கடியில் மூழ்கியவாறு இருப்பதையும் தெரிந்து கொண்டோம். பிறகு மூன்று பெரிய மரங்களை வெட்டி வீழ்த்தினோம். கிளைகளைத் தறித்து நீக்கிப் பாதியாக வெட்டி அழகிய, பாதுகாப்பான தெப்பம் ஒன்றை உருவாக்கி விட்டோம். ஏற்கெனவே பொழுது சாய்ந்து விட்டதால் ஆற்றைக் கடப்பதை அடுத்த நாளுக்கு ஒத்தி வைத்தோம்.

மீண்டும் கூடிப் பேசினோம். தெப்பம் அக்கரையை அடைந்ததும் அரினின், சென் பாவோ இருவரும் குதித்துக் கரையிறங்க வேண்டும். உடைமைகளையும் பொதிகளையும் எடுத்து நான் கரையை நோக்கி வீசுவேன். சான் லின்னும் டெர்சுவும் தெப்பத்தைச் செலுத்துவார்கள். பிறகு நானும் என்னைத் தொடர்ந்து டெர்சுவும் குதித்துக் கரையேற வேண்டும். சான் லின் கடைசியில் ஏறிக் கொள்வான்.

அடுத்த நாள் தோள்பைகளைத் தெப்பத்தின் மையத்தில் குவித்துத் துப்பாக்கிகளை அவற்றின் மேல் வைத்தோம். நாங்கள் ஓரங்களில் நின்று கொண்டோம். ஆனால் வெகு விரைவில் தெப்பம் ஒரு நீரோட்டத்தில் சிக்கிக் கொண்டது. முயற்சிகள் வீணாகி விடுமோ என்ற அச்சம் ஏற்பட்டது. திரும்பிப் போகவும் முடியாது. கரை தொலைவில் இருந்தது.

ஒருவழியாக அக்கரை நெருங்கியதும் சென் பாவோவும், அரினினும் துப்பாக்கிகளுடன் கரையில் குதித்தனர். அத்தருணத்தில் தெப்பம் நீரோட்டம் நோக்கித் தானாகத் திரும்பிக் கொண்டது. அந்நிலையிலும் நான் உடைமைகளைக் கரையை நோக்கி வீசிக் கொண்டிருந்தேன். டெர்சுவும், சான் லின்னும் சிரமப் பட்டுத் தெப்பத்தைக் கரை நோக்கிச் செலுத்த முயன்றனர். நான் தடுமாறியவாறே கரையைத் தாண்ட முயன்றபோது சான் லின்னின் கையிலிருந்த, தெப்பம் செலுத்தும் கழி முறிந்து போய்விட அவன் தண்ணீரில் தலைகுப்புற விழுந்தான். நீர்மட்டத்திற்கு மேல் வந்ததும் கரையை நோக்கி நீந்தினான். இருந்த

இன்னொரு கழியைக் கையில் பற்றிக் கொண்டு டெர்சுவுக்கு உதவுவதற்காக விரைந்தேன். சற்றுத் தொலைவில் கரடுமுரடான பாறையொன்றின் முனை நீருக்கு மேல் தெரிந்தது. டெர்சு என்னைச் சீக்கிரம் குதிக்கச் சொல்லிக் கூவினான். அந்த அவசரத்தில் அவன் சொன்னது எனக்குப் புரியாததால், கழியைக் கொண்டு படகைச் செலுத்துவதில் மும்முரமாக இருந்தேன். புரிவதற்குள் டெர்சு என்னைத் தூக்கித் தண்ணீரில் வீசி விட்டான். ஒரு புதரில் விழுந்து அதை இறுகப் பிடித்துக் கொண்டே கரையேறினேன். அதே நேரம் தெப்பம், பாறையின் மீது பம்பரம் போல் சுழன்று, அடிபட்டுத் திரும்பி நீரோட்டத்தை நோக்கிப் போனது. டெர்சு அதன் நடுவில் தன்னந்தனியே நின்று சமநிலைக்காகப் போராடிக் கொண்டிருந்தான்.

கரையோரமாகவே ஓடினோம். கழியின் ஒரு முனையை அவனை நோக்கி நீட்டினோம். ஆனால் அது எட்டவில்லை அவனுக்கு. மேலும் அந்த இடத்தில் ஒரு வளைவு இருந்ததால் தெப்பம் எங்களைப் பின்னுக்கு இருக்க விட்டு முன்னேறிச் சென்றது. கரைக்கு அருகே அதை திருப்பி விடுவதில் முனைப்பாக இருந்தான் டெர்சு. ஆற்றோட்டத்தின் வலிமைக்கு முன் மனிதத் திறன் எம்மாத்திரம்.? நூறு அடித் தொலைவில் ஓர் அருவியின் முழக்கம் கேட்டது. தெப்பம் அங்கே போனால் டெர்சு தூக்கியெறியப் படுவான். தண்ணீரில் பாதியளவு மூழ்கியிருந்த மரக்கிளையொன்று தென்பட்டது. தெப்பம் பாறையை நெருங்கும்போது உந்து ஆற்றலைச் சேகரித்து, விரைவு பெற்றுக் கொண்டதால் டெர்சுவின் முடிவு என்னவாகும் எனத் தெரியவில்லை. உடைமையான பொருள் ஒன்றைக் காக்கத் துடிப்பது போல, நான் கூவிக்கொண்டே கரையில் ஓடினேன். கரையோரப் புதரின் ஊடாக அவனைக் கண்டேன். அவன் கையில் கழி இல்லை. தெப்பத்தின் ஒரு மூலையில் நிற்க வேண்டிய நிலை. தெப்பம் மரக்கிளையில் மோதித் தெறித்தபோது டெர்சு ஒரு பூனையைப் போலக் குதித்துக் கிளையைப் பற்றிக் கொண்டதைப் பார்த்தோம்.

ஒரு நிமிடத்திற்குப் பிறகு, அருவி தொடங்கும் முனைக்கு மிக அருகில் தெப்பம் வந்து விட்டது. கரையோரத்தில் பெரிய மரக்கட்டைகள் கிடப்பதை வெவ்வேறு கணங்களில் பார்த்து வைத்திருந்தோம். அவற்றைப் பாறைகளின் மேல் வைத்துத் துண்டுகளாக்கிக் கொண்டோம். சொல்லவியலாத நிம்மதிப் பெருமூச்சு என்னிடம் வெளிப்பட்டது. ஆனால், சிக்கலான கேள்வியொன்று புதிதாகத் தோன்றியது. நாங்கள் டெர்சுவைக் காப்பாற்றியாக வேண்டும். மரக்கிளையில் எத்தனை நேரத்திற்கு அவன் தொங்கிக் கொண்டிருக்க முடியும். மரக்கிளை நீரோட்டத்திற்கு இயைந்து 30 டிகிரி வளைந்திருந்தது. டெர்சு அதைத் தனது கை, கால்களால் இறுகப் பற்றிப் பிடித்திருந்தான். எங்களிடமோ கைவசம் கயிறு இல்லை. இருந்ததையெல்லாம் தெப்பம் உருவாக்கப் பயன்படுத்தியாயிற்று. மீதம் இல்லை. என்ன செய்யலாம்.? நேரம் காத்திருக்காது. டெர்சுவின் கைகள் எந்த நொடியிலும் பிடியைத் தளரவிட நேரும். அதன் பின்..

பதற்றத்துடன் கூடி ஆலோசித்தோம். சான் லின் எங்களின் கவனத்தை ஈர்த்தான். டெர்சு அங்கிருந்தபடியே கைகளை அசைத்து ஏதோ சொல்வதைக் காட்டினான். ஆனால், பொங்கிப் பெருகும் நீரின் ஒலியில் அவனது குரல் அமிழ்ந்து போனது.

ஒரு மரத்தை வெட்டிப் போடச் சொல்கிறான் என்பதைப் புரிந்து கொண்டோம். ஆனால், நீரில் விழும் மரம் அவனை மீட்டு விடுமா..? அவன் மீதே அது விழுந்து விட்டால்..? ஓங்கி வளர்ந்திருந்த நெட்டிலிங்க வகை மரம் ஒன்றைத் தெரிவு செய்தபோது, டெர்சு அங்கிருந்தே அதை வேண்டாம் என மறுத்துக் கையசைத்தான். ஓர் எலுமிச்சை மரத்தைத் தேர்ந்தோம். அதையும் மறுத்து விட்டான் அவன். இறுதியாக, இலையுதிர்க் காட்டிற்கே உரிய ஒரு பெரிய மரத்தைத் தேர்ந்தெடுத்தபோது டெர்சு அதை ஏற்றுக் கொண்டான். அது ஏன் என்பதையும் புரிந்து கொண்டோம். அந்த மரத்திற்குப் பெரிய கிளைகள் கிடையாது. நட்டாற்றில் சிக்கிக் கொள்ளாது.

டெர்சு உஸாலா | விளாதிமிர் கே ஆர்சென்யேவ்

டெர்சு தனது இடைக் கச்சையைச் சுட்டிக் காட்டுவதைக் கவனித்தேன். அதன் பொருளைச் சென் பாவோ கண்டு கொண்டார். வெட்டப்படும் மரத்தைக் கரைப் பகுதியில் பாதுகாப்பாக வைக்கச் சைகை மூலம் உணர்த்தியிருக்கிறான். எங்கள் தோள்பைகளைத் துருவி ஆராய்ந்து, துப்பாக்கி உறைகள், இடுப்புக் கச்சைகள், தோல் வார்கள் –என மீட்புக்குப் பயன்படும் எனக் கருதத் தகுந்த எல்லாப் பொருள்களையும் வெளியே எடுத்தேன். டெர்சுவின் பையில் கூடுதலாக ஒரு தோல் கச்சை இருந்தது. அனைத்தையும் எடுத்து, வீழ்த்திய மரத்தின் அடிப்பகுதியில் சேர்த்து வைத்துக் கட்டினோம்.

பிறகு கோடரிகளால் மரத்தின் கிளைகளை வெட்டி விட்டோம். அது அசைந்தாடி மெதுவாகத் தண்ணீரில் சாய்ந்து விழுந்தது. உடனே, சென் பாவோ, சான் லின் இருவரும் மரத்தின் அடிப்பகுதியைக் கச்சையின் துணையுடன் இறுகப் பிடித்துக் கொண்டனர். வீழ்த்திய மரத்துண்டை நீரோட்டமானது அருவியை நோக்கிச் செலுத்தத் தொடங்கியது. ஆற்றின் மையத்திற்கும் கரைக்கும் இடையே ஒரு பெரிய வளைவு இருந்ததால் அது டெர்சுவைக் கடந்து சென்றது. அப்போது டெர்சு அதன் கிளையைத் தன் கைகளால் பற்றிக் கொண்டான். ஒரு கழியை நீட்டி அவனைக் கரையில் இழுத்துக் கொண்டோம்.

தெப்பத்தில் இருந்து தக்க நேரத்தில் என்னைக் கரையை நோக்கி ஓங்கித் தள்ளிவிட்ட அந்தப் பழங்குடியை நன்றியுடன் நோக்கினேன். அவன் வாய் எதையோ முணுமுணுத்துக் கொண்டிருந்தது. ஒருவேளை இருவரும் தெப்பத்தில் இருந்தபோது, அவன் குதித்துக் கரை சேர்ந்து, நான் தண்ணீரில் சிக்கியிருந்தால் என்ன ஆகியிருக்கும்.? இறந்திருப்பேன். அவ்வளவுதான். ஆனால் இப்போது இருவரும் பாதுகாப்பாக இருக்கிறோம்.

அது வரையிலான ஆபத்துகள் விரைவில் மறந்து போய், இப்போது அவை நகைப்புக்கு உரியனவாக மாறி விட்டன. சான் லின் ஆரவாரமாகச் சிரித்துக் கொண்டே, டெர்சு எவ்வாறு மரத்தை இறுகப் பற்றிக் கொண்டிருந்தான் என்பதை விளக்கினான். அதே நிகழ்ச்சியை வைத்துச் சென் பாவோ, இந்த டெர்சு ஒரு கரடியின் உறவுக்காரனாக இருப்பானோ என்ற முடிவுக்கே வந்து விட்டதாகச் சொன்னார். டெர்சுவும் விடவில்லை. சான் லின் தண்ணீரில் தடுமாறி விழுந்ததையும், நான் என்ன நடக்கிறது என்பதே தெரியாமல் எப்படிக் கரை சேர்ந்தேன் என்பதையும் நையாண்டியாக நடித்துக் காட்டினான்.

அடுத்த நாள் பயணத்தைத் தொடர்ந்து டகேமா பள்ளத்தாக்கில் இறங்கி மூன்று நாட்கள் கழித்துக் கடலை அடைந்தோம். அது செப்டம்பர் 22. அங்கே உதேஹிக் குடியிருப்பில் இருந்த ஒரு குடிலில் வைக்கோல் பாயில் படுத்து ஓய்வெடுக்கும் மகிழ்ச்சியான தருணம் வாய்த்தது. உள்ளூர்க் காரர்களின் விருந்தோம்பலில் மிகுந்த அக்கறை இருந்ததைக் கண்டோம். இறைச்சியும், தேநீரும், வாட்டிய மீனும் எங்களுக்கு உண்ணக் கொடுத்தனர். துணிகளைச் சலவை செய்தேன். தூய உள்ளாடை அணிந்து கொண்டேன். வேலைகளில் மூழ்கிப் போனேன்.

செப்டம்பர் 25 அன்று காலையில் டகேமாவில் இருந்து கிளம்பி வடதிசை நோக்கிப் பயணமானோம். சான் லின்னையும் எங்களுடன் வருமாறு வற்புறுத்தினேன். அவன் மறுத்து விட்டான். மரக்கீரிகள் நடமாடும் காலம் நெருங்கி விட்டது. வலைகளை ஆயத்தப் படுத்தி வேட்டைக்குத் தயாராக வேண்டும். கைத்துப்பாக்கி ஒன்றை அவனுக்குப் பரிசாகக் கொடுத்தேன். பிறகு பிரிந்து கொண்டோம்.

டகேமாவில் இருந்து வடக்கே செல்ல இரு வழிகள் இருந்தன. ஒன்று, கடலுக்குச் சிறிது தூரத்தில் உள்ள

டெர்சு உஸாலா | விளாதிமிர் கே ஆர்சென்யேவ்

மலைகளின் வழியே ஏறிச் செல்வது. இரண்டாவது, கடற்கரையை ஒட்டிய சதுப்பு நிலத்தைக் கடந்து போவது. பொதிகழுதைகளுடன் மெர்சில்யகோவ் முன்னால் செல்ல, அடுத்ததாக நான் தொடர்ந்தேன்.

இரண்டு மணி நேரத்தில் குலும்பா ஆற்றை அடைந்தோம். அதைக் கடந்து ஒரு குன்றின் உச்சியில் ஏறி, நெருப்பு மூட்டித் துணிகளை உலரச் செய்தோம். அங்கிருந்து பார்க்கும்போது கடல் அழகிய காட்சியாகத் தெரிந்தது.

சால்மன் மீன்களுக்குக் குஞ்சு பொரிப்புக் காலம் அது. மீன்கூட்டம் ஆற்றின் தரைப்பகுதியை ஆக்கிரமித்து மறைத்திருந்தது. சில நேரங்களில் அவை தமது 'புனிதப் பயணத்தை' நிறுத்திக் கொண்டு, மதி மயங்கிய நிலையில் ஒன்றோடொன்று முன்னும் பின்னுமாக மோதிக் கொண்டன. சென் பாவோ சுட்டு வீழ்த்திய இரண்டு பெரிய மீன்கள் அன்று முதல்தரமான இரவுணவு ஆயின.

பள்ளத்தாக்கின் வடதிசையில், கடற்கரையின் மேடான பகுதியானது மலைத்தொடருடன் இணைந்து விடும் இடத்தில் ஓர் உயர்ந்த மேடு பாதையில் குறுக்கிட்டது. நாங்கள் அளவை செய்ய வேண்டிய இடம் அது. ஆனால், பிடிமானத்திற்குக் கற்களோ, பாறைகளோ இல்லாமல் தளர்வான மணலைக் கொண்ட குன்றாக அது இருந்தது. அதன் மறுபக்க விளிம்பில் ஒரு குறுகலான வழியானது, கடல் மட்டத்திற்கு 60 அடிக்கு மேல் தென்பட்டது. அந்த விளிம்புப் பகுதியும் மிகக் குறுகலாக, இருபக்க முனைகளும் நெருங்கி, உச்சியைத் தொடும் வகையில் சாய்வாகத் தொங்கியவாறு இருந்தது. உயிரைப் பணயம் வைத்துத்தான் அதன் உச்சியை அடைய முடியும். மேலும் அந்த வழியின் சரிவு, நேராகக் கடலைப் பார்த்தவாறு இருந்தது என்பதும் முக்கியம். அந்த இடம், நிறையப் பேரைப் பலிகொண்டிருக்கிறது. உதேஹிகள் அதைக் குலே-ரப்பானி எனவும், சீனர்கள் வான் சின் லாட்சா எனவும் அழைத்தனர். வான் சின் என்ற சீனர் அங்கே முதலில்

பலியானவர் என்பதால் அவரது பெயர் அதற்குச் சூட்டப் பட்டிருந்தது. அந்த விளிம்பை வெறுங்கால்களுடனோ அல்லது மென்மையான, உலர்ந்த காலணியுடனோதான் அணுக வேண்டும். மழைக்காலக் காலைப் பொழுதுகளில் பனி பெய்யும் போது, பனிக்கட்டி மேலோடு போலப் பரவியிருக்கும் நிலையில் அதைக் கடந்து செல்வது சாத்தியமேயில்லை.

குலும்பாவைக் கடந்ததும் எங்களது காலணிகள் நனைந்து ஈரமாகி விட்டதால் அந்தத் துணிகரப் பயணத்தை மறுநாளுக்குத் தள்ளி வைத்தோம். ஆகவே இப்போது தங்குமிடம் தேட வேண்டும். அப்போது நீர்மட்டத்திற்கு மேல் ஏதோவொன்றின் தலை மட்டும் தென்பட்டது. எங்களுக்கு அது அடங்காத ஆர்வத்தையும் எதிர்பார்ப்பையும் ஏற்படுத்தியது. அது ஒரு சீல் விலங்குதான். துடுப்புக் காலி எனும் சிற்றின வகையைச் சேர்ந்த அது பெரும்பாலான நேரத்தைத் தண்ணீரில் செலவிடும். சிறிது இடைவெளி விட்டுப் பாறைப்பகுதிக்கு வந்து மூச்சு வாங்கிக் கொள்ளும். வெளிச்சத்தில்தான் உறங்கும். அவ்வப்போது எழுந்து சுற்றுமுற்றும் பார்த்துக் கொள்ளும். கேட்கும் திறனும் கண்பார்வையும் அவற்றின் பிற புலன்களை விட மேம்பட்டிருக்கும். தரையில் அருவருப்பான தோற்றத்துடன் காணப்படும் அவ்விலங்கு தண்ணீரில் வெகுவேகமாய் நழுவிச் செல்லக் கூடியது. துன்பம் ஏற்படுத்தினால் மனிதர்களையும் தாக்கி விடும். எதையும் அறிந்து கொள்ளும் அவா மிக்க இந்த விலங்கு, இசையின் பால் அன்பும் கொண்டது. வேட்டையாடிகள், உலோகப் பொருள்களைக் குச்சியால் தட்டி இசையெழுப்பியோ, சீழ்க்கையொலி ஏற்படுத்தியோ இவற்றை வசப் படுத்தி விடுவர்.

டெர்சு அதைப் பார்த்து உரக்கக் கத்தினான். அது தண்ணீரில் பாய்ந்து சில விநாடிகளிலேயே மீண்டும் தோன்றியது. ஒரு கல்லை எடுத்து அதன் மீது வீசியெறிந்தான் டெர்சு. மீண்டும் அது தண்ணீரில் முழ்கி, மேலே வந்து

டெர்சு உஸாலா | விளாதிமிர் கே ஆர்சென்யேவ்

நாங்கள் இருக்கும் திசையைத் தேடிப் பார்த்தது. டெர்சு பொறுமை இழந்து விட்டான். தன் துப்பாக்கியை எடுத்துக் கைக்குக் கொணர்ந்து அதை நோக்கிச் சுட்டான். குண்டு தண்ணீரில் பட்டுத் தெறித்தது.

'தவறி விட்டது சகோதரா..' என்றேன்.

'அதை அச்சுறுத்தி விட்டேன். அவ்வளவுதான்..' பதில் தந்தான்.

எதற்காக அவன் அந்தச் சீல் விலங்கை விரட்டுவதில் மட்டும் கவனமாக இருந்தான் என்பதை அறிந்து கொள்ள விரும்பினேன். கரையில் எத்தனை பேர் இருக்கிறார்கள் என்பதை அது மதிப்பிட்டுக் கொண்டிருந்தது என்றான் டெர்சு. மேலும் அந்த வகையில் விலங்கினம் அறிந்திராத ஒன்றைச் செய்து அவனது 'வேட்டையாடிப் பெருமிதத்தை' ஊறுபடுத்தியிருக்கிறது. கணக்கிடுவது என்பது தனக்கு மட்டும்தான் தெரியும் என மனிதன் நினைத்துக் கொண்டிருக்கிறான்.

சென் பாவோவும் டெர்சுவும் குன்றின் உச்சியை ஆராய்ந்து வரப் போனார்கள். ஆங்காங்கே கிடந்த கற்களைக் கொண்டு பாதையில் இயன்றவரை படிக்கட்டு அமைக்க முயன்றனர். இதற்கிடையில் நான் மாற்றுப் பாதை பற்றித் திட்டமிடத் தொடங்கியிருந்தேன். தூரத்தே வடக்குத் திசையில் போனால் அங்கே உயர்ந்த கடற்கரையோர மணற்குன்றுகளை அடையலாம் என்பதைக் கண்டுபிடித்தேன்.

நைனிங் என்ற குன்றின் அடிவாரத்தில் ஒரு கொரியக் குடில் இருப்பதைக் கண்டோம். அங்கே இருந்தவர்கள் நண்டு பிடிப்பவர்களாக, மரக்கீரிகளை வலை கட்டி வீழ்த்துபவர்களாக இருந்தனர். குடிலுக்குச் சற்றுத் தொலைவில் 'பாலங்கள்' தென்பட்டன. அதாவது, மரக்கீரிகளை வீழ்த்தும் வலைகள். காய்ந்த மரக்கட்டைகளைக் கொண்டு அதை அமைத்திருந்தனர்.

● அவை நாயகன்

ஒரு கரையில் உள்ள காய்ந்த மரமொன்றை வெட்டி மறுகரையில் அது வீழுமாறு செய்திருந்தனர். சில நேரங்களில் தேவைக்கேற்ப நன்கு வளர்ந்த மரங்களை வெட்டியும் பயன்படுத்திக் கொண்டனர். மரத்துண்டின் குறுக்காகப் புதர்போல் வைக்கப் பட்டிருந்த சிறு கிளைகள் வழியைப் பாதியளவு அடைத்திருந்தன. அந்தப் புதரில் குறுகலான ஒரு திறப்பு இருந்தது. சுருக்குக் கயிறு அதில் கடிகார வில்லைப் போலத் தொங்கிக் கொண்டிருந்தது. மரத்துண்டின் இரு பக்கங்களும் வெட்டி விடப் பட்டிருந்தன. புதரை மாற்றுவழியாகப் பயன்படுத்தி மரக்கீரி தப்பி விடாமலிருக்க இந்த ஏற்பாடு. தொங்கு கயிற்றின் ஒரு முனை மரக்குச்சியால் இறுகப் பிணைக்கப்பட்டுச் சிறிய உதைகால் போன்ற இடத்தில் வைக்கப் பட்டிருந்தது. 10 பவுண்டு எடை கொண்ட கல் ஒன்று மரக்குச்சியோடு சேர்த்துக் கட்டப் பட்டிருந்தது. பாலத்தைத் தாண்ட வரும் மரக்கீரி புதரை நெருங்கும்போது அதைத் தவிர்த்து விட்டு அங்குள்ள தடையைத் தாண்டி விட எத்தனிக்கும். வேறு வழி இல்லாத போதிலும் கயிற்றின் மேல் குதித்து அதில் மாட்டிக் கொள்ளும். துணைக்காகக் குச்சியைத் தட்டி விடும். குச்சியில் பொருந்தியிருக்கும் கல்லின் எடை, அந்த விலைமதிப்பு மிக்க விலங்கை இழுத்துத் தண்ணீரில் தள்ளி விடும்.

தோல்வியையே சந்தித்திராமல் இருப்பது என்பதால் அந்த மரக்கீரி பிடிக்கும் வலைப்பொறியின் மீது கொரியர்கள் மிகுந்த மதிப்பு வைத்திருக்கிறார்கள். அதிலிருந்து ஒன்று கூடத் தப்பியதில்லை என்பதை உறுதியாகச் சொன்னார்கள். மேலாக, நீரில் மரக்கீரி பாதுகாப்பாக இருக்கும். காகம், காடை போன்ற பறவைகள் அதை அணுக முடியாது.

வடதிசை நோக்கிப் பயணமானோம். தேவையான பொருட்கள் இன்னொரு வழியாக எங்களுக்கு வந்து சேரும். நான், அமாகு ஆறு தொடங்கும் இடத்திற்குச் சென்று கார்ட்டு என்ற இணைப்புப் பகுதியைக் கடந்து குலும்பா

டெர்சு உஸாலா | விளாதிமிர் கே ஆர்சென்யேவ்

பள்ளத்தாக்கில் இறங்கிக் கடற்கரையை அடையத் திட்டமிட்டேன். ஆனால் அங்குக் குடியிருந்தவர்களோ, அருகிலுள்ள இரண்டு ஓடைகளும் நீர்ச்சுழல்களால் நிறைந்திருக்கும் என்றும், மலைச்சரிவு அடிக்கடி ஏற்படும் இடம் அது என்பதையும் விளக்கிக் கூறினார்கள். மேலும், பொதிகழுதைகளைக் கடைசி வரிசையில் இருக்குமாறும் உடைமைகளைத் தோள்பைகளில் சுமந்து செல்லுமாறும் அறிவுறுத்தினர். அதற்கு ஏற்றவாறே எனது பயணத் திட்டத்தை அமைத்தேன். அதாவது, நானும் டெர்சுவும் மட்டும் முன்னே செல்வது. சென் பாவோவும் வீரர்களில் ஒருவனும் சேர்ந்து இரண்டு பயணித்துத் திரும்பி விட வேண்டும்.

உணவுத் தேவையில் குறைவாக மூன்றில் இரண்டு பங்கை மட்டும் எடுத்துக் கொண்டோம். வீரன் மெர்சில்யகோவ், எங்களுடன் இருந்த சாலே என்ற உதேஹிப் பழங்குடியை வான் சின் லாட்சாவுக்கு அனுப்பி உணவுப் பொருட்கள் வாங்கி வந்து மலையுச்சியில் இருக்கும் எங்கள் இருவருக்கும் கொண்டு சேர்க்க வேண்டும்.

தொடர்ந்த நாளில், எடை கூடியிருந்த தோள்பையுடன் புறப்பட்டோம். மங்கலாகத் தெரிந்த பாதை எங்களை டுனாட்சா ஆறு, அமாகு ஆற்றுடன் வந்து கலக்கும் இடத்திற்கு அழைத்துச் சென்றது. ஒரு மைல் தூரம் நடந்து கூழாங்கல் பரவியிருந்த கரையில் முகாம் அமைத்துக் கொண்டோம்.

பொழுது சாய இன்னும் ஒருமணி நேரம் இருந்தது. நான் வேட்டைக்குக் கிளம்பினேன். மரங்களிலிருந்து வீழ்ந்த இலைகள் குவியலாகக் கிடந்தன. சலிப்பூட்டும் சாம்பல் வண்ணத்தில் இருந்தது காடு. அதன் உயிர்ப்பில்லாத தன்மை குளிர்காலத்தை முன்னறிவிப்பது போலக் காட்சியளித்தது. ஓக் மரச் சோலைகளில் மட்டும் இலைகள் தென்பட்டன. அதுவும் துயரார்ந்த மஞ்சள் நிறத்திற்கு மாறியிருந்தன. புதர்கள் தமது சொகுசான

மேலாடை போன்ற பசிய வண்ணத்தைப் பறிகொடுத்து விட்டாற்போல எங்கிலும் ஒரே தோற்றம் நிறைந்திருந்தது. வீழ்ந்து கிடந்த இலைகளுக்குக் கீழே கரிய தரை சோம்பலாக உறக்கத்தில் ஆழ்ந்திருந்தது. அதற்கேற்றவாறே எல்லாத் தாவர வகைகளும் எதிர்ப்பின்றி மடியத் தயாராக இருந்தன.

மங்கலொளி சூழ்ந்த அந்த இடத்திற்கு ஏன் வந்தேனோ எனத் தீவிரமாக யோசித்துக் கொண்டிருந்த வேளை, பெருத்த ஓசையொன்று எனக்குப் பின்னாலிருந்து கேட்டது. திரும்பிப் பார்த்தபோது, இசைகேடான கூன்முதுகு, வெளுத்த கால்களுடன் ஒரு பெரிய விலங்கு நின்று கொண்டிருந்தது. தலையை முன்புறமாக நீட்டி அந்தக் காட்டையே ஒரே பாய்ச்சலில் கடந்து விடும் துடிப்பு அதனிடம் தெரிந்தது. துப்பாக்கியை எடுத்துக் குறி பார்த்தேன். அதன் விசையை அழுத்துவதற்குள் ஒரு துப்பாக்கிச் சத்தம் எங்கிருந்தோ கேட்டது. விலங்கு வீழ்ந்தது. அடுத்த நிமிடம் ஒரு செங்குத்தான சரிவிலிருந்து டெர்சு ஓடி வந்து கொண்டிருந்தான் - தான் வீழ்த்திய இரையைப் பார்ப்பதற்காக.

அது ஒரு கடமான். மூன்று வயதுடைய ஆண்மான். எடை 520 பவுண்டு இருக்கும்.

அருவருப்பான தோற்றமுடைய அதன் கழுத்து உறுதியாகவும், நீண்ட கட்டமைப்பான தலையில் மூக்கு கொக்கி போல் பொருந்தியும் இருந்தது. மயிர் நீண்டு பளபளப்பாகவும் மென்மையாகவும் காணப்பட்டது. அடர் பழுப்பு நிறத்தில் கிட்டத்தட்டக் கருமை நிறத்தில் இருந்தது, கால்கள் வெள்ளைவெளேர் என்றிருந்தன. கடமான், சூழலை உன்னிப்பாகக் கவனிக்கும் விலங்கினமாகும். சிறு இடரைச் சந்தித்தாலும் அந்த இடம் தனக்குப் பிடித்தமானது என்றபோதிலும் அங்கே தனது நடமாட்டத்தைக் கைவிட்டு விடும். ஓடும்போது தாவிச் செல்லும் இயல்புடையது என்றாலும் சில நேரங்களில் நான்கு கால் பாய்ச்சலில் விரைந்து பறப்பது போல் மறைந்து விடும். சகதியான

டெர்சு உஸாலா | விளாதிமிர் கே ஆர்சென்யேவ்

ஏரிப் பகுதியில் குளிக்க விரும்பும். காயப் படுத்தினால் பொதுவாகத் திரும்பி ஓடி விடும்; ஆனால் இலையுதிர் காலத்தில் மனிதர்களையும் எதிர்த்து நின்று பொருத முற்படும். அப்போது, பின்கால்களின் உதவியுடன் நின்று கொண்டு முன்கால்களை வீசி எதிரியைத் தாக்கும். வெற்றி கிட்டும்போது எதிரியின் மேல் மோதி மிதித்துத் தள்ளி விடும்.

ஐரோப்பிய வகைக் கடமான்களைப் போலவேதான் உசூரி மான்களும் தோற்றமளிக்கும். கொம்பு மட்டும் வேறுபட்டிருக்கும். அகன்று விரிந்த உள்ளங்கால்கள் செந்நிற மான்களைப் போலத் தென்படும்.

தோலை உரித்து இறைச்சியைத் துண்டங்களாக்கினான் டெர்சு. அந்தக் காட்சி பார்க்கப் பிடிக்காமல் போனாலும், நண்பனுக்கு உதவ முடியவில்லை என்பதே எனக்கு முக்கியமாக இருந்தது. அவனது திறமையை, செய்நேர்த்தியை வியந்து மனதிற்குள் பாராட்டினேன். கத்தியைக் கொண்டு காட்டிய நுட்பம் அவனது தேர்ச்சியின் முழுமையை எடுத்துக் கூறியது. தேவைக்கு அதிகமாக ஒரு வெட்டோ, திரும்ப மீண்டும் முயல்வதோ இல்லாத சிறப்பான பணி அது. அவனது கைகள் அதற்கென்றே பழக்கப் பட்டிருந்தன. இறைச்சியில் ஒரு பகுதியை மட்டும் வைத்துக் கொண்டு, பெரும் மீதத்தைச் சென் பாவோ, போகின் இருவரும் எடுத்துப் பிறருக்கும் பங்கிட்டுத் தரும் வகையில் பாதுகாப்பாக வைத்தோம்.

இரவுணவு முடிந்ததும் போகினும் நானும் திரும்பி வந்து பார்த்தபோது டெர்சுவும் சென் பாவோவும் நெருப்பின் முன் அமர்ந்து இறைச்சியை வாட்டிக் கொண்டிருப்பது தெரிந்தது.

தூக்கத்தின் இடையில் விழித்துக் கொண்டேன். கண்ணுக்கு அரிதாகப் புலனாகும் வெளிவட்டம் ஒன்று நிலவைச் சூழ்ந்திருந்தது. அடுத்த நாள் கடுமையான பனிப்பொழிவு இருக்கப் போகிறது என்பதை அது

திட்டவட்டமாக உணர்த்தியது. மேலும், பொழுது விடிவதற்குள் வெப்பநிலை இன்னும் குறையவும் வாய்ப்புள்ளது. சுற்றிலுமிருந்த சேற்று நிலத்தில் பனி படரத் தொடங்கியது.

செ‌ன் பாவோ, டெர்சு இருவரும் முன்பாகவே எழுந்து கொண்டார்கள். நெருப்பில் விறகை இட்டுத் தேநீர் தயாரித்து, அதன் பிறகு என்னையும் போகினையும் எழுப்பி விட்டனர்.

பறவைகள் வியக்க வைத்தன. குறிப்பாகக் காகங்கள். எவ்வளவு விரைவாக இறைச்சி இருக்குமிடத்தை அறிந்து கொள்கின்றன. சூரியனின் பொற்கதிர்கள் மலைமுகடுகளில் படியத் தொடங்கும் முன்னரே பறவைகள் எங்களின் தங்குமிடத்தைச் சுற்றி வட்டமிடத் தொடங்கி விட்டன. உரக்க ஒலியெழுப்பிக் கொண்டே மரத்துக்கு மரம் இடம் மாறிக் கொண்டன. அதில் ஒன்று எங்களுக்கு அருகில் இருந்த மரத்தின் மேல் வந்து அமர்ந்து கரையும் ஒலி கேட்டது.

'கேடுகாலம் நெருங்கி விட்டது உனக்கு' போகின் முணுமுணுத்துக் கொண்டே துப்பாக்கியை உயர்த்தினான்.

டெர்சு அவனைத் தடுத்து நிறுத்தினான்.

'சுட்டு விடாதே' என்று கூவினான். 'அவன் உனக்கு இடைஞ்சல் தரவில்லையே. இறைச்சி அவனுக்கும்தானே வேண்டும். அவன் இங்கே வந்திருப்பது நாம் இருக்கிறோமா என்பதைப் பார்ப்பதற்காக. இதோ இப்போது போய் விடுவான். நாம் இந்த இடத்தை விட்டுச் சென்றதும் பறந்து வந்து நாம் மீதம் வைத்ததை எடுத்துக் கொள்வான்.'

அதை நேரில் காண விரும்புவது போலத் தென்பட்டான் போகின். அதன்பிறகு, காகங்கள் அவனை நெருங்கிப் பறந்தபோதும் அவன் துப்பாக்கியை எடுக்கவில்லை.

கடுமையான தாகத்தில் தவித்தேன். அருகே நெல்லிக்காய்கள் காய்த்துக் குலுங்கிய மரமொன்று

டெர்சு உஸாலா | விளாதிமிர் கே ஆர்சென்யேவ்

தென்பட்டது. ஆனால் அவை பனியில் உறைந்து போயிருந்தன. பேராவலுடன் அவற்றைப் பறித்து உண்ணத் தொடங்கி விட்டேன். டெர்சு கண்ணை அகலத் திறந்து என்னை வியப்புடன் பார்த்தான்.

'இதன் பெயர் என்ன.?' உள்ளங்கையில் சில நெல்லிக் காய்களை வைத்து உருட்டிக் கொண்டே கேட்டான்.

'நெல்லிக் காய்' என்றேன்.

'இவை உண்பதற்கானவை என்பது உங்களுக்கு உறுதியாகத் தெரியுமா.?' என்று மீண்டும் கேட்டான்.

'நிச்சயமாக' என்றேன். 'இவற்றை உண்மையாகவே தெரியாதா உனக்கு.?

அடிக்கடி நிறையப் பார்த்திருந்த போதிலும் அவை உண்பதற்கு உரியவை என்பது அதுவரை தெரியவே தெரியாது என்றான் அவன்.

வழியெங்கும் அவை நீலங் கலந்த சிவப்பு நிறத்தில் அந்நிலப்பரப்பு முழுவதும் நிறைந்து கிடப்பவை.

மாலையில் எனது பணிகளை முடித்துக் கொண்டபோது டெர்சு, மான்கறியை ஒரு சூட்டுக் கோலால் குத்தி நெருப்பில் வாட்டிக் கொண்டிருந்தான். உணவருந்தும்போது ஓர் இறைச்சித் துண்டை நெருப்பின் மீது வீசினேன். டெர்சு பரபரப்புடன் பாய்ந்து அதை வெளியே எடுத்துத் தரையில் தள்ளினான்.

'இறைச்சியை எதற்காகத் தீயில் வீசினீர்கள்.?' என்று மனக்குறையுடன் கேட்டான். 'நாளைக்கு நாமெல்லாம் போய் விடுவோம். அதன் பிறகு மற்றவர்கள் வருவார்கள். அவர்கள் அதை உண்டு முடிப்பார்கள்.'

'யார்..? யார் அவர்கள்..?' குழம்பியவாறே கேட்டேன்.

'தெரியாதா உங்களுக்கு..?' வியந்துபோய்ச் சொன்னான். 'ரக்கூன்கள், வளைக்கரடிகள், காகங்கள் ஆகியோர்தான்.

அவை நாயகன்

இதில் காகங்கள் இல்லையென்றால் எலிகள் வருவார்கள் ; எலிகள் இல்லாவிட்டால் எறும்புகள். ஊசியிலைக் காட்டின் எல்லா மனிதர்களும்தான்..'

டெர்சு உணர்த்துவது மனிதப் பிறவியை மட்டுமன்று. எல்லா விலங்கினமும் அவனுக்கு மனிதரைப் போலத்தான். நாம் பொருட்படுத்தாத எறும்புகளையும்தான். ஊசியிலைக் காட்டில் வாழும் எல்லா உயிர்களையும் நேசிக்கிறவன் அவன். அவற்றின் மீது உள்ளார்ந்த அக்கறை கொண்டவனும் கூட.

24

இன்னல்மிகு நாட்களில் பயணம்..

அதிகாலையில் மீண்டும் பனி கொட்டத் தொடங்கி விட்டது. பனித்துகள்கள் ஈர நிலத்தில் விழுந்து காலடியில் நெரிபட்டன. இன்னும் இரண்டு நாட்களுக்கு மட்டும் உணவு இருப்பில் இருக்கும். அது குறிப்பாக என்னைக் கவலைக்கு உள்ளாக்கவில்லை. ஏனெனில் அந்த இடத்திற்கும் கடலுக்கும் தூரம் அதிகமில்லை. மேலும், வான் சின் லாட்சாவின் உச்சியில் எங்களுக்கு உணவு காத்திருக்கிறது.

சூரியன் உதிக்கத் தொடங்கியபோது நானும் டெர்சுவும் உடையணிந்து கொண்டு உற்சாகமாகப் புறப்பட்டோம். இருபுறமும் உள்மடிப்புப் போல மலைத்தொடர்களும், முகடுகளுக்கு இடையேயான பகுதிகள் திருகலாகவும் வளைவுகளைக் கொண்டும் இருந்தது. அதில்தான் குலும்பா நதி பாய்கிறது. அவை எங்களுக்கு மலைத்தொடருக்கும் ஆற்றுக்கும் இடையே நடக்கிற போட்டியைப் போலத் தெரிந்தன. மலைகள், நீர்க்கால்களை ஆங்காங்கே

தடுத்து நிறுத்தினாலும் ஆறு அதனை வெற்றி கொண்டு புதுவழியைக் கண்டுபிடித்துப் பெரும் ஆரவாரத்துடன் கடலை நோக்கிச் சென்றது.

அங்கே வழியேதும் இருக்கவில்லை. மனித நடமாட்டம் இல்லாத இடத்தின் குறுக்காகச் சென்று, ஆற்றைக் கடப்பதைத் தவிர்த்துக் கரையில் இருந்த எல்லாத் தடைகளையும் தாண்டிச் செல்ல வேண்டியிருக்கும். ஆனால். விரைவிலேயே அது பயனற்றது என்பதைப் புரிந்து கொண்டோம். ஆற்றின் குறுக்கே இருந்த பெரிய பாறை ஒன்று கரைகடந்து செல்ல உதவியது. காலணியை மாற்றிக் கொள்ள நினைத்தேன். ஆனால், ஈரமான காலணியோடே பாறையில் அழுத்தி அழுத்திச் சூடாக்கிக் கொண்டு நடந்து வருமாறு டெர்சு அறிவுறுத்தினான். அரை மைல் தொலைவுக்குள் மீண்டும் நாங்கள் ஆற்றின் வலது கரையைக் கடக்க வேண்டியிருந்தது. பிறகு மறுபடியும் இடது புறம் திரும்பி, மீண்டும் வலப்புறம் என்றவாறே பயணம் தொடர்ந்தது. பனிக்குளிரில் இருந்தது தண்ணீர்; உறைபனியின் மீது கால்வைத்து மிதித்து நடந்ததால் கால்கள் வலிக்கத் தொடங்கின.

செங்குத்தான மலைச்சரிவுகளின் மேல் உச்சிமுகடுகள் சூழ்ந்திருந்தன. அவற்றை மலைவிளிம்பில் நடந்து கடந்து செல்லும் முயற்சியைக் கைவிட்டோம். அதன் விளைவாக எங்கள் பயணம் குறைந்தது நான்கு நாட்கள் நீடிக்கும் என்ற நிலை ஏற்பட்டது. முகடுகளுக்கு அப்பால் ஒரு திறந்த பள்ளத்தாக்கு இருக்கக் கூடும் என்ற நம்பிக்கையில் நேராகப் பயணித்தோம். ஆனால் அது தவறு என்பதை விரைவிலேயே கண்டு கொண்டோம். இன்னும் ஏராளமான மலைமுகடுகள் எதிரே இருந்தன. ஓடைக் கரைகளை மாறி மாறிக் கடந்து அவற்றைத் தாண்டிச் சென்றோம்.

'ம்ம்' டெர்சு முணுமுணுத்தான். 'நீர்நாய்களைப் போல நடக்கிறோம். கொஞ்சம் நடந்தும், கொஞ்சம் நீந்தியும்..'

டெர்சு உஸாலா | விளாதிமிர் கே ஆர்சென்யேவ்

உண்மையில் பொருத்தமான உவமைதான் அது. நீர்நாய்கள் இதுபோலத்தான் வெவ்வேறு இடங்களுக்குச் செல்லும். குளிர்நீருக்கு நாங்கள் பழகவில்லை. சூடுபடுத்தச் சூரியனும் இல்லை. எல்லாமே கொஞ்சம் கொஞ்சமாக. நீரில் குளிர்ச்சி குறைந்திருப்பதாகத் தோன்றியதால் அதில் நடப்பது குறித்த அச்சம் மறையத் தொடங்கியது. குறைப்பட்டுக் கொள்வதை முற்றிலுமாக நிறுத்தி விட்டேன். பாதையோ கோணல்மாணலாக இருந்தது. நண்பகல் வரை நடந்து அந்த இடத்திற்கு இசைவாக இருந்த ஒரு பெரும் பள்ளத்தை அடைந்தோம். அது ஒரு கால் மைல் தொலைவுக்கு எங்களைத் தண்ணீரிலேயே நடக்க வைத்தது. கரை தொடும்வரை நகர்ந்தும் தவழ்ந்தும் போன எங்களுக்கு ஓரளவு வெயில் காயவும் தொடர்ந்து நடக்கவும் முடிந்தது. என்னால் மூச்சு விட முடியவில்லை. மலைமுகட்டின் ஓர் இடத்தில் சமதளம் இருந்தது. சேதமடைந்த பொருட்கள் அங்கே குவியலாகக் கிடந்தன. தண்ணீரில் இருந்து தொற்றி ஏறி அங்கு போய்த் தீ மூட்டி, இரவுணவைச் சமைத்தோம்.

மாலையில் ஒரு கணக்கைப் போட்டுப் பார்த்தேன். 12 மைல் தொலைவுக்குள் 32 குறுக்கீடுகளைக் கடந்து வந்திருக்கிறோம். இதில் தண்ணீரின் மேல் பெரும் பள்ளத்தின் ஊடாக வந்ததைச் சேர்க்கவில்லை. இரவு வானத்தில் மேகங்கள் திரண்டு, அதிகாலைக்குள் மழை பெய்யத் தொடங்கி விட்டது. வழக்கத்தை விட முன்னதாக விழித்துக் கொண்ட நாங்கள் கைப்பிடியளவு உணவை உண்டு தேநீர் அருந்திய பின் புறப்பட்டோம். அடுத்த ஐந்து மைல் தூரம் கிட்டத்தட்டத் தண்ணீரிலேயே நடக்க வேண்டியிருந்தது.

கடைசியில் ஒரு பள்ளத்தாக்கின், பாறைகள் நிறைந்த குறுகலான பகுதிக்கு வந்தோம். எம்மைச் சுற்றிலும் மலைகள் இப்போது. கடல் மிக அருகில்தான் இருக்கிறது என்ற மகிழ்ச்சி ஏற்பட்டது எனக்கு. ஆனால், டெர்சு ஒரு பறவையைச் சுட்டிக் காட்டி அது கடலில் இருந்து வெகுதொலைவில் உள்ள அடர்வனப் பகுதியில் மட்டுமே

தென்படக் கூடியது என்பதை உணர்த்தினான். ஆற்றைக் கடக்கும்போது மீண்டும் பல இடங்களில் குறுக்கீடுகளாகவே இருந்தன. அடிக்கடி தீ மூட்டிச் சூடேற்றிக் கொண்டோம்.

பிற்பகல் இரண்டு மணிக்கு மேல் தூறலாகிப் பின் பெருமழை கொட்டத் தொடங்கியது. பயணத்தை நிறுத்திக் கொண்டு கூடாரம் அமைத்துத் தஞ்சம் புகுந்தோம். குளிரால் விறைத்துப் போயிருந்தேன். கைகள் உறைந்தது போலவும் விரல்கள் மடங்காமலும் போய்விட்டன. பற்கள் கிடுகிடுக்கத் தொடங்கின. சேகரித்த விறகுகள் ஈரமாகி விட்டதால் அவை மோசமாக எரிந்தன.

துணிகளைக் காய வைத்துக் கொண்டோம். சோர்வும் காய்ச்சலும் இருப்பதை உணர்ந்தேன். டெர்சு தனது தோள்பையில் இருந்த ரொட்டித் துண்டை வெளியே எடுத்து உண்ணச் சொல்லி என்னை வற்புறுத்தினான். ஆனால் உணவின் மீது சிந்தனையே இல்லை. சூடான தேநீரை அருந்தி நெருப்பின் அருகிலேயே படுத்துக் கொண்டேன். உடல் சூடாகவில்லை.

மாலையில் மழை ஏறத்தாழ நின்று விட்டது. தூறலில் இனிமை தவழ்ந்தது. டெர்சு இரவு முழுவதும் தூங்காமல் இருந்து நெருப்பை வளர்ந்துக் கொண்டே இருந்தான்.

விடியும் வேளை வானம் தெளிவானது. மழைத்துளிகள் மரக்கிளைகளில் விழுந்து பனிக்கட்டியாக உறைந்து போயிருந்தன. காற்று தெளிவாகவும் இயல்பாகவும் வீசியது. சூரியக் கதிர்களால் ஏற்றி வைக்கப் பட்ட விளக்காய் நிலவு திகழ்ந்தது. தனது முகத்தைக் கழுவிக் கொண்டது போலவும் தெரிந்தது.

குளிர் நிலத்தில் செந்நிறமாய் உதித்தான் சூரியன். தலைவலி மண்டையைப் பிளந்தது எனக்கு. அரை மயக்கமாகவும் காய்ச்சலாகவும் இருந்தது. எலும்புகள் முழுவதிலும் வலி கிளம்பிற்று. தனது உடலும் தளர்ந்து விட்டதைக் கூறினான் டெர்சு. உணவின் கையிருப்புக்

டெர்சு உஸாலா | விளாதிமிர் கே ஆர்சென்யேவ்

குறைவாக இருந்தாலும் உண்பதை நாங்கள் நிறுத்தவில்லை. அடிக்கடி வெந்நீரைக் குடித்துக் கொண்டே பயணம் தொடர்ந்தோம்.

மீண்டும் தண்ணீரில் இறங்க வேண்டிய நிலை ஏற்பட்டது. நீரின் குளிர்ச்சி மிகுந்து விட்டதுபோல் இருந்தது. தடுமாறி அக்கரையை அடைந்த பின்னும் உடலின் வெம்மையை மீட்டுக் கொள்ள முடியவில்லை. மலைத்தொடரின் மேல் சூரியன் வந்துவிட்ட போதுதான் காற்றில் வெப்பம் மெதுவாக ஏறத் தொடங்கியது.

கடினமாக இருந்தாலும் ஆற்றைக் கடக்காமல் இருக்க முடியாது என்பதால் முயற்சியை விடவில்லை நாங்கள். சொற்ப நேரங்களில் மட்டுமே நீரில் நடந்தோம். சில மைல்கள் கடந்ததும் ஆறு பல வளைவுகளாகப் பிரிந்து கொண்டது. நீர்க்கால்களின் இடையே தீவு போன்ற இடங்களில் சதுப்புநிலக் கோழிகள் கூட்டமாகத் திரிந்தன. சுட முயன்று ஒவ்வொரு முறையும் தோற்றோம். சோர்ந்திருந்த கைகள் நடுங்கியதால் இலக்கு தவறிக் கொண்டே வந்தது. வாடிய நிலையில் ஒருவர் பின் ஒருவராக முழுமையான அமைதியுடன் நடந்தோம்.

சூழ்நிலை மாறத் தொடங்கி வெளிச்சம் பாய்வது போல் தெரிய, இறுதியில் நாங்கள் கடலை அடைந்து விட்டோம் என நினைத்தேன். ஆயினும் ஏமாற்றமே காத்திருந்தது. திருத்தியமைக்கப் பட்ட காட்டை எட்டிய போது, முந்தைய ஆண்டில் வீசிய புயலில் சிக்கி வேரோடு பெயர்ந்த மரங்கள் சிதைந்தும் சிதறியும் கிடந்தன. சிகோடா-அலின் மலைத்தொடரை நாங்கள் கடந்தபோது எதிர்கொண்ட அதே பனிப்புயல்தான் இதற்கும் காரணம் என்பது புரிந்தது. புயல் மையங்கொண்ட இடமாக இந்தக் காடு இருந்திருக்கிறது.

புயலில் வீழ்ந்த மரங்களை விடுத்தும், தீவுகளின் வழியாகச் செல்வதைத் தவிர்த்தும் நாங்கள் ஊதா நிற வில்லோ மரங்கள் அடர்ந்திருந்த வழியைத் தேர்ந்தோம்.

புயலின் பாதிப்பை அளவிட முடியவில்லை என்பதே அந்த முடிவுக்குக் காரணம். ஆற்றின் மேற்பரப்பு, சேதமடைந்த பல பொருட்களால் மூடப் பட்டிருந்தது. ஆகவே அவற்றின் மீதேறி கரையை கடப்பது எளிதாக இருந்தது. போர்த்தியிருந்த திடமான பொருட்கள் நீரின் மேல் நான்கு மைல் தூரம் வரை நீண்டிருந்தன. கொஞ்சம் குறைவாகக் கூட இருக்கலாம். மெதுவாகவே முன்னேறினோம். அடிக்கடி நின்று கொண்டோம். சிதிலங்கள் மறைந்து தண்ணீர் தெளிவாகத் தெரிந்தது. முன்பை விட 23 இடங்களில் குறுக்கீடுகளைச் சந்தித்திருக்கிறோம் என்பதைக் கணக்கில் வைத்துக் கொண்டேன். அதில் சிறு தவறும் இருக்கலாம். குழப்பத்திலும், அரை மயக்கத்திலும் திடமான நிலத்தில் மற்றும் நீர்ப்பரப்பின் மேல் நடந்ததால் அது நேர்ந்திருக்கும்.

பிற்பகலில் எங்கள் பயணத்தின் இறுதிக் கட்டத்திற்கு வந்தோம். முற்றிலுமாகத் தளர்ந்து போயிருந்தேன். டெர்சுவும்தான். ஓர் இடத்தில் காட்டுப்பன்றி ஒன்றைப் பார்த்தோம். ஆனால், எங்களது எண்ணங்கள் அதையெல்லாம் தாண்டி எங்கோ இருந்தது. பொழுது சாயும் முன்னரே ஒரு கூடாரம் அமைத்துக் கொண்டோம்.

உடலாற்றல் செலவழிந்து தலை முதல் கால் வரை நடுக்கம் தோன்றி, என் முகமும் கைகளும் உள்ளங்கால்களும் வீக்கம் கண்டிருந்தது. டெர்சுதான் அந்த மாலை நேரத்தில் அனைத்துப் பணிகளையும் கவனித்துக் கொண்டான். படுத்துக் கொண்டேன். என் நெற்றியில் புருவத்திற்கு மேல் குளிர்ந்த நீர் தெளிக்கப் பட்டிருப்பது அரைகுறை நினைவாக இருந்தது. எத்தனை நேரம் அந்த நிலையில் இருண்டேன் என்பதும் தெரியவில்லை. நினைவு திரும்பியதும் என் பழங்குடி நண்பனின் தோல் மேற்சட்டையால் போர்த்தப் பட்டிருப்பதை அறிந்தேன். அது மாலை நேரம். வானெங்கும் தங்க விண்மீன்கள் நிறைந்திருந்தன. நெருப்பின் முன் களைப்புடன் அமர்ந்திருந்தான் டெர்சு.

டெர்சு உஸாலா | விளாதிமிர் கே ஆர்சென்யேவ்

12 மணி நேரம் வரை நினைவற்ற நிலையிலேயே இருந்திருக்கிறேன். அதுவரை கண்ணிமை மூடாமல் எனது தேவைகளுக்காகவே காத்திருந்து உதவியிருக்கிறான் டெர்சு. ஈரத் துணிகளை என் நெற்றியில் வைத்தும், உள்ளங்கால்களைத் தேய்த்துச் சூடாக்கியும் என்னைப் பாதுகாத்திருக்கிறான். குடிக்க ஏதாவது கேட்டபோது, தயாரித்து வைத்திருந்த இனிப்பான ஒரு மூலிகைப் பானத்தைக் கொண்டு வந்து கொடுத்தான். முடிந்தவரை ஒரே மூச்சில் குடித்து விடுமாறும் வற்புறுத்தினான். பிறகு நாங்கள் இருவரும் அந்தக் கூடாரத்தில் அருகருகே படுத்து உறங்கிப் போனோம்.

இரவுத் தூக்கம் டெர்சுவுக்கு ஊக்கத்தை மீட்டுத் தந்திருக்கும். ஆனால் எனக்கோ இன்னும் இயல்பு திரும்பிய பாடில்லை. ஆயினும் அங்கேயே தங்கியிருக்கவும் முடியாது. உண்பதற்கோ ஒரு துணுக்கும் இல்லை. ஓர் அதி உயர் மனித முயற்சியுடன் ஆற்றின் கீழ்ப் பகுதிக்குச் சிரமத்துடன் கால் பதித்து நடந்தோம்.

பள்ளத்தாக்கு மெல்ல மெல்ல அகன்று பெரிதாகி வருவதைக் கண்டோம். வீழ்ந்த மற்றும் கருகிப்போன மரங்கள் பின்னோக்கிப் போயின. செடார், பிர் இன்னும் ஊசியிலைக் காட்டிற்கே உரிய மரங்களும் குறுக்கிட்டன. ஒரு பிர்ச் மரச் சோலை, அதன்பின் ஊதா நிற வில்லோ, லார்ச் மரங்களுக்கு இடையேயான பாதையில் பயணம் தொடர்ந்தது.

நடக்கும் போது ஒரு குடிகாரனைப் போலத் தள்ளாடி விழுந்தேன். டெர்சுவும் நின்று விடக் கூடிய நிலையில் இருந்தான். தூரத்தில் உயர்ந்த மலைமுகடுகள் இருப்பதை ஆற்றின் கரையைக் கடக்கும்போதே கவனித்திருந்தோம். அங்குதான் குலும்பா ஆறு எட்டுக் கிளைகளாகப் பிரிகிறது. அது எங்களைப் பொறுத்தவரை ஒரு வரமாகத் தோன்றியது. டெர்சு இயன்றவரை எனக்கு உற்சாகமூட்டுவதில் முனைப்பாக இருந்தான். அவன் அறிவாளி. என்னைவிடக்

● அவை நாயகன்

குறைவாகவே துன்பம் துய்ப்பதாகக் காட்டிக் கொள்வதை அவனது முகக்குறிப்பை வைத்து அறிந்து கொண்டேன்.

'சீகல்..' எனத் திடீரென்று கூவினான் டெர்சு. வானில் பறந்து போகும் ஒரு வெண்ணிறப் பறவையைச் சுட்டிக் காட்டினான். 'கடல் அருகில்தான் இருக்கிறது..'

துன்பங்களுக்கு முடிவு நெருங்குகிறது என்பதே எனக்குள் புதிய ஆற்றலை வரவழைத்து விட்டது. ஆயினும் நாங்கள் மீண்டும் குலும்பா ஆற்றின் இடது கரையில், அது ஒரு தனித்த படுகை போலக் குவியும் இடத்தைக் கடக்க வேண்டும். நீரோட்டம் சுழிகளைக் கொண்டிருந்தது. ஆற்றின் குறுக்கே சாய்ந்து கிடந்த ஒரு பெரிய லார்ச் மரம், அதைக் கடந்து போக உதவியது. ஆனால், அதற்கு நெடுநேரம் ஆனது. டெர்சு முதலில் துப்பாக்கிகள், தோள்பைகளைச் சுமந்து சென்று அக்கரையில் சேர்த்த பின், திரும்பி வந்து எனக்கும் உதவி அழைத்துப் போனான்.

கடைசியில் நாங்கள் யான் டுன் மலைமுகட்டை வந்தடைந்தோம். அங்கிருந்த ஓக் மரச் சோலையில் அமர்ந்து ஓய்வெடுத்துக் கொண்டோம். கடற்கரையை அடைய இன்னும் ஒரு மைல் தூரம் இருந்தது. பள்ளத்தாக்கு தென்கிழக்குத் திசை நோக்கிக் கூர்த்த வளைவுடன் காணப்பட்டது.

தடுமாற்றத்திலிருந்து மீண்டு ஆற்றலைத் திரட்டிக் கொண்டு நடந்தோம். ஓக் மரச்சோலை சிறிதாகிச் சற்றுத் தொலைவில் கடலின் பளபளப்பான தோற்றம் தெரிந்தது.

பயணம் முற்றுப் பெற்று விட்டது. அந்த இடத்தில்தான் வீரர்கள் எங்களுக்கான உணவுப் பொருட்களை வைத்திருக்க வேண்டும். அருகில் கூடாரம் அமைத்துத் தங்கினோம் -உடல்நலம் தேறும்வரை.

மாலை ஆறு மணிக்கு வான் சின் முகட்டுக்கு வந்தோம். ஆனால் அங்கே நாங்கள் எதிர்பார்த்த உணவுப் பொருட்களைக் காணவில்லை. பெருத்த ஏமாற்றமாகி

விட்டது. ஒவ்வொரு மூலையாக, காய்ந்த விறகுகளுக்குக் கீழே, பாறைக்குப் பின்புறம் -என எங்கே தேடியும் கிட்டவில்லை. இன்னொரு நம்பிக்கையின் ஒளிக்கதிர் இருந்தது. எங்கள் ஆட்கள் அவற்றை மலைமுகட்டின் மறுபக்கம் வைத்திருக்கலாம். டெர்சு அதைக் கண்டு வரக் கிளம்பினான். மலையில் தொற்றியவாறே ஏறி உச்சியை அடைந்தபோது, தான் கடக்க வேண்டிய விளிம்பு முழுதும் பனி மூடியிருப்பதைக் கண்டான். துணிகர முயற்சி அங்கே எடுபடாது. அந்த உயரத்தில் இருந்து அவன் கடற்கரையைக் கவனித்துப் பார்த்திருக்கிறான். அங்கேயும் எதுவும் குறிப்பாகத் தென்படவில்லை. திரும்பி இறங்கி வந்து அந்த இயலாமைச் செய்தியைத் தெரிவித்தான். ஆறுதல் படுத்திக் கொண்டும் இருந்தான்.

'கவலைப் பட வேண்டா கேப்டன்..' என்றான். 'கடற்கரையில் எப்போது வேண்டுமானாலும் உணவிருக்கும் நமக்கு.'

நடந்தும் சறுக்கியும் கடற்கரைக்கு வந்து ஒரு கல்லைப் புரட்டிப் போட்டோம். மிகப் பெரிய அளவில் ஒரு நண்டுக் கூட்டம் அதனடியில் இருந்தது. அருகிலுள்ள பாறைச் சந்தில் அவை புகலிடம் தேடி வந்திருக்கின்றன. வெறுங்கையால் பிடிக்கத் தொடங்கினோம். சிறிது நேரத்தில் ஏராளமான நண்டுகளையும் நூற்றுக் கணக்கில் சிப்பிமீன்களையும் அகப்படுத்திக் கொண்டோம். தற்காலிக முகாம் அமைக்கத் தோதான ஓர் இடம் தேடி அங்கே தீ மூட்டினோம். நண்டைச் சமைத்தும் சிப்பிமீன்களைச் சமைக்காமலும் உண்டோம். உண்மையில் அவை குறைவு என்றபோதும் பசி தணிக்க உதவின.

காய்ச்சல் அகன்று போனது. ஆயினும் சோர்வு அப்படியே இருந்தது. டெர்சு அடுத்த நாள் அதிகாலையில் வேட்டைக்குச் சென்று இரவுக்கு முன் திரும்பத் திட்டமிட்டான்.

கடினமான பயணம், காய்ச்சல் தந்த அவதி காரணமாகப் படுத்தவுடனே உறங்கிப் போனேன்.

விழித்தபோது விடியலின் அறிகுறி தென்பட்டது. இரவின் இருளும் வைகறையின் மங்கலொளியும் பொருதிக் கொண்டிருந்தன. ஆனால் அவற்றால், சிறகடித்து வரும் உதயமானது அமைதியான கடலின் மீதும் அரவமற்ற கரை மீதும் ஏற்றி வைத்த நல்லொளியைத் தடுக்க இயலவில்லை.

மூட்டிய நெருப்பு ஏறத்தாழ அணைந்து விட்டது. டெர்சுவை எழுப்பி இருவருமாகச் சேர்ந்து அதை ஊதி எரியச் செய்தோம். அதேநேரம் ஊளையிடுவது போன்ற இருவிதமான சத்தங்கள் எழும்பி வந்து காதுகளை நிரப்பின.

‘செந்நிற மான்கள்..’ என்றேன் என் சகாவிடம். ‘சீக்கிரம்.. நீ அதைக் கொன்று தூக்கி வரலாம்..’

அமைதியாகத் தனது உடைமைகளை எடுத்துக் கொண்ட டெர்சு, நின்று நிதானித்துச் சொன்னான் :

‘அது மான் அல்ல. இந்த ஆண்டின் இந்த மாதத்தில் அவன் எதற்காகவும் சத்தம் எழுப்புவதில்லை..’

மீண்டும் அதே சத்தம் திரும்பத் திரும்பக் கேட்டபோது, அது கடலில் இருந்து வருகிறது என்பதை உணர்ந்து கொண்டோம். எங்கேயோ கேட்ட ஒலி என்றாலும் எப்போது என்பது நினைவில்லை.

நெருப்பின் முன் கடலுக்கு எதிர்த்திசையில் நான் அமர்ந்திருக்க, எனக்கெதிரே டெர்சு இருந்தான். திடீரென எழுந்து கடலைச் சுட்டிக் காட்டிச் சொன்னான் :

‘அதோ பாருங்கள் கேப்டன்..’

திரும்பிக் கடலைப் பார்த்தபோது குரோஸ்னி கப்பல் தரையைத் தேடி வட்டமிட்டுக் கொண்டிருப்பது தெரிந்தது.

காற்றிலும், கடற்பாசிகள் மீதும் சுட்டு அடையாளம் காட்டினோம். வெண்புகை வானில் கூட்டமாக மிதந்தது.

டெர்சு உஸாலா | விளாதிமிர் கே ஆர்சென்யேவ்

அபாயச் சங்கின் ஒலியுடன் குரோஸ்னி கப்பல் எங்களை நோக்கித் திரும்பியது. அதில் இருந்தவர்கள் எங்களைப் பார்த்து விட்டார்கள். தோளில் இருந்து ஒரு பெரும் மலையை இறக்கி வைத்தாற்போல இருந்தது. வெற்றிக் களிப்பில் திளைத்தோம்.

சில நிமிடங்களில் அந்தத் துறப்பணக் கப்பலின் தலைவர் எங்களுக்கு இனிய வரவேற்பை அளித்தார்.

ஷாண்டார் தீவில் இருந்து வந்து கொண்டிருந்த அவர், அமாகு ஆற்றின் முகத்துவாரத்தில் இருந்து நாங்கள் மலைமீது ஏறிக் குலும்பா ஆற்றுக்கு அருகே திரும்பப் போவதை மெர்சில்யகோவ் மூலமாகத் தெரிந்து கொண்டிருக்கிறார். அவரின் சகாக்கள், எங்களுக்குத் தேவையான உணவுப் பொருட்களை வான் சின் மலைமுகட்டில் கொண்டு வந்து ஒப்படைக்க வேண்டிய சாலே மற்றும் இரண்டு வீரர்களின் படகு புயலில் சிக்கிச் சிதிலமாகி விட்டதைத் தெரிவித்து இருந்தனர். அவர்கள் மீண்டும் அமாகுவுக்குத் திரும்பி உணவுப் பொருட்களை வாங்கி இரண்டாவது முறையாக மலையேறி வர முயன்றிருக்கின்றனர். அப்போதுதான் குரோஸ்னியின் தலைவர் எங்களைத் தேடும் பணியில் இணைந்து கொண்டு, செந்நிற மான்களைப் போலவே ஒலிக்கும் அபாயச் சங்கின் மூலம் சமிக்ஞை விடுத்துக் கொண்டே இருந்திருக்கிறார்.

அந்த நீராவிக் கப்பலில் அமர்ந்து, மேசையில் பரிமாறப் பட்டிருந்த உணவு வகைகளைச் சுவைத்துக் கொண்டே பாதுகாப்பாகப் பயணித்தபோது, அமாகுவை நாங்கள் கடப்பதற்கு எடுத்துக் கொண்ட நேரம் நினைவுக்கு வந்தது.

மூட்டுவலி காரணமாகத் தன்னைப் பயணத்தில் இருந்து விடுவிக்குமாறு மெர்சில்யகோவ் கேட்டுக் கொண்டான். அவன் விளாடிவாஸ்டாக் திரும்புவதாகச் சொன்னவுடனே நான் உடனே ஒப்புக் கொண்டேன். இரண்டு வீரர்களையும்

அவனுடன் அனுப்பிப் பிகின் ஆற்றின் அருகில் உணவுப் பொருட்கள் மற்றும் குளிர்கால உடைகளுடன் என்னைச் சந்திக்குமாறு கூறினேன்.

ஒரு மணி நேரத்திற்குப் பின் குரோஸ்னி நங்கூரமிட்டது.

இப்போது என்னுடன் ஆறு பேர் மட்டுமே எஞ்சியிருந்தனர். டெர்சு, சென் பாவோ மற்றும் நான்கு பேர் தாம் திரும்பப் போவதில்லையென்றும் பயணம் முடியும் வரை என்னுடனே இருப்பதாகவும் தெரிவித்துக் கொண்டனர்.

25

கு சூன் ஆறு கடலில் சேருமிடம்..

அடுத்த ஐந்து நாட்கள் ஓய்வெடுத்துக் கொண்டு, வடதிசைக்குக் கடற்கரை வழியாகவே பயணிக்கத் திட்டமிட்டேன்.

குளிர்காலம் நெருங்கிக் கொண்டிருந்தது. மரங்கள் இலைகளை உதிர்த்து விட்டு எலும்புக்கூடுகள் போல் உயிர்ப்பின்றிக் காணப்பட்டன. இலையுதிர்க் காலத்தின் பகட்டும், மெல்வண்ணச் சாயலும் காணாமற் போயின. பொதிகழுதைகளுக்கு உணவு தேடித் தருவது சிரமமாகி விட்டது. ஆகவே, அவற்றை இளவேனிற் காலம் வரை அருகிலிருந்த ஊர்க்காரர்களிடம் விட்டுச் செல்வது என முடிவானது.

அக்டோபர் 20 ஆம் நாள் காலையில் நாங்கள் புறப்பட்டோம்.

ஆற்றின் அருகே வரும்போது இரண்டு மணி ஆகி விட்டது. கடலில் இருந்து பெருங்காற்று வீசியது. அலைகள்

● அவை நாயகன்

பெருத்த ஒலியுடன் ஓடிவந்து கரையில் மோதி மணலில் நுரைகளை ஏற்படுத்தின. ஒரு மணல் குவியல் ஆற்றிலிருந்து நீண்டு சென்று கடலில் கலந்தது. அதை என்னவென்று அறியாத நான் அதன்மேல் கால் வைத்து விட்டேன். உடனே கால்களை ஒரு பெரும் எடை அழுத்தி வைத்து விட்டது. இருந்த இடத்தை விட்டு நகர முடியவில்லை என்ற பயங்கரத்தை அறிந்து கொண்டேன். பிறகு மெதுவாக அங்குலம் அங்குலமாக மூழ்கிக் கொண்டிருப்பதையும் உணர்ந்தேன்.

'புதைமணல்..' பயத்தில் கூச்சலிட்டவாறே துணைக்குத் துப்பாக்கியை ஊன்றினேன். அதுவோ மணலில் புதைந்து விட்டது.

அந்த அழைப்பைத் தாமதமாகத்தான் புரிந்து கொண்டார்கள் எனது ஆட்கள். என் உடலசைவு அவர்களைக் குழப்பத்தில் ஆழ்த்தியிருக்கும். ஆனால் டெர்சுவும், சென் பாவோவும் முதலில் ஓடி வந்தனர். தனது துப்பாக்கியின் அடிப்பகுதியை என்னை நோக்கி நீட்டினான் டெர்சு. கரையோரம் கிடந்த சிதிலமடைந்த, உறுதியான பொருட்களை என்னருகே வீசிக் கொண்டிருந்தார் சென் பாவோ. அவர் நீட்டிய ஒரு மரத்துண்டின் உதவியுடன், கால்களை முன்னும் பின்னுமாக நகர்த்தி அந்தப் புதைமணல் அபாயத்திலிருந்து விடுபட்டேன். உறுதியான தரைக்கு வந்து சேர்ந்தேன்.

கரையோரம் முழுவதும் இதேபோன்ற புதைமணல் ஆங்காங்கே இருப்பதைச் சென் பாவோ எனக்குச் சொன்னார். பொங்கி வரும் கடல் தனது அலைகளைக் கரையில் வீசியடிக்கும் போது மணல் இளகித் தளர்ந்து விடுகிறது. இதுதான் மனிதரை வீழ்த்தும் புதைகுழியாகிறது. கடலின் நுரைத் திரள் தணியும்போது கரையானது மனிதர்கள் -விலங்குகளும்தான்- கடந்து செல்ல ஏதுவாக அமைந்து விடும். அப்போது காலநிலை மாறும் வரை காத்திருக்க வேண்டியதுதான். இரவு நேரம் கடலில்

டெர்சு உஸாலா | விளாதிமிர் கே ஆர்சென்யேவ்

அமைதி தவழ்ந்தது. சென் பாவோ சொன்னது சரிதான்: மணல் கால்களுக்கடியில் திடமாகி வருவதை உணர முடிந்தது. நடக்கும்போது கால்தடங்கள் கூட அதில் பதியவில்லை.

ஆறு கொணர்ந்து சேர்த்த செங்குத்துப் பாறை போன்ற மண்மேட்டிற்கு அருகே வந்து சேர்ந்தோம். சிதிலமான குப்பை கூளங்கள் பின்தங்கிக் கொண்டன. கண்களுக்கு எதிரே கு சூன் பள்ளத்தாக்கு விரிந்தது. தூரத்தே சீனர்களின் குடில்கள் மங்கலாகத் தெரிந்தன.

நீண்ட பயணத்திற்குப் பின் ஒரு குடியிருப்புப் பகுதியைக் கண்டவுடன் எங்கள் ஆட்களுக்கும் கால்நடைகளுக்கும் உற்சாகமாகி விட்டது. மண்மேட்டில் இருந்து இறங்கி மகிழ்ச்சியுடன் நடந்தோம். எனது நாய் ஆல்பா எல்லாருக்கும் முன்னே சென்று, பாதையோரப் புதர்களை முகர்ந்து பார்த்தது. விரைவிலேயே வயல்வெளிக்கு வந்து விட்டோம். அறுவடை செய்யப்பட்ட பயிர்கள் போராகக் குவிக்கப் பட்டிருந்தன. திடீரென்று ஆல்பா தனது காதுகளை நிமிர்த்திக் கொண்டது. 'உண்மையில் அவர்கள் விவசாயிகள்தானா' என்ற கேள்வியை எனக்குள் கேட்டுக் கொண்டே துப்பாக்கியைத் தயார் நிலையில் இருத்தினேன்.

ஆல்பா தன் சங்கடமான சூழ்நிலையைக் குறிப்பால் உணர்த்தியது. பிறகு திரும்பி எதுவரை போகவேண்டும் என்றோ, வேட்டையைக் கைவிடச் சொல்லியோ கட்டளை வேண்டுவது போலிருந்தது. தொடர்ந்து முன்னேறச் சைகை காட்டினேன். காற்றை முகர்ந்து கொண்டே அது எச்சரிக்கையாக நகர்ந்தது. அங்கே இருப்பது விவசாயிகள் அல்லர் என்பதைத்தான் அதன் செய்கை உணர்த்திக் கொண்டிருந்தது. அப்போது ஒரே நேரத்தில் மூன்று பறவைகள் படபடத்துப் பறந்தன. துப்பாக்கியால் சுட்டேன். தவறி விட்டது. அவை வேகமாகச் சிறகடித்துப் பறந்து போய் ஒரு குடிலுக்கருகே

● அவை நாயகன்

தாறுமாறாகத் தரையிறங்கின. வீட்டில் வளர்க்கப்படும் கோழிகள்தான் அவை என்பது புரிந்தது. யாரும் அவற்றிற்கு இரை போடுவதில்லை என்பதால் வயல்களுக்கு உணவு தேடப் போவது வழக்கமாகி விட்டிருக்கிறது. மேலும் அவை குடியிருப்புகளைத் தாண்டியும் வெகுதூரம் போய்விடுகின்றன. இடைவிடாத பயிற்சியினால் பறக்கும் திறனும் படிப்படியாக வளர்ந்திருக்கிறது. இத்திறமையைக் கொண்டு சில விலங்குகளின் பிடியில் இருந்தும் தப்பித்துக் கொள்கின்றன.

ஒரு முதிய உதேஹியின் குடிலுக்கு வந்தோம். அந்தக் குடும்பத்தில் நான்கு ஆண்களும் ஐந்து பெண்களுமாக இருந்தனர்.

கு சூன் நதிக்கரை உதேஹிகள் தமது தோட்ட வேலைக்காகச் சீனர்களை அமர்த்திக் கொள்கின்றனர். சீன-உதேஹிய உடைகளை உடுத்துக் கொள்கின்றனர். பொதுவாகச் சீன மொழி பேசினாலும் ரகசியமாய்ச் சில தகவல்களைப் பரிமாறிக் கொள்ளும்போது தம் தாய்மொழிக்கு மாறி விடுவர். பெண்களின் உடை பூத்தையலுடன் காட்சியளிக்கும். பளபளப்பான பொத்தான்கள், சங்குகள் மார்பைச் சுற்றித் தளர்வாகத் தொங்குகிற அழகிய தாமிர மாலைகள், குட்டைப் பாவாடை, கை மறைக்கும் மேற்சட்டை ஆகியனவற்றுடன் அவை பொலிவு பெற்று விளங்கும். ஆகவே அவர்களின் ஒவ்வோர் அசைவிலும் கிணுகிணுப்பொலி கேட்கும்.

40 ஆண்டுகளுக்கு முன் உதேஹிகள் அந்தக் கடலோரப் பகுதிகளில் குடியேறியதைப் பற்றி லியர்ல் விளக்கமாகக் குறிப்பிட்டிருக்கிறார்: சமர்கா ஆற்றின் அருகிலிருந்து ஒளிரும் வெண்ணிறத்தில் பறந்து செல்லும் அன்னப் பறவைகள் ஒல்கா விரிகுடாவுக்குச் சென்று திரும்பும்போது அங்கிருக்கும் குடியிருப்புகளில் இருந்து மேலெழும்பும் புகை அவற்றின் மீது படிவதால் கருநிறமாகத் தோன்றும்.

கு சூன் ஆற்று நீர்த்தேக்கத்தின் பின்பகுதியில் ஒரு

முதிய படகோட்டியைச் சந்தித்தோம். அவன் ஒரு மஞ்சூரியன். ஹை பா-டூ என்ற அவனது பெயருக்குக் கடற்படைத் தலைவர் என்று பொருள். குழந்தைப் பருவத்திலிருந்தே உஸூரி கடலோரப் பகுதிகளில் பயணம் செய்து வருகிற கடலோடி அவன். தந்தையும் இதே தொழிலில் ஈடுபட்டவர்தான். சென் பாவோ அவனிடம் போய், எங்களது கடலோரப் பயணத்திற்குத் துணைவர முடியுமா எனக் கேட்டு உடன்பட வைத்தார். எங்கள் உடைமைகளைக் கு சூன் ஆற்றின் முகப்புக்குக் கொண்டு வந்து மறுநாள் ஹை யின் படகில் ஏற்றி விட வேண்டியது உதேஹிகளின் பொறுப்பு ஆனது.

அதிகாலையிலேயே எழுந்து பயணத்தின் இறுதித் தயாரிப்புக்கான பணிகளில் ஈடுபட்டேன். என் அனுபவத்திலிருந்து, உதேஹிகளை வற்புறுத்தித்தான் வேலை வாங்க வேண்டும். இல்லையென்றால் திட்டம் தொடக்க நிலையைக் கடப்பதே பெரும்பாடு ஆகிவிடும். அவர்கள் காலணிகளைப் பழுதுபார்ப்பதில் தொடங்கிப் படகைச் சீரமைப்பது வரை மணிக்கணக்கில் நேரம் எடுத்துக் கொண்டதால் நண்பகலுக்குச் சற்று முந்தித்தான் கிளம்ப முடிந்தது.

கு சூன் ஆற்றின் அருகில் சென் பாவோ எங்களிடம் விடைபெற்றுக் கொண்டார். சான் ஹோபு ஆற்றுக்கு அவர் திரும்புமாறு பணிக்கப் பட்டிருந்தார். பணம் பெற்றுக் கொள்ள மறுத்து விட்டதுடன், தொடரும் ஆண்டில் கடற்கரையோரம் நான் பயணம் மேற்கொள்ள வேண்டியிருந்தால் தான் வந்து உதவுவதாகவும் உறுதியளித்தார். கைகுலுக்கிக் கொண்டு பிரிந்தோம்.

பகல் பொழுதுகள் வெப்பமாக இருந்ததால் சட்டைகளை உடுத்துக் கொண்டு நடந்தோம். மாலையில் கம்பளிச் சட்டைகளை அணிந்து கொண்டாலும் இரவில் மயிராலான போர்வை தேவைப்பட்டது. அவற்றைக் கடல் வழியாக அனுப்பி வைக்குமாறு தகவல் அனுப்பினேன்.

• அவை நாயகன்

டகோபா ஆற்றின் முகப்பில் படகுடன் ஹை எங்களைச் சந்திக்க வேண்டும்.

டகோபா ஆறு கடலில் கலக்கும் இடத்தில் பள்ளத்தாக்கு அடர்த்தி குறைந்த எல்ம், எலுமிச்சை, ஓக் மரங்களையும் எண்ணிக்கையில் அதிகமாகக் கருப்பு பிர்ச் மரங்களையும் கொண்டிருந்தது. குடியிருப்புகளைக் கொண்ட மேடான இடம் கடலிலிருந்து ஒரு மைல் தூரத்தில் இருந்தது.

ஒரு சிறிய குடிலை அடைந்தோம். அங்கிருப்பவர்கள் உதேஹிகளாக இருப்பார்கள் என்றுதான் நினைத்தேன். ஆனால் அவர்கள் சலோன் பிரிவினர்.

வயதான தந்தை, அவரது இரண்டு மகன்கள், மனைவியர் மற்றும் ஐந்து குழந்தைகள் எனப் பத்துப் பேர் கொண்ட பெரிய குடும்பம் அது. மஞ்சூரியாவின் சுங்காரி ஆற்றோரத்தில் இருந்து நோர் என்ற, உசூரியாற்றின் கிளையாறு பாயும் பகுதிக்குப் புலம் பெயர்ந்து வந்தவர்கள் அவர்கள். வேட்டையாடும் வாய்ப்பு அதிகம் என்பதால் அங்கேயே தங்கியிருந்தார்கள். அந்தப் பகுதியில் கொள்ளையர் கூட்டம் பரவியிருந்ததால் சீன அரசாங்கம் அவர்களை அடக்க வீரர்படையை அனுப்பி வைத்தது. அப்போது அந்தக் குடும்பத்தின் நிலை, சுத்தியலுக்கும் பட்டறைக் கல்லுக்கும் இடையே சிக்கிக் கொண்டது போலாயிற்று. ஒருபக்கம் கொள்ளயர் தாக்க, இன்னொரு புறம் அரசுப் படையும் அவர்களைத் தாக்கியது. ஆகவே பாரபட்சமில்லாத கொடுமையை அனுபவித்தார்கள். எனவே, பிகின் பகுதிக்குத் தப்பிச் சென்று சிகோடா-அலின் மலைத்தொடரைத் தாண்டி இந்தக் கடற்கரையோரம் வந்து நிலையாகக் குடியமர்ந்தார்கள்.

அடுத்த நான்கு நாட்களும் டகோபா, குமுஹோ ஆறுகளில் ஆய்வை மேற்கொண்டேன்.

அந்தக் குடும்பத்தில் மிகவும் இளையவனான டா-பார்ல் எங்களுக்குத் துணையாக வர இசைந்தான். கட்டுடல்

கொண்ட, இன்னும் தாடிகூட வளராத இளைஞன் அவன். உடலமைப்பில் எனது வீரர்களுக்குச் சற்றும் சளைக்காதவன். அவனது நடக்கும் பாணியும் பணிவும் ஊக்கமும் பாராட்டுக்கு உரியதாக இருந்தது.

இரண்டு நாட்களுக்குப் பின் பயணத்தைத் தொடர்ந்தோம். டெர்சு, டா-பார்ல் மற்றும் நான் ஆகிய மூவரும் முன்வரிசையில் நடந்தோம். ஆற்றின் இடது கரையோரமாகவே சென்றோம். சகரோவ், அரினின் இருவரும் பதினைந்து தப்படிகள் பின்னாலிருந்து தொடர்ந்தார்கள். ஒரு வீழ்ந்த மரத்துண்டின் மீது அணில் ஒன்று அமர்ந்திருப்பதைக் கண்டோம். பின்புறம் வால் மரத்தைப் பற்றியிருக்க அமர்ந்த நிலையிலேயே ஒரு கொட்டையை உடைத்துக் கொண்டிருந்தது. நாங்கள் நெருங்கியதும் விரைந்தோடி மர உச்சிக்குப் போய்க் கீழே என்ன நடக்கிறது என ஆவலுடன் பார்த்தது. டா-பார்ல் தனது கட்டைவிரல் நுனியை வைத்து மரத்தில் மறைவாக நின்று, பிறகு உரக்கக் கூச்சலிட்டுக் கொண்டே கையிலிருந்த கோலால் மரத்துண்டை உடைத்துத் தள்ளினான். அணில் தனது முன்கையில் இருந்த செடார் மரக் கொட்டையைக் கீழே தவற விட்டு விரைவாக மரத்தில் ஏறிக் கொண்டது. அந்த சலோன் பழங்குடி செய்தது அவ்வளவே. செடார் கொட்டையைக் கையில் எடுத்துக் கொண்டு மகிழ்ச்சியால் துள்ளினான். அந்தச் சிறு விலங்கைச் சிறிதும் சட்டை செய்யவில்லை அவன். அது கிரீச்சிடும் குரலோடு மரத்துக்கு மரம் தாவி, அந்தப் பகற்கொள்ளையின் மீதான தனது அதிருப்தியைக் காட்டியது. அந்தச் சம்பவம் எங்களுக்கு வேடிக்கையாக இருந்தது.

'கோபப் படாதே..' சமாதானப் படுத்தும் வகையில் டெர்சு அணிலை நோக்கிக் கூறினான். 'தரையில் நடக்கும்போது எங்களுக்குக் கொட்டைகள் கிடைக்காது அல்லவா.. அதோ பார்.. ஏராளமாய் உன் உணவு அங்கே..' என்று அந்தப் பெரிய செடார் மரத்தைச் சுட்டிக்காட்டிச் சொன்னான்.

பகல் பொழுதிலேயே இருள் மண்டியிருந்தது. இறகு போன்ற தோற்றமுடைய மேகக்கூட்டம் வானில் தவழ்ந்தது. சூரியனைச் சுற்றியிருந்த வளையங்கள் மெல்ல மெல்லத் தேய்ந்து கண்ணுக்குப் புலப்படாத தழும்பு போல் மாறின. காட்டில் அமைதி நிலவியது. மலையுச்சியில் மட்டும் மென்காற்று அலைந்தது. அந்தத் தோற்றம் டெர்சுவையும் டா-பார்லையும் வெகுவாகக் கவலை கொள்ள வைத்தது. முணுமுணுத்துக் கொண்டே இருவரும் வானத்தைப் பார்த்துக் கொண்டிருந்தனர்.

'இது நல்லதல்ல..' என்றேன். 'காற்று தெற்குத் திசையில் இருந்து வீசுகிறது..'

'இல்லை..' மறுத்தான் டெர்சு. 'அது அந்த வழியாகப் போகிறது..' என்று வடகிழக்குத் திசையைச் சுட்டிக் காட்டினான்.

அவன் தவறாகக் கணித்திருக்கக் கூடும் என்று நினைத்து மீண்டும் என் கருத்தை வலியுறுத்தினேன்.

'அந்தப் பறவையைப் பாருங்கள்..' பதிலடி தருவது போலச் சொன்னான்.

ஓர் ஊசியிலை வகையான மரத்தின் கிளையில் காகம் ஒன்று அமர்ந்திருந்தது -வடகிழக்குத் திசையை நோக்கி. வழமை போலவே அவன் சொன்னது உறுதியானது. பறவைகள் எப்போதும் காற்றுக்கு எதிர்த் திசையை நோக்கியே அமரும். இறகுகளைச் சாய்வாகத் தாழ்த்திச் சமநிலைப் படுத்திக் கொள்ளும்.

மாலைநேரம் நெருங்கும் போது வானம் மேகமூட்டத்துடன் காணப்பட்டது. சூரியனின் வெம்மையைப் பூமி ஏற்றுக் கொண்டது போல் தெரியவில்லை. வெப்பநிலை 2-லிருந்து 10*C வரை மட்டுமே உயர்ந்திருந்தது. இது இன்னுமொரு தீய அறிகுறி. விரைவாகக் கூடாரம் அமைப்பதிலும், விறகு சேகரிப்பதிலும் ஈடுபட்டோம்.

பயந்தது போல் எதுவும் நடக்கவில்லை. இரவு அமைதியாகக் கழிந்தது.

விடிந்ததும் முதலில் வானத்தைப் பார்த்தேன். மேகங்கள் வடக்கிலிருந்து தெற்கு நோக்கிப் போய்க் கொண்டிருந்தன. இனியும் காலம் தாழ்த்தக் கூடாது. உடைமைகளை விரைவாகச் சேகரித்துக் கொண்டு டகோபாவை நோக்கிப் பயணமானோம். சிகோடா-அலின் மலைத்தொடரை அதே நாளில் அடைந்து விட முடியும் என நினைத்திருந்தேன். ஆனால் மோசமான வானிலை என் திட்டத்தை முடக்கி விட்டது.

நண்பகலில் அடர்த்தியான மூடுபனி திரண்டிருந்தது. மலைத்தொடர் கருநீல வண்ணம் கொண்டது. நான்கு மணிக்கு மழைத்தூறல் தொடங்கி ஆலங்கட்டி மழையாகப் பொழிந்தது. பாதை வெண்ணிறமாக மாறியதால், புதர்கள் இருக்கும் இடம்கூடக் கண்ணுக்குத் தெளிவாகப் புலப்பட்டது. அதன்பிறகு வலிய, இனிய மென்காற்று எழுந்தது.

ஓய்வெடுத்துக் கொள்ள வேண்டிய தேவை ஏற்பட்டது. ஆற்றின் வலக்கரையில் தனித்திருந்த மலைமுகடு ஒன்று தென்பட்டது. அதன் புறத்தோற்றமானது அழிந்துபட்ட ஒரு கோட்டையையும் அதன் கோபுரங்களையும் போல் இருந்தது. அடிவாரத்தில் இளம் பிர்ச் மரங்கள் வளர்ந்திருந்தன. முகாம் அமைக்கப் பொருத்தமான இடம் எனத் தோன்றியதால் தங்குவதற்கான ஆணையைப் பிறப்பித்தேன்.

விறகு சேகரிப்பதற்காக வீரர்கள் போயிருந்த வேளையில் டா-பார்ல் கூடார மையத்தில் பொருத்தும் தாங்கல் மரங்கள் கொண்டு வரப் போயிருந்தான். போனவன் ஒரே நிமிடத்தில் திரும்பி ஓடி வந்தான். மலைமுகட்டில் இருந்து சில நூறு தப்படிகளில் அவன் நின்றுகொண்டு, திரும்பிப் பார்த்து, இன்னும் சில தப்படிகள் வரை ஓடி, மீண்டும் திரும்பி முகாமுக்கே வந்து சேர்ந்தான். வந்தவுடன் டெர்சுவுடன் தீவிரமான ஆலோசனையில் ஈடுபட்டான். அவனும் அந்தப் பாறை முகட்டைப் பார்த்து எரிச்சலுடன்

● அவை நாயகன்

நிலத்தில் துப்பிவிட்டுத் தனது கோடரியை எடுத்துப் பாறையை நோக்கி வீசினான்.

பிறகு, இருவருமாகச் சேர்ந்து முகாமை இடம் மாற்றிக் கொள்ளுமாறு வேண்டிக் கொண்டனர். மலைமுகட்டின் அடியில் ஒரு மரத்தை வெட்ட முயன்றபோது அங்கிருந்த பிசாசு, கற்களை வீசித் தன்னைத் துரத்தி விட்டதாக எம் சலோன் சகா கூறினான். இருவரும் பயங்கலந்த முகங்களுடன் தாம் சொன்னதையே மீண்டும் மிகப் பணிவுடன் வலியுறுத்திக் கூறினர். அவர்களுக்கு நான் உடன்பட்டேன். முகாமைக் கலைத்து விட்டு அடுத்து ஒரு கால் மைல் தூரத்திலுள்ள ஆற்றை நோக்கிய இடத்திற்கு மாற்றிக்கொள்ள உத்தரவிட்டேன். இன்னும் சொல்லப் போனால் இப்போதைய இடத்தை விட அது மிகவும் பொருத்தமானதாக இருந்தது.

அனைவருமாகச் சேர்ந்து உறுதியுடன் செயலாற்றினோம். உடனடியாக விறகு சேகரிக்கப்பட்டு நெருப்பு மூட்டப் பட்டது. டெர்சுவும் டா-பார்லும் சேர்ந்து முளையடித்து வைத்தனர். மரங்களை வெட்டி வந்து நிலத்தில் நட்டு ஆதரவுக்காகக் கழிகளை நெருக்கமாகச் சேர்த்து வைத்தனர். அதற்காகத் தமது போர்வைகளைக் கூடப் பயன்படுத்திக் கொண்டனர்.

அடித்து வைத்த முளையானது பிசாசின் பார்வையில் இருந்து நம்மைக் காப்பாற்றி விடும் என்று டெர்சு சொன்னான். வேடிக்கையாக இருந்தாலும் நான் வெளிக்காட்டிக் கொள்ளவில்லை. அது இன்னும் அவனைக் கலவரப் படுத்தி விடும். வீரர்கள் வரிசையாக அமர்ந்து மலைமுகட்டிலுள்ள பிசாசின் கவனத்தை ஈர்த்தனர். உண்மையில், உணவின் மீதான கவனத்தை விட அதன் மீது காட்டியதுதான் அதிகம்.

வானிலை படுமோசம் ஆனது. வீரர்கள் சூடான தேநீரை அருந்தியபடியே கூடாரத்தில் முடங்கியிருந்தனர். மின்னல் வெட்டியது. இடியின் முழக்கம் அதைத் தொடர்ந்தது.

இடியுடன் கூடிய மழையும், பனிப்பொழிவும் அதிகாலை இரண்டு மணி வரை நீடித்தது. செந்நிறத்தில் மின்னல்கள்தோன்றின. இடியோசை சாட்டையடி போலிருந்தது. நிலநடுக்கம் தோன்றி விட்டதோ என்றுகூட ஐயமுற வைத்தது.

மழையும் பனிப்பொழிவும் ஒரே நேரத்தில் வந்தது புதுமையாகவும் வழக்கத்துக்கு மாறாகவும் இருந்தது. ஆயினும் வானம் இன்னும் கருநிறமாகவே காட்சியளித்தது. வெட்டிய மின்னல்களின் வெளிச்சத்தில் வலிய புயல் மேகங்கள் தென்மேற்குத் திசை நோக்கி நகர்வது தெரிந்தது.

குறிப்பாக ஓர் இடியின் ஓசை காதைச் செவிடாக்கி விட்டது போலிருந்தது. மின்னல் ஒன்று பாறை படர்ந்த மலையில் எங்கோ விழுந்தது. நிலச்சரிவு ஏற்பட்ட சத்தமும் இடியோசையும் ஒன்று கலந்து கேட்டது. டா-பார்ல் தனது வழமையான கேலி கிண்டல்களை முற்றாகக் கைவிட்டு விட்டான். கோபங்கொண்ட பிசாசுதான் அந்த மலைமுகட்டைச் சேதப்படுத்தியிருக்கிறது என்று அவன் நினைத்திருப்பான்.

இன்னும் ஒருமுறை நெருப்பை மூட்டி முளைக்குச்சிக்கு அருகில் பரிதாபமாகக் காத்திருந்தான். நான் டெர்சுவைப் பார்த்தேன். குழப்பமும், வியப்பும், பயமும் அவனை ஆட்கொண்டிருந்தது. பிசாசுதான் கற்களை வீசியிருக்கிறது. இடியை இறக்கியிருக்கிறது. பனிப்பொழிவையும் நிலச்சரிவையும் கூட அதுதான் ஏற்படுத்தியிருக்கிறது. இதெல்லாம் கொஞ்சம் அதிகமான செயல்களாகத் தெரிந்தது அவனுக்கு. அந்த அதிர்ச்சி தரும் சம்பவங்களுக்குள் என்ன தொடர்பு இருக்கும் என்று ஆராய்ந்து கொண்டிருக்கக் கூடும்.

‘என்டுலி (ஆகாயத்திற்கான கடவுள்) அந்தப் பிசாசை விரட்டிக் கொண்டிருக்கிறது..’ டா-பார்லின் பக்கம் திரும்பி நிம்மதிப் பெருமூச்செறிந்தான் டெர்சு.

அவை நாயகன்

இதற்கிடையில் இடியும் மழையும் குறைந்து கொண்டாலும் வானில் மணிக்கணக்கில் மின்னல் வெட்டிக்கொண்டே இருந்தது. தொடுவானில் அதன் வெளிச்சக் கீற்றுகள் தூரத்து மலைமுகடுகளின் விளிம்பில் ஒளியூட்டின. மழைமேகங்கள் ஆலங்கட்டி மழையைப் பொழிவித்தன. தூரத்து இடிமுழக்கம் நிலத்தை அதிரச் செய்தது.

மாலையுணவுக்குப் பிறகு வெளியே போயிருந்த வீரர்கள் முகாமுக்குத் திரும்பினர். நான் சிறிது நேரம் டெர்சுவின் அருகில் இருந்து தீய ஆவிகள், இடிமழை, பனிப்பொழிவு -பற்றிய கதைகளை ஆர்வமாகக் கேட்டேன்.

'இடியின் பெயர் அக்டி..' என்றான் டெர்சு. 'பிசாசு ஒரே இடத்தில் நீண்ட நேரம் தங்கியிருந்தால் ஆகாயக் கடவுள் என்டுலி அதை விரட்டி விடுவதற்காக இந்த அக்டியை அனுப்பி வைப்பார்.'

டெர்சுவின் கூற்றின்படி, இடியுடன் கூடிய மழை என்பது பிசாசு அங்கே இருப்பதைக் குறிக்கும். அது அங்கிருந்து கிளம்பியவுடன் அமைதி ஏற்படும். விலங்குகள், பறவைகள், மீன்கள் ஏன் புற்கள் கூட இதையறிந்து மீண்டும் மகிழ்ச்சியை அடையத் தொடங்கி விடும். முன்பெல்லாம் இடியும் மின்னலும் கோடைகாலத்தில் மட்டுமே வரும். ஆனால், இந்த ரஷ்யர்கள் வருகைக்குப் பின்புதான் குளிர்காலத்திலும் வரத் தொடங்கியிருக்கின்றன. அன்று நடந்த சம்பவம் டெர்சுவின் வாழ்க்கையில் மூன்றாவது தடவையாகத்தான் நிகழ்ந்திருக்கிறது.

நேரம் விரைவாகக் கடந்து கொண்டிருந்தது. விடிவு நெருங்கியது. பிசாசு இருந்த மலைமுகட்டின் மரங்கள் செறிந்த பகுதிகள், ஆற்றின் மேல் தொங்கிக் கொண்டிருந்த கிளைகள் எல்லாம் இருளிலிருந்து வெளிவரத் தொடங்கின. மோசமான காலநிலை நெருங்குவதற்கான அறிகுறியும் இருந்தது. திடீரென்று மலைத்தொடரின் கிழக்குத் திசையானது, வானத்தில் இருந்த அச்சுறுத்தும்

செந்நிறத்தின் மீது நீலவண்ணத்தைப் பூசினாற் போன்ற தோற்றம் ஏற்பட்டது. அதன் காரணமாகச் சிறு புதர்கள், மரக்கிளைகள்கூட இளஞ்சிவப்பும், கூச வைக்கும் பொன்வண்ணங்களையும் சூடின. உதயசூரியனை இடைமறித்து நிகழ்ந்த அந்த வண்ண விளையாட்டுகளைக் கூர்ந்து கவனித்துக் கொண்டிருந்தேன்.

‘இப்போதாவது நாம் தூங்கப் போகலாம் முதியவரே..’ என்று என் சகாவிடம் சொன்னேன். டெர்சு அதை எதிர்பார்த்துக் காத்திருந்ததைக் கவனித்தேன். ஒரு மரத்துண்டின் மேல் சாய்ந்துகொண்டு அவன் உறங்கத் தொடங்கினான்.

காலையில் தாமதமாக விழித்தோம். மழைமேகங்கள் வானின் குறுக்கே சுருட்டியது போல் தெரிந்தன. ஆனாலும் அது முந்தைய நாளைப்போல அச்சுறுத்தும் வகையில் இல்லை.

காலையுணவுக்குப் பிறகு டகோபாவில் ஏறி சிகோடா-அலின் மலைத்தொடரை நோக்கிப் பயணித்தோம். அது முகாமில் இருந்து ஒருநாள் பயணத்தூரத்தில் இருந்தது. பொழுது சாய்வதற்குள் முகாம் அமைத்து இரவைக் கழித்தோம்.

ஆகாயம் தெளிவாகி, இரவு குளிராக இருக்கப் போகிறது என்பதைக் காட்டியது. உடல் வெம்மைக்காகப் போர்வையைச் சார்ந்திருந்த நான், மெல்லிய உடையணிந்திருந்த எங்கள் சலோன் சகாவுக்கு நெருப்பின் அருகே படுத்திருந்த இடத்தைக் கொடுத்து விட்டேன். அதிகாலை மூன்று மணிக்குக் குளிர் அதிகமாகி விட்டது. போர்வையை இறுக்கிப் போர்த்துக் கொண்டும் பயனில்லை. தோள்களிலும் கால்களிலும் உறைபனி படிந்து குளிரை இன்னும் தீவிரப் படுத்தியது.

இருள் பரவியிருந்த நேரம். நெருப்பு அணைந்து விட்டது. தீக்கங்குகளை விசிறி விட்டேன். பற்றிக் கொண்ட

அவை நாயகன்

கனலொன்று எழுந்து சுற்றுப் புறத்தையே ஒளிர வைத்தது. சகரோவ், அரினின் இருவரும் கூடாரத்தில் மறைதட்டிக்கு அருகே படுத்திருந்தார்கள். துணிவிரிப்பின் மீது உட்கார்ந்த நிலையிலேயே டெர்சு உறங்கிக் கொண்டிருந்தான்.

விறகு தேடப் போய் நெருப்பின் அருகே படுத்திருந்த டா-பார்ல் மீது தடுக்கி விழுந்தேன். சாதாரணத் துணியாலான மேற்சட்டை அணிந்திருந்த அவன், பிர் மரக்கிளைகளை வெட்டிப் போட்டு அதன் மேல் படுத்திருந்தான். குளிரில் விறைத்து விடுவானோ எனப் பயந்த நான், அவனை என் தோள்களில் தாங்கிக் கொண்டேன். நல்ல உறக்கத்தில் இருந்த அவன், கனவு கலைந்து விழித்துக் கொள்ள வெகுநேரம் பிடித்தது. பிறகு எழுந்து, தலையைச் சொரிந்து கொண்டு, கொட்டாவி விட்டு மீண்டும் போய்ப் படுத்துக் கொண்டு பலத்த குறட்டையுடன் தூக்கத்தைத் தொடர்ந்தான்.

நெருப்பில் ஓரளவுக்கு உடலைச் சூடேற்றிக் கொண்டு, உறங்கும் வீரர்களிடையே போய்ப் படுத்துக் கொண்டேன். உடனே உறங்கிப் போனேன்.

காலையில் விரைவாகவே எழுந்து விட்டோம். உணவின் இருப்பு குறைந்து வருவதால் உடனே கிளம்பி விட வேண்டும். காலையுணவாக அணில் கறியும் மீதமான மாவை நெருப்பில் வாட்டிச் சுட்ட ரொட்டியும் தேநீரும் கிடைத்தது.

கிளம்பும்போது சூரியன் உதித்து விட்டான். பளபளப்பும், பகட்டுமான ஒளியுடன் காட்டின் பின்புறம் தோன்றி, உயர்ந்து பனிபடர்ந்த மலைச் சிகரங்களில் பட்டு வெப்பச் சூழலை உருவாக்கினான். ஒரு மேட்டின் விளிம்பிலேயே நடந்து குமுஹோ ஆற்றின் கரையை அடைந்தோம்.

திட்டமிட்ட பயணத்தில் ஒரு பயணிக்கு அதன் இறுதிக் கட்டம் என்பது கூடுதலான முயற்சியை வேண்டுகிற கவர்ச்சியை உடையது. குமுஹோ ஆற்றின் முகப்புக்கு வந்து

விட்ட நாங்கள் மீண்டும் அது தொடங்கும் இடத்திற்குப் போய், முகாம் அமைத்து, விறகு சேகரித்து ஆய்வைத் தொடர வேண்டும். பயண இறுதியில் இருக்கிறோம் என்ற இனிய செய்தியே தன்வயப் படுத்தி வைத்திருக்கும். ஆகவே நாங்கள் விரைவாகத் திரும்பி அடுத்த நாள் அதிகாலைப் பயணத்திற்குத் தயாரானோம்.

அதேபோல், விடிவதற்குள் கிளம்பி விட்டோம். எனது துண்டை எடுத்து நனைத்து வர ஆற்றுக்கு ஓடினேன்.

ஆற்றோரம் அதிகாலை உறக்கத்தில் கிடந்தது. குளிர்ந்த ஆவி நீர்ப்பரப்பின் மேல் மிதந்தது. அதிசயமாய்ச் சில பனித்துளிகள் நிலத்தில் விழுந்திருந்தன. சோம்பலான அதிகாலை மென்காற்று காட்டில் பரவியது. மூடுபனியின் ஊடாக அக்கரை காட்சியானது. முகாமில் அமைதி சூழ்ந்திருந்தது. வீரர்கள் காலையுணவை உண்ணத் தொடங்கி விட்டனர். கூழாங்கற்கள் பரவியிருந்த ஆற்றங்கரையில் யாரோ நடந்து வரும் சத்தம் கேட்டது. உடனே திரும்பிப் பார்த்தேன்.

இரண்டு உருவங்கள் தென்பட்டன. அதில் ஒன்று உயரமாகவும் மற்றது குள்ளமாகவும் தெரிந்தது.எல்க் மான்கள்தாம் அவை. தாயும் சேயுமாக ஆற்றோரம் நடந்து வந்து பேராவலுடன் நீரைக் குடித்தவண்ணம் இருந்தன. தாய் தலையைக் குலுக்கிக் கொண்டு தனது வயிற்றுப் பகுதியை நாவால் தடவிக் கொடுத்தது. வியந்தவாறே கருத்தூன்றிப் பார்த்துக் கொண்டிருந்த எனக்கு, அந்தக் கம்பீரமான விலங்கு மனிதனின் கண்ணுக்குத் தட்டுப்பட்டு விடுமோ என்ற அச்சத்தைத் தோற்றுவித்தது. ஏதோ ஆபத்தை உணர்ந்த தாய், காதுகளை விறைப்பாக்கிக் கொண்டு நாங்களிருந்த திசை நோக்கி வந்தது. அதன் உதட்டிலிருந்து வடிந்த நீர் ஆற்றில் விழுந்து, விரிந்து பரவும் சிற்றலைகளை ஏற்படுத்தியது. உயிர்ப்பை மீட்டுக் கொண்டதுபோல் அது கரகரத்த குரலில் ஒலியெழுப்பிக் கொண்டே காட்டுக்குள் விரைந்தோடி விட்டது. அந்த

நிகழ்வின்போதே மெல்லிய காற்று வீசியதால் உறைபனி குவிந்து எதிர்க்கரை கண்ணுக்குப் புலப்படாமல் போனது. சகரோவ் துப்பாக்கியால் சுட்டான். ஆனால், அது தவறிப் போனது உளப்பூர்வமாக, விவரிக்க முடியாத மகிழ்வை எனக்குத் தந்தது.

சூரியன் எழுந்தது. உறைபனி ஆரஞ்சு நிறமானது. புதர்கள், மரங்கள் மற்றும் மலைத்தொடரின் வெளிவிளிம்பு தெளிவாகத் தெரியத் தொடங்கியது. அரை மணி நேரத்திற்குள் நாங்கள் பாதையில் இறங்கி மகிழ்ச்சியுடன் உரையாடிக் கொண்டே பயணம் தொடர்ந்தோம்.

கடலோரத்தில் காட்டைத் திருத்தியமைத்த ஒரு வெளியிடத்தில் வாழும் மக்களை, அங்கிருந்த தொல்கனோவ் என்ற உள்ளூர்வாசி ஏமாற்றி வருவதாகத் தகவல் கிடைத்தது. ஏழைகளை ஏய்த்துப் பிழைக்கும் அவனது வீட்டில் தங்கிக்கொள்ள எனக்கு விருப்பமில்லை என்பதால் பயணத்தை நேராகக் கடலை நோக்கிப் போவதாக மாற்றிக் கொண்டோம். முகத்துவாரப் பகுதியில் ஹை பா-டூ வையும் அவனது படகையும் கண்டோம். கு சூனிலிருந்து அவன் கிளம்பிய அதே நாளில் குமுஹோா ஆற்றுக்கு வந்து விட்டான். எங்களது வருகைக்காக அங்கே ஒரு வாரம் காத்துக் கொண்டிருக்கிறான்.

மாலையில் வீரர்கள், பெரிய அளவிலான நெருப்பை மூட்டினர். வீடு திரும்பப் போவதை எண்ணி மகிழ்ச்சியில் திளைத்தனர். முகாம் வாழ்க்கையை, அதன் இன்னல்களை ஏற்றுக் கொண்டிருந்தவர்கள் அதையெல்லாம் முற்றிலும் மறந்து விட்டது போலத் தோன்றினர். நவம்பர் 1ஆம் நாள் -குளிர்கால மாதத்தின் முதல் நாள் பயணத்தை நிறைவு செய்து கொண்டோம்.

26

அடர்ந்த உசூரிக் காட்டின் நடுவே..

குமுஹோ ஆற்றின் அருகே டா-பார்லுக்கு விடை கொடுத்தோம்.

அவன் டகோபாவுக்குத் திரும்பிச் செல்ல, நாங்கள் வடக்கு நோக்கிப் பயணம் தொடர்ந்தோம்.

கடற்கரையோரப் பாதையானது குமுஹோ ஆற்றின் கரையுடன் நின்று விடுகிறது. ஒலிம்பியாடா முனையிலிருந்து சமர்கா ஆற்றுக்கு நேராகப் போனால் 93 மைல் தொலைவுதான். ஆனால் மலைகளும் பாலை நிலமுமாக இருக்கும் அதனை நடந்து கடந்தால் 140 மைல்கள் வரை வரும். மலைப் பகுதி கொத்துக் கொத்தாய்க் காய்க்கும் பூம்பட்டுப் போன்ற ஊசியிலை வகை மரங்களால் மூடப்பட்டிருக்கும். கடலின் முகப்பு வரை அது நீண்டிருக்கும். எளிதில் கடக்கவும் முடியாது. உதேஹிகள் கூட அந்த வழியாகச் செல்வதைத் தவிர்ப்பர். படகில் சென்றால் அரை நாள் போதும். நடந்து கடக்க நான்கு நாட்கள் வேண்டும்.

அவை நாயகன்

ஹை பா-டூவின் படகு, அணையில் தேங்கும் நீர், மணல் திட்டுகள் இல்லாத நீரில் எளிதாக நுழைந்து செல்லக் கூடியது. அவனிடம் மறுநாள் காலையில் கடோகுவுக்குக் கிளம்பிப் போய் அங்கே காத்திருக்குமாறு சொன்னேன். நாங்கள் கொலோன்கு மலையில் ஏறி சிகோடா-அலின் மலைத்தொடருக்குப் போய் அதிலிருந்து இறங்கி நக்டோகுவுக்கு வந்து கரையோரம் அவனுடன் சேர்ந்து கொள்ள வேண்டும்.

அதிகாலையில் எழுந்து உடைமாற்றி வெளியே கிளம்பினேன். தூரத்தில் ஹை படகில் போவது தெரிந்தது. தேநீர் தயாரித்து வைத்து, என் சகாக்களை எழுப்பி விட்டேன். விரைவாகத் தயாரான காலையுணவை அருந்தியபின் தோள்பைகளை மாட்டிக் கொண்டு புறப்பட்டோம்.

நாளுக்கு நாள் குளிர் அதிகரித்துக் கொண்டே இருந்தது. தினமும் சராசரி வெப்பநிலை *6.3*C* ஆகவும் பகல்பொழுது குறைந்தும் காணப்பட்டது. இரவு நேரங்களில் அடர்ந்த காட்டிலிருந்து சீறிவரும் காற்றுக்கு எங்களைப் பாதுகாத்துக் கொள்ளவும் வெம்மையைத் தக்க வைத்துக் கொள்ளவும் வேண்டியிருந்தது. வழக்கத்தை விட அதிக விறகுகள் சேகரித்துத் தங்கும் நேரத்தை முன்னதாக அமைத்துக் கொண்டோம். தினமும் நடக்கும் தூரம் சுருங்கியது. நடக்கும் நேரமும் கோடைகாலத்தை விட இரு மடங்கு ஆனது.

முகாமுக்கான இடத்தைத் தேர்ந்தெடுத்த பின், அங்கே கூடாரம் அமைக்க சகரோவ், அரினின் ஆகியோருக்கு உத்தரவிட்ட பின் நான் டெர்சுவுடன் வேட்டைக்குப் போனேன். ஆற்றின் இரு கரைகளிலும் அஸ்பென், ஆல்டர், செடார், வில்லோ, பிர்ச், மேப்பிள் மற்றும் லார்ச் மரங்களர்ந்த சோலை ஒரு நேர்கோடு போல அமைந்திருந்தது. இருவரும் நடந்து கொண்டே மெதுவாக உரையாடிக் கொண்டிருந்தோம். டெர்சு முன்னும் நான்

டெர்சு உஸாலா | விளாதிமிர் கே ஆர்சென்யேவ்

சில தப்படிகள் பின்னுமாகப் போனோம். சட்டென நின்று கொண்ட டெர்சு எனக்கு ஏதோ சைகை செய்தான். எதையோ கவனித்திருக்கிறான் போலும் என்றுதான் நினைத்திருந்தேன். பிறகுதான் அவன் நுனிக்காலில் நிற்பதும், இருபுறமும் உடலைத் தாழ்த்திக் காற்றில் முகர்ந்து பார்ப்பதும் தெரிந்தது.

'முகர்ந்து பாருங்கள்..' என்று முணுமுணுத்தான். 'அவர்கள்தான்..'

'எவர்கள்..?'

'காட்டுப் பன்றிகள்..' பதில் தந்தான்.

எவ்வளவோ முயன்றும் எனக்கு வாசனையேதும் தெரியவில்லை. அவனோ ஓசையின்றி வலப்புறம் திரும்பி, அவ்வப்போது நின்றுகொண்டு மூக்கை நன்றாகக் காற்றுக்கு எதிராக வைத்து முகர்ந்து பார்த்தவாறு இருந்தான். இப்படியாக 150 தப்படிகள் நடந்திருப்போம். அப்போது எங்களுக்கு மிக அருகே ஒரு புதரிலிருந்து ஏதோ சடாரென்று வெளியே ஓடி வருவதைக் கண்டோம். காட்டுப்பன்றியும், பால்குடி மாறாத அதன் குட்டியும்தான் அவை. இன்னும் சிலவும் தென்பட்டு எல்லாத் திசைகளிலும் சிதறியோடின. நான் அந்தக் குட்டியைச் சுட்டு வீழ்த்தினேன்.

பன்றிகளை ஏன் சுடவில்லை என்று வரும் வழியில் டெர்சுவைக் கேட்டேன். ஒன்றைக்கூடத் தான் பார்க்கவில்லை என்று உறுதியாகச் சொன்னான். புதருக்குள்ளிருந்து எழுந்த சத்தம் மட்டுமே கேட்டதாம். நிலைகுலைந்து போயிருந்தான் அந்தப் பழங்குடி நண்பன். தனக்குத்தானே உரக்கத் திட்டிக்கொண்டு, தொப்பியைத் தலையிலிருந்து பறித்தெடுத்துக் கைகளால் தலையில் அறைந்தான். நான் சிரித்துக்கொண்டே, 'கண்ணால் பார்ப்பதைவிட மூக்கால் இன்னும் சிறப்பாகச் செயல்படுகிறாயே..' என்றேன். அந்தச் சிறு சம்பவம்தான்

அதன்பின் நடந்த துயர்நிறைந்த நடப்புகளை மறைமுகமாக உணர்த்தியிருப்பதை நான் அப்போது அறிந்திருக்கவில்லை.

முன்னெப்போதும் இல்லாத அளவுக்கு முகாமில் பெருத்த வரவேற்பைப் பெற்றுவிட்டது அந்தப் பன்றிக்குட்டி. எல்லோரும் மகிழ்ச்சியில் திளைத்திருக்க, டெர்சு மட்டும் எதையோ பறிகொடுத்தது போலவே இருந்தான். சலிப்புடன் உறுமிக் கொண்டும் தனக்குத்தானே பேசிக்கொண்டும் இருந்தான். பன்றிகளை ஏன் பார்க்க முடியவில்லை..? -இந்தக் கேள்வி அவனைத் துளைத்துக் கொண்டிருந்தது.

சலோன் இன நண்பன் சொல்லியிருந்த அடையாளங்களைப் பின்பற்றி எவரின் துணையும் இல்லாமலேயே பயணித்தோம். ஆயினும் மலைகளும் ஆறுகளும் ஒன்றைப் போலவே இருப்பது, எளிதில் வழிமாறி விடுவோம் என்பதை உணர்த்தியது. அது என்னைக் கவலைக்குள்ளாக்கியது. இதற்கிடையில் டெர்சுவின் நடவடிக்கைகள் வெகுவாக மாறிப் போயிருந்தன. காட்டைப் பற்றி நன்றாகத் தெரிந்தவன். ஒன்றைப் போலவே இருந்தாலும் அவற்றின் வேறுபாடுகளை அறிந்திருப்பவன். அந்த இரவை அங்கேயே கழிப்பதா, வேறு இடத்திலா என்பதை அவன்தான் முடிவு செய்து சொல்ல வேண்டும்.

நாங்கள் ஏறிச் செல்ல வேண்டிய மலையின் சரிவுப்பகுதி, முகாமுக்கு அருகில்தான் இருந்தது. அதன் முதல் சிகரத்தை எட்டியபோதே பை ஆற்றின் பள்ளத்தாக்கையும் அதனைத் தாண்டி ஒரு மலைத்தொடரையும் கண்டோம்.

மேலிருந்து பார்க்க, ஓர் அழகிய காட்சி கண்ணெதிரே விரிந்தது. ஒருபக்கம், கண்ணுக்கெட்டிய தூரம் வரை மலைத்தொடர்கள். அவை வெண்ணிற அலைகளைப் போல வடதிசை நோக்கிச் சென்று மூடுபனியுடன் சேர்ந்து கரைந்தன. வடகிழக்குத் திசையில் நக்டோகு ஆறும், தெற்கில் நீலக்கடலும் அமைந்திருந்தன.

குளிரும் காற்றும் அந்தப் பரந்த நிலக்காட்சியைக் கூர்ந்து பார்க்க விடாமல் தடுத்தன. பாதை ஒரு பள்ளத்தாக்கிற்கு இட்டுச் சென்றது. எட்டி வைத்த ஒவ்வோர் அடிக்கும் பனியின் அளவு குறைந்துகொண்டே வந்தது. பாதி உறைந்த புதைசேற்றுப் போர்வையின் மேல் நடந்தோம். காலில் மிதிபட்டு அதில் எங்கள் காலணி அடையாளங்கள் அழுத்தமாகப் பதிந்தன.

அந்தச் சிறிய குழுவின் முன்வரிசையில் நான் நடந்தேன். அடுத்தது டெர்சு. திடீரென்று என்னை வேகமாகக் கடந்து ஓடித் தரையைச் சோதித்துப் பார்த்தான். மனிதக் காலடித் தடங்கள்.

‘யார் இந்த இடத்தைக் கடந்திருக்க முடியும்..?’ என்றேன்.

‘சிறிய பாதங்கள். ரஷ்யர்கள் இல்லை, சீனர்களும் இல்லை. கொரியர்கள்கூட இல்லை..’ பிறகு தொடர்ந்தான் : ‘காலுறைகள். கூர்மையான குதிகால்களுக்கு உரியவை. யாரோ ஒருவன் சற்றுநேரத்துக்கு முன்புதான் இங்கே நடந்து போயிருக்கிறான். வேகமாகப் போனால் சீக்கிரம் பிடித்து விடலாம்..’

எங்களது புரிதலைத் தாண்டி அங்கிருந்த வேறு தடயங்கள், மரக்கீரிகளை வலைவிரித்துப் பிடிக்கும் உதேஹிதான் அவன் என்பதைக் காட்டின. கம்பி வளையம், கோடரி, வலை ஆகியவற்றைச் சுமந்து போயிருக்கிறான். நடந்து போன பாணியைப் பார்த்தால் அது ஓர் இளைஞனாக இருக்கக் கூடும். புதர்களையும் திருத்தப்பட்ட நிலத்தையும் தவிர்த்து நேராகக் காட்டிற்குள் செல்லும் வழியைத் தேர்ந்திருக்கிறான். வேட்டையை முடித்துக் கொண்டு தனது இருப்பிடத்துக்குத் திரும்பியிருக்கக் கூடும் என்பது டெர்சுவின் முடிவு. அவனைத் தேடிப் போகத் தீர்மானித்தோம் -வேறு பாதையும் கிடையாது என்பதால்.

காட்டின் எல்லை முடிந்து, பாதை தீ எரிந்து மீதமான ஒரு பகுதிக்கு அழைத்துச் சென்றது. ஓர் இடத்தில் நின்றுவிட்ட டெர்சு எங்கோ புகைகிற வாசனையைக் கண்டுபிடித்தான். பத்து நிமிடங்களில், ஆற்றோரம் ஒரு வேட்டையாடி விடுதி இருப்பதைச் சற்றுத் தூரத்திலேயே பார்த்து விட்டோம். அங்கிருந்துதான் புகை வந்திருக்கிறது. உடனே அதன் உள்ளிருந்து கையில் துப்பாக்கியுடன் ஒருவன் வேகமாக வெளியே ஓடி வந்தான். நக்டோகு ஆற்றுப் பகுதியைச் சேர்ந்த அந்த உதேஹியின் பெயர் யான்செலி என்பதாகும். வேட்டையாடித் திரும்பிய அவன் சமைத்துக்கொண்டு இருந்திருக்கிறான். தோள்பை தரையில் கிடந்தது. அத்துடன் கம்பி வளையம், கைத்துப்பாக்கி, கோடரி ஆகியனவும் இருந்தன.

மரக்கீரியைப் பிடிக்கும் வலையை யான்செலி வைத்திருப்பது டெர்சுவுக்கு எப்படி முதலிலேயே தெரியும் என்பதைத் தெரிந்து கொள்ள ஆவல் உண்டானது. ஒரு மரத்தாலான முளையும், வலையில் மாட்டும் உடைந்த கம்பி வளையமும் ஒரு மரக்கட்டையின் அருகே கிடந்ததைக் கவனித்ததாகச் சொன்னான் டெர்சு. அந்த முளை, புதிய வளையம் மாட்டுவதற்காக வெட்டப்பட்டது என்பதையும் விளக்கினான். டெர்சு அந்த உதேஹியிடம் வலையைக் காட்டுமாறு வேண்டினான். அதன் மையப்பகுதியில் இருந்த வளையம் புதிதாக இருந்தது.

நாங்கள் இருப்பது நக்டோகு நதியை நோக்கிப் பாயும் தக்டா ஆற்றுக்கு அருகே என்பதை யான்செலி சொன்னான். அவனைத் துணைக்கு வரச் சொல்வதில் சிரமம் இருந்தது. பணம் ஒரு பொருட்டாகத் தெரியவில்லை அவனுக்கு. கடற்கரையை அடைந்ததும் துப்பாக்கிக் குண்டுகள் தருவதாகச் சொன்னதுதான் இணங்க வைத்தது.

இறுதிச் சில நாட்களில் குளிர் அதிகமாக இருந்தது. நீர்மட்டத்துக்கு மேல் தண்ணீர் உறைந்து எங்கள் பயணத்திற்கு உதவியது. சிற்றோடைகளும் உறைந்திருந்ததால் அவற்றின்

டெர்சு உஸாலா | விளாதிமிர் கே ஆர்சென்யேவ்

குறுக்கே நடந்து நக்டோகு ஆற்றை எளிதாக அடைந்து விட்டோம்.

பிற்பகலில் யான்செலி அழைத்துச் சென்ற ஆற்றோரப் பாதையில் மரக்கீரிகளைப் பிடிக்கும் கண்ணிகள் ஏராளமாகத் தென்பட்டன. அது மொங்குலி என்ற உதேஹிக்குச் சொந்தமான இடம் என்றும், போகிற வழியில் அவனைப் பார்த்து விடலாம் என்றும் சொன்னான். ஆகவே இன்னும் இரண்டு மைல்கள் கூடுதலாக நடந்தோம். ஒரு கண்ணிக்கருகே குனிந்து நின்று கொண்டிருந்தான் மொங்குலி. அந்நியர்களைப் பார்த்த அச்சத்தில் ஓடத் தயாரானான். எங்களோடு யான்செலி இருப்பதை மீண்டும் உறுதிப் படுத்திக் கொண்டான். இதுபோன்ற நேரடிச் சந்திப்புகளின் வழமை போலவே நாங்கள் அங்கேயே நின்றுகொண்டோம். வீரர்கள் சிகரெட் பற்றவைக்கத் தொடங்கிய நேரத்தில் டெர்சு உதேஹியரோடு உரையாடப் போனான்.

'எதைப் பற்றிப் பேசுகிறீர்கள்..?' என்று டெர்சுவைக் கேட்டேன்.

'சீனர்கள் ஒரு மரக்கீரியைத் திருடி விட்டார்களாம்..' என்றான் அவன்.

மொங்குலி கூறியதன்படி, சில நாட்களுக்கு முன் அந்த வழியாக வந்த ஒரு சீனன் கண்ணியில் மாட்டியிருந்த மரக்கீரியொன்றை எடுத்துக் கொண்டு கண்ணியை மீளச் சரிசெய்து விட்டுப் போயிருக்கிறான். அவனது கூற்று தவறானது என்றும் மரக்கீரி திருட்டுப் போகவில்லை என்றும் நான் சொன்னேன். அதற்கு அவன், குருதிக்கறைகள் அங்கே இருப்பதைச் சுட்டிக்காட்டி ஐயத்திற்கு இடமின்றி அது திருட்டுதான் என்பதை உறுதியாகச் சொன்னான்.

'ஒருவேளை அது மரக்கீரியாக இல்லாதிருக்கலாம்..' விடவில்லை நான்.

அவை நாயகன்

'கிடையாது. மரத்துண்டு அதன்மேல் விழுந்தவுடன் அது ஓடிப்போய் ஆப்பு முனையைக் கடித்திருக்கிறது. பல் பதிந்த அடையாளம் இருக்கிறது..' என்றான்.

அது சீனர்களுடைய வேலை என்று எப்படிக் கூற முடியும் என்றதற்கு, திருடன் சீனர்கள் அணியும் காலணியை அணிந்திருக்கிறான் ; இடது காலணியின் அடிப்பகுதியில் ஓர் ஆணி காணாமற் போயிருக்கிறது என்றான். அதுதான் அவனது ஐயத்தை உறுதிப் படுத்தியிருக்கிறது.

குளிரும் காற்றும் சேர்ந்து வாட்டியது. ஆற்றின்மேல் பனிக்கட்டிகள் பாலமாய் இருந்து கரையைக் கடக்க உதவியது.

நாங்கள் வந்தடைந்த இடத்தில் மூன்று குடில்கள் இருந்தன. பொதுவாகக் கூடாரங்களில் வசிக்கும் உதேஹியர் அண்மைக்காலமாகச் சீனர்களைப் போலக் குடில்களை உருவாக்கிக் கொள்கிறார்களாம். குடிலின் இருபக்கங்களிலும் சீன வேலையாட்களால் உருவாக்கப்பட்ட காய்கறித் தோட்டங்கள் இருந்தன. நக்டோகு ஆறு சீனச் செல்வாக்குள்ள வடபகுதியில் பாய்கிறது என்பதை அறிந்திருந்தோம். அங்கிருந்த ஐந்து சீனர்களில் நான்குபேர் மட்டும் நிரந்தரமாகக் குடியமர்ந்தவர்கள். ஒருவன் மட்டும் கு சூன் ஆற்றுப் பகுதியிலிருந்து வந்தவன்.

எங்களது உதேஹி வழிகாட்டிகள் குற்றஞ்சாட்டப் பட்டவனுடைய காலணிகளைப் பரிசோதித்து அதில் ஓர் ஆணி கழன்றிருந்ததைக் கண்டுபிடித்தார்கள். மேலும் அவனுடைய தோள்பையை அவிழ்த்து அதிலிருந்த, திருடப்பட்ட மரக்கீரியை வெளியே இழுத்துப் போட்டனர். அவனும் நடந்ததைத் தொகுத்துச் சொல்லிவிட்டுத் திருடும்போதே கண்டுபிடித்திருப்பார்கள் என்று நினைத்து ஒருவழியாகக் குற்றத்தை ஒப்புக் கொண்டான்.

டெர்சு உஸாலா | விளாதிமிர் கே ஆர்செனியேவ்

உதேஹறிகள் தமது பொருள் முறையாக மீளக் கிடைத்து விட்டதால் மகிழ்ந்து பிரச்னையை வளர்க்காமல் அத்தோடு கைவிட்டுப் போயினர். ஆனால் சீனர்கள் ஒரு கருத்தில் உறுதியாக இருந்தார்கள். அந்தக் கயவன் தம்மையும் சேர்த்து அவமதித்து விட்டதாகவும் பொதுநன்மை கருதி அவன் நக்டோகை விட்டு வெளியேறிப் போய்விட வேண்டும் என்றும் கூறினர். அவர்களின் முன் மூடப்பெறாத தலையுடன் நிறுத்தப் பட்டிருந்த அவன் கடைசிவரை இருந்து தண்டனையைக் கேட்டு, அடுத்தநாள் போய் விடுவதாகவும் மீண்டும் அங்கே திரும்பி வரப்போவதில்லை என்றும் உறுதியளித்தான்.

இன்னொரு கவலையளிக்கும் செய்தியையும் அங்கே தெரிவித்தனர். கடந்த நவம்பர் 4-ஆம் நாள் கொலோன்கு ஆற்றை விட்டுக் கிளம்பிய எங்களின் படகு பற்றிய தகவலேதும் இன்னும் இல்லை என்றனர். அந்த நாள் மிகப்பெரிய புயலொன்று வீசியதை நினைவுபடுத்திக் கொண்டேன். எங்களது நண்பர்களில் ஒருவர் ஒரு தகவலைத் தெரிவித்தார். கடலில் ப்டகு ஒன்று புயற்காற்றோடு போராடி, முடியாமல் கரையை விட்டு வெகுதூரம் அடித்துக் கொண்டு போய்விட்டதாம்.

எங்களது உடைமைகளான குளிர்கால உடைகள், காலணிகள், மளிகைச் சாமான்கள் அந்தப் படகில்தான் ஏற்றப் பட்டிருந்தன. தற்போது எங்களிடம் சுமந்து செல்வதற்கு இசைவான, இலேசான இலையுதிர்கால உடைகள், கையுறைகள், போர்வைகள், கூடாரப் பொருட்கள், துப்பாக்கிகள், குண்டுகள், குறைந்த அளவிலான உணவுப் பொருட்கள் மட்டுமே இருந்தன. அங்கிருந்து எடின் ஆற்றுக்கு வடதிசையில் உதேஹறிகள் வசிக்கிறார்கள் என்பது எனக்குத் தெரியும். ஆனால், அந்த இடம் வெகுதூரத்தில் இருக்கிறது. மேலும், அவர்கள் ஏழ்மையில் வாழ்கிறவர்கள். எமது தேவைகளை அவர்களால் நிறைவேற்றித் தர இயலாது.

எங்களது ஏமாற்றம். மிகச்சிறந்த படகோட்டியான ஹை பா-டூவின் இறந்த உடல் எங்கோ கடலில் மூழ்கி மறைந்திருக்கும் என்ற துயரத்துடன் சேர்ந்து கலந்து கொண்டது.

அமைதியாக நடந்தோம். என்ன செய்ய முடியும்..? எங்களின் நிலையும் இக்கட்டில் இருக்கிறது. காடு மறைந்து, திருத்தப்பட்ட நிலமொன்று தெரிந்தது. அங்கிருந்து கண்ணில் பட்டது கடல்.

27

ஓர் ஏற்பாடு..

நக்டோகு கடலில் கலக்குமிடத்தில், வெளித்தள்ளியது போன்ற காயல் பகுதியொன்று இருந்திருக்கிறது. தற்போது அது பெரிய சதுப்பு நிலமாக மாறியிருக்கிறது. அங்கே லீடம், ராக்ரோஸ் போன்ற புதர் மலர்ச்செடிகள் அடர்ந்து வளர்ந்திருக்கின்றன. முகத்துவாரத்திலோ, துருத்தி நீண்ட ஏராளமான மேட்டுப் பகுதிகள் இணைந்த நிலையில் இருந்தன. கரையோரத்தின் செங்குத்தான சரிவின் அடியில் முகாம் அமைத்துக் கொண்டோம்.

மாலை நானும் டெர்சுவும் நெருப்பின் முன் அமர்ந்து ஆலோசித்தோம். படகு காணாமற் போய் நான்கு நாட்களாகியிருந்தது. ஒருவேளை, அது அருகில் இருந்திருந்தால் திரும்பக்கூட வாய்ப்பிருந்தது. அமாகு ஆற்றுப்பகுதிக்குப் போய் அங்கே உள்ளூர்வாசிகளுடன் குளிர்காலத்தைக் கழிக்கலாம் என நினைத்தேன். ஆனால் டெர்சு மாற்றுக் கருத்தை முன்வைத்தான். முதலில் வேட்டைக்குப் போய்த் தேவையான அளவுக்குத் தோலைச்

சேகரித்துக் காலணிகள் தயாரித்துக் கொள்ளலாம் என்று வலியுறுத்தினான். அருகில் இருப்பவர்களிடம் தினையும், கருவாடும் கூட விலைக்கு வாங்கிக் கொள்ளலாம் என்றான். அதிலும் சிரமங்கள் இருந்தன. நாளுக்கு நாள் குளிர் அதிகரித்துக் கொண்டிருந்தது. இன்னும் ஓரிரு வாரங்களில் கொட்டப் போகும் உறைபனிக்கு எங்கள் உடைகள் பாதுகாப்பானதாக இருக்காது. ஆக, இதிலும் டெர்சுவின் திட்டமே பொருந்தியது.

இரவுணவுக்குப் பிறகு வீரர்கள் படுக்கைக்குத் திரும்பினர். டெர்சுவும் நானும் ஆலோசனையைத் தொடர்ந்தோம். உதேஹிகளிடமே திரும்பிப் போய்விடலாம் என்று கணப்பொழுதில் தோன்றிய என் திட்டத்தை நிராகரித்து விட்டு அந்தக் கடற்கரையின் ஓரத்திலேயே இருந்து விடச் சொன்னான். முதலில், இங்கேயே உணவுப் பொருட்களை வாங்கி வைப்பது எளிது ; இரண்டாவதாக, ஹை பா-டூ திரும்பி வருவதற்கான நம்பிக்கை இன்னும் கைவிட்டுப் போகவில்லை. ஹை உயிரோடு இருந்தால் எப்படியும் எங்களைத் தேடி வந்துவிட முடியும். டெர்சுவின் காரணங்கள் எப்போதும் வலியவை. மனதை வாட்டும் எண்ணங்கள் தோன்றி என்னை அமைதியிழக்கச் செய்தன. வெறுங்கையுடன் திரும்புவது இழிவு. அதேநேரம் தகுந்த தயாரிப்பின்றி குளிர்காலப் பயணம் போவதும் விவேகமன்று.

கரையில் குவிந்திருக்கும் கப்பலின் சேதப்பொருட்களை எடுத்து வந்து வசிப்பிடம் அமைத்துக் குளிர்காலத்தை அங்கே கழித்து விடலாம் என்பது வீரர்களின் விருப்பம். அதுவும் நல்ல யோசனைதான். கற்களைக் குவித்து அடுப்பு அமைத்து, அதன்மேல் கொரிய பாணியில் உள்ளீடற்ற மரத்துண்டைப் புகைபோக்கியாக்கினர். நுழைவாயிலில் கூடாரமும் பாசிகள், புற்களால் ஆன கூரையும் அமைந்தது. தரையில் காய்ந்த புற்கள், தளிர் இலைகள் கம்பளம் போல் பரவியிருந்தது. எங்களின் புதிய வசிப்பிடம் நல்ல வசதிகளுடன் இருப்பதைக் கண்டேன்.

டெர்சு உஸாலா | விளாதிமிர் கே ஆர்சென்யேவ்

மறுநாள் காலையில் நானும் டெர்சுவும் கடற்கரையோரமாகவே தென் திசையில் சென்று ஹை பற்றிய தகவல் கிடைக்கிறதா எனப் பார்த்துவரக் கிளம்பினோம். வழியிலேயே சிறிதாய் வேட்டையாடவும் திட்டமிட்டோம். ஹை-க்கு என்ன ஆகியிருக்கும் என்ற கேள்வி வழிமுழுதும் தொடர்ந்து வந்தது. மென்மயிர்ப் பாதணிகளை நாமே தயாரித்து அமாகு ஆற்றுக்குச் செல்வது என்பதே இறுதி முடிவாக இருந்தது.

எனது நாய் ஆல்பா, நூறு தப்படிக்கு முன்னால் சென்றது. திடீரென்று அதனோடு இன்னொரு விலங்கும் சேர்ந்து கொண்டதைக் கவனித்தேன். அது, நாயைப் போல இருந்தாலும் அடர்த்தியான மயிருடன் குள்ளமான கால்களையும், கரடுமுரடான தோற்றத்தையும் கொண்டிருந்தது. கரையோர மேட்டின் செங்குத்துச் சரிவில் விகாரமாகத் தாண்டிக் குதித்துக் கொண்டு ஆல்பாவை முந்திச் செல்லும் விதத்தில் ஓடிவந்தது. இரண்டும் ஒரே இடத்திற்கு வந்ததும் அது தன்னைத் தற்காத்துக் கொள்ள அங்கேயே நின்றுகொண்டது. அது கிளைட்டன் என்னும் கீரி. முஸ்டலிடே என்கிற பாலூட்டி வகையைச் சேர்ந்தது. அவ்வகையில் அளவிற் பெரியதும்கூட.

மலைக்காடுகளில் வசிக்கும் இவை கத்தூரி மான், மற்றும் சிறிய வகை மான்களை வேட்டையாடி உண்ணும். மான்கள் நடமாடும் பாதையருகே ஒரு மரத்தில் அல்லது பாறையில் அசைவில்லாமல் மணிக்கணக்கில் இருந்து இரைக்காகக் காத்திருக்கும். இரையின் வழித்தடம், பழக்கவழக்கங்கள் அனைத்தையும் துல்லியமாகத் தெரிந்து வைத்திருக்கும். எடுத்துக் காட்டாகக் கத்தூரி மான்கள் ஆழமான பனிப்பகுதியில் ஓடும்போது சுற்றிச்சுற்றி வந்து ஒரு வட்டத்தை அமைத்துக் கொள்ளும். புதிய வழிகளில் காலால் மிதித்து நடப்பதன் சிரமத்தைத் தவிர்ப்பதற்காக இந்த ஏற்பாடு. இரைவிலங்கு ஓடும்போது வட்டத்தை நிறைவு செய்யும்வரை கீரி அதைப் பின்தொடர்ந்து போகும். பிறகு ஒரு மரத்தின்மேல் ஏறிக்கொண்டு வட்டமாகச் சுற்றி

வரும் மான் மறுபடியும் தென்படும்வரை காத்திருக்கும். இந்தத் திட்டம் நிறைவேறவில்லை என்றால் மானைப் பின்தொடர்ந்து கொண்டேயிருக்கும் -அது களைத்துப் போய் நிலத்தில் விழும்வரை. பின்தொடரும் போது வேறு மான் தென்பட்டாலும் அதைப் பொருட்படுத்தாமல் தனது இரையின் மீது மட்டுமே கவனம் வைத்திருக்கும்.

ஆல்பா நின்றுகொண்டு அந்த அந்நியனை நன்றாக உற்றுப் பார்த்தது. நான் சுடத் தயாரானேன். என்னைத் தடுத்து நிறுத்தினான் டெர்சு. துப்பாக்கிக் குண்டுகள் தீரும் நிலையில் இருப்பதைச் சுட்டிக் காட்டினான். அவன் சொன்னது சரிதான். ஆல்பாவைத் திரும்பி வர அழைத்தேன். கால்களைப் பாறையிடுக்கில் கவனமாக வைத்துப் பார்வையிலிருந்து மறைந்து போனது அந்தக் கீரி.

முகாம் அமைப்பதற்குப் பொருத்தமான இடத்தைத் தேர்ந்தெடுத்த பின்னர் எல்லாத் திசைகளிலும் சென்றோம். வேட்டையாடச் சரியான நேரம் கிட்டவில்லை. திரும்பும்போது பகல்பொழுது தேய்ந்து கொண்டிருந்தது. மலைத்தொடருக்குப் பின் சூரியன் மெதுவாக இறங்கிக் கொண்டிருந்தது. அதன் கதிர்கள் காட்டில் ஊடுருவிச் சென்று நெட்டிலிங்க மரங்களின் தண்டுப்பகுதியை ஒளியூட்டின. ஊசியிலை மரங்களின் உயரே சென்று, கிளைகள் அடர்ந்த செடார் மரங்களின் மேற்பகுதியை அடைந்து வெளிச்சத்தைப் பரப்பின. அப்போது காதைத் துளைக்கும் கதறல் ஒலியொன்று எழுந்து காட்டின் அமைதியைக் கலைத்தது.

'கத்தூரி மான்' டெர்சு முணுமுணுத்தான்.

சில நிமிடங்களுக்குப் பிறகு குள்ளமான, அடர்ந்த முடியை உடைய மானையொத்த விலங்கொன்று வெளிப்பட்டது. வாயிலிருந்து இரண்டு கோரைப்பற்கள் கீழ்நோக்கி நீண்டிருந்தது. நூறு தப்படிகள் ஓடிச் சென்று தனது அழகிய தலையைத் திருப்பி எங்களைப் பார்த்தது.

'எங்கே அவள்..?' என்று கேட்டான் டெர்சு.

டெர்சு உஸாலா | விளாதிமிர் கே ஆர்சென்யேவ்

அதன் திசை நோக்கிக் கையை நீட்டிக் காட்டினேன்.

தெளிவாகத் தெரிகிற இடத்தை நோக்கி அவனது பார்வையைத் திருப்பி விட்டேன். ஆனால் என் முயற்சிகள் அனைத்தும் வீணாயின. அவனால் மானைப் பார்க்க முடியவில்லை. பிறகு எச்சரிக்கையுடன் துப்பாக்கியை எடுத்து மான் நின்றிருந்த திசைநோக்கிச் சுட்டான். குறி தவறிப் போனது. வெடிச் சத்தம் காட்டில் ஊடுருவிச் சென்று மறைந்தது. அஞ்சி நின்ற மான் துள்ளியோடிப் புதரில் மறைந்துபோனது.

'நான் சரியாகச் சுட்டேனா..?' டெர்சு என்னைக் கேட்டான். துப்பாக்கி எந்த அளவிற்கு வெடித்திருக்கிறது என்பதுகூட அவனுக்குத் தெரியவில்லை.

'தவற விட்டுவிட்டாய்..' என்றேன். அவனது குரலில் அச்சம் பரவியிருந்தது.

சில நிமிடங்களுக்கு முன்பு மான் நின்றிருந்த இடத்திற்குப் போனோம். தரையில் குருதிக்கறை ஏதும் தென்படவில்லை. கேலியாகச் சில வார்த்தைகளை உதிர்த்தேன். பூமிக்குள் புதைந்துபோனது போலானான் டெர்சு. உட்கார்ந்து துப்பாக்கியை மடியில் வைத்து எங்கோ தொலைவில் வெட்டவெளியைப் பார்த்தான். திடீரென எழுந்து, அருகிலிருந்த மரத்தில் கத்தியால் கீறி ஒரு பெரிய அடையாளத்தை ஏற்படுத்தினான். பிறகு துப்பாக்கியை எடுத்துக் கொண்டு ஐம்பது தப்படிகள் ஓடி நின்று கொண்டான். குறி தவற விட்டது தற்செயலான ஒன்று என மெய்ப்பிக்க முயல்கிறான் என்று நினைத்தேன். ஆனால், மரத்தில் ஏற்படுத்திய அடையாளம் நன்றாகத் தெரியும்படி இருந்ததால் அவன் தனது காலடித் தடங்களை மீண்டும் சோதித்துப் பார்த்தான். கடைசியில் ஓரிடத்தைத் தேர்ந்தெடுத்துக் கொண்டு துப்பாக்கியைத் தோளில் வைத்துக் குறிபார்த்தான். தூரத்தே தெரியும் இலக்கை, இருமுறை கண்களை உயர்த்திப் பார்த்தான். ஆயினும் விசையைத் தட்டுவதில் தயக்கம் அவனுக்கு. ஒருவழியாகக்

குறிபார்த்துச் சுட்டுவிட்டு அந்த மரத்தை நோக்கி ஓடினான். அப்போது அவனது தோள்கள் நொய்ந்து கிடந்ததைக் கவனித்தேன். அதனால்தான் சரியாகக் குறிபார்க்க அவனால் முடிவதில்லை. நெருங்கியபோது தனது தொப்பி, துப்பாக்கியைத் தரையில் வைத்துவிட்டு எங்கோ வெறித்துப் பார்த்தவாறு இருந்தான். தோளைத் தொட்டேன். அவன் பேசத் தொடங்கினான் :

‘மற்றவர்கள் பார்ப்பதற்குள் ஒரு விலங்கை நான் பார்த்து விடுவேன். என்னால் அது முடியும். உறுதியாகச் சுட்டு வீழ்த்தி விடுவேன். என் குறி எப்போதும் தப்பாது. இப்போது எனக்கு வயது 58. கண்கள் பழுதடைந்து விட்டன. சரியாகப் பார்க்க முடிவதில்லை. மானைச் சுட்டேன். தப்பி விட்டது. மரத்தைச் சுட்டேன். அதுவும் தப்பி விட்டது. என்னால் சீனர்களுக்காக வேலை செய்ய முடியாது. அவர்களின் வேலைகள் பற்றியும் எனக்குத் தெரியாது. இப்போது நான் என்ன செய்வது..?’

என் கேலி, பொருந்தாத நேரத்தில் அல்லவா எழுந்திருக்கிறது. வாழ்நாள் முழுவதும் காட்டில் வேட்டையாடி வாழ்ந்த கானவன். கண்பார்வை கெட்டுப் போவது என்பது இறப்புக்கு ஒப்பானது. எல்லாவற்றிலும் துயரம் என்பது டெர்சு இந்த உலகில் தனியாக வாழ நேர்ந்ததுதான். எங்கே போவான்..? என்ன செய்வான்..? சோர்ந்த உடலை எங்கு போய் இருத்திக் கொள்வான்..?

‘கவலைப் படாதே..’ என்றேன். ‘எனக்கு நீ பேருதவிகளைச் செய்திருக்கிறாய். பலமுறை இடர்களிலிருந்து காப்பாற்றியிருக்கிறாய். உனக்குச் செய்ய வேண்டிய கடமை எனக்கிருக்கிறது. என் வீட்டுக்கு நீ எப்போது வேண்டுமானாலும் வரலாம். உன்னை அன்புடன் வரவேற்கிறேன். நாம் அங்கேயே ஒன்றாக வாழ்வைத் தொடரலாம்.’

இவையெல்லாம் அவனுக்குக் குழப்பத்தை ஏற்படுத்தி விட்டது. துப்பாக்கியைக் கையில் எடுத்து அதையே

உற்றுப் பார்த்தான். இனி அதைப் பயன்படுத்த முடியாமற் போகுமோ என்று நினைத்திருப்பான்.

ஆற்றின் அருகே பிரிந்து கொண்டோம். அவன் முகாமுக்குத் திரும்பிவிட வேண்டும். நான் சிறிது நேரம் வேட்டையாடி வரவேண்டும். ஆனால் வேட்டையில் எதுவும் தட்டுப் படவில்லை. வெறுங்கையுடன் திரும்ப வேண்டியதுதான்.

புதர்களுக்கிடையில் ஏதோ அசைவது தெரிந்தது. நான் நின்றுகொண்டு துப்பாக்கியைத் தயார் செய்தேன். அப்போது ஒரு தீனக்குரல் கேட்டது. தொடர்ந்து ஒரு மரத்தின் மறைவிலிருந்து மான் ஒன்று அச்சத்துடன் வெளிப்பட்டது. விரைவாகக் குறிபார்த்துச் சுட்டேன். அடிபட்டு வீழ்ந்த அது ஒரே நிமிடத்தில் மரணத்தைத் தழுவியது. இடுப்புக் கச்சையால் அதன் கண்களைக் கட்டித் தோளில் தூக்கி நடந்தேன். கழுத்தில் ஏதோ ஒழுகுவது போலத் தெரிந்தது. மானின் குருதிதான் அது. சுமையை இறக்கி வைத்துவிட்டு உரக்கக் குரல் கொடுத்தேன். உடனே டெர்சுவின் மறுமொழி காட்டில் எதிரொலித்தது. துப்பாக்கி இல்லாமல் வந்தான் அவன். அந்தப் பரிசுப் பொருளை இருவருமாகச் சேர்ந்து ஒரு கோலில் கட்டிச் சுமந்து வந்தோம்.

வேட்டைக்குப் பிறகு மிகவும் களைப்பாக இருந்தேன். இரவுணவின்போது டெர்சுவிடம் பேச்சுக் கொடுத்தேன். ரஷ்யாவைப் பற்றிச் சொன்னேன். எடுத்து வைக்கும் ஒவ்வோர் அடியிலும் ஆபத்து காத்திருக்கிற ஊசியிலைக் காட்டு வாழ்வைக் கைவிட்டு என்னோடு நகரத்துக்கு வந்து நிலையாகக் குடியேறி விடுமாறு கேட்டுக் கொண்டேன். முன்பு போலவே அமைதியாகிப் பின் சிந்தனையில் மூழ்கிப் போனான்.

பிறகு நான் தூங்கிப் போனேன். நடு இரவில் விழித்துக் கொண்டேன். நிலவு உயரே இருந்தது. இயற்கை ஆழ்ந்த உறக்கத்தில் இருப்பதுபோலத் தெரிந்தது. நிலவில் குளித்து

எல்லையின்றி விரிந்த கடலும், மின்னும் விண்மீன்களால் பதிக்கப்பட்ட வானமும் தவிரக் கவர்ந்திழுக்கும் வேறெதுவும் கண்களுக்குத் தென்படவில்லை. மங்கலான நீரோடைகள், கடற்கரையில் உயர்ந்து நிற்கும் மலைச்சிகரங்கள், மலைக் காடுகளின் அமைதி -இவையெல்லாம் ஒருங்கிணைந்து விவரிக்க முடியாத அழகைக் கொண்டிருந்தது.

நெருப்பின் அருகே அமர்ந்திருந்தான் டெர்சு. தூங்கவில்லை என்பது பார்த்தவுடன் தெரிந்தது. நான் விழித்திருப்பது அவனுக்கு மகிழ்ச்சியைத் தந்திருக்கும். தேநீர்ப் பாத்திரத்தை அடுப்பில் ஏற்றினான். கிளர்வுற்றிருந்த அவன் என் வசதிகளை முன்னிறுத்திச் செயல்பட்டதால் நான் திரும்ப வேண்டிய தேவை இல்லாமற் போனது. தூக்கம் அவனால் தொலைந்து போனதை அவனிடம் சொன்னேன். சில மரக்கட்டைகளை நெருப்பில் இட்டு, அதன் வெளிச்சத்தில் கொண்டாட்ட மனநிலையில் பேசத் தொடங்கினான்.

'கேப்டன்..' உணர்ச்சிமயமான குரலில் விளித்தான் டெர்சு. 'இப்போது நான் பேசுகிறேன். நீங்கள் கேட்க வேண்டும்..'

தனது வாழ்க்கையைப் பற்றிச் சொன்னான். உலகில் தனித்து விடப்பட்டது, பிழைப்புக்காக வேட்டையாடியது போன்றவற்றைக் கூறினான். துப்பாக்கி மட்டுமே என்றும் அவனது நம்பிக்கைக்குரிய நண்பனாக இருந்திருக்கிறது. மான்களை வேட்டையாடிச் சீனர்களிடம் விற்றுத் துப்பாக்கிக் குண்டுகள், புகையிலை, துணிமணிகள் வாங்கிக் கொள்வான். கண்கள் பழுதடைந்து விடும் என்பதை அவன் நினைத்துக்கூடப் பார்க்கவில்லை. ஆனால் கடந்த ஆறு மாதங்களாக அந்த உண்மை பற்றி அவனுக்குத் தெரியும். தானாகச் சரியாகிவிடும் என்று நம்பியிருந்தான். கண்ணெதிரே இருந்த மானைக் காண முடியாமல் போனதிலிருந்து தனது வேட்டை வாழ்வு முடிவுக்கு வந்துவிட்டது என்பதை ஏற்றுக் கொண்டான். அதுதான்

டெர்சு உஸாலா | விளாதிமிர் கே ஆர்சென்யேவ்

அவனைத் திகிலடைய வைத்திருக்கிறது. தங்குவதற்கும் உணவுக்கும் என்ன செய்வது என்பதை நினைத்துப் பார்த்து இறுதியில் நான் கேட்டுக் கொண்டதற்கு இணங்கினான்.

'நன்றி கேப்டன்..' என முடித்தான். 'மிக்க நன்றி..'

சட்டென்று முழந்தாளிட்டுத் தனது தலையைத் தரைமீது தாழ்த்திக் கொண்டான். அவசரமாய் அவனை எழுப்பி, உயிரைக் காப்பாற்றியமைக்காக நான்தான் அவனுக்குக் கடமைப் பட்டிருப்பதையும் என்னோடு வந்து குடியிருக்க இசைந்தால் அதுவே எனது மிகப்பெரிய மகிழ்ச்சி என்பதையும் உணர்த்தினேன். மேலும் அச்சூழலைத் திசைமாற்ற ஒரு தேநீர் தருமாறு அவனை வேண்டினேன்.

'சற்றுப் பொறுங்கள் கேப்டன்..' இடைமறித்தான் டெர்சு. 'இன்னும் கொஞ்சம் நான் பேச வேண்டியிருக்கிறது..'

இளமையில் ஜின்செங் மூலிகை சேகரிக்கும் கலை பற்றி ஒரு சீன நண்பனிடம் கற்றுக் கொண்டதைக் கூறினான். அதன் வேர்களை ஒருபோதும் விற்பனைக்குக் கொடுத்ததில்லை. பதிலாக லெபு ஆறு தொடங்கும் இடத்தில் அவற்றைப் பயிரிட்டிருக்கிறான். 15 ஆண்டுகளுக்கு முன் அவற்றைப் பார்க்கப் போய்வந்ததோடு சரி. அப்போது செடிகள் நேர்த்தியாகவே இருந்திருக்கின்றன. மொத்தம் 22 செடிகள் இருக்கும். அவற்றின் நிலை பற்றி இப்போது அவனுக்குத் தெரியாது. ஆயினும், மனிதக் காலடி படாத இடத்தில் பயிரிட்டிருப்பதால் அவை நன்றாகவே இருக்கும் என்பது அவனது கணிப்பு.

'அவையெல்லாம் உங்களுக்குத்தான்..' என்று முடித்துக் கொண்டான்.

வியப்பாக இருந்தது எனக்கு. சீன வணிகர்களிடம் அவற்றை விற்றுப் பணத்தை வைத்துக் கொள்ளச் சொன்னேன். அவன் மறுத்து விட்டான்.

'எனக்கு அது தேவையில்லை..' என்றான். 'இனி நான் அதிக நாட்கள் வாழப் போவதில்லை. விரைவில் இறந்து

விடுவேன். அந்த ஜின்செங் மூலிகையை உங்களுக்குத்தான் தந்துவிட விரும்புகிறேன்..'

மன்றாடுவது போலப் பார்த்தான். என்னாலும் கண்டிப்பாக இருக்க முடியவில்லை. மறுப்பது இன்னும் அவனைப் புண்படுத்தி விடும். ஆகவே அந்தப் பரிசைப் பெற்றுக் கொள்ளச் சம்மதித்தேன் –என்னோடு கபரோவ்ஸ்க் நகருக்கு வந்துவிட வேண்டும் என்ற உறுதியுடன். அவனும் இசைந்தான்.

இளவேனிற் காலத்தில் அந்த விலைமதிப்புள்ள வேர்களைத் தேடி லெபு ஆற்றங்கரைக்குச் செல்வதாக முடிவெடுத்தோம்.

நெருப்பின் மீது இன்னும் சில மரக்கட்டைகளை வீசினான். சுடர் நடுங்கி எழுந்து, அருகிலிருந்த புதர்கள், மலைச்சிகரங்களை ஒளியூட்டி அவற்றை எங்களது உடன்படிக்கைக்கு மௌன சாட்சிகளாக்கியது.

கிழக்கு வானில் ஓர் இளஞ்சிவப்பு நிற விளிம்பு தோன்றியது. விடிந்து கொண்டிருந்தது. நாங்கள் மூட்டிய நெருப்பின் கனல் தனது சாம்பல் போர்வைக்குள் புகுந்து திறனிழந்து, புகையைப் பேரலையாய் அனுப்பி வைத்தது. அது சுடர் தனது உள்ளக ஆற்றலை மீட்டுக் கொண்டதாய்த் தோன்றியது.

'கொஞ்ச நேரம் தூங்கலாம்..' என்றேன். அவன் எழுந்து கூடாரத்தை ஒழுங்குபடுத்திக் கொடுத்தான். படுத்தவுடன் உறங்கிப் போனோம்.

விழித்துப் பார்த்தபோது சூரியன் உச்சிக்கு வந்திருந்தது. கடுமையான குளிராகவும் வானம் தெளிவாகவும் இருந்தது. நீரோடையின் மேல் மெல்லிய தாள் போலப் படிந்திருந்த பனிக்கட்டிகளுக்கு ஊடாக உறையாத நீர் கருநிறத் திட்டுகளாக விரவிக் கிடந்தது.

குளிர்ந்த இறைச்சியும் தேநீரும் காலையுணவானது. தோள்பைகளை மாட்டிக்கொண்டு நக்டோகுவுக்குத் திரும்புவதற்காகப் பயணித்தோம்.

வீரர்கள் பொறுமையாகக் காத்திருந்தனர். அரினின் ஒரு கடற் சிங்கத்தையும், சகரோவ் ஒரு சீல் விலங்கையும் சுட்டு வீழ்த்தியிருந்தனர். எனவே கணிசமான அளவில் தோலும் இறைச்சியும் கைவசமாகி இருந்தது.

நவம்பர் 12 முதல் 16 வரையில் முகாமைக் கலைக்காமல் வைத்திருந்தோம். அப்போது கிடைத்த நேரத்தைப் பயன்படுத்தி வீரர்கள், புதர்ச் செடிகளில் வளரும் கருநீலக் கனிகள், பைன்மரக் கொட்டைகள் ஆகியவற்றைச் சேகரித்து வைத்தனர். இரண்டு விலங்குத் தோலுக்கு ஈடாக ஒரு பதனிடப்பட்ட எல்க் விலங்கின் தோல்மறைப்பை உதேஹிகளிடமிருந்து வாங்கி வந்தான் டெர்சு. அவர்களின் பெண்கள் மென்பாதணிகளுக்கான தோலை வெட்டிக் கொடுத்தனர். அவரவர் அளவுக்கேற்ப அவற்றை நாங்களே தைத்துக் கொண்டோம்.

நவம்பர் 17 அதிகாலையில் நக்டோகுவை விட்டுக் கிளம்பி உள்ளூர்வாசிகளிடம் மீண்டும் திரும்பினோம். அங்கிருந்து புறப்படும்போது கடலும் வானும் சந்திக்கும் இடத்தைப் பார்த்தேன். ஹை பா-டூவின் தடயம் ஏதாவது கிட்டும் என்ற நம்பிக்கை அப்போதும் பொய்த்துப் போனது. கடல் வெறுமையாக இருந்தது. நிலத்திலிருந்து காற்று கடலை நோக்கி வீசியது. கடற்கரையை ஒட்டிய பகுதியில் நீர் அமைதியாக இருந்தாலும், கடலில் பெரிய அலைகள் உருண்டு கொண்டிருப்பதைக் காண முடிந்தது. கைகளை அசைத்து அங்கிருந்து கிளம்பச் சைகை கொடுத்தேன்.

நினைவுகள் முட்களாகக் குத்தினாலும் எங்களுக்கு வேறு வழியில்லை. மீளத் திரும்பும் பயணம் எவ்விதச் சம்பவங்களுமின்றி அமைந்தது. நவம்பர் 23 -ஆம் நாள் காலையில் கு சூனுக்கு வந்து சேர்ந்தோம்.

28

குளிர்காலப் பயணம்..

முந்தைய நாளிலிருந்தே காலநிலை மிகவும் சீர்கெட்டிருந்தது. மேகங்கள் வானை நிறைத்திருந்தன. காலை 10 மணிக்குத் தொடங்கிய பனிப்பொழிவு மணிக்கணக்கில் நீடித்தது.

கு ஜூன் பகுதியில் உள்ளூர்க்காரர்களோடு சிறிது நேரம் தங்கியிருந்து விட்டுப் பயணத்தைத் தொடரலாம் என நினைத்திருந்தேன். ஆனால் நீண்ட நாள் அமைதிக்குப் பிறகு புயல் வரும் வாய்ப்பு உள்ளதாக உதேஹிகள் தெரிவித்தனர். சீனர்களும் அதையே உறுதிப் படுத்தினர். மேலும் மேற்குத் திசையையே பார்த்தபடி இருந்தனர். அவர்களின் அச்சத்திற்குக் காரணத்தைக் கேட்டபோது, கியாமோ மலைத்தொடரின் பனிபடர்ந்த சிகரங்களைச் சுட்டிக் காட்டினர்.

அதுவரை தெளிவாகத் தெரிந்த மலையுச்சியின் முகடுகள் மங்கலாகி வருவதை அப்போதுதான் கவனித்தேன்.

மலைத்தொடர் புகைபிடிப்பது போன்ற தோற்றங் கொண்டது.

சீனர்கள் தமது குடில்களின் மேற்கூரையை அருகிலுள்ள மரங்களுடன் சேர்த்து இறுகக் கட்டி வைத்தனர். உணவுத் தானியப் போர்களைப் புற்களாலான வலைகளால் போர்த்தினர்.

மெதுவாகத் தொடங்கிய காற்று, விரைவாகவே வலிவைச் சேர்த்துக் கொண்டது. இருள் படர்ந்த மூடுபனியைச் சுமந்து வந்தது. சுழற்காற்றாகிப் பனிமேகங்களை, தூசியை, காய்ந்த இலைகளை வாரியெடுத்து உயரே கொண்டு சென்றது. மாலை நெருங்கும்போது புயல் பெருத்த திசைவேகம் கொண்டது. எனது காற்றளவுமானியைத் திறந்து பார்க்கப் போனேன். ஆனால் வேகமாக வீசிய காற்று, அதன் சக்கரங்களை உடைத்து என்னையும் தரையில் தள்ளிவிட்டது. ஒரு பலகையும் மரப்பட்டைத் துண்டும் வீட்டுக் கூரையிலிருந்து பிய்த்தெடுக்கப்பட்டுச் சடசடவென்ற ஒலியுடன் காற்றில் பறப்பது விழியோரக் காட்சியாகத் தெரிந்தது. சீனக்குடில் ஒன்றின் முற்றத்திற்கு அருகே நிறுத்தி வைக்கப் பட்டிருந்த இருசக்கர மர வண்டி, காற்றால் அடித்துச் செல்லப்பட்டு வேலியின்மீது மோதியது. மோசமாகக் கட்டி வைக்கப் பட்டிருந்த வைக்கோல் போர் காற்றில் கரைந்து போனது.

காலையில் காற்றின் வேகம் ஓரளவு தணிந்தது. பலமான காற்று வீசியபோது எல்லாப் பொருட்களும் கலைந்து போயின. நிலைமை சீரான பின் அந்த இடங்களை அரிதாகவே அடையாளங் காண முடிந்தது. ஒரு குடில் முற்றிலும் சேதமடைந்து இருந்தது. சுவரொன்று எதிர்ப்பின்றிச் சாய்ந்திருந்தது. வேரோடு பெயர்ந்த ஏராளமான மரங்கள் குளிர்நிலத்தில் குவியலாகக் கிடந்தன.

அந்த நேரம் நாங்கள் கிளம்பியிருக்க வேண்டும். ஆனால் ஏதோவொன்று என்னை இழுத்து நிறுத்தி

அவை நாயகன் 363

விட்டது. வீரர்கள் சோர்ந்து போயிருந்தனர். சீனர்கள் நன்றாக விருந்தோம்பியதால் இன்னொரு நாள் அங்கே தங்கிவிட முடிவு செய்தோம். அது ஒரு நன்மையைச் செய்தது. கடற்கரையிலிருந்து வந்திருந்த இளம் உதேஹி, நற்செய்தியொன்றைச் சுமந்து வந்தான். ஹை பா-டூ திரும்பி விட்டான். எங்களது உடைமைகள் பத்திரமாக இருக்கின்றன. வீரர்கள் மகிழ்ந்து துள்ளிக் குதித்தனர். ஒருவருக்கொருவர் கைகுலுக்கிக் கொண்டனர்.

என்னைப் பொறுத்தவரை நடனமாடவே தயாராக இருந்தேன்.

மறுநாள் காலை விடிவதற்குள் கடற்கரையில் கூடிவிட்டோம். எங்களுக்குச் சற்றும் குறையாத மகிழ்ச்சியில் இருந்தான் ஹை பா-டூ. காங்சின் நதியோரம், வியப்படைய வைத்த புயலொன்று அவனைச் சகாலின் கடற்கரைக்கு இழுத்துச் சென்றுவிட்டது. தன்னையும் காப்பாற்றிக் கொண்டு கரையிலேயே இருந்துவிடத் தீர்மானித்தான். அந்த முயற்சியில் தவறினால், புயல் அவனை ஜப்பானுக்கு இழுத்துப் போய்விடும். சகாலினில் இருந்து கரையோரம் பயணித்துத் தெற்குப் பகுதிக்கு வந்து சேர்ந்தான். நக்டோகு ஆற்றின் முகத்துவாரத்திற்கு வந்தபோது, நாங்கள் அமாகு ஆற்றுப் பகுதியிலிருந்து கிளம்பி விட்டதாக ஓர் உதேஹியின் மூலம் அறிந்து கொண்டான். பிறகு கொலோன்கு ஆற்றை அடைந்து கு சூன் ஆற்றுக்கு ஒரே நாளில் பயணித்து விட்டதால் புயலின் ஆபத்திலிருந்து தப்பியிருக்கிறான்.

ஒரு புதிய பயணத் திட்டம் உடனடியாக மனதில் உதித்தது. கு சூன் ஆற்றின் மேற்புறமாகச் சென்று சிகோடா-அலின் மலைத்தொடரைக் கடந்து பிகின் பகுதியை அடைவது. உணவுப் பொருட்கள், கருவிகள், குளிர் தாங்கும் உடைகள், காலணிகள், தளவாடங்கள் எல்லாம் இப்போது இருக்கிறதே.

குளிர்காலத்தைக் கு சூன் பகுதியில் கழிப்பது என்ற முடிவுக்கு வந்திருந்தான் ஹை பா-டூ. கடற்பயணம்

டெர்சு உஸாலா | விளாதிமிர் கே ஆர்சென்யேவ்

அபாயகரமாகியிருக்கிறது. பனிப்பாளங்கள் கரையெங்கும் காணக் கிடைக்கின்றன. முகத்துவாரங்கள் உறைந்து போயுள்ளன.

படகிலிருந்த உடைமைகளை விரைவாக இறக்கி வைத்தனர் வீரர்கள். பிறகு படகைச் செலுத்தும் கருவிகள் அனைத்தையும் உடைத்து வீழ்த்தினர். மர உருளைகளைக் கொண்டு படகைக் கரைசேர்த்து முளையடித்து வைத்தனர்.

மறுநாள் நாங்கள் நார்டாக்களை உருவாக்கத் தொடங்கினோம். நார்டா என்பது ஒருவிதப் பனிச்சறுக்கு வண்டி. முன்னும் பின்னுமாக செல்லும் வகையில் அடிப்புறம் சறுக்குக் கட்டைகளால் அமைப்பது. அதனால் பனிமூடியிருக்கும் மரங்களுக்கிடையே செல்லும்போது இலகுவாக இருக்கும். உள்ளூர்க்காரர்களிடம் மூன்று வண்டிகளை விலைபேசி வாங்கிக் கொண்டோம். இன்னும் மூன்று தேவையாக இருந்தது. சகரோவ், அரினின் இருவருக்கும் ஓரளவு தச்சுவேலை தெரியும். இரு உதேஹிகள் அவர்களுக்கு உதவினர். டெர்சு மேற்பார்வையிட்டான். அவனது ஆலோசனைகள் பெரிதும் உதவின. அது வீரர்களுக்கும் தெரியும் என்பதால் முதலில் அவனிடம் ஒப்புதல் வாங்கிக்கொண்டே வேலையைச் செய்து முடித்தனர்.

பத்து நாட்களில் நார்டாக்கள் தயாராகி விட்டன. கு சூன் பகுதி உதேஹியரிடம் உருவாக்கிக் கொண்ட நட்பு நாளடைவில் அவர்களைப் பெயர் சொல்லி அழைப்பது வரை வளர்ந்தது.

நவம்பர் 25 -ஆம் நாள் டெர்சு, அரினின், நான் என மூவரும் சேர்ந்து சில உள்ளூர்வாசிகளை அழைத்துக் கொண்டு கு சூன் ஆற்றின் முகத்துவாரத்தில் மீன் பிடிக்கப் போனோம். உதேஹிகள் நாணற்புல்லால் ஆன தீப்பந்தங்களையும். மரத்தாலான கிலுகிலுப்பைகளையும் கொண்டு வந்தனர். ஆற்றுக்கால்களுக்கு இடையே உள்ள தீவுகள் ஒன்றில், அஸ்பென், ஆல்டர், வில்லோ மரங்கள்

சூழ்ந்த இடத்தில் புற்களால் போர்த்தப் பட்டது போன்ற அமைப்புடைய விநோதமான நிலப்பகுதிக்கு வந்து சேர்ந்தோம். அது ஜப்பானிய மீனவர்களின் கைத்திறன் என்பது பார்த்தவுடனே தெரிந்தது. நிலம், கடல் என எங்கிருந்து பார்த்தாலும் கண்ணுக்குத் தெரியாத வகையில் தந்திரமாக அமைக்கப்பட்டு இருந்தது. குடிசை போன்ற இடத்தில் நாங்கள் தங்கிக் கொண்டோம்.

அந்தக் கழிமுகப் பகுதி உறைந்து கிடந்தது. பனிக்கட்டி கண்ணாடி போலத் தூயதாக இருந்தது. அதனூடே குறைந்த ஆழத்தில் கடற்களைகள், கற்கள், மிதவைப் பொருட்கள் ஆகியன தெளிவாகத் தெரிந்தன. உதேஹிகள் பனிக்கட்டிகளின் மேல் துளையிட்டு இரட்டைமடி வலையை நீரில் அமிழ்த்தி வைத்தனர். மாலை மயங்கியதும் தீப்பந்தங்களைப் பற்ற வைத்துக் கையிலுள்ள கிலுகிலுப்பையை உரக்க ஒலிக்க விட்டுக்கொண்டே துளைகளைத் தேடி ஓடினர். வெளிச்சமும் ஒலியும் செய்துவிட்ட இடைஞ்சலில் பித்துப் பிடித்தாற்போலத் துள்ளிச் சென்ற மீன்கள், விரித்திருந்த வலையில் வீழ்ந்தன. மிகச் சிறந்த நுட்பம். இதே முறையைத் திரும்பத் திரும்பச் செய்தனர். எதிர்த் திசையிலிருந்து துளைகளை நோக்கி ஓடுவதும், அருகிலுள்ள ஏரிக்குச் சென்று இதே நுட்பத்தைக் கையாளுவதுமாக இருந்தனர்.

பத்து மணிக்குள் ஏராளமான மீன்கள் பிடிபட்டு விட்டன. உள்ளூர்வாசிகள் வீட்டுக்குத் திரும்பிவிட, இன்னும் சிலர் எங்களோடு தங்கி விட்டனர். அவர்களில் ஒருவன் பெயர் லோகடா. இரவில் கடும் குளிரும் காற்றும் இருந்தது. நெருப்பின் அருகே இருந்தும் குளிர் தாள முடியவில்லை. நள்ளிரவின்போது லோகடாவைக் காணவில்லை. உடனிருந்த ஒருவனிடம் கேட்டேன். வெட்டவெளியில் உறங்கப் போய்விட்டான் என்று பதில் சொன்னான் அவன். உடையணிந்து கொண்டு வெளியே கிளம்பினேன். மையிருட்டாக இருந்தது. குளிர்காற்று முகத்தைத் தாக்கியது. ஆற்றங்கரையில் மேலும்

டெர்சு உஸாலா | விளாதிமிர் கே ஆர்சென்யேவ்

கீழமாக நடந்து தேடினேன். திரும்பி வந்து, லோகடா மூட்டியிருக்கக் கூடிய நெருப்பு எங்கும் தென்படவில்லை என்று வீரர்களிடம் தெரிவித்தேன். தீ மூட்டும் பழக்கமே அவனிடம் இல்லையே என்று உதேஹிகள் சொன்னார்கள்.

வியப்பாக இருந்தது எனக்கு.

மீண்டும் அதையே கூறியதும் அசம்பாவிதம் ஏதும் ஆகியிருக்குமோ என்று பதைத்துப் போனேன். சிறிய டார்ச் விளக்குடன் மீண்டும் அவனைத் தேடிப் புறப்பட்டேன். இரு உதேஹியரும் என்னோடு சேர்ந்து கொண்டனர். எங்களது குடிசையிலிருந்து ஐம்பது தப்படி தூரத்தில் ஆற்றங்கரையில் காய்ந்த புற்களாலான படுக்கையில் லோகடா தூங்கிக் கொண்டிருப்பதைக் கண்டோம். வெளுத்த உறைபனி அவனது தலைமுடியில் ஒட்டிக் கொண்டிருந்தது. அதேபோன்று பின்புறத்திலும் பனித்துகள்கள் தாளைப் போலப் பரவியிருந்தன. அவனது தோளை வேகமாக உலுக்கி எழுப்பினேன். எழுந்து உட்கார்ந்து கொண்டு கண்ணிமைகளில் படிந்திருந்த பனித்துகள்களைத் தட்டிவிட்டான். நடுக்கம் இல்லை அவனிடம். குளிரால் பாதிக்கப் பட்டவன் போலவும் தெரியவில்லை.

'குளிரவில்லையா உனக்கு..?' வியப்புடன் கேட்டேன்.

'இல்லை..' என்றான். என்ன ஆயிற்று என்பதையும் கேட்க விரும்பினான்.

இருட்டிய நேரம் முதல் அவனை நான் தேடிவருவதை உதேஹிகள் அவனிடம் எடுத்துக் கூறினர். குடிசையில் ஆட்கள் நிறைந்து கூட்டமாக இருந்ததால் வெட்டவெளியில் தூங்குவதற்காக வந்து விட்டானாம். மேல்கோட்டை உடலோடு சேர்த்து இறுக்கிக்கொண்டு மீண்டும் படுத்துறங்கப் போய்விட்டான். குடிசைக்குத் திரும்பியவுடன் டெர்சுவிடம் நடந்ததைக் கூறினேன்.

● அவை நாயகன்

'கவலைப்பட வேண்டியதில்லை கேப்டன்..' என்றான். 'இந்த மக்களுக்குக் குளிரைப் பற்றிய அச்சமே கிடையாது. அவன் மலையில் வசிப்பவன். மரக்கீரி பிடிப்பவன். எங்கே வேண்டுமானாலும் தூங்கிக் கொள்வான். அவனது பின்புறம் எப்போதும் நிலவொளியில் குளிர்காய்ந்து கொண்டுதானிருக்கும்..'

அதிகாலையில் உதேஹிகள் மீன் பிடிப்பதைத் தொடர்ந்தனர். இப்போது வேறு தந்திரம் இருந்தது. பனித்தரையில் துளையிட்டு ஒளிபடும் விதத்தில் தோலால் ஆன சிறு கூடாரத்தை அமைத்தனர். சூரிய ஒளி பனியில் ஊடுருவி அடியிலுள்ள ஆற்றுநீரை ஒளிரச் செய்தது. அதனூடாகக் கூழாங்கற்கள், சிப்பிகள், மணல், களைகள் எல்லாம் தெளிவாகத் தெரிந்தன. மீன் பிடிக்கும் ஈட்டியைக் கிட்டத்தட்டத் தரையைத் தொடும் அளவில் இறக்கி வைத்தனர். மிக நெருக்கமாக நான்கு துளைகளை இட்டு அதன்மீது நான்கு சிறு கூடாரங்களை அமைத்தனர். ஒவ்வொன்றிலும் மீனை அகப்படுத்த ஒருவனை இருத்தினர். மற்றவர்கள் நாலாபுறமும் போய் மெதுவாக மீன்களை அலைய விட்டுக் கூடாரம் வந்தடையுமாறு விரட்டினர். மீன்கள் துளையை நெருங்கும்போது, காத்திருக்கும் ஆள் தனது ஈட்டியால் பாய்ச்சி அவற்றைச் சேகரிப்பான். முந்தைய இரவை விட இதில் இன்னும் அதிகமான மீன்கள் கிட்டின.

டிசம்பர் 4 -பிற்பகலில் உடைமைகளைச் சேகரித்து நார்டா வண்டியில் வைத்தோம். மறுநாள் காலையில் படுக்கையை மட்டும் சுருட்டி எடுத்துக்கொள்ள வேண்டியிருந்தது. தேநீருக்குப் பின் புறப்பட்டோம். சீனர்கள் எங்களைக் காணக் கொடிகள், கிணுகிணுக்கும் மணிகளுடன் வந்தனர். பட்டாசுகளை வெடித்து வழியனுப்பி வைத்தனர்.

ஆற்றின் மேற்பரப்பு பனிக்கட்டியாக உறைந்து இருந்தது. ஒவ்வொன்றிலும் 90 கிலோ எடையுள்ள பொருட்கள் அடங்கிய எட்டு வண்டிகளைத் தயார் செய்தோம்.

டெர்சு உஸாலா | விளாதிமிர் கே ஆர்சென்யேவ்

நாய்கள் கிடைக்காத நிலையில் நாங்களே இழுத்துப் போனோம்.

காலநிலை பயணத்திற்குச் சாதகமாக இருந்தது. நார்டா வண்டிகள் பனியில் மெதுவாகச் சறுக்கிச் சென்றன. ஆட்கள் உற்சாகமாக இருந்தனர். சீனமொழியில் வுலன்ஹூ என்றழைக்கப்படும் பை ஆற்றின் முகப்புக்கு விரைவாகவே வந்துவிட்டோம். கு சூன் ஆற்றிலிருந்து சிகோடா-அலின் செல்லும் வழியை அங்கேயே கண்டுபிடித்து விட்டோம்.

அங்கு சுன்ட்சாய் என்னும் உதேஹியைச் சந்தித்தோம். சிறந்த வேட்டையாடியாகவும் நீர்ச்சுழல்களில் அச்சமின்றிப் பயணிக்கும் ஆறோடியாகவும் அவன் அறியப் பட்டிருந்தான். சிகோடா-அலினுக்கு வழிகாட்டியாக வருவதற்கு உடனே ஒப்புக் கொண்டான். அதற்காக ஒருநாள் காத்திருக்க வேண்டியிருந்தது. உடல் தகுதியைச் சோதித்துக்கொள்ளத் தனது சகோதரனுடன் ஒரு சிறு பயணம் போய் வருவதாகவும், அதன்பின் நெடும்பயணத்திற்குத் தயாராகி விடுவதாகவும் உறுதியளித்தான்.

அன்று மாலை மீனுணவு விருந்தளித்தான். கிரில்ஸ் வகைச் சால்மன் மீனை விடச் சிறிதான முழுமீன்கள் பரிமாறப் பட்டன. பச்சைமீனை உண்ணலாகாது என்ற எங்கள் ஐரோப்பியத் தப்பெண்ணத்தைக் கைவிட்டு ஒரு பிடி பிடித்தோம்.

அடுத்த நான்கு நாட்கள் (டிசம்பர் 9-லிருந்து 12 வரை) வுலன்ஹூ ஆற்றின் வழியாகப் பயணம் மேற்கொண்டோம். சிகோடா-அலின் மலைத்தொடரில் உருவாகித் தென்கிழக்குத் திசையில் அந்த ஆறு பாய்கிறது. தொடர்ச்சியாக ஏற்படும் நெருப்பினால் மலையோர மரங்கள் பட்டையுரிந்து கிடந்தன. ஆற்றின் இருபுறமும், நீரோடைகளுக்கு இடைப்பட்ட நிலப்பகுதியிலும் இவ்வாறே இருந்தன.

உறைந்திருந்த நீரோடையைக் கவனித்துப் பார்க்கும்போது வுலன்ஹூ ஆறு, கோடையிலும் ஆழமாக இருக்கும் எனத் தோன்றியது. ஆனால் உண்மை அவ்வாறில்லை. மலையிலிருந்து இறங்கி வரும் நீரானது வேகமாகப் பாய்ந்து சென்றுவிடும். பிறகு தாழ்ந்த குழிகள், துளைகள், சிற்றோடைகளை நிரப்பி உறைந்து போகும். மேலும் ஏற்கெனவே இருந்த பனிப்படலத்தின் மேலும் படிந்து பரவும். அது நாங்கள் முன்னேறி செல்ல உதவிகரமாக இருந்தது. அதேநேரம் பெரிய ஆறுகளாக இருந்தால் காற்றில் வீழ்ந்த மரங்களை ஓடைகள் சுமந்து போயிருக்கும். சிறிய ஆறுகளிலோ அவை விழுந்த இடத்திலேயே கிடக்கும். இதை அறிந்திருந்த நாங்கள் கோடரி, ரம்பங்களைக் கொண்டு குறுக்கிடும் மரங்களை வெட்டியும் அறுத்தும் வழியை ஏற்படுத்தி முன்னேறினோம்.

அருகிலேயே ஏராளமாய்ப் பனி படர்ந்திருந்த ஒரு மலைக்கணவாயை நெருங்கினோம். அதன் மேலடுக்குகளின் மீது நீராவி மிதந்து கொண்டிருந்ததால் நாங்கள் மலையின் ஓரமாகச் சென்று மேலேற வேண்டியிருந்தது. அதற்கோ கடும் முயற்சியும் நேரமும் தேவைப்பட்டது. காலடியில் ஈரம் இருப்பது அச்சத்தைத் தந்தது. ஆனால், உதேஹியர் கொடுத்திருந்த குறுவால் பூனையின் முடி மற்றும் குடல் நாளத்தால் செய்த பாதணிகள் வரமாய் இருந்தன.

ஒரு சிறு சம்பவம் முழு நாளையே முடக்கிப் போட்டது. இரவு நேரத்தில் தண்ணீர் புகுந்து முகாமைச் சூழ்ந்திருக்கிறது. அதை நாங்கள் கவனிக்கவில்லை. அதிலும் ஒரு நார்டா வண்டி பனிக்கட்டிகளால் மூழ்கிப் போனது. கோடரி கொண்டு வெட்டிச் சிதைத்தும், நீர் வழிந்து வந்த இடத்தில் தீ மூட்டி உருக வைத்தும் பழுதைச் சரிபார்க்கவும் நேரிட்டது. அதிலிருந்து பாடம் கற்றுக் கொண்டதால் இரவு நேரங்களில் வண்டிகளை மரத்தடுப்புக்குள் வைத்துக் கொண்டோம்.

டெர்சு உஸாலா | விளாதிமிர் கே ஆர்சென்யேவ்

முன்னேறுவது கடினமாகிக் கொண்டிருந்தது. வீழ்ந்த மரங்கள், அடர்காடு, கற்பாறைகள் கொண்ட ஒரு நிலப்பகுதிக்குள் நுழைந்தோம். டெர்சு, சுன்ட்சாய் இருவரும் முன்னே சென்று குறுக்கிடும் மரங்களை வெட்டி வண்டிகள் செல்ல வழியை உண்டாக்கினர். பள்ளங்களுக்கு அருகில் குச்சிகளை நட்டு, வண்டி குப்புற விழாமலிருக்க உதவினர்.

தூரத்தே இருந்த மலைத்தொடரை ஒரே மூச்சில் நடந்து நெருங்கினோம். பனி சூழ்ந்த பகுதி அது. திரும்பிய இடமெல்லாம் பட்டைகளோ, கிளைகளோ இல்லாத் கரிந்த மரத்துண்டுகள் குவிந்து துயரார்ந்த காட்சியாகத் தெரிந்தது. காலடித்தடமோ ஒற்றைப் பறவையோ ஒன்றுகூடத் தென்படவில்லை அங்கே.

சுன்ட்சாய், டெர்சு இருவருடன் நானும் முன்னே நடந்தேன். குரல் கேட்கும் தூரத்தில் வீரர்கள் தொடர்ந்தனர். பனி மூடியும் துருத்திக் கொண்டும் இருந்த பாறையொன்றைக் கீழே பார்த்தவுடன் நின்று விட்டேன். சில நிமிடங்களில் வீரர்கள் விரைந்து வந்தனர். குனிந்து தரையைச் சோதித்துப் பார்த்தனர். டெர்சுவிடம் கேட்டேன்.

'என்ன அது..?'

'சீனன் ஒருவன் மூன்று நாட்களுக்கு முன் இந்த இடத்தைக் கடந்து போயிருக்கிறான்..' என்றான். 'அவன் போன பாதையைக் கண்டுபிடிக்கலாம்..'

புதிதாய் விழுந்திருந்த பனியில் புதைந்து கிடந்தது ஒரு காலடிச் சுவடு. எளிதாகக் காணமுடியாத வகையில் இருந்தது. சுன்ட்சாய், டெர்சு இருவரும் மேலும் சில விவரங்களைக் கொடுத்தனர். அது தவறான வழி. வளைந்து நெளிந்து போனது. அடிக்கடி அவன் தவறி விழுந்திருக்கிறான். நெருங்கியமைந்த இரு இடங்களில் தங்கியிருக்கிறான்.

● அவை நாயகன்

நோய்வாய்ப் பட்டிருப்பான் என்ற முடிவுக்கு வந்தனர்.

வேகமாக நடந்தோம்.

காலடித்தடம் ஆற்றைத் தொடர்ந்து போனது. முழு ஆற்றலையும் செலவழித்துத்தான் அந்த வீழ்ந்த மரஞ் செறிந்த இடத்தைக் கடந்திருக்க முடியும். அரை மணி நேரத்தில் காலடித்தடம் திசைமாறிப் போனது. அதையும் தொடர்ந்தோம். அருகே இருந்த மரத்திலிருந்து இரண்டு காக்கைகள் பறந்து போயின.

'அடடா..' டெர்சு நின்று கொண்டான். 'அவன் இறந்து விட்டான்..'

கரையிலிருந்து ஐம்பது தப்படி தூரத்தில் சடலத்தைக் கண்டோம். தரையில் உட்கார்ந்த நிலையில் ஒரு மரத்தில் சாய்ந்தவாறு கிடந்தான். முழங்கை ஒரு கல்லைத் தழுவியிருந்தது. தலை சாய்ந்திருந்தது. வலது தோளில் அமர்ந்திருந்த காக்கை எங்களைக் கண்டதும் எழுந்து பறந்து போனது.

இறந்தவனின் கண்கள் பனித்துகள்கள் படிந்த நிலையில் இருந்தன. அவன் அங்கே ஒரு கூடாரம் அமைக்கத் திட்டமிட்டிருக்கிறான். தோள்பையை வீசிவிட்டு அதற்கான வேலைகளைச் செய்யும்போதே முற்றிலும் வலுவிழந்துபோய் மரத்தடியில் அமர்ந்து அங்கேயே மரணமடைந்திருக்கிறான். சான்ட்சாயும் டெர்சுவும் இருந்து பிணத்தைப் புதைக்க நின்றுகொண்டனர். நாங்கள் முன்னே சென்றோம்.

பகலுணவுக்காகக் கூட நிற்காமல் நாள்முழுதும் நடந்தோம். வீழ்ந்த மரங்கள், பனிப்படலங்கள், சதுப்புத் தரை, பாறைகளுக்கிடையே பனிமூடிய பள்ளங்கள் முன்னேற முடியாமல் தடை செய்து சோர்வூட்டின. எட்டு மணி நேரத்தில் மூன்று மைல்கள் மட்டுமே நடந்திருப்போம்.

டெர்சு உஸாலா | விளாதிமிர் கே ஆர்சென்யேவ்

மாலையில் சிகோடா-அலின் தொடரின் மேற்பகுதிக்கு வந்து விட்டோம். உயரங் காட்டும் அளவுமானி 2200 அடி எனக் காட்டியது.

அடுத்த நாள் டிசம்பர் 14. அதிகாலை அமைதியாகவும் குளிராகவும் இருந்தது. செந்நிறமாய் உதித்த சூரியன் ஓரளவு வெம்மையைக் கொடுத்தது. மலைச்சிகரங்களில் பனி இளஞ்சிவப்பு நிறத்திலும், நிழற்பகுதிகள் நீலப்பட்டை போலவும் காட்சியளித்தது.

நிலத்தில் அலையலையாய் நீராவி எழுந்தது. டெர்சு, சுன்ட்சாய் இருவரையும் அது எதனால் எனக் கேட்டேன். இரும்புச்சத்து கொண்ட நீரூற்று உள்ளே இருப்பதாகத் தெரிவித்தனர். பாறை சிவப்பு நிறமாகவும், வண்டல் போன்ற பகுதிகள் வெண்ணிறச் சுண்ணாம்பு நிறைந்தும் காணப்பட்டது. நீரின் வெப்ப அளவு 27 டிகிரி என இருந்தது. உதேஹிகளுக்கு அந்த வெந்நீர் ஊற்றைப் பற்றி நன்கு தெரியும். எல்க் மான்களுக்கு அது பிடித்தமான இடம் என்பதையும் ரஷ்யக் குடிகளின் பார்வையிலிருந்து அதை மறைத்து வைப்பார்கள் என்பதையும் சொன்னார்கள்.

நீரூற்றைச் சுற்றிலும் நரைமூப்பின் வெண்மையில் உறைபனி படிந்திருந்தது. பாறைகள், வில்லோ மரப் புதர்கள், தரையில் கிடந்த விறகுக் கட்டைகள் எல்லாம் புதுவண்ணம் பூசிக்கொண்டு சூரிய ஒளியில் வைரமாய் மின்னின.

நீரூற்றைப் பார்வையிட்ட பின் வீரர்கள் முகாமைக் கலைத்துச் சிதைத்தனர். சுமைகளுடன் சிகோடா-அலின் மலையில் ஏறியதும் காலியான நார்டா வண்டிகளைக் கீழே சேர்க்க மீண்டும் இறங்கினோம்.

மலையின் கிழக்குச் சரிவு வெறுமையாகக் கிடந்தது. அதிலும் ஒரு பகுதி நெருங்க முடியாதபடி இருந்தது. அங்கே உயிர்ப்புடன் ஒரு காடு இருந்திருக்கிறது என்று சொன்னால் யாரும் நம்ப மாட்டார்கள் சில மரங்கள் மட்டுமே

அவை நாயகன்

எஞ்சியிருந்தன. எல்க் மான்கள் நிறைந்திருந்ததாகவும் அதனாலேயே அந்த ஆற்றுக்கு உள்ளூர் மொழியில் 'பை' என்ற பெயர் வந்ததாகவும் சுன்ட்சாய் கூறினான். ஆனால், காட்டுத்தீ ஏற்படும் போதெல்லாம் விலங்குகள் இடம் பெயர்ந்து தற்பொழுது வுலன்ஹூ பள்ளத்தாக்கு பாலைநிலம் போல் ஆகிவிட்டதையும் குறிப்பிட்டான். காலையில் வீரர்கள் உடைமைகளை வண்டியில் வைத்து மலையுச்சிக்குக் கொண்டுபோனபோதே சூரியன் தனது பாதையில் ஒரு நாளுக்குரிய தூரத்தைக் கடந்து விட்டான்.

சுற்றிலும் இருந்த மரங்கள் உயரம் குறைவாகவும் வயதாகியும் இருந்தன. முகாமுக்கான இடம் தேர்ந்தெடுப்பதுதான் சிரமம். வேர்களுக்கிடையே கற்களும் ஈர மரக்கட்டைகளும் அதன் கீழ் பார்வைக்குத் தெரியாதவாறு பாசிகளும் நிறைந்திருந்தன. விறகு தேடுவதும் கடினமாக இருந்தது. இது நகரத்தில் வாழும் எங்கள் வீரர்களுக்கு வியப்பளித்திருக்கும். ஊசியிலை மரங்கள், பிர், லார்ச் ஆகியவை தீயில் எரியும்போது பொறிகளை வெளியிடும். அது கூடாரங்களுக்கு ஆபத்து. இதில் ஆல்டர் மரம் மட்டும்தான் குறைவான புகையை வெளிவிடுவது. சிகோடா-அலின் மலைக்காட்டில் அரிதாக இருப்பது பிர் மரம் மட்டும்தான். அந்தப் பகுதியை நன்கு அறிந்திருந்த சுன்ட்சாய், பாதுகாப்பான ஓரிடத்தைத் தேர்ந்தெடுத்தான். தங்கிக் கொள்ளப் போவதை நான் அறிவித்தேன்.

வீரர்கள் கூடாரம் அமைக்கத் தொடங்கியபோது நானும் டெர்சுவும் எல்க் மான் வேட்டைக்குக் கிளம்பினோம். சிறிது தூரத்திலேயே மூன்று சதுப்புநிலக் கோழிகள் கண்ணில் பட்டன. பனியில் தத்தி நடந்த அவை எங்களைக் கவனிக்கவில்லை. சுட முயன்றபோது டெர்சு தடுத்தான்.

'தேவையில்லை..' அவசரமாகச் சொன்னான். 'வெறுங்கையாலேயே அவற்றைப் பிடித்து விடலாம்..'

டெர்சு உஸாலா | விளாதிமிர் கே ஆர்சென்யேவ்

துணிவுடன் அவன் பறவைகளை நோக்கிப் போனது வியப்பைத் தந்தது. அவையும் எச்சரிக்கை அடையாமல் வீட்டுக் கோழிகளைப் போலவே மெதுவாக இடம் மாறிக்கொண்டன. பத்தடி தூரம்தான் இருக்கும். டெர்சு கத்தியை எடுத்து ஒரு சிறிய ஊசியிலை மரத்தை வெட்டினான். பறவைகள் மீது ஒரு கண் வைத்துக்கொண்டே கிளைகளை அகற்றிக் கோலாக்கி முனையில் ஒரு கண்ணியை உருவாக்கினான். பறவைகளுக்கு அருகே போய் ஒன்றின் தலைமீது கண்ணியை வீசினான். பிடிபட்ட பறவையைப் பார்த்த ஏனைய இரண்டும் பறந்து போயின. லார்ச் மரத்தின் தாழ்ந்த கிளையில் ஒன்றும், உச்சியில் ஒன்றுமாகப் போய் அமர்ந்து கொண்டன. அவை பாதுகாப்பான இடத்திற்குப் போய்விட்டன என்பதால் சுட்டு வீழ்த்தலாம் என்று துப்பாக்கியை எடுத்தேன். மீண்டும் தடுத்த டெர்சு, மரத்தில் வைத்து அவற்றைப் பிடிப்பது இன்னும் எளிது என்றான். ஓசையில்லாமல் மரத்தை நெருங்கித் தாழ்ந்த கிளையிலிருந்த பறவையை நோக்கிக் கண்ணியை நீட்டினான். அலகில் விழுந்த கண்ணி, அது தலையைக் குலுக்கியதால் எளிதாகக் கழுத்தில் விழுந்து மாட்டிக் கொண்டது. அடுத்த நிமிடம் போராடித் தரையில் வீழ்ந்தது. மூன்றாவது பறவை கோல் எட்டாத தூரத்தில் இருந்தது. டெர்சு மரத்தில் ஏறினான். அது மெலிந்து இருந்ததால் அசைந்தாடியது. அப்போதும் அது அவனைக் கவனிக்கவில்லை. கிளைகளைப் பற்றிக் கொண்டு சமநிலைக்காகப் போராடியது. கண்ணியை நீட்டி டெர்சு அதை எளிதாகப் பிடித்துக் கீழே தள்ளினான். ஆக, ஒரு குண்டைக்கூடப் பயன்படுத்தாமல் மூன்று பறவைகளைக் கைப்பற்றி விட்டோம். சதுப்புக் கோழியை விட அளவில் பெரிதாகவும் அடர்ந்த சிறகுகளைக் கொண்டும் அவை இருந்ததைக் கவனித்தேன். ஆண்பறவை காட்டுச் சேவலைப் போலச் செந்நிறக் கண்களை உடையதாக இருந்தது. பொதுவாக இவை கருப்பு சதுப்புக் கோழி அல்லது 'டிகுஷ்கா' என அழைக்கப்படுகின்றன.

உசூரி வனப்பகுதியில் ஆமு ஆறு தொடங்குமிடத்தில் ஊசியிலை மரங்கள் நிறைந்த காடுகள் உள்ளன. அங்கு சிகோடா-அலின் மலைத்தொடரின் தென்பகுதியில் இவை அதிகமாகத் தென்படுகின்றன. 'கூச்சமுள்ள' என ரஷ்ய மொழியில் பொருள்படக் கூடிய பெயரைக் கொண்ட இவை தனித்து வாழ்வதாலும் அரிதாகக் காணப்படுவதாலும் அப்பெயரைத் தாங்குகின்றன. பைன் மரக் கூம்பு இலைகள், நெல்லி மர இலைகளை விரும்பியுண்ணக் கூடியவை என்பதையும் பிற்பாடு அறிந்து கொண்டேன்.

முகாமுக்குத் திரும்புவதற்குள் இருட்டி விட்டது. கூடாரத்தினுள் மிதமாக எரிந்த நெருப்பு, பெரியதொரு விளக்கை ஏற்றி வைத்தது போலிருந்தது. புகையும் நீராவியும் எழும்பிச் சென்று வானத்தை அடைந்தன.

சிகோடா-அலின் தொடரைக் கடந்ததை அன்று மாலையில் கொண்டாடினோம். மூன்று சதுப்புக் கோழிகளும் இரவுணவாயின. உடன் சூடான சாக்லேட், தேநீர், ரம் ஆகியவை பரிமாறப் பட்டன. உறங்கப் போகும் முன் உக்ரைனிய எழுத்தாளர் நிகோலாய் கோகோலின் திகில் கதைகளை வீரர்களுக்குச் சொன்னேன்.

அடுத்தநாள் நடந்தபோது, சிகோடா-அலின் தொடர், எங்களுக்கும் கடலுக்கும் இடையே இருந்ததை அறிந்து கொண்டோம். அப்போது வெப்பநிலை -23 டிகிரி என இருந்தது. கடந்து வந்த மலைத்தொடரின் குளிர்ச்சிதான் அது. கடலோரம் அவ்வாறு இல்லாமல் மலைகள், பள்ளத்தாக்குகளை விடச் சிறிதளவு வெப்பம் கூடியிருக்கும் என்பதும் தெரிந்தது. கடலை விடுத்து வேறு திசையில் சென்றபோது 'குளிர்காற்று ஏரி'யைக் கண்டோம். அதுதான் உசூரி பள்ளத்தாக்கை நீரால் நிரப்புகிறது. நீரின் மேற்பரப்பில் பனிச்சுழல்கள் நடனமாடின. பிறகு சட்டென எழுச்சி பெற்று ஒன்றோடொன்று பொருந்தி ஒரே திசைக்குச் சென்று காற்றில் உருகி வீழ்ந்தன.

டெர்சு உஸாலா | விளாதிமிர் கே ஆர்சென்யேவ்

நடுக்கும் குளிரில் நடப்பது வேதனை தந்தது. அடிக்கடி ஓய்வெடுத்துக் கொண்டும் நெருப்பு மூட்டி அருகில் அமர்ந்து உடலைச் சூடாக்கிக் கொண்டும் கடந்தோம். நாளின் முடிவில் ஆறு மைல்களைத்தான் கடந்திருக்கிறோம்.

டிசம்பர் 20 -அன்று பிகின் நகரத்தை அடைந்தோம். தொடர்ந்து ஐந்து நாட்கள் நடந்திருக்கிறோம். அங்கிருந்து ரயில் நிலையத்திற்கு 220 மைல் தூரம் இருந்தது.

மாலை நெருங்கும்போது ஓர் உதேஹியர் வசிப்பிடத்திற்கு வந்து சேர்ந்தோம். அங்கே இருந்தவர்கள் 'சற்றே மேலாக' இருந்த எங்களைக் கண்டு கலவரம் அடைந்தனர். ஆனால் டெர்சு எங்களோடு இருப்பதைக் கண்டு அமைதியடைந்தனர். நன்றாக விருந்தோம்பினர். நாங்கள் அங்கே முகாம் அமைக்கவில்லை. அங்கிருந்த கூடாரங்கள் இரண்டில் தங்கிக் கொண்டோம்.

ஊசியிலைக் காட்டுக்குள் நுழைந்து இரண்டு வாரங்கள் ஆகிவிட்டன. ஒருநாள் தங்கி ஓய்வெடுத்துக் கொள்ள ஒருமனதாக முடிவானது. கூடாரத்தில் வீரர்கள் வசதியாகவும் நிம்மதியாகவும் இருப்பதாக உணர்ந்தனர். முகாம் அமைக்கும் சாதனங்கள் அனைத்திற்கும் வேலையின்றிப் போயின. பைன் மரக்கிளைகளை வெட்டுவது, விறகு தேடுவது போன்ற தேவைகள் இல்லை. தங்களது காலணிகளைக் கழற்றி விட்டு மாலையுணவுக்குத் தயாராயினர்.

இரவுக்கு முன் சில உதேஹி இளைஞர்கள் வேட்டையை முடித்துக் கொண்டு திரும்பி வந்து, காட்டுப்பன்றிகளின் கால்தடங்களை ஓரிடத்தில் கண்டதாகவும் மறுநாள் அவற்றை விரட்டி வேட்டையாடப் போவதாகவும் கூறினர். அதில் விலங்குகளை விரட்டிப் பிடிப்பது என்ற அம்சம் என்னைக் கவர்ந்து விட்டது. நானும் அவர்களுடன் அதில் கலந்து கொள்ளத் தீர்மானித்தேன்.

● அவை நாயகன்

உதேஹிகள் வேட்டைக்குத் தயாராயினர். பனியில் நடக்கப் பயன்படுத்தும் கட்டைகளுக்குரிய தோல்வார்களை முதலில் சேகரித்து வைத்தனர். ஈட்டிகளைத் தீட்டிக் கூர்மையாக்கினர். விடிவதற்கு முன் வேட்டை தொடங்கப்பட வேண்டும் என்பதால் அனைவரும் அதிகாலையில் வந்து விட்டனர். என்னை எழுப்பி விட்டபோது வெளியே இருட்டாகத்தான் இருந்தது. கூடாரத்தில் பெரிய அளவில் நெருப்பு வளர்த்தப் பட்டிருந்தது. உதேஹிகள் புறப்பட இருந்தனர். நான் வேகமாக உடையணிந்து கொண்டு இரண்டு ரொட்டித் துண்டுகளைச் சட்டைப் பையில் இட்டுக்கொண்டு வெளியே வந்தேன்.

அவர்கள் முன்னே செல்ல நான் தொடர்ந்தேன். ஆற்றின் மேற்பகுதிக்கு அவர்கள் போய்த் திரும்புவதற்குள் ஒரு மலையின் அளவீடுகளை நான் குறித்துக் கொண்டேன். அங்கிருந்து ஒன்றாய் இறங்கி ஒரு மலையிடுக்கை அடைந்தோம். அங்கே ஒரு சுருக்கமான கலந்துரையாடல் நடைபெற்றது. அதன்பிறகு பேச்சுக்கு அங்கே இடமில்லை.

அரைமணி நேரத்தில் வெளிச்சம் வந்தது. சூரிய ஒளி மலைச் சிகரங்களை ஒளியூட்டிக் காட்டில் புதுநாள் தொடங்கப் போவதை அறிவித்தது. அதற்குள் நாங்கள் முந்தைய இரவு அவர்கள் குறிப்பிட்ட இடத்தை அடைந்திருந்தோம்.

கோடைகாலத்தில் காட்டுப் பன்றிகள் பகலில் ஓய்வெடுத்துக் கொண்டு இரவில் உணவு தேடும். குளிர்காலத்தில் அது நேர்மாறாக இருக்கும். வெளிச்சத்தை முன்பே பார்த்து விட்டதால் அவை வேகமாக ஓடி வெகுதூரம் போய்விட்டன.

வேட்டை தொடங்கி விட்டது.

ஊசியிலைக் காட்டில் உதேஹியர் செயல்படும் வேகத்தை அங்குதான் கண்டேன். விரைவில் நான் பின்

தங்கி விட்டேன். அவர்கள் என் பார்வையை விட்டு வெகுதூரம் போயிருந்தனர். ஓடி அவர்களைப் பிடிக்கவும் முடியாது என்பதால் அவர்கள் போன பாதையிலேயே மெதுவாக நடந்தேன். அரைமணி நேரத்திற்குப் பிறகு ஓய்வெடுக்க உட்கார்ந்து கொண்டேன்.

திடீரென்று எனக்குப் பின்னால் ஏதோ சத்தம் கேட்டது. இரு காட்டுப் பன்றிகள் புதரிலிருந்து சரேலென வெளிப்பட்டுப் பாதையின் குறுக்கே துள்ளியோடின. துப்பாக்கியால் ஒன்றைச் சுட்டேன். தவறி விட்டது. தொடர்ந்து வந்த பன்றிகளும் மோதித் தெறித்து ஓடி விட்டன. பாதையில் குருதிக் கறை ஏதும் இல்லாததால் நான் அந்த இரண்டையும் பின் தொடர முடிவெடுத்தேன். கால் மணி நேரத்தில் பிடித்தும் விட்டேன். அவை ஆழமான பனியிலிருந்து சிரமப்பட்டு ஓடி வந்ததால் சோர்ந்து போயிருந்தன. உடனே சுதாரித்துக் கொண்டு ஆபத்தை உணர்ந்து தலையைத் தூக்கி நானிருக்கும் திசையைப் பார்த்தன. சாணை பிடிப்பது போல் அவை பற்களை அராவிய சத்தம் கூடக் கேட்டது. கண்கள் சிவந்து மூக்குகள் விரிந்து காதுகள் விடைத்திருந்தன். ஒரே பன்றியாக இருந்தால் சுட முயன்றிருப்பேன். ஆனால் இருப்பவை இரண்டு. நிச்சயம் தாக்கப் படுவேன். ஆகவே சுடும் முயற்சியை ஒத்தி வைத்து அடுத்த வாய்ப்புக்குக் காத்திருந்தேன். பற்களால் அராவுவதை அவை நிறுத்திக் கொண்டன. உரத்த குரலில் உறுமிக் கொண்டே காற்றை முகர்ந்து பார்த்தன. பிறகு மெதுவாகத் திரும்பி நடக்கத் தொடங்கின. ஒரு சுற்றுப் பாதை அமைத்து அவற்றை மீண்டும் தொடர்ந்தேன். மறுபடியும் அவை நின்று விட்டன. விழுந்து கிடந்த மரத்தின் பட்டையை ஒன்று தனது பற்களால் கிழித்து, உறைவது போல் நின்று சிறிய உறுமலை வெளிப்படுத்தியவாறே எனக்கு இடப்புறமாகப் பாய்ந்து ஓடத் தொடங்கியது. மற்றதும் அதைத் தொடர்ந்தது. அதே நேரம் நான்கு உதேஹிகள் எதிரே வருவது தெரிந்தது. தாமும் பன்றிகளைப் பார்த்து

விட்டதாகச் சைகை செய்தார்கள். பிறகு அவர்களோடு நானும் சேர்ந்து பன்றிகளைத் துரத்தினேன். அதற்குப் பின் அவற்றால் வேகமாக ஓட முடியவில்லை. நின்றுகொண்டு மதிப்பு மிக்க தமது உயிரைத் தர இருந்தன. அவற்றைச் சுற்றி வளையம் அமைத்துக் கொண்டு நெருங்கினோம். உறுமிக்கொண்டே அவை திசைக்கொன்றாய் ஓடின. வலப்புறம் அவற்றிற்கு முடிவு காத்திருந்தது. திகைக்க வைக்கும் ஆற்றலுடன் உதேஹிகள் தமது ஈட்டிகளை அவற்றின்மீது பாய்ச்சினர். ஒரு பன்றி தோளிலும் மற்றது கழுத்திலுமாக அடிபட்டு வீழ்ந்தன. அதில் இரண்டாவது முன்னே வந்து மோத முயன்றது. ஓர் இளைஞன் தன் குத்தீட்டியால் அதைக் குத்தித் தூக்க முயன்றான். ஆனால் ஒரு தீக்குச்சி உரசுவதுபோல் அது அதன்மேல் பட்டு உடைந்து போனது. நிலைதடுமாறியதால் அவன் கீழே விழுந்தான். பன்றி என் திசையை நோக்கி ஓடி வந்தது. தன்னியல்பாகத் துப்பாக்கியை உயர்த்தி நெருங்கிச் சுட்டேன். குண்டு அதன் தலைமீது விழுந்து தாக்கியது. உடைந்த ஈட்டிக்குரிய இளைஞன் கீழே பனித்தரையில் உட்கார்ந்திருந்தான். அவனது அடிபட்ட காலில் குருதி வழிந்தோடியது. தனது கூர்மையான பற்களால் அவனைக் கடித்துக் குதறியிருக்கிறது. நான் அவனது காலுக்குக் கட்டுப் போட்டு விட்டேன். அதற்குள் மற்ற உதேஹிகளும் வந்து தற்காலிக இருப்பிடமொன்றை உருவாக்கி விறகு சேகரித்து வந்தனர். அடிபட்ட இளைஞனுக்குத் துணையாக ஒருவன் இருந்துகொள்ள, இன்னொருவன் நார்டா வண்டி வாங்கி வரப்போனான். ஏனையோர் வேட்டையைத் தொடர்ந்தனர்.

இளைஞனின் காயம் அந்தப்பகுதிக்கு ஒரு சிறிய எச்சரிக்கையை விடுத்திருந்தது. அவனது மனைவி அறிவுரை வழங்கத் தொடங்கி விட்டாள். இதுபோன்ற காயங்கள் அடிக்கடி ஏற்படுவதால் அவர்கள் அதைப் பொருட்படுத்துவதில்லை. எல்லா ஆண்களின் உடலிலும் பன்றி அல்லது கரடியின் பற்கள் பதிந்துதான் இருக்கும்.

வீரர்கள் நார்டா வண்டியைப் பழுதுபார்த்து வைத்தனர். உதேஹிப் பெண்கள் எங்களது காலுறைகள், துணிகளைத் தைத்தும் செப்பனிட்டும் தந்தனர். அடுத்த குடியிருப்பு வரை போவதற்கு அங்கிருந்தே இரண்டு பேரையும், நாய்களால் இழுக்கப்படும் நார்டாக்களையும் நியமித்துக் கொண்டேன்.

காலையில் வழிகாட்டிகளை முன்னே செல்ல அனுப்பினேன். அப்போது ஒரு சுவையான சம்பவம் நடைபெற்றது. ஒவ்வொருவருக்கும் பத்து ரூபிள் கொடுக்கத் தீர்மானித்தேன். அதன்படி முதலாமவனுக்கு ஒரு பத்து ரூபிள் நோட்டும், மற்றவனுக்கு இரண்டு ஐந்து ரூபிள் நோட்டுகளும் கொடுத்தேன். அது அவர்களுக்குள் பிரச்சினையைக் கிளப்பி விட்டது. முதலாமவன் எதிர்ப்பைக் காட்டினான். தொகையில் திருப்தியில்லை அவனுக்கு என்று நினைத்தேன். ஆனால் மற்றவன் மகிழ்ச்சியாகவே இருந்தான். நோட்டுகளின் எண்ணிக்கைதான் அவர்களிடையே கருத்து வேறுபாட்டை ஏற்படுத்தியிருக்கிறது. ஒருவனுக்கு ஒரு நோட்டு. மற்றவனுக்கு இரண்டு அல்லவா..? இப்போது முதலாமவனுக்கு மூன்று ரூபிள் நோட்டுகள் மூன்றும் ஒரு ரூபிள் நோட்டு ஒன்றுமாகக் கொடுத்தேன். அது இரண்டாமவன் எதிர்த்தாக வேண்டிய முறையை உருவாக்கி விட்டது. பணத்தாள் அவர்களுக்குப் பரிச்சயம் இல்லாதது என்பதை மறந்து விட்டிருக்கிறேன். இதைத் தீர்த்து வைக்கும் விதத்தில் ஒரேவகை மதிப்புடைய நோட்டுகளைச் சம அளவில் இருவருக்கும் கொடுத்து முடித்தேன். பயணச் சோர்வில் இருந்த எங்கள் கண்களுக்கு அவர்கள் இருவரின் முகத்திலும் தென்பட்ட மகிழ்ச்சியானது சிறு உற்சாகத்தைத் தந்து விட்டது. திரும்பிப் போகும் அந்த உதேஹி நண்பர்களுக்குள் இனி மோதல் இருக்காது.

29

தப்பித்தோம்..

ஒருநாள் ஓய்வுக்குப் பிறகு வீரர்கள் உற்சாகமாக இருந்தனர். பேசிக் கொண்டும் சிரித்துக் கொண்டும் நடந்து அன்று மட்டும் 11 மைல்களைக் கடந்தனர். மரக்கீரி பிடிக்கும் சீனன், ஓர் உதேஹி என இருவர் மட்டுமே இருந்த குடிலில் தங்கிக் கொண்டோம். இருவரும் நன்றாகவே விருந்தோம்பினர்.

கோர்ஸ்கி கணவாய்ப் பகுதியை அளவீடு செய்யத் தீர்மானித்து, அதை அடையச் செல்லும் வழியைக் கேட்டேன். கிடென்பு என்கிற உதேஹி வழிகாட்டியாக வர முன்வந்தான். 60 வயதுக் கிழவன். நரைமுடியும் சுருங்கிய தோலும் வயதை இன்னும் அதிகமாகக் காட்டியது.

கிடென்பு எங்களுடன் மலையேறுவதற்கான தயாரிப்பை விரைவில் செய்து கொண்டான். கிழிந்த போர்வை, ஆட்டுத்தோல் மேல்கோட்டு, அடிக்கடி பழுது பார்க்க வேண்டிய பழங்காலத் துப்பாக்கி -இவைதான் அவனது உடைமைகள். நான் கைப்பிடி வைத்த ஒரு தேநீர்ப்

டெர்சு உஸாலா | விளாதிமிர் கே ஆர்சென்யேவ்

பாத்திரம், நோட்டுப் புத்தகம், தூங்குவதற்கான மடக்குப் பை, ஆகியவற்றை எடுத்துக் கொண்டேன். டெர்சு வழக்கம்போல ஒரு கூடாரத் துணி, புகைக்குழாய், உணவுப் பொருட்கள் எனச் சேகரித்துக் கொண்டான்.

எனது நாய் ஆல்பா மற்றும் கடா என்ற, சாம்பல் நிறமும், கூர்மூக்கும், துளையிட்ட காதுகளையும் உடைய உதேஹியர் நாயும் உடன் வந்தன.

அதிகாலை அழகாக இருந்தது. நீர்நிலையின் மறுபக்கம் இருந்த வேட்டையாடி விடுதியை அன்றைக்கே அடைந்து விடுவோம் என்று எதிர்பார்த்தோம். ஆனால் எங்கள் திட்டம் பலிக்காது போலிருந்தது. நண்பகலில் தலைக்கு மேல் மேகங்கள் திரண்டு கொண்டன. சூரியனைச் சுற்றி வட்டங்கள் தோன்றின. காற்று வீசத் தொடங்கியது. திரும்பி விடலாம் என்று நினைத்தேன். டெர்சு என் அச்சத்தைத் தணிவித்தான். பனிப்புயல் இருக்காது என்றும் கடுங்காற்று மட்டும் தோன்றி அடுத்த நாள் அடங்கிவிடும் என்றும் சொன்னான். அது சரியாகத்தான் இருந்தது. மாலை நான்கு மணியளவில் சூரியன் பார்வையிலிருந்து மறைந்தது. பனிப்படலம் மேகத்தைப் போலச் சூழ்ந்து கொண்டது. உலர்பனி காற்றில் மிதந்தது.

குளிர்காற்று முகத்தில் அறைந்தது. மாலையில் நீர்நிலையை அடைந்து விட்டோம். டெர்சு, கிடென்பு இருவரும் ஆலோசனையில் இருந்தனர். ஆனால் அந்த முதியவன் வழியைத் தவற விட்டுவிட்டது போல் இருந்தது. இரவில் வெட்டவெளியில் தங்கிக் கொள்ளலாம் என்றான்.

'இன்றைக்குக் குடில்கள் எதையும் பார்க்க முடியாது..' என்ற டெர்சு வெளியே முகாம் அமைத்துக் கொள்ளலாம் என்ற கருத்தையும் முன்வைத்தான்.

'நல்லது..' என்றேன். 'சரியான இடத்தைத் தேர்ந்தெடுப்போம்..'

ஒரு சோலையின் 60 அடி உயரமுள்ள பெரிய செடார் மரத்தின் கீழ் காற்றுக்குப் பாதுகாப்பாய் ஒரு தங்குமிடத்தை அமைத்தோம்.

டெர்சு விறகு தேடிப் போனான். உதேஹி படுக்கையில் விரிக்க மரக்கிளைகளை வெட்டினான். நான் நெருப்பு மூட்டினேன்.

7 மணிக்கு எல்லாம் தயாராகி விட்டது. மூவரும் சோர்ந்து போனோம். தீச்சுடர் எழுந்து ஆசுவாசப் படுத்தியது. உடைகளைக் களைந்து உலர வைத்துக் கொண்டு இரவுணவைத் தயாரித்தோம். அரைமணியில் தேநீர் தயாரானது. காலநிலையைச் சுற்றியே எங்கள் உரையாடலும் அமைந்தது.

எனது நாய் ஆல்பாவுக்குக் கடாவைப் போல் அடர்ந்த முடியில்லை என்பதால் குளிருக்கு இதமாக நெருப்பின் அருகே அமர்ந்து கொண்டது. களைப்பும் அரைத் தூக்கமும் சேர்ந்து அதன் கண்களை அடிக்கடி சிமிட்டிக் கொள்ள வைத்தது. உதேஹி நாயோ சிறுகுட்டியாக இருந்தாலும் தன் சிரமங்களைப் பொறுத்துக் கொண்டு, முகாம் வாழ்வுக்குத் தன்னைத் தயார்ப் படுத்திக் கொண்டது. எங்களுக்கு அருகே வந்து சுருண்டு படுத்தது. காலை ஊன்றி எழுந்து பனியை உதறிவிட்டு வேறுபக்கம் போய்ப் படுத்துக் கொண்டது. வயிற்றுக்கு அருகே மூக்கை வைத்து மூச்சுக் காற்றால் உடலைச் சூடுபடுத்திக் கொண்டது.

டெர்சுவுக்கு ஒரு பிரச்சினை. தனது காலணிகளைக் கழற்றி வைக்கும் முன்னரே ஆல்பா தனது படுக்கைக்கான மரக்கிளைகளையும் உலர்ந்த புற்களையும் எடுத்துக் கொள்கிறது என்கிற வருத்தம்தான் அது. அதேநேரம் அடிக்கடி தனது மேல்கோட்டை ஆல்பாவுக்குக் கொடுத்து விடுவான். அதற்காகவே தங்குமிடங்களில் அவனது பாதங்களைத் தொட்டும் சுற்றிச்சுற்றி வந்தும் கவனத்தை ஈர்க்கும் அது. அப்போது முதல் வேலையாக அவன்

வெளியே போய் மரக்கிளைகளைக் கைநிறையக் கொண்டு வந்து அதற்குத் தந்து விடுவான்.

இப்போது நாய்களை விடச் சோர்வு அதிகமாக இருந்தது எங்களுக்கு. விறகை நெருப்பில் இட்டு உடலைச் சூடாக்கிக் கொண்டோம். படுக்கையை அமைத்துக் கொண்டோம். நெருப்பின் அருகே நானும் எனக்கு அடுத்து டெர்சுவும் படுத்துக் கொண்டோம்.

டெர்சு அங்கேயே தனக்கென்று ஒரு சிறு கூடாரத்தை அமைத்துத் தனது தோள்களை மேல்கோட்டால் போர்த்துக் கொண்டான். முதிய உதேஹி செடார் மரத்தினடியில் போர்வைக்குள் புகுந்து படுத்துக் கொண்டான். இரவு முழுவதும் நெருப்பு அணையாமல் பார்த்துக் கொள்ளும் பொறுப்பு அவனுடையது. ஏராளமான மரக்கிளைகளை வெட்டிப் போட்டு அதன்மீது தூங்குவதற்கான மடக்குப் பையை விரித்து விட்டேன். எனது படுக்கை ஒருபுறம் வீழ்ந்த மரம், மறுபுறம் நெருப்பு -எனப் பாதுகாப்பாய் இருந்தது.

புயற்காற்று வீசும் இரவில் காட்டில் தங்குவது என்பது திகிலை உண்டாக்குவது. அருகிலிருக்கும் மரம் எந்நேரமும் உடைந்து நம் மீது விழலாம். அதனால் களைப்பாக இருந்தாலும் வெகுநேரம் விழித்திருந்தேன்.

சீற்றத்துடன் வீசியது காற்று. பித்துப் பிடித்த விலங்கைப் போலத் தனக்கு எதிர்ப்பட்ட அனைத்தையும் சுழற்றியடித்தது. மரங்கள் மட்டும் தீரத்துடன் எதிர் கொண்டன. காட்டின் அரக்கர்களைப் போல உயர்ந்து நிற்கும் மரங்களுக்கும் பெருங்காற்றுக்கும் இடையே அசலான போர் நடப்பதையொத்து இருந்தது. காற்று அவற்றை வண்மையாகத் தாக்கி முறித்தும் கிழித்தும் கூக்குரலுடன் வேகமாக நகர்ந்தது. மாபெரும் சுழற்காற்றின் நட்டநடுவில் இருப்பதாக உணர்ந்தேன். காற்று தனது வலிமையையும் எல்லை விரிவதையும் காட்டும் விதத்தில் வீசியது. அருகிலிருந்த செடார் மரத்தின்மீது காற்று மோதி

அவை நாயகன்

அது வீழ்ந்து விடுமோ என அஞ்சினேன். ஆனால் அதன் சூழ்ச்சித் திட்டங்கள் பொய்த்துப் போயின.

அந்த வானுயர்ந்த மரம் சினத்தைக் காட்டுவது போல இருபுறமும் வேகமாகச் சாய்ந்தாடியது. ஹன்கா ஏரியிலும், சிகோடா-அலின் மலையிலும் அடித்த புயல் நினைவுக்கு வந்தது. உதேஹி நண்பன் விறகுக்கட்டைகளை நெருப்பின்மீது வீசுவதையும், காற்று உறுமிக்கொண்டே அதை விசிறி விடுவதையும் கவனித்தேன். அவனும் டெர்சுவும் உரையாடிக் கொண்டிருப்பது தெரிந்தது. அவர்களும் எச்சரிக்கையாக இருப்பதைக் குரல்கள் தெரிவித்தன.

'மரம் விழப் போகிறது..' என்று நினைத்துப் படுக்கையை வாரிச் சுருட்டி வைத்து எழுந்து உட்கார்ந்து கொண்டேன்.

'கவலை வேண்டா கேப்டன்..' மீண்டும் உறுதியாகச் சொன்னான் டெர்சு. ஆயினும் அவனது குரலில் நிச்சயமில்லை. வெறுமனே எச்சரிக்க மட்டும் அவன் விரும்ப மாட்டான்.

நெருப்பு ஒளிர்ந்தது. அருகில் அமர்ந்திருந்த டெர்சு, கனல்கிற வெப்பத்திலிருந்து முகத்தைக் காக்க ஒரு கையால் மறைத்துக் கொண்டு, இன்னொரு கையால் தணலை ஒருங்கு திரட்டிக் கொண்டிருந்தான். கிழவன் நாயை அதட்டிக் கொண்டிருந்தான். ஆல்பா என் அருகில் அமர்ந்து குளிரில் நடுங்கிக் கொண்டிருந்தது.

தீய ஆவிகள் ஒன்றுதிரண்டு ஊசியிலைக் காட்டுக்குள் நுழைந்து விட்டனவோ எனத் தெரியவில்லை. இயற்கை அமைத்து வைத்த சீர்மையைக் குலைத்துக் குழப்பத்தையும் அழிவையும் அவை ஏற்படுத்த முனைவதாகத் தோன்றியது. பித்தும் புலம்பலும், தொடர்ந்து பெருஞ்சிரிப்பும் கதறலுமாகக் கேட்பது போலிருந்தது. சுற்றிலும் என்ன

டெர்சு உசாலா | விளாதிமிர் கே ஆர்சென்யேவ்

நடக்கிறது எனத் தெரிந்து, தயார்ப்படுத்திக் கொள்ளச் சிறு அளவிலாவது மௌனம் வேண்டும். புயற்காற்று எப்போது நிற்கும் என்பதை அது சொல்லவும் கூடும்.

ஒளிரும் நெருப்பை விடுத்து நிலத்தில் நழுவி விழுந்தன கருநிழல்கள். புதர்களிலும் பனித்திரள்களிலும் தாவிச் சென்றன.

'ஒன்றுமில்லை கேப்டன்..' டெர்சு விடாப்பிடியாகச் சொன்னான். 'நீங்கள் தூங்குங்கள். நாங்கள் இங்கே பேசிக் கொண்டிருக்கிறோம்..'

அவர்களை வற்புறுத்த விரும்பாமல் தலையைப் போர்வைக்குள் வைத்துத் தூங்கிப் போனேன். சிறிது நேரத்திற்குள் ஏதோ சத்தங்கள் கேட்டதனைத் தொடர்ந்து விழித்துக் கொண்டேன்.

'தவறாக ஏதும் நடக்கிறதோ..?' என நினைத்துப் படுக்கையை விட்டுத் தவழ்ந்து வெளியே வந்தேன்.

புயல் ஓய்ந்து விட்டது. விண்மீன்கள் ஆங்காங்கே தென்பட்டன. வன்காற்றின் ஒவ்வொரு வீச்சும் உலர்ந்த பனியையும், மணலையும் அள்ளிக் கொட்டுவது போல் வாரிச் சேர்த்திருந்தது. என் சகாக்கள் நெருப்பின் முன்னே அமர்ந்திருந்தனர். கிடென்பு குத்துக் காலிட்டு எதையோ கவனித்துக் கொண்டிருந்தான். டெர்சு சில அடி தூரத்தில் இருந்து தீயின் வெப்பம் கண்ணில் படாதவாறு மறைத்துக் கொண்டு இருட்டைப் பார்த்துக் கொண்டிருந்தான். நாய்களும் எழுந்து வந்து, நெருப்பின் முன் நெருங்கி அமர்ந்து, கீழே விழாமலிருக்கக் கால்களை உயர்த்தியும் இடம் மாறிக் கொண்டும் இருந்தன. காற்றில் ஏதோ இருப்பதை உணர்ந்துகொண்டு டெர்சு, உதேஹி பார்த்திருக்கும் திசையையே கவனித்துக் கொண்டிருந்தன.

தணலுடன் எரிந்த நெருப்பு ஆயிரமாயிரம் தீப்பொறிகளை உருவாக்கியிருந்தன. அவை காற்றில் சுழன்று காட்டை நோக்கிப் பறந்தன.

● அவை நாயகன்

'என்ன அது டெர்சு..?' என்றேன்.

'காட்டுப் பன்றிகள்..' என்றான்.

'இங்கே என்ன செய்கின்றன..?'

காட்டுப் பன்றிகள் அங்கேயிருப்பது இயற்கைக்கு மாறானதல்ல. ஆனால் அவை கும்பலாக நடந்து எங்கள் தங்குமிடத்தை நாசம் செய்திருக்கின்றன. தலைகீழாய்ப் புரட்டிப் போட்டிருக்கின்றன. சத்தமிட்டுத் தமது எதிர்ப்பைக் காட்டியிருக்கின்றன.

டெர்சுவுக்கு நிலை கொள்ளவில்லை.

'ஊசியிலைக் காட்டிலேயே பயணிக்கும் உங்களுக்கு இன்னுமா புரியவில்லை..? குளிர்காலத்தில் பன்றிகள் இரவில் நடமாடுவதில்லை..' என்றான்.

மரக்கிளைகள் முறிபடுகிற சத்தம் கேட்டோம். உடன் அவற்றிற்கேயுரிய உறுமல் வேறு. தங்குமிடத்திற்கு அருகிலுள்ள ஒரு மலையிலிருந்து இறங்கி வந்து மீண்டும் கூம்பு வடிவமுள்ள ஒரு மண்திட்டை நோக்கிச் சுற்றுவழியில் போயின.

தூக்கம் முற்றிலுமாகத் தொலைந்து போனது.

'ஏன் அவை நடந்துகொண்டே இருக்கின்றன..? என்று கேட்டேன்.

'அதற்கு ஒரு காரணம் இருக்கும்..' பதில் சொன்னான். 'யாரோ சில மனிதர்கள் பின்தொடர்ந்து கொண்டிருக்கலாம்..'

உதேஹிகளைச் சொல்கிறான் என நினைத்தேன். வேட்டைக்கு இந்த நேரத்தைத் தேர்ந்தெடுப்பார்களா என்ற வியப்பும் எழுந்தது. விலங்குகளையும் அவன் மனிதர்கள் என்றே குறிப்பிடுவான் என்பதை நினைவுபடுத்திக் கொண்டேன். ஆகவே பன்றிகளைத் துரத்துவது புலிதான் என்ற முடிவுக்கு வந்தேன். அந்தக் காட்டின் அரசன் அருகில்தான் எங்கோ இருக்கிறான்.

டெர்சு உஸாலா | விளாதிமிர் கே ஆர்சென்யேவ்

புயல் முழுதும் தணிந்து விட்டாலும் காற்று வீசி மரங்களை உலுக்கிக் கொண்டிருந்தது. தூங்குவதற்கான மடக்குப் பையை இழுத்துவிட்டு மீண்டும் தீயை நெருங்கிப் போனவன் ஒரு நிமிடத்தில் தூங்கிப் போனேன். அதுகூட வெகுநேரம் ஆனது போலவும் தூக்கத்தில் என் மார்பின் மீது ஏதோ விழுந்து அழுத்தியது போலவும் இருந்தது. தொடர்ந்து நாயின் சிணுங்கலோசையும் உரத்த குரலில் டெர்சு கத்துவதையும் கேட்டேன்.

'சீக்கிரம்..'

எழுந்து விட்டேன். பனியும் உலர்ந்த இலைகளும் முகத்தில் தாறுமாறாக விழுந்தன. அப்போது ஒருகணம் மரங்களில் படிந்திருந்த நிழல்களைக் கவனித்தேன். ஆல்பா இன்னும் என் மார்பை விட்டு இறங்கவில்லை.

நெருப்பு அணைந்து விட்டபோதிலும், அதில் ஓரிரு கங்குகளின் மேல் காற்று வீசியடித்து ஒளிரச் செய்து தீப்பொறிகளைப் பனியின் மீது தெறிக்க விட்டன. டெர்சு தரையில் அமர்ந்து மார்பைப் பற்றிப் பிடித்துக் கொண்டிருந்தான். இதயத் துடிப்பை இறுக்கி நிறுத்துவது போலிருந்தது அது. உதேஹி முதியவன் தரையில் பனியின்மீது அசைவில்லாமல் படுத்திருந்தான்.

சில கணங்கள் என்ன நடக்கிறது என்பதும், என்ன செய்வது என்பதும் தெரியாததால் நாயை மார்பை விட்டு இறக்கினேன். டெர்சுவை நெருங்கினேன்.

'என்ன நடக்கிறது..?' அவனது தோள்களை உலுக்கிக் கேட்டேன்.

'அம்பா.. அம்பா..' கிறீச்சிடும் குரலில் கூறினான். 'நம் கூடாரத்தில் புகுந்து ஒரு நாயைத் தூக்கிக் கொண்டு போயிருக்கிறான்..'

எழுந்துபோய் நெருப்பை ஊதத் தொடங்கினான். அதன் சுடர்கள் வானில் எழுந்து, அசையாமல் கிடந்த உதேஹியை எழுப்பி விட்டது. அச்சம் பீடித்த கண்களோடு அவன்

● அவை நாயகன்

டெர்சுவைப் பார்த்தான். எப்போது வேண்டுமானாலும் வேடிக்கை காட்டக்கூடிய தோற்றம்தான் கிழவனுடையது.

நான் மட்டுமே அங்கு தற்கட்டுப்பாட்டுடன் இருந்ததாக உணர்ந்தேன். உறங்கி விட்ட நிமிடத்தில் நடந்த சம்பவம் தெரியவில்லை எனக்கு. இப்போது அந்த நிலைமை மாறிவிட்டது. டெர்சு சுதாரித்துக் கொண்டான். அச்சம் என்னைப் பற்றிக் கொண்டது. இரண்டாவது முறையாகப் புலி வந்து எங்களில் ஒருவரைத் தாக்கக் கூடும். இதெல்லாம் எப்படி நடந்தது.? யாரும் அதைச் சுடவில்லையே. ஏன்..?

டெர்சுதான் முதலில் விழித்திருக்கிறான். நாய்கள் அவனை உசுப்பி விட்டிருக்கின்றன. நெருப்பின் மறுபுறம் தாவியிருக்கின்றன. புலியின் பிடியில் இரண்டும் சிக்கவில்லை. ஆல்பா, டெர்சுவின் தலைமீது தாவியபோது அவன் தூக்கக் கலக்கத்தில் அதை நெருப்புக்கு அப்பால் தள்ளிவிட்ட போதுதான் புலி, தன்னையும் நெருங்கியிருப்பதைக் கணநேரத்தில் கண்டிருக்கிறான். அங்கே தடைசெய்ய ஏதும் இல்லாததால் சாவகாசமாக நுழைந்து அந்தச் சிறிய உதேஹி நாயைக் கவர்ந்து போயிருக்கிறது. சம்பவம் முடிந்ததும் ஆல்பா அங்கிருந்து தாவி என் மார்பில் விழுந்திருக்கிறது. இப்போது டெர்சு உரக்கக் கூவுவதைக் கேட்டேன்.

தன்னியல்பாகத் துப்பாக்கியை எடுத்துக் கொண்டாலும் எங்கே சுடுவதென்று தெரியவில்லை.

திடீரென்று எனக்குப் பின்புறம் இருந்த புதரில் சரசரப்பொலி கேட்டது.

'இங்கே..' என்று கிடென்பு செடார் மரத்தைச் சுட்டிக்காட்டி முணுமுணுத்தான்.

'இல்லை. இங்கேதான்..' அதற்கு நேரெதிர்த் திசையைக் காட்டினான் டெர்சு.

மீண்டும் சரசரப்பொலி கேட்டது. ஆனால் இப்போது இருபுறமும் இருந்து ஒரே நேரத்தில். மர உச்சியில் காற்று

டெர்சு உஸாலா | விளாதிமிர் கே ஆர்சென்யேவ்

மோதும் சத்தம் இருந்தாலும் நாங்கள் அதையும் மீறிக் கவனிக்க வேண்டியிருந்தது. மரக்கிளைகள் முறிபடுவது போலவும், நான் புலியை நேரில் பார்த்து விட்டது போலவும், அதை நெருங்கி விட்டது போலவும் கூடத் தோன்றியது. ஆனால் அங்கே வீழ்ந்து கிடந்த மரத்தையும் ஊசியிலை மரமொன்றின் சிறுகிளைகளையும் தவிர வேறொன்றுமில்லை.

பகலில்கூட சற்றுத் தொலைவில் இருப்பவர்களும் பார்வைக்குத் தென்படாதவாறு அந்தப் புதர் அடர்த்தியாக சூழ்ந்திருந்தது.

'டெர்சு..' என்று கூப்பிட்டேன். 'மரத்தில் ஏறிக்கொள். அங்கிருந்து உன்னால் இன்னும் தெளிவாகப் பார்க்க முடியும்..'

அவன் மறுத்து விட்டான் : 'எனக்கு வயதாகி விட்டது. மரம் அசைந்தாடிக் கொண்டிருக்கிறது. மேலும் என்னால் எதையும் தெளிவாகப் பார்க்க முடியாது..'

உதேஹியும் மரத்தில் ஏற மறுத்தான். ஆகவே நானே ஏறிப் பார்க்க முடிவு செய்தேன். மரத்தின் தண்டுப்பகுதி மென்மையாகவும், காற்றுக்கு ஒதுங்கிய அதன் பகுதி பனித்துளிகள் நிறைந்தும் இருந்தது. எவ்வளவோ முயன்றும் பத்தடிக்கு மேல் ஏற முடியவில்லை. கைகள் உறைந்து போயிருந்தன. எனவே அத்திட்டத்தைக் கைவிட்டேன்.

'மரத்தில் ஏற வேண்டியதில்லை..' வானத்தைக் காட்டிச் சொன்னான் டெர்சு. 'விரைவில் பகல் வெளிச்சம் வந்து விடும்..'

துப்பாக்கியை எடுத்து வானில் சுட்டான். காற்று வீசிய வேகத்தில் அதன் ஒலிகூட அமுங்கிப் போனது.

தீயை மூட்டித் தேநீர் தயாரித்தோம். ஆல்பா என்னுடனோ, அல்லது டெர்சுவுடனோ நெருங்கி அணைந்து

● அவை நாயகன்

அமர்ந்து கொண்டது. சத்தம் எங்கே கேட்டாலும் அச்சத்துடன் பார்த்தது.

அங்கேயே நாற்பது நிமிடங்கள் அமர்ந்து ஆபத்திலிருந்து தப்பித்ததைப் பற்றிப் பேசிக்கொண்டிருந்தோம்.

விடியத் தொடங்கியது. இருள் கரைந்து விண்மீன்கள் மங்கலாகி வான்பரப்பில் பின்னடைந்து கொண்டதுபோல் காணப்பட்டது. கீழ்வானம் குருதிச் சிவப்பு நிறம் கண்டது. காற்று தணிந்து குளிர் அதிகரித்தது. டெர்சு, கிடென்பு இருவரும் புதர்களைச் சோதித்துப் பார்த்தனர். மொத்தம் ஒன்பது காட்டுப் பன்றிகள் அந்த இடத்தைக் கடந்திருப்பதையும் அவற்றைப் பின் தொடர்ந்து வந்த புலி, நல்ல அனுபவம் வாய்ந்தது என்பதையும் கண்டறிந்தனர். கூடாரத்தையே சுற்றி வந்தும், தீ அணைந்து போயிருந்ததால் ஒரு நாயை மட்டும் கவர்ந்து போக அதனால் முடிந்திருக்கிறது.

அதையெல்லாம் மறந்துவிட்டு, புலியைப் பின்தொடர்ந்து போகலாமா எனக் கேட்டேன். டெர்சு வியப்புக்குரிய வகையில் அதற்கு இசைந்தான். உடனடியாகக் கிளம்பினோம்.

ஊசியிலைக் காடு அதற்கு ஏராளமான உணவினை அங்கே வைத்திருக்கிறது; மனிதர்களைத் தாக்க வேண்டிய தேவை அதற்கில்லை என்பதை விவரித்தான் டெர்சு. பன்றிகளைத் தாக்கப் போய், மனிதர்கள் அடங்கிய எங்கள் கூடாரம் குறுக்கிட்டதால் தனது தாக்குதலை எங்கள் மீது செலுத்த முயன்றிருக்கிறது.

'அதுபோன்ற அம்பாவைக் கொல்வது தவறில்லை..' என்று முடித்தான்.

சிறிது இறைச்சியும், தேநீரும் சிற்றுணவாயின. பனிச்சறுக்குக் கட்டைகளோடு புறப்பட்டோம்.

டெர்சு உஸாலா | விளாதிமிர் கே ஆர்சென்யேவ்

புயற்காற்று கொஞ்சமும் இல்லை. செடார் மற்றும் ஊசியிலை மரங்களின் இலைகள் வெண்ணிறப் பனித்துகள்களுடன் சேர்ந்து தரையைப் போர்த்தியிருந்தன. சூரிய ஒளி அதன் பரப்பில் விழுந்ததால் காடு தெளிவையும் உற்சாகத்தையும் மீட்டுக் கொண்டது.

புலியின் கால்தடத்தைத் தொடர்ந்தோம். அது எங்கள் கூடாரத்தை விட்டு விலகி ஒரு காய்ந்த விறகுக் குவியலை நோக்கிப் போனது.

'அவசரப் படாதீர்கள் கேப்டன்..' எச்சரித்தான் டெர்சு. 'நேராகப் போவதில் பயனில்லை. சற்றே சுற்றி வந்து சரியாகப் பார்க்கலாம்..'

சாய்ந்து கிடந்த மரங்களின் ஓரப்பகுதியை நெருங்கினோம்.

'அவன் போய்விட்டான்..' ஒரு புதிய தடத்தைக் கண்டவுடன் டெர்சு திடீரென்று உரக்கக் கூவினான்.

ஓர் இடத்தில் புலி வெகுநேரம் அமர்ந்திருப்பதற்கான தடயம் தென்பட்டது. அங்கே அதன் உடல் எடை காரணமாகப் பனி உருகியிருந்தது. மேலும் கவர்ந்து போயிருந்த நாயை உண்ணாமல் விட்டுத் தனது குறிக்கோளை நோக்கிப் போயிருக்கிறது.

மூன்று மணிநேரம் அதன் காலடித் தடத்தைப் பின்பற்றிப் போனோம்.

அதன் பாதை நேராக இல்லை. புதர் மண்டியிருந்த இடத்தை விரும்பித் தேர்ந்து நடந்து போயிருக்கிறது. அங்குதான் காய்ந்த மரக்கட்டைகளும் குறைந்த அளவில் பனித்துகள்களும் இருந்தன. சாய்ந்து கிடந்த மரத்தின்மேல் நீண்ட நேரம் நின்று, எதையோ கண்டு பயந்து, தரையில் குதித்து, வயிற்றை அழுத்தித் தவழ்ந்து சிறிது தூரம் போயிருக்கிறது. அவ்வப்போது நின்றுகொண்டு கவனித்திருக்கிறது. நாங்கள் அதை நெருங்கி

விட்டிருந்தபோது அது வேகமாகப் பின்வாங்கித் தாவியும் பின்னர் நடந்தும் போயிருக்கிறது.

டெர்சு உதேஹியுடன் கலந்து ஆலோசித்தான். புலியைத் தொடர்ந்து போவதைக் கைவிட்டு விடலாம் என்று நினைத்திருக்கிறான். ஏனென்றால் புலியிடம் காயம்பட்ட அறிகுறி ஏதுமில்லை. உறைபனி ஆழமாகப் படியவில்லை என்பதால் தப்பிச் செல்லப் பெரிதாகத் தடையேதும் கிடையாது. ஆகவே துரத்துவது தேவையற்றது என்ற முடிவுக்கு வந்திருக்கிறான்.

புலி, நாயை ஏன் கொல்லவில்லை என்பதும், ஏன் அதை இழுத்துப் போனது என்பதும் புரியவில்லை எனக்கு. அது அவன் அல்ல; அவள் என்பதையும் உறுதியாகச் சொன்னான். ஆம். அது பெண்புலிதான். அதனால்தான் நாயைத் தனது குட்டிகளில் ஒன்றாகப் பார்த்திருக்கிறது. மலை, பள்ளத்தாக்கில் எங்களுக்கு முன்னால் நடந்து, நாங்கள் அதைத் தொடரும் முயற்சியைக் கைவிடும்வரை போக்குக் காட்டியிருக்கிறது. ஆனாலும் தனது குகைக்குச் செல்லும் பாதையை மட்டும் எங்களுக்குக் காட்டாமல் மறைத்திருக்கிறது.

திரும்பிவிடத் தீர்மானித்தோம். டெர்சு உரக்க இரைந்தான்:

'அம்பா.. நீ நல்லவள் இல்லை.. ஒரு திருடி.. நாயை விட மோசமானவள். நான் உன்னைக் கண்டு பயப்படப் போவதில்லை. அடுத்த முறை உன்னைப் பார்த்தால் சுட்டுக் கொன்று விடுவேன்..'

பிறகு தனது புகைக்குழாயைப் பற்ற வைத்துக்கொண்டு முகாமுக்குத் திரும்பும் வழியைத் தேடினான்.

தற்காலிக வசிப்பிடத்தை நெருங்குகையில் நான் அவர்களுக்கு முன்னால் போய் ஒரு பள்ளத்தாக்கை

டெர்சு உஸாலா | விளாதிமிர் கே ஆர்சென்யேவ்

அளவீடு செய்து திரும்பினேன். அப்போது கூடார உள்ளிருந்து ஏதோவொன்று வெளிப்பட்டு அருகிலுள்ள குன்றில் குறுநடையில் இறங்கிப் போவதைக் கவனித்தேன். அடுத்த நிமிடத்தில் நாங்கள் அனைவரும் அங்கே இருந்தோம்.

எங்கள் உடைமைகள் தாறுமாறாகக் கலைந்திருந்தன. மடக்குப் பை கந்தலாகக் கிழிந்திருந்தது. ஓர் இணை பெருந்தீனி உண்ணும் கிளட்டன் விலங்குகள் நடந்துபோன பாதையைப் பனி தெளிவாகக் காட்டியது.

உடைமைகளை இயன்றவரை சேகரித்துக்கொண்டு திரும்பினோம். குன்றிலிருந்து இறங்குவது எளிதாக இருந்தது. சறுக்கிச் செல்ல வேண்டிய பாதை பனித்துகள் படிந்திருந்தாலும் உறுதியாக இருந்தது. பாதுகாப்பான வேகத்தில் சென்று மாலை மயங்கும் நேரத்திற்கு முன் பிற சகாக்களோடு இணைந்து கொண்டோம்.

சிகோன்கு மலைச் சிகரத்தின் அருகே ஓர் உதேஹிக் குடியிருப்பை வந்தடைந்தோம். பிகின் ஆறு அருகே ஒரு தேடுதல் வேட்டை நடந்து வருவதாகவும், அதில் கலந்துகொள்ள வந்த காவல்துறை அதிகாரியானவர் கடும்பனி பெய்து வருவதால் திரும்பி விட்டதாகவும் தகவல் கிடைத்தது. அது எங்கள் பயணத்தை எவ்விதத்திலும் பாதிக்காது என்பதால் அதைப் பற்றிய கவலை எனக்கு எழவில்லை. சற்றுத் தொலைவில் காலியாக இருந்த இரண்டு உதேஹியர் கூடாரங்களில் தங்கிக்கொள்ளத் தீர்மானித்தேன்.

'அவர்கள் எங்கிருக்கிறார்கள்..?'

'பெய்-சி-தத்தனா என்ற இடத்தில்..' என்று அங்கிருந்த ஒருவன் பதில் சொன்னான்.

'எவ்வளவு தூரம் இருக்கும்..?' என்றான் சகரோவ்.

'இரண்டு வெர்ட்ஸ்..' என்றான். ஒரு வெர்ஸ்ட் என்பது

அரை மைலுக்குச் சற்று அதிகம். அந்த உதேஹியே எங்களுக்கு வழிகாட்ட முன்வந்தான். அங்கேயே சிறிது எல்க் மானிறைச்சி, மீன்கள், கரடிக் கொழுப்பு ஆகியவற்றை விலைக்கு வாங்கிக் கொண்டு புறப்பட்டோம். இரண்டு மைல் தூரம் கடந்த பிறகு, இன்னும் எவ்வளவு தூரம் இருக்கிறது என்று அவனைக் கேட்டேன்.

'பக்கம்தான். நெருங்கி விட்டோம்..' என்றான்.

ஆனால் மேலும் மூன்று மைல் தூரம் நடந்தும் அங்கே குடியிருப்பு ஏதும் தென்படவில்லை. தங்கி ஓய்வெடுத்துக் கொள்ள வேண்டிய நேரம்தான். ஆனால் பனித்தரையில் வெட்டவெளியில் இரவுநேரம் தங்குவது பாதுகாப்பல்ல. அதிலும் குடியிருப்பு அருகில்தானே இருக்கப் போகிறது. அந்த உதேஹி இதோ அருகில், மிக அருகில் எனத் தொடர்ந்து சொல்லிக் கொண்டிருந்தான்.

ஆறு திரும்பும் வளைவுகள் ஒவ்வொன்றிலும், நில நீட்சி முடிவடையும் இடங்களிலும் குடியிருப்பு இருக்குமோ என்ற எதிர்பார்ப்புடனே நடந்தோம். ஏதோ ஒன்று மனதில் தோன்ற இன்னும் எவ்வளவு தூரம் என்று எங்கள் வழிகாட்டியைக் கேட்டேன். ஏழு வெர்ஸ்ட் என்று உறுதியான குரலில் சொன்னான் அவன்.

பிறகு ஓரிடத்தில் நின்றுகொண்டு வசைபாடத் தொடங்கினான். உதேஹியருக்கு மைல் கணக்குத் தெரியாது என்பது அப்போதுதான் புரிந்தது. அவர்கள் தூரத்தை நேரக் கணக்கில் அனுமானிக்கிறார்கள் -அரைநாள், ஒருநாள், இரண்டு, மூன்று நாட்கள் என்பதுபோல.

தங்குவதற்கான அறிவிப்பைக் கொடுத்தேன். இன்னும் அந்த உதேஹி கல்லெறி தூரத்தில்தான் குடியிருப்பு இருக்கிறது என்று அழுத்தம் திருத்தமாகச் சொல்லிக் கொண்டிருந்தான். ஆனால் யாரும் அதை நம்பவில்லை.

வீரர்கள் பனியை அகழ்ந்து அப்புறப் படுத்தி, விறகு தேடி முகாம் அமைத்தனர். இருட்டும் முன் எல்லாம் தயாராகி விட்டது. வசதியாகவும் இருந்தது.

அடுத்தநாள், ஒருநாளே வீணாகி விட்டதில் கவலையாக இருந்தான் டெர்சு. ஆனால் மற்ற அனைவருக்கும் அது வேடிக்கைக் கதையாக மாறியிருந்தது.

எனது பையில் சின்னஞ்சிறு பொருட்கள் ஏராளமாக இருக்கும். பென்சில், கிரேயான், பேனாக்கத்தி, அழிப்பான், ஊசிநூல், துளையிடும் தமரூசி, கைக்கடிகாரம், நிறுத்து கடிகாரம் என்பவற்றைப் போல. சிலவற்றை –அதில் ஓர் இங்க் புட்டியும் அடக்கம் – டெர்சுவிடம் கொடுத்துத் தூக்கிவரச் சொன்னேன். நண்பகலில் அவன் வருத்தத்துடன் ஓடிவரக் கண்டேன். எதையோ தொலைத்து விட்டானாம்.

‘என்ன தொலைந்தது..?’ என்றேன்.

திக்கித் திணறிக் கொண்டிருந்தான். அது என்ன என்பதற்கான ரஷ்யச் சொல் தெரியவில்லை அவனுக்கு.

‘எதைத் தொலைத்தாய். சொல்..? மறுபடியும் கேட்டேன்.

‘நீலத் தண்ணீர்..’ சங்கடத்துடன் சொன்னான். அவனது அகராதியில் இங்க் என்ற சொல் அறியப் படாதது.

வெடித்துச் சிரிக்கத் தொடங்கினர் வீரர்கள். அவனது அலங்கோலமான தோற்றத்தைக் கண்டுதான் ஏளனமாகச் சிரிக்கிறார்கள் என்று நினைத்து, அந்த ‘நீலத் தண்ணீரின்’ மீது தனிக் கவனம் வைத்து இருந்திருக்க வேண்டும் என்பதையும் ஒப்புக் கொண்டான். அவன் அதனைக் குறித்துச் சொன்ன சொற்கள் வீரர்களின் வாயில் வெவ்வேறு விதமாக உருக்கொண்டன. மறைமுகப் பொருளையும் தாங்கின. அவர்கள் நாகரிக சமூகத்தில் வாழ்பவர்கள். நினைத்த வேகத்தில் எங்கும் போய்வர முடியும். பழங்குடிகளோ இவற்றை அறியாமலே

நூற்றாண்டுக் கணக்கில் வாழ்பவர்கள். 'நீலத் தண்ணீரைப்' பற்றித் தெரியாததால் டெர்சுவைக் குறைகூற முடியாது.

1907 ஆம் ஆண்டின் கடைசி நாளில் நாங்கள் பிகின் ஆற்றோரம் மக்கள் அதிகமாக வாழும் பகுதியான சிகோனுக்குப் பயணித்தோம். அதை மேற்குப் பள்ளத்தாக்கு என்று அழைக்கின்றனர். அங்கே பெரும்பாலும் சீனர்கள்தான் வசித்தனர். ஒரு பன்றியைச் சமைத்து அடுத்த நாள் தம்முடன் இருக்க வற்புறுத்தினர். எம்மிடம் உணவுப் பொருள் கையிருப்பு குறைவாக இருந்ததாலும், நாகரிக மனிதர்கள் சூழ்ந்த இடத்தில் புத்தாண்டு கொண்டாடப் படுவதாலும் அவர்களின் அழைப்பை ஏற்றுக் கொண்டேன். வீரர்கள் தாம் மதுபானங்களை மிதமாகக் குடிப்பதாக உறுதியளித்தனர். அதைக் காப்பாற்றவும் செய்தனர்.

மறுநாள் காலைநேரம் வெளிச்சமாகவும் உறைபனி சூழ்ந்தும் இருந்தது. வீரர்களை அழைத்து அந்தப் பயணத்தில் கலந்துகொண்டு சிறப்பித்தமைக்காக நன்றியைத் தெரிவித்துக் கொண்டேன். அவர்கள் எழுப்பிய 'ஹுர்ரா' மகிழ்ச்சியொலி வெகுதூரம் கேட்டிருக்கும். சீனர்கள் தமது குடில்களை விட்டு வெளியே வந்து கிணுகிணுக்கும் மணிகளை ஒலித்தும், பட்டாசுகளை வெடித்தும் மகிழ்ச்சியை வெளிப்படுத்தினர். இரவுணவுக்காக அமர்ந்தபோது கோயில் மணி முழங்கியது. அப்போது ஒரு சீனன் வந்து அந்தக் காவல்துறை அதிகாரி வந்திருப்பதாகத் தெரிவித்தான். சிறிது நேரத்தில் அலங்கோலமான மென்மயிர்க் கோட்டு தரையில் வழிய வந்து சேர்ந்தது காவல்துறை அதிகாரியல்ல. எங்கள் வீரர்களில் ஒருவனான மெர்சில்யகோவ். வாழ்த்துகளைப் பரிமாறிக் கொண்டபின், அவன் எங்களைத் தேடி வெளியே போனதாகவும் பனிப்பொழிவு அதிகமாக இருந்ததால் அவர்களின் அறிவுரைக்கேற்பத் தனது பயணத்தை ஒத்தி வைத்ததாகவும் தெளிவு படுத்தினான்.

30

மாபெரும் பிரிவு..

ஜனவரி 7-ஆம் நாள் கபரோவ்ஸ்க் நகரை வந்தடைந்தோம். வீரர்கள் தமது பணியிடங்களுக்குத் திரும்பினர். நானும் டெர்சுவும் எனது வீட்டுக்குப் போனோம். அங்கே என் நெருக்கமான நண்பர்கள் வரவேற்கக் காத்திருந்தனர்.

டெர்சுவை அவர்கள் ஆர்வத்துடனும் வியப்புடனும் பார்த்தனர். தனது இயல்பைத் துறந்து அவன் எங்களோடு புதுவாழ்வைப் பயில்வது கடினமாகத்தான் இருக்கும்.

படுக்கை, மேசை, இரண்டு நாற்காலிகள் கொண்ட ஒரு சிறிய அறையை அவனுக்கு ஒதுக்கித் தந்தேன். அவற்றில் எல்லாவற்றையும் அவன் பயன்படுத்தவும் இல்லை. பெரும்பாலும் தரையில் அமர்ந்து கொள்வான். அடிக்கடி துருக்கிய முறைப்படி கால்களை மடித்து வைத்துப் படுக்கையில் உட்கார்ந்திருப்பான். பழக்கத்தை மாற்ற முடியாமல் மெத்தையின்மேல் தனது ஆட்டுத்தோல் கோட்டை அணிந்தவாறு தூங்கப் போனான்.

● அவை நாயகன்

அடுப்பின் அருகே ஓர் இடம் அவனுக்குப் பிடித்திருந்தது. மரக்கட்டைகளின் மேல் அமர்ந்து எரியும் நெருப்பை மணிக்கணக்கில் பார்த்துக் கொண்டிருப்பான். அந்த அறையும் பொருட்களும் அந்நியமாகவே இருந்தது அவனுக்கு. எரியும் மரத்துண்டுகள் மட்டும் ஊசியிலைக் காடுகளை நினைவுபடுத்தியிருக்கும். நெருப்பு சரியாக எரியாதபோது அடுப்பைப் பார்த்து எரிச்சலோடு சொல்வான் :

'மோசமான மனிதன். ஒழுங்காகவே எரியத் தெரியவில்லை..'

சிலநேரம் அவனுடன் அமர்ந்து எங்களுடைய பயணங்களைப் பற்றிப் பேசுவேன். அந்த அளவளாவல் இருவருக்குமே மகிழ்ச்சியைக் கொண்டு வரும்.

ஒருநாள் டெர்சுவின் குரலை ஒரு போனோகிராபில் பதிவு செய்ய விரும்பினேன். நான் என்ன எதிர்பார்க்கிறேன் என்பதை விரைவாகப் புரிந்துகொண்டு, உடனே ஒரு நெடுங்கதையைச் சொல்லத் தொடங்கி விட்டான். அந்தப் 'பேருரை' போனோகிராபின் முழு சிலிண்டரையும் காலிசெய்யும் வரை போனது. பிறகு பதிவு செய்த குரலைப் போட்டுக் காட்டியபோது அவன் வியப்படைந்தது போலத் தெரியவில்லை. வெறுமையாகக் காணப்பட்டது அவன் முகம். கவனமாகக் கடைசிவரை கேட்டபின் போனோகிராபைச் சுட்டிக் காட்டி :

'அவர் சரியாகப் பேசுகிறார். ஒரு வார்த்தையைக் கூடத் தவற விடவில்லை..'

திருத்த வேண்டியதில்லை அவனை. தன் உலகிற்கு உண்மையானவனாக இருக்கிறான். போனோகிராபையும் ஒரு மனிதப் பிறவியாகத்தான் பார்க்க முடிகிறது அவனால்.

பயணத்திலிருந்து திரும்பியவுடன் பல பணிகள் காத்திருந்தன. செலவுக் கணக்கு, அறிக்கைகள், வழித்தடங்களைச் செப்பமாக வரைதல், சேகரித்த

பொருட்களை அடுக்கி வைத்தல் -எனப் பலவும் இருந்தன. நாள் முழுவதும் சிறுமேசை முன் அமர்ந்து நான் எழுதிக் கொண்டிருப்பதைக் கவனித்த டெர்சு சொன்னான் :

'நான் முன்பெல்லாம் நினைத்ததுண்டு' என்று தொடங்கினான். 'கேப்டன் என்றால் இப்படித்தான் உட்கார வேண்டும்..' ஒரு கேப்டன் அமர்ந்து கொள்ள வேண்டிய முறையைத் தன் நினைவிலிருந்து செய்து காட்டினான். 'உணவருந்த வேண்டும். மனிதர்களை மதிப்பிட வேண்டும். வேறெதுவும் செய்ய வேண்டியதில்லை. இப்போது நான் ஒன்றைப் புரிந்து கொண்டேன் : கேப்டன் என்றால் மலைப்பயணம் போக வேண்டும். அங்கே வேலை செய்ய வேண்டும். நகரத்திற்குத் திரும்பி அங்கும் உழைக்க வேண்டும். ஓரிடத்தில் கூடச் செயல்படாமல் இருக்க முடியாது. நேரம் இருக்காது..'

ஒருநாள் அவனது அறைக்குப் போனபோது அவன் வெளியே கிளம்பும் உடையுடன் நின்றிருந்தான். கைகளில் துப்பாக்கி இருந்தது.

'எங்கே போக வேண்டும்..?'

'சுடுவதற்காக..' எளிதாகச் சொல்லிவிட்டு என் வியப்பை உணர்ந்து கொண்டு தனது துப்பாக்கியின் குழல் பகுதி அழுக்கடைந்திருப்பதைக் கூறி, ஒருமுறை சுட்டால், வெளிவரும் குண்டு, மண்டியிருக்கும் அழுக்கை அகற்றி விடும் என்பதையும் அதன்பிறகு குழலைத் துடைத்து வைத்து விட்டால் போதும் என்பதையும் விளக்கினான்.

நகர எல்லைக்குள் துப்பாக்கி சுடுவது தடை செய்யப் பட்டுள்ளது என்ற தகவல் அவனை ஏமாற்றத்திற்கு உள்ளாக்கியது. விரல்களால் அதைத் தொட்டு, நெடுமூச்செறிந்து ஒரு மூலையில் கொண்டுபோய் வைத்தான். ஏதோ காரணத்தால் கவலையில் இருந்தான்.

அடுத்த நாள் டெர்சுவின் அறையைக் கடந்தபோது, கதவு திறந்திருக்கக் கண்டேன். வேகமாக உள்ளே சென்று

பார்த்தேன். வியப்பதற்கு வேலை வைக்காமல், சன்னலோரம் நின்றிருந்தான். வாய் எதையோ முணுமுணுத்துக் கொண்டிருந்தது. ஊசியிலைக் காட்டில் வருடக் கணக்கில் வாழ்பவர்களால் தமது எண்ணங்களைத் தீவிரமாகவே வெளிக்காட்டிவிட முடியும்.

‘டெர்சு..’ என்றேன்.

திரும்பிப் பார்த்துப் புன்னகைத்தான்.

‘என்ன இதெல்லாம்..?’

‘ஒன்றுமில்லையே..’ பதில் தந்தான். ‘ஒரு வாத்தைப்போல இங்கே நான் உட்கார்ந்திருக்கிறேன். இந்தப் பெட்டிகளுக்குள் மனிதர்களால் எப்படி வசிக்க முடிகிறது...?’ சுவரையும் மேற்கூரையையும் சுட்டிக் காட்டினான். ‘மனிதர்கள் என்றால் மலைகளுக்குப் போய்த் துப்பாக்கியால் சுட்டுக் கொண்டிருக்க வேண்டும்..’

அமைதியாகி விட்டான். மீண்டும் சன்னலுக்குப் போய் வெளியே தெருவைப் பார்க்கத் தொடங்கினான். இழந்த விடுதலையை எண்ணித் துயர்ப் படுகிறானோ..? சரியாகிவிடும் என்று நினைத்தேன். விரைவில் நகர வாழ்க்கைக்குப் பழகிக் கொள்வான்.

ஒருநாள் அவனது அறையில் பழுது பார்க்கும் வேலைகள் சிலவற்றைச் செய்ய வேண்டியிருந்தது. அடுப்பைப் பழுது நீக்கிச் சுவர்களுக்கு மீண்டும் வண்ணம் பூசிவிட விரும்பினேன். அதுவரை என் அறையில் தங்கிக்கொள்ள வேண்டினேன். ஓரிரு நாட்களில் அதே அறைக்குத் திரும்பி விடலாம் என்ற உறுதியையும் அளித்தேன்.

‘பரவாயில்லை கேப்டன்..’ என்றான். ‘நான் தெருவில் தூங்கிக் கொள்வேன். கூடாரம் அமைத்துக் கொள்வேன். யாருக்கும் தொல்லை கொடுக்க மாட்டேன்..’

எதையும் மனதில் வைத்துக்கொண்டு பேசுவதில்லை அவன். ஆகவே அவனோடு பேசுவதற்கு நிறைய நேரம்

டெர்சு உஸாலா | விளாதிமிர் கே ஆர்சென்யேவ்

எடுத்துக்கொள்ள வேண்டியிருந்தது. அவமதிக்கப் படுவதாக அவன் நினைக்கவில்லை என்றாலும் நகர வாழ்வின் விரக்தியும் வெறுமையும் சலிப்பை அவனுக்கு உண்டாக்கி இருக்கிறது.

அதன்பிறகு ஒருநாள், விறகு கொண்டு வரும் வண்டிக்காரனுக்குப் பணம் கொடுப்பதை அவன் பார்த்து விட்டான்.

'அடடா.. காட்டில் விறகு ஏராளமாகக் கிடைக்கிறதே. எதற்காக அவனுக்குப் பணம் கொடுக்க வேண்டும்..?'

நன்றாக அவனை ஏசிவிட்டு, அந்தக் 'கெட்டவனிடம்' ஏமாந்து விடவேண்டாம் என்று எனக்கு அறிவுறுத்தினான். விறகை வண்டியில் ஏற்றிக் கொண்டுவரும் உழைப்புக்காகக் கொடுக்க வேண்டிய ஊதியம் அது என்பதை விளக்க முயன்றேன். அதில் நிறைவடையாமல் மணிக்கணக்காக இருந்து விட்டு மாலையில் அடுப்பைப் பற்ற வைக்கவும் மறுத்து விட்டான். மறுநாள் எனக்குப் பணத்தை மிச்சப் படுத்துவதற்காக அருகிலுள்ள காட்டிற்குப் போய் விறகு வெட்டித் திரும்பும்போது காவல்துறையால் தடுக்கப் பட்டிருக்கிறான். அவன் எதிர்த்ததால் அங்கே ஒரு குழப்பம் ஏற்பட்டு காவல் நிலையத்திற்குக் கூட்டிப் போக நேர்ந்திருக்கிறது. நான் காவல்துறை உயர் அதிகாரியிடம் எடுத்துச் சொல்லி மீட்டு வர வேண்டியதாயிற்று.

திரும்பும் வழியில், நகர்ப் புறங்களில் மரங்களை ஏன் வெட்டக் கூடாது என்பதைப் பற்றி விளக்கினேன். அந்தக் கருத்து அவனுக்கு அந்நியமாக இருந்திருக்கிறது. நகரத்தில் மனிதர்கள் தாம் விரும்பியவாறு வாழ்வதில்லை; மற்றவர்களையும் விடுவதில்லை என்பது அவன் மனதில் உதித்த எண்ணம். அறிமுகமில்லாத, விரக்தி தரும் உலகம் ஒன்று அவனைச் சூழ்ந்து விட்டது. உடல் எடை வெகுவாகக் குறைந்து விட்டது. வயதாகிப் போனது தெளிவாகவே தெரிந்தது.

மற்றொரு சம்பவம் அவனது சமநிலையை மொத்தமாகக் குலைத்து விட்டது. தண்ணீர் விநியோகத்திற்காக நான் அதற்குரிய தொகையைப் பணியாளனிடம் கொடுத்தேன். அப்போது,

'என்னது..?' என உரக்கக் கத்தினான். 'தண்ணீருக்கா பணம்..? ஆற்றைப் பாருங்கள்..' என்று அமூர் ஆற்றைச் சுட்டிக் காட்டினான். 'அங்கே தண்ணீர் தாராளமாக இருக்கிறது. நிலம், நீர், காற்று இவையெல்லாம் கடவுளால் இலவசமாக வழங்கப் பட்டவை அல்லவா..? பணம் யாருக்குத் தர வேண்டும்..?'

வார்த்தைகள் உதவவில்லை அவனுக்கு. கைகளால் முகத்தை அழுத்திப் பிடித்துக் கொண்டே அறைக்குத் திரும்பிப் போனான்.

மாலையில் எனது அறையில் ஓர் ஆய்வுக்காக எழுதிக் கொண்டிருந்தேன். கதவு திறக்கப்படுவதைக் கண்டு திரும்பினேன். டெர்சு நின்றிருந்தான். குழப்பத்துடனும் கவலையுடனும் கால்களை முழந்தாளிட்டு இறைஞ்சும் குரலில் வேண்டினான் :

'கேப்டன்..! என்னை மலைக்கே திரும்பவும் போக விடுங்கள். என்னால் நகரத்தில் இருக்க முடியாது. விறகையும், தண்ணீரையும் பணம் கொடுத்து வாங்க வேண்டும். மரத்தை வெட்டினால் அவர்களுக்குக் கோபம் வருகிறது..'

ஒரு நாற்காலியைத் தந்து அமரச் சொன்னேன்.

'எங்கே போகப் போகிறாய்..?' என்று கேட்டேன்.

'அங்கே..' தூரத்தில் நீலநிறத்தில் தெரிந்த கெட்சிர் குன்றைக் காட்டினான்.

டெர்சுவைப் பிரிவது எனக்கு உவப்பானதாக இல்லை. ஆனாலும் அவனைப் பிடித்து வைப்பதற்கு எனக்கு அதிகாரமும் இல்லை. போக அனுமதித்தாலும் ஒரு

மாதத்தில் இங்கே திரும்பி வருமாறு கேட்டுக் கொண்டேன். இருவருமாகச் சேர்ந்து உசூரி காட்டுப் பகுதிக்குச் செல்ல வேண்டும். அங்கே ஓர் உள்ளூர் நண்பனின் குடும்பத்தாரோடு அவனை இருக்கச் செய்ய வேண்டும்.

இன்னும் ஓரிரு நாட்கள் தங்கியிருந்து கொஞ்சம் பணமும், உணவுப் பொருட்களும், உடைகளும் வாங்கிக் கொண்டாவது செல்லுமாறு வேண்டினேன்.

ஆனால் மறுநாள் காலை டெர்சுவின் அறை காலியாகக் கிடந்தது.

அவன் என்னை விட்டுப் பிரிந்தது மனதை அழுத்தியது. நெஞ்சில் ஏதோ மோதியது போலிருந்தது. ஒருவிதமான முன்னெச்சரிக்கையும் இனமறியா அச்சமும் என்னை ஆட்கொண்டது. பிரிவுத் துயரம் வருத்தியது. பயந்து போனேன். சித்தம் குலைந்து விடுமோ ; இனி அவனைப் பார்க்கவே முடியாமல் போய்விடுமோ என்றும் குழம்பினேன். மன உளைச்சலில் நாள் முழுவதும் ஒரு வரிகூட எழுதவில்லை. ஆறுதல் பெறுவதற்காக வெளியே கிளம்பினேன்.

அது இளவேனிற்காலம். பனி உருகிக் கொண்டிருந்தது. புகைக்கரியோடு சேர்ந்து பனி சேர்ந்து அழுக்கு நிறத் துகள்களாக மாறியது. பனிச் சரிவுகளில் படலமாய்க் கிடந்த பனி, பகலில் உருகி இரவில் மீண்டும் உறைந்தது. கால்வாய்களில் நீர் பெருக்கெடுத்து ஓடியது. இனிய சத்தத்துடன் வழிந்தது. இயற்கை தன்னிடம் இதேபோல் நீரை வாரித் தந்தால், திரும்பவும் வந்து சந்திப்பதாக, வாடிக்கிடந்த ஒவ்வொரு புல்லின் இதழ்களுக்கும் ஓர் அவசர உறுதியை வழங்கியது.

வயல்களிலிருந்து திரும்பிக் கொண்டிருந்த சிலர், கையில் துப்பாக்கியும் தோளில் பையுமாக ஒருவனைப் பார்த்ததாகக் கூறினர். மகிழ்ச்சியாகப் பாடிக்கொண்டும் கால்களை வீசியும் அவன் நடந்து போனதாகத் தெரிவித்தனர்.

அந்த விவரங்கள் அனைத்தும் அப்படியே டெர்சுவுக்குப் பொருந்தியது.

இரண்டு வாரங்களுக்குப் பிறகு ஒரு தந்தி வந்தது. அதில்:

'உங்கள் ஆள் ஒருவன் கொலை செய்யப்பட்டு

ஊசியிலைக் காட்டில் கிடக்கிறான்'

என இருந்தது.

டெர்சுவுக்கு நான் கொடுத்து வைத்திருந்த விசிட்டிங் கார்டு நினைவுக்கு வந்தது. அது காவல்துறையின் கையில் கிடைத்ததால் அவனை யாரென்று தெரிவது எளிதாகியிருக்கிறது. மேலும் அதன் பின்புறத்தில் அவன் யார் என்பதையும், என்னுடன் வசித்து வருவதையும் எழுதியிருந்தேன். பிணத்தின் அருகே அது கிடந்ததால் என் முகவரிக்குத் தந்தி கொடுத்திருக்கிறார்கள்.

அடுத்தநாள் கோர்ஃபோஸ்வ்கயாவுக்குச் செல்லும் புகைவண்டியைப் பிடித்தேன். அது கெட்சிர் குன்றுக்குத் தெற்கே இருக்கிறது. அங்கே சிலர் காட்டில் டெர்சுவைப் பார்த்ததாகச் சொன்னார்கள். கையில் துப்பாக்கியுடன், மரக்கிளையில் இருந்த ஒரு காக்கையோடு பேசிக் கொண்டிருந்தானாம்.

அங்கே செல்லத் தாமதமாகி விட்டதால், மறுநாள் காலையில் சம்பவம் நடந்த இடத்திற்குப் போக முடிவு செய்தேன். தூக்கம் தொலைந்து விட்டது. துயரம் நெஞ்சை அழுத்தியது. நெருங்கிய நண்பன் என்னைவிட்டுப் பிரிந்து போய்விட்டான். நாங்கள் அனைவருமே அவனிடம் வாஞ்சையோடுதான் இருந்தோம். தனது சொந்தப் பாதுகாப்பு குறித்து அடிக்கடி அசட்டையாக இருந்தாலும் ஆபத்தான சூழல்களிலிருந்து நான் அவனை விடுவித்து விடுவேன் என்று நம்பியிருந்தான்.

நினைவுகளைத் திசைமாற்ற ஒரு நூலை எடுத்துப் படிக்க முயன்றேன். அது பயன் தரவில்லை. டெர்சுவே கண்முன்

டெர்சு உஸாலா | விளாதிமிர் கே ஆர்சென்யேவ்

நின்றிருந்தான். அவன் பிரிந்துபோன அந்தத் துயர்மிகு நாள் மீண்டும் மீண்டும் நினைவுக்கு வந்து அழுத்தியது.

நகரத்திற்கு அவனை அழைத்து வந்தமைக்காக என்னை நானே தூற்றிக் கொண்டேன். ஆனால் அந்த நிகழ்வே ஒரு வாழ்வின் இறுதியை வரவழைத்து விடும் என்று எனக்குத் தெரியாதே.

மறுநாள் காலை, நான் தங்கியிருந்த வீட்டிலிருந்து ஒரு நண்பனையும் அழைத்துக் கொண்டு ஒன்பது மணிக்குப் புறப்பட்டேன். அது மார்ச் மாதத்தின் இறுதி. சூரியன் வானத்தில் உயரே இருந்தான். தன் ஒளிக்கதிர்களால் நிலத்தை அன்பாகத் தடவிக் கொடுத்தான். இரவில் விழுந்த உறைபனியின் குளிர்ச்சி இன்னும் காற்றில் நிறைந்திருந்தது. குறிப்பாக நிழல் பகுதிகளில். ஆனால் உருகிய பனி, சிற்றோடைகளில் ஓடும் நீர் மற்றும் மரங்களில் தென்பட்ட புத்தொளி ஆகியவை சேர்ந்து வசந்தத்தின் வருகையை எடுத்துக் கூறின.

குறுகலான பாதையொன்று எங்களை ஊசியிலைக் காட்டிற்கு அழைத்துச் சென்றது. நெடுந்தூரம் நடந்தோம். வழி முழுவதும் எதுவும் பேசவில்லை. கடைசியாகப் பாதையின் வலதுபுறம் ஓர் இடத்தில் நெருப்பு எரிவதும் அதைச் சுற்றி மூவர் இருப்பதும் தெரிந்தது. அதில் ஒருவர் உள்ளூர்க் காவல்துறை அதிகாரி. வேலையாட்கள் இருவர் சேர்ந்து சவக்குழியொன்றைத் தோண்டிக் கொண்டிருந்தனர். ஈரத் தரையின்மேல் ஓர் உடல் போர்வையால் மூடப்பட்டுக் கிடத்தப் பட்டிருந்தது. அது டெர்சுதான். காலணி அவனை அடையாளங் காட்டி விட்டது.

'டெர்சு.. டெர்சு..' உரக்கக் கதறினேன்.

வேலையாட்கள் வியப்புடன் பார்த்தனர். அந்நியர் முன் உணர்ச்சிகளைக் காட்ட விரும்பாமல் சிறிது தூரம் நடந்து ஒரு மரக்கட்டையின் மீது உட்கார்ந்து கொண்டேன்.

● அவை நாயகன்

நெஞ்சைக் கவ்வியிருந்த துயரத்திற்கு நானே ஆறுதல் படுத்திக்கொள்ள முயன்றேன்.

ஈரத் தரை உறைந்திருந்தது. நெருப்பு மூட்டி அதை உலரச் செய்தனர். ஐந்து நிமிடத்திற்குப் பிறகு காவல்துறை அதிகாரி என்னை நெருங்கி வந்தார். ஒருவிதமான அருவருப்பான மகிழ்ச்சியும் திருப்தியும் அவர் முகத்தில் தென்பட்டது. பணிக்காலம் முழுவதும் அவர் இதுபோன்ற பல பிணங்களை எரித்துச் சாம்பலாக்கி இருக்கலாம்; அடையாளம் தெரியாத 'உள்ளூர்ப் பிணம்' சில பின்தொடர்ச்சியான பிரச்சினைகளைத் தந்தும் இருக்கலாம். எதுவாக இருந்தபோதிலும், தன்னை வருத்திக் கொண்டு துப்புத் தேடவேண்டிய தேவை எழவில்லை என்பதும் எளிதாக இறப்புச் சான்று பெற்றுவிடலாம் என்ற நிம்மதியும் அவரது முகத்தில் அப்பட்டமாகத் தெரிந்தது. ஒரு களியாட்ட நெருப்பிற்கருகே டெர்சு கொல்லப்பட்டுக் கிடந்திருக்கிறான். தடயங்களை வைத்துப் பார்த்தால், அவன் உறங்கிக் கொண்டிருந்தபோது சம்பவம் நடந்திருக்கலாம் என்றார் அவர். கொலையாளிகள் அவனிடம் பணத்தைத் தேடிப்பார்த்து அதன்பிறகு அவனது துப்பாக்கியை எடுத்துப் போயிருக்கிறார்கள்.

இரண்டு மணி நேரத்தில் சவக்குழி தயாராகி விட்டது. வேலையாட்கள் டெர்சுவை நெருங்கி, அவனை மூடியிருந்த போர்வையை விலக்கினர். மரத்தின் அடர்ந்த இலைத்தொகுதியின் உள்ளிருந்து சூரியக்கதிர் தரையில் விழுந்து, இறந்தவனின் முகத்தை ஒளியூட்டிக் காட்டியது. மாறியும் கொண்டது. அவனது கண்கள் எதையோ நினைவுபடுத்திக் கொள்ள முயல்வது போல வானத்தையே பார்த்துக் கொண்டிருந்தன. வேலையாட்கள் அவனைச் சவக்குழியில் இறக்கி மண்ணால் மூடினர்.

'விடை தருகிறேன் டெர்சு..' என்றேன் மெலிதாக. 'காட்டில் பிறந்தாய். காட்டிற்கே திரும்பிப் போகிறாய்..'

இருபது நிமிடங்களுக்கு முன் அவனைப் புதைத்த

டெர்சு உஸாலா | விளாதிமிர் கே ஆர்சென்யேவ்

ஈரநிலத்திற்கருகே ஒரு மண்மேடு உருவாகியிருந்தது. இப்போது அது இல்லை. சவக்குழியை நிரப்பி விட்டது அது.

அவர்கள் வேலை முடிந்து, புகைக்குழாயைப் பற்ற வைத்துக்கொண்டு, கருவிகளை எடுத்து வைத்து வேகமாகக் காவல் நிலையத்தை நோக்கி நடந்தனர். சாலையோரம் போய் வெறுந்தரையில் அமர்ந்து, இழந்த நண்பனைப் பற்றிச் சிந்தித்துக் கொண்டிருந்தேன்.

கடந்து சென்ற காலம் நினைவில் படம்போல் விரிந்தது. அருகே மரக்கிளையில் நட்ஹாட்ச் பறவையொன்று வந்து அமர்ந்து, ஒருகணம் என்னைப் பார்த்துப் பின் நம்பிக்கையுடன் சிறகடித்துப் பறந்து போனது.

ஊசியிலைக் காட்டில் வாழும் பறவைகளை 'அமைதியான மக்கள்' என்று பாராட்டுவான் டெர்சு. அந்தச் சிறுபறவை இப்போது எங்கோ புதரில் மறைந்திருக்கலாம். துயரம் மீண்டும் என் நெஞ்சை நிறைத்தது.

'போய் வா நண்பா..' என்று இறுதியாகச் சொல்லிவிட்டுக் காவல் நிலையத்தை நோக்கி நடந்தேன்.

1908 -ஆம் ஆண்டு எனது மூன்றாவது மலைப் பயணத்தைத் தொடங்கினேன். அது இரண்டு ஆண்டுகள் நீடித்தது.

1910 -ல் குளிர்காலத்தில் கபரோவ்ஸ்க் திரும்பிய பின், எனது இனிய நண்பனின் கல்லறையைக் காண்பதற்காகக் கோர்ஃபோவ்ஸ்கயாவுக்குப் போனேன். அங்கே எல்லாம் மாறியிருந்தது. காவல் நிலையத்திற்கு அருகே ஒரு புதிய குடியிருப்பு உருவாகியிருந்தது. கெட்சிர் மலையோரத்தில் கற்சுரங்கம் இருந்தது. இரயில்பாதைக் குறுக்குக் கட்டைகளுக்காக ஊசியிலைக் காட்டின் மரங்களைத் தீவிரமாக வெட்டிக் கொண்டிருந்தனர். டெர்சுவின் கல்லறையைக் கண்டுபிடிக்கப் பலவகையிலும் முயன்றேன். அங்கே அடையாளமாக இருந்த செடார்

மரங்களும் காணாமற் போயிருந்தன. புதிய சாலைகள், கரைச் சுவர்கள், தோண்டிய பள்ளங்கள், மண்மேடுகள், கல்லிடுக்குகள், மலையுச்சிப் பெருந்துளைகள் என்ற இவைதான் இருந்தன..

'போய் வா டெர்சு..!'